# मालनगाथा : २

('मालनगाथा' या पुस्तकाचा भाग दुसरा)

इंदिरा संत

मेहता पब्लिशिंग हाऊस

© +91 020-24476924 / 24460313 / Mob. No. 9545000513
Email : production@mehtapublishinghouse.com
Website : www.mehtapublishinghouse.com



**MALANGATHA : BHAG 2** by **INDIRA SANT**

**मालनगाथा भाग - २:** इंदिरा संत / ललित गद्य/पद्य

Email : author@mehtapublishinghouse.com



प्रकाशक : सुनील अनिल मेहता, मेहता पब्लिशिंग हाऊस,
१९४१, सदाशिव पेठ, माडीवाले कॉलनी, पुणे - ४११०३०.

मुद्रक : ट्रिनिटी ॲकॅडमी फॉर कॉर्पोरेट ट्रेनिंग लिमिटेड

मुद्रित-शोधन : मोहन वेल्हाळ

मुखपृष्ठ : चंद्रमोहन कुलकर्णी

प्रकाशनकाल : सप्टेंबर, २००२ / पुनर्मुद्रण : जून, २०१६

किंमत : ₹ ३२०

P Book ISBN 9788171661442
E Book ISBN 9788184986778
E Books available on : amazonkindle Apple Books Google Play Books

माननीय विदुषी
श्रीमती दुर्गा भागवत यांना
प्रेमपूर्वक...

इंदिरा संत

# अनुक्रमणिका

# गाथागंठन १

## वर्षागान

### गाथाबंध १ : पावस फेरीवाला

मालनी या निसर्गकन्या. निसर्गाच्या रूपाविषयी त्यांना जिव्हाळा वाटतो. कोणताही ऋतू असो, त्याचे त्या जिवाभावाने स्वागत करतात. पावसाळा तर त्यांचा अत्यंत प्रिय. धरणीला सुजला सुफला करणारा. पीकपाण्यानं घराला समृद्धी देणारा. त्या मालनींची जीवनधारा ज्या तत्त्वावर आधारलेली आहे, त्या 'सातत्य' या तत्त्वाचे वर्षा ऋतूशीही जिव्हार आहे.

मालनींना वाटणारा वर्षाऋतूविषयीचा जिव्हाळा त्यांच्या ओव्यांतूनही तितक्याच उत्कटतेने प्रकट झाला असल्यास नवल ते काय? गाथांचे काम करताना मी सहज एक गाथेशी आले... पुन्हा पुन्हा ती गुणगुणली आणि मंत्रमुग्ध होऊन गेले ! इतका उत्कट आविष्कार ! हे एक मालनीचे वर्षागीत म्हणायला हवे.

**गाथा (१)**

*पान्यान् पावसानंऽ धंदाक् नाही झालाऽऽ*
*पिरतीचा शाम माहाऽ वावरातऽ राह्यऽलाऽऽ*

*नंदीले आला पूरऽ सूरव्या बशीला डोंगीतऽऽ*
*चांद लपी डोंगराचाऽ माह्या गावाच्या कुशीतऽऽ*

*पान्यान् पावसानंऽ कवलावरऽ वाही गंगाऽऽ*
*जीवाचा माहा तान्हाऽ गोकुळात करीऽ दंगाऽऽ*

*मोत्याच्या शिरव्यानंऽ हासं तूरशी विंद्रावनऽऽ*
*लाटा नदीच्या झेलतऽ धावंऽ देवकीनंदनऽऽ*

*पान्यान् पावसानंऽ चवदीशा झाल्या धुंदऽऽ*
*गाईच्या गोठ्यामंदीऽ राधीका झाली गुंगऽऽ*

*पावस फेरीवालाऽ गावं गावंऽ हिंडं भारीऽऽ*
*माहा शामाच्या वहानाऽ झाल्याक् वल्ल्या दारीऽऽ*

(१) डोंगीत = छोट्या होडीत. (२) शिरवा = थोडा वेळच आलेला जोराचा पाऊस. (३) तुरशी = तुळस.

पाऊस कोसळतो आहे. नदीपलीकडील शेतात तिचा पती शाम आहे. पावसात अडकला आहे. मावळतीला पोचलेला सूर्य डोंगीत बसल्यासारखा दिसतो आहे आणि डोंगरावर असलेला चंद्र तिच्या गावाच्या कुशीत लपला आहे. पावसामुळे आणि नदीच्या पुरामुळे अशी त्यांची त्रेधा झाली आहे. कौलांवरून वाहणारा पाऊस गंगेच्या प्रवाहासारखाच गाजतो आहे आणि पतीच्या आठवणी तिच्या तनामनाच्या गोकुळात दंगा घालीत आहेत.

रात्री पावसात सापडलेल्या खेड्याचे वर्णन किती चित्रदर्शी आहे!

सूर्याची डोंगी, कौलांवरची पावसाची गाज, दंगा घालणारा जिवाचा तान्हा, हसरी तुळस, लाटा झेलीत येणारा देवकीनंदन आणि दारातील ओल्या वहाणा ही सर्व संवेदने इतक्या सूक्ष्मतेने एकमेकांत मिसळून गेली आहेत ! आणि त्या रसायनाने या आविष्काराला एक मनोज्ञ अशी व्यामिश्रता आली आहे. ही गाथा वर्षाकाळाचे एक उत्कट असे गीत आहे. उत्कट असे आनंदगीत आहे.

हा त्या मालनीच्या मनाचा वर्षाकालीन उत्कट आनंद . मग प्रत्यक्ष वर्षाऋतूचा आनंद तिने कसा व्यक्त केला असेल? त्यासाठी पुढील गाथा गाऊन पाहायला हवी.

### गाथा (२)

*आंब्याच्या झाडावरऽ कोयाळ ढाळी बोलऽ*
*देवा मेघाजीनंऽ सुरव्या संबूर डेरंऽ दीलंऽऽ*

*मेघरायाचं लगीन ऽऽ आभाळ वाजंऽ डफऽऽ*
*ईजबाई करवलीऽऽ येतीया झपाझपऽऽ*

*झाडंऽ झडाडतीऽ बाई, वीज कडाडतीऽऽ*
*धरनी माय सयेऽ अजि येतूया तूझा पतीऽऽ*

*पाऊस पडलाऽ* *ईजांचा चमचमाटऽऽ*
*माय धरनीऽनंऽ* *पांघूरला हिरवा थाटऽऽ*

*पाऊस पडलाऽ* *पडला पवळी मोत्याईनीऽऽ*
*धरणी चंद्रावळऽ* *लेली फुल्लांची, गऽ, लेनीऽऽ*

*पाऊस पडलाऽ* *करू नकाऽ गलबलाऽऽ*
*धरनी, ग, बाईऽ* *तुझा साजन आला आलाऽऽ*

(१) ढाळी बोल = उंचावरून काढलेला आवाज खालीपर्यंत येऊन पोचणे. (२) झडाडती = वेगात हलतात - गाजतात. (३) थाट = दाट पोताचा किमती असा पांघरायचा रेशमी शेला.

पहिल्या पावसाच्या वेळचा–म्हणजे वळिवाच्या जोरात येणाऱ्या पावसावेळचा हा आविष्कार आहे. देवा मेघाचे आणि धरणीचे लग्न लागते. कोकीळ सनई वाजवतो, ही कल्पना मला फार आवडली. 'बोल ढाळते.' इथे 'ढाळणे' हा शब्द मला अतिशय समर्पक वाटला. हा शब्द मी इथे प्रथमच वाचला. मेघाची थोरवीही तशीच सुंदर तऱ्हेने सांगितली आहे. सूर्यासमोर त्याने आपले डेरे दिले आहेत.

खाली झाडे सोसाट्याच्या वाऱ्याने हेलावत आहेत, गाजत आहेत. वरून वीज चमकत कडाडते आहे. आनंदाने नाचते आहे. हा धरणीचा आणि मेघाचा अनुनय तर नव्हे ! मेघराजा आला आहे... धरणी चंद्रावळीसारखी सजली आहे. हिरवा रेशमी शेला पांघरली आहे. फुलांचे अलंकार ल्याली आहे. प्रियकराच्या भेटीने आनंदित झाली आहे. हे सर्व भाव 'चंद्रावळ' या एका शब्दात सामावले आहेत.

या मालनी शब्द योजण्यात मोठ्या चतुर असतात. पाऊस पडायला लागला, की गुरे, पाखरे, पोरेबाळे चिडीचिप होऊन बसतात. 'गलबला करू नका. धरणीचा साजण आला आहे.' मालनीची ही कल्पना फार सुरेख आहे. या गाथेतील वर्णन प्रत्ययकारी असे आहे. वरील दोन्ही गाथांतून प्रीतीची भावना वर्षागीतात गायली आहे.

आता या पुढील गाथेत पावसाच्या आलेखाची एक सुंदर अशी चित्रमाला आहे. टपकणाऱ्या थेंबापासून अमर्याद कोसळणाऱ्या पावसापर्यंत ही वर्णने सुंदर आहेत. अप्रतिम.

## गाथा (३)

*पानी वरून पडतंऽ टपकलं थेंब थेंबऽऽ*
*झाडं झुडं झाली चिंबऽऽ*

*पानी वरून पडतंऽ बसं दडून हरनीऽऽ*
*झाली मुकी मैनारानीऽऽ*

*पानी वरून पडतंऽऽ मोत्यांचा झाराझूराऽऽ*
*जातं पानी देव घराऽऽ*

*पानी वरून पडतंऽऽ नदी दोथडी भरूनऽऽ*
*धार चालली फूटूनऽऽ*

*पानी वरून पडतंऽ डोंगूर झालं वल्लंऽऽ*
*हिरवा शेला पांघूरलंऽ*

*पानी वरून पडतंऽ भिजला महादेवऽऽ*
*झोकं पारवती शेवऽऽ*

हे वर्षागीत मला फार आवडते... केवळ वर्षागीत. प्रत्येक चित्राचा आविष्कार प्रथम डोळ्यांनी वाचावा. ओठांनी गुणगुणावा आणि या अवकाशाच्या अपार फलकावर तो आविष्कार रंगदार होऊन मनात चित्र उमटावे, इतका हृद्य.

ह्या टपटपणाऱ्या पावसाने निथळत असणारी झाडे, त्यांच्या फांद्यांवर पंख मिटून बसलेली पाखरे— झाडाखाली उभी राहिलेली गुरेवासरे— हे एक लहानगे निसर्गचित्रच. दुसऱ्या चित्रात मोत्याच्या चुऱ्यासारखा चमकदार पाऊस पडतो आहे. उन्हात पडणारा पाऊस. मालनीला वाटते, असा सुंदर पाऊस देवघरातच हवा. देवाच्या अभिषेकाला याहून सुंदर पाऊस कोणता. ही कल्पना फार चांगली आहे. नंतरच्या चित्रात झडीचा पाऊस आहे. कोसळणारा... नद्यांना पूर आणणारा पाऊस ! 'धार चालली फूटून' या तीन शब्दांत कोसळणारा पाऊस आणि त्याने आलेल्या नदीच्या पुराचा फुटून वाहणारा वेगवान प्रवाह हे चित्रवाण केलेले आहे. शेवटचे चित्र तर विलक्षण कल्पनासुंदर आहे. महादेव हे दैवत नेहमी पर्वतावर राहणारे— पावसाने डोंगर भिजला आणि महादेवही भिजले. डोंगरांनी हिरवा शेला पांघरला, पण महादेवाजवळ शेला कुठला... तेव्हा पार्वतीमाईने आपल्या अंगावरचा पदर त्याच्या अंगावर झोकला. त्या हिरव्या पदराने भिजलेला महादेव झाकला.

पावसाची सर्व सृष्टीवर उमटणारी अशी चित्रे मी आणखी कुठे पाहिली नाहीत.

या मालनींना कोणत्याही लहान-मोठ्या प्रसंगी आपल्या माहेरची आठवण आल्या-खेरीज राहत नाही. मग हा तर वर्षाऋतू ! मनातील भाव फुलवणारा. या वेळी माहेरची आठवण आल्याशिवाय कशी राहील? पण ही आठवण उत्कट असली, तरी आनंदाची नसते. या पाऊसकाळात घरातील, शेतातील कामे भरपूर असतात. तरी या वर्षाऋतूच्या ढगाबरोबर मालनीच्या मनात एक माहेरच्या काळजीचा ढग असतोच. काळज्या तरी किती? भावांना पोहण्याची आवड आणि नदीला आलेले पूर, मग भावांची काळजी. पावसाळ्यातील मुला-म्हाताऱ्यांचे, गुराढोरांचे आजार— त्यांची काळजी. कुणीतरी सर्वांची खुशाली कळवावी, असे वाटत असते— पण शेतीच्या कामांमुळे आणि पावसाच्या झडीमुळे नदीनाल्यांमुळे कुणी जाऊ-येऊ शकत नाही. जाणारे, निरोप पोचविणारेही कुणी भेटत नाहीत. 'रुणझुणत्या पाखराला' 'जा माझ्या माहेरा' म्हणावे, तर कोसळल्या धुवाधार पावसात पाखरू पंख उघडायलाही कबूल नसते, जा-ये करतो– कुणाला न जुमानता, करतो, तो फक्त वाराच. पावसाळ्यातील सोसाट्याचा वारा. मग ही मालन त्यालाच सांगते. हे देखील एक मालनीचे जिवाभावाचे वर्षागीत.

**गाथा (४)**

*पाऊसपाऱ्याचंऽ कुणी येईना जाईनाऽऽ*
*माझा निरूप पोचंऽना भाईयालाऽऽ*

*आरंऽ वाऱ्या वाऱ्याऽ करशी भीरी भीरीऽऽ*
*भावाच्या कानांवरीऽ घालऽ हाकऽऽ*

*आरं वाऱ्या वाऱ्याऽ धावशी लांबऽ लांबऽऽ*
*सांगावा माझा सांगऽ भाईयालाऽऽ*

*सांग सांगऽ, वाऱ्याऽ माझ्या भावाची खुशालीऽऽ*
*धार डोळ्याला लागलीऽ काळजीनंऽऽ*

*तुझी वाट, रेऽ, पाहूनऽ लाली डोळ्यांची फाकलीऽऽ*
*आन गळ्याची घातलीऽ भाईरायाऽऽ*

(१) लाली डोळ्यांची फाकली = डोळे लालबुंद झाले.

## गाथाबंध २ : पाऊस पडू दी पडूयीऽ दी

निसर्गातील जो चक्रनेमिक्रम असतो, तो सहसा बदलत नाही. योग्य वेळी उन्हाळा इतका कडक पडतो की, धरित्रीला होरपळल्यासारखे वाटते. मग सोसाट्याचे वादळी वारे सुटतात. वावटळी सुटतात. आकाशापर्यंत पोचणारे हे धुळीचे खांब चेटूक केल्यासारखे शेतामाळावरून धावत सुटतात. डोळे सांभाळावे, की जाणारा तोल सांभाळावा, असे त्यात सापडणाऱ्याला वाटते. निसर्गाच्या महान नाट्यातील ग्रीष्मऋतूचा प्रवेश संपलेला असतो आणि दुसऱ्या प्रवेशातील घटनांचे सूचन करणाऱ्या या वावटळी संस्कृत नाटकातील वेत्रवतीसारख्या वाटतात. खरे म्हणजे, धरित्रीने आपल्या घनश्यामाला लिहिलेल्या आणि वाऱ्याच्या हातून त्याला पोचविलेल्या पत्रिकांच्या गुंडाळ्याच त्या असतात. 'ये, रे, घना... ये, रे, घना...'

मग आकाश एकदम काळेभोर व्हायचे. मोठे मोठे ढग दाटून यायचे, त्याचा आकाशाला कडीपाट बसायचा आणि प्रियकराइतक्याच उत्कंठेने याची वाट पाहणाऱ्या मालनी एकदम उत्फुल्ल होऊन जायच्या... आला... पाऊस आला ! समृद्धीच्या पसायदानाचे अर्घ्य सोडीत वर्षाऋतू आला. आनंदी आनंद व्हायचा.

पण निसर्ग हा जितका नियमबद्ध आहे, तितकाच मनस्वीही आहे. वर्षाकालही त्याला अपवाद नाही. 'तुम्ही वाट बघत राहा. 'आत्ताच पड आणि इतकाच पड' असे तुमचे काही मी चालू देणार नाही. मी आलो, तर येईन.' अशी त्याची वागण्याची पद्धत. मशागतीने शिवार तयार करून आकाशात कुठे ढगाचा ठिपका तरी दिसतो का, म्हणून डोळे लावून बसणारे घरदार हिरमुसले व्हायचे. कधी प्रथम कोसळायचा आणि मग तरातरा निघून जायचा, तो यायचाच नाही. उन्हाच्या कहाराने गुरेढोरे कोमेजून जायची. मग मेघराजाची पूजा करायची, त्याला गाऱ्हाणे घालायचे. देवळातला देव गाभाऱ्यात पाण्यात बुडवायचा. 'पाणी दे पाणी दे' करीत मालनींनी डोक्यावर तांब्याच्या घागरीत आंब्याच्या पानांचा तुरा खोवून मिरवणूक काढायची. नाना तऱ्हांनी मेघराजाची आळवणी करायची. अशा वेळी त्या घरच्या लक्ष्म्यांच्या मनाची काय घालमेल होत असेल... अवर्षणाचे पांढरेफक्क ढग त्यांच्या मनांत दाटून येत असतील, म्हणूनच त्या त्याला फेरीवाला म्हणतात. त्यातून निर्माण झालेल्या या गाथा.

## गाथा (५)

| | |
|---|---|
| *पाऊस पडलाऽ पडयीलाऽ* | *ढग अस्मानी फूटयीलाऽऽ* |
| *माझा सावळा बंधू राजाऽ* | *हिरा कंगनी झळकीलाऽऽ* |
| *पाऊस पडतोऽ पडयीतोऽ* | *मोती पवळ्याच्या धाराऽऽ* |
| *सांगतो, गऽ भैनाऽ* | *आज सुगीऽ आली घराऽऽ* |
| *पाऊस पडू दीऽ पडूयी दीऽ* | *पिकू दी माझा मक्काऽऽ* |
| *बहीना, गऽ, करीनऽ* | *तुझ्या डोरल्यावर टिक्काऽऽ* |
| *पाऊस पडू दीऽ पडूयी दीऽ* | *पिकू दी माझा ऊसऽऽ* |
| *लावू, गऽ, बहीनाऽ* | *तुझ्या डोरल्याला घसऽऽ* |
| *बंधूजी बोलतोऽ* | *ये, गऽ बहीना, एकदीशीऽऽ* |
| *माझ्या, गऽ, गोठ्यातऽ* | *आता यीत्यालऽ गाई म्हशीऽऽ* |
| *पडू दी पाऊसऽ* | *नदी नाल्याला येऊ पूरऽऽ* |
| *थोरला माझा बंधूऽ* | *साक्ष्याचा समींदरऽऽ* |

(१) कंगनी = घराचे अरुंद असे जोते. (२) घस = घोस- मोत्याच्या वा सोन्याच्या बारीक मण्यांचे (३) यीत्याल = वितील (४) साक्ष्याचा = साठवणीचा- समृद्धी हा भाव.

या गाथेत एक संवाद आहे. घराच्या जोत्यावर भाऊ व बहीण उभे आहेत. पेरणी वगैरे समाधानकारक झाल्याने भाऊ खुशीत आहे. भावाची खुशी, तीच बहिणीची खुशी. बहीण भावाकडे पेरणीचा मुहूर्त करण्याला आली असावी. ते जोत्यावर उभे आहेत आणि बाहेर मनासारखा पाऊस पडतो आहे. भावाची खात्री पटली आहे, की आता यापुढे हा पाऊस असाच मनासारखा पडत राहणार... या आनंदात तो बहिणीशी विशेष जिव्हाळ्याने बोलतो आहे. बहिणीला सांगतो... 'मी तुला सांगतो... आताच घरी सुगी आली, असे वाटायला लागले आहे.' बहिणीला त्याच्या चेहऱ्यावरची आनंदाची, समाधानाची झळाळी पाहून वाटते आहे. 'जोत्यावर उभा राहिलेला हा माझा दादा कसा हिऱ्यासारखा झळकतो आहे.'

'आता असाच हवा तसा पाऊस पडेल. पीक भरपूर येईल. थोडा पैसा गाठीशी येईल. ऊस चांगला झाला, तर तुझ्या डोरल्याला सोन्याचे घस लावून देतो. मक्का पिकला, तर तुला सोन्याची टिक्का करू या... माझ्या गाई-म्हशी व्यायला झाल्या

आहेत. व्याल्या, की तुला बोलवायला येतो'.... बहीण म्हणते, 'असाच पाऊस चांगला पडेल- माझा भाऊ समृद्ध होईल. दादा म्हणतो, ते खरेच होईल.'

पण कसलं काय... पाऊस एकदा पडून गेला, तो पुन्हा फिरकला नाही. भावाची ती स्वप्ने प्रत्यक्षात उतरली नाहीत. पहिल्या ओवीत पाऊस मनासारखा पडला आहे. दुसऱ्या ओवीत तो पडतो आहे. अंकुर वर आले... जोम धरायला पाऊस नाही. 'पाऊस पडू दी' 'पाऊस पडू दी' हेच पालुपद आहे. या 'पडू दी पडू दी' च्या दोन खांबांवर स्वप्नांचा इमला चढवला आहे. प्रत्येक मालन पेरणीच्या वेळी ही स्वप्ने पाहते... पण ती प्रत्यक्षात उतरतीलच, असे नाही. म्हणून तर शेतकरी 'पीकपाणी कसं काय?' असं विचारलं, तर 'अवंदा सोळा आणं पीक हाय' असं कधी सांगत नाही; 'बारा आणं हाय, म्हणावं... आता घरी येईल, तवा खरं म्हनायचं...' असं असमाधानी उत्तर देतो.

या गाथेत एका मालनीला मनातून काळजी वाटते आहे. पाऊस नाही, म्हणजे नाहीच आला... पावसाच्या चारी नक्षत्रांवर पडणारा पाऊस लांबणीवर पडला. माळ वाळून ओसाड– उजाड झाले. कुणबी– त्यांचे घरदार, पेरण्या नाहीत, म्हणून केविलवाणे झाले. ज्या माळावर झरेनाले वाहत होते, ते माळमुरूड फारच भकास दिसू लागले. ओढ्याकाठची हिरवळ वाळून गेली आणि पाणी आटून गेल्याने त्या झऱ्यानाल्यांचे कोरडे प्रवाह वातीसारखे दिसू लागले. वातीची उपमा फार समर्पक वाटली. डोळ्यांसमोर चित्र उभी करणारी. या परिस्थितीत तिला काळजी वाटते, ती आपल्या नवऱ्याची– गोठाभर गुरे आणि घरात मोठे कुटुंब असलेला तो कर्ता आणि कर्तबगार पुरुष पाऊस नसल्याने मनातून भिऊन गेला आहे. आता ही गाथाच पाहा ना!

### गाथा (६)

*पान्या पावसानंऽ टाकीली लांब दोरीऽऽ*
*वाटऽ पाहूऽ पाहूऽ नक्षत्रं गेलीऽ चारीऽऽ*

*पड पड, रे, पावसाऽ वाट बघीती धरतीऽऽ*
*कुनबी काकूळतीऽ पेरनीचं दीसऽ जातीऽऽ*

*पाऊस पडीतोऽऽ आपल्या, गऽ, सोयीनंऽऽ*
*तेला, गऽ, काय ठावंऽ वाट पातीऽ थोरल्हानऽऽ*

*पाऊस पडीतोऽ* *आपल्या महीम्यानंऽऽ*
*माझ्या, गऽ, धन्याच्याऽ* *गायी गुराच्या दईवानंऽऽ*

*पड पड तू, पावसाऽ* *नगं बघूऽ तालामालाऽऽ*
*दुबळ्याला भाजीपालाऽ* *सखा अट्टाल्याचा भेलाऽऽ*

(१) महीम्याने = सामर्थ्याने, शक्तीने (२) तालामाला = रागरंग (३) अट्टाल्याचा = गुरेढोरे, माणसे यांच्या मोठ्या कुटुंबाचा (४) भेला = भ्याला

वरील गाथेत पाऊस नसल्याने फिकिरीत पडलेल्या एका मोठ्या कुटुंबातील कर्त्या पुरुषाच्या मनाची अवस्था बघून त्याची मालन काळजीत पडली आहे.

आता पाऊस नाही, म्हणून फिकिरीत पडलेली ही दुसरी मालन पावसाला प्राणपणाने आळवते आहे. हिची काळजी वेगळी आहे. ही गरीब बहीण दोन मुलांसह आपल्या धाकट्या भावाकडे राहते. त्याची परिस्थिती साधारणच. आपल्या खर्चाचा बोजा भावावर पडतो, याची मालनीला नेहमीच खंत असणार. आता तर पाऊसच नाही. आता हा खर्च त्याला कसा झेपेल... ही तिची काळजी. त्यासाठी ती पावसाला म्हणते,

**गाथा (७)**

*पड पड तू, मेघराजाऽ* *पड तू झीरी मीरीऽऽ*
*माझ्या बंधवाची शेतीऽ* *पिकू जवारी नी तूरीऽऽ*

*पड पड तू, मेघराजाऽऽ* *पिकू दी मूग राळाऽऽ*
*गुरांना, ग, चाराऽ* *बंधू हायी लेकुरवाळाऽऽ*

*पड पडऽ, मेघराजाऽ* *माझ्या बंधूच्या शेतावरीऽऽ*
*दोन बाळांच्या भैनाईचाऽ* *तेला नऽ खरचा भारीऽऽ*

*पड पड, मेघराजाऽ* *नारेळ देती तुलाऽऽ*
*नेनंता बंधू माझाऽ* *खरचानंऽ धाई आलाऽ*

*पड पड, मेघराजाऽ* *हूदी रूप्पयाला मनऽऽ*
*नेनंता बंधू माझाऽ* *मी तंऽ दुबळी बहीनऽऽ*

आपल्यासारखा गरीब आणि दुसऱ्याच्या आसऱ्याने असलेल्या दुबळ्या बाईची

प्रार्थना ऐकून तरी त्या दयाघनाने खाली उतरावे. तुरी-जोंधळे नाही, तर मूगराळा तरी पिकवावा. गुरांना चारा द्यावा. भावाची आबादानी करावी... असे तिला वाटते. तिचे हे दुःख मुके दुःख आहे. एका गरीब आश्रिताचे दुःख आहे आणि मालनीच्या साध्या सरळ शब्दांत ते हृदयस्पर्शी झाले आहे.

या खालील गाथेत मालनीने पावसाशी निर्वाणीचे बोलणे मांडले आहे. बाहेरील उजाड- ओसाड परिस्थितीप्रमाणे तिचे मनही निराश झाले आहे. हा न येणारा पाऊस सर्व प्राणिमात्रांना किती त्रास भोगायला लावतो आहे ! आपले घर, इतर घरे, गुरेढोरे, प्राणी, श्रीमंत-गरीब; पण ती म्हणते, पावसा, श्रीमंत एक-दोन आहेत. त्यांचे कसेही भागेल. पण असंख्य गरिबांना काय हा घोर... शेवटच्या ओळीत तिने त्याला एक मर्मभेदक प्रश्न विचारला आहे... म्हणते, 'इतकं तुला समजंना- तुझ्या मनात तरी काय हाय?' गाथा अशी.

### गाथा (८)

*पड पड, रंऽ, पावसाऽ वाट पाह्यत्याती सारंऽऽ*
*सख्या घोकनी माझी सारऽऽ*

*पड पड, तू, पावसाऽ काय तुझ्या मनाऽ आलंऽऽ*
*दिस पेरनीचं गेलंऽऽ*

*पड पड, रंऽ, पावसाऽऽ नगं करू आनमानऽऽ*
*देवा दुबळं लयी जनंऽ सम्रतऽ एक दोनऽऽ*

*पड पड, तू, पावसाऽ पड मोतीयाच्या धाराऽऽ*
*गाई बैलाला दी चाराऽऽ*

*पड पड, रं, पावसाऽ दुबळ्याला भाजीपालाऽऽ*
*सखा तुझ्या आधारालाऽऽ*

*पड पड, रं, पावसाऽ काय पडूसंऽ वाटयीनाऽऽ*
*तानेली माय काळीऽ काय तूला समजंऽ नाऽऽ*

(१) घोकनी = काळजी (२) सार = संपव- दूर कर. (३) सम्रत = समृद्ध (३) काळी = काळी आई- शेतजमीन.

## गाथाबंध ३ : जेठाच्या महीन्यात

मालनींनी वर्षाकाळाचे स्वागत अत्यंत उल्हासाने आणि जिवाभावाने केले आहे. आकाशात ढग फिरायला लागले, की त्या उल्हसून येतात. ते काळेभोर ढग, त्यांना खेचून आणणारा तो वारा, ते गडगडाट आणि त्या लवणाऱ्या विजा यांच्या दर्शनाने त्या तनभूल झाल्या आहेत. झिरीमिरी, झाराझुरापासून झडीपर्यंतच्या पावसाच्या तऱ्हा त्यांनी सूक्ष्म काव्यात्म वृत्तीने टिपल्या आहेत. वर्षाकाल हा धरणीचा एक उत्सव असतो. या उत्सवात मालनींची काव्यसृष्टीही तशीच उलत-उमलत राहते.

या त्यांच्या उमलणाऱ्या काव्यशक्तीला मुद्दाम निसर्गनिरीक्षण करावे लागत नाही. कसला अभ्यास लागत नाही. झाडलोट, सडासारवण ही दैनंदिन कामे करताना सूर्योदयाची दर्शने त्यांना भावून जातात. परड्यात शेणीचा हुडा रचताना आभाळाचे भरलेपण त्यांच्या मनाला स्पर्श करून जाते. परड्यातील आळी करताना, शेतावरचे सड वेचताना, बांध भरताना विजेचे नर्तन या शब्दरूपात शोषून घेतात. ती निसर्गाची लावण्ये आणि त्यांचे कष्टाचे-कामाचे अनुभव यांचा रंगीत गोफ विणला जातो. हे अनुभव घेत असतानाच मालनी निसर्गाच्या रंगरूपाचे भावगर्भ शिंपण मनावर झेलत असतात. पावसाने जशी जमीन हिरवीगार होऊन येते, तशी त्यांनी अनुभवसृष्टीही सहज सहज मोतीपिवळी उणारीत असते.

अनुभवाशी मन इतके निगडित असल्याने, त्या अनुभवांचे अधांतरी झालेले वास्तव त्या अनुभवाला साजेशा शब्द, प्रतिमा, अलंकार हे सर्व सहज-सोपे, सरळ व प्रसन्न असे होऊन आविष्कृत होत येते. कामाधामांत व्यग्र असताही त्यांनी वर्षागीताचे सूर मनाशी जपलेले असतात.

पहिला पाऊस पडला, की मालनींच्या जीवनात एक आगळेवेगळे पर्व उदयाला येते. धान्य लक्ष्मीच्या रुजवणाचे, पेरणीचे ते पर्व. मालनींचा तो एक उत्सव असतो. घरातून, गोठ्या-परड्यातून, शेताशिवारातून मालनींची लगबग, गडबड आणि बडबड सुरू होते. पावश्या पक्ष्यासारखे यांच्या मनीमुखीही 'उटा, पेरू लागा' हे शब्द सारखे गाजत असतात. या उत्सवातील उत्सवमूर्ती तिफन– हिला पाभरी, कुरी अशीही नावे आहेत. हे बैलांनी ओढण्याचे पेरण्याचे अवजार. दरवर्षी ही पावसाची चिन्हे दिसू लागली, की सुताराकडे नेऊन, जोडून नवी करून घेतली जाते.

या तिफनीचे मालनींना फार कौतुक– त्यांनी तिचे किती प्रकारांत दर्शन घडवले आहे ! सुताराकडून नटून– थटून नवरी झालेली तिफन. गळ्यात दृष्टीचा काळा दोरा घातलेली तिफन बांधावर उभी राहिलेली– मनोभावाने चाड्यातील बियाणे जमिनीत

पोचवणारी, सुवासिनींचे, लेकीबाळींचे मुजरे घेणारी, धन्याच्या मर्जीने शेतात तुरू तुरू फिरणारी किंवा शेतभर फैलावा मांडीत चक्रचाळ धावणारी तिफन– अशी किती तरी रूपे ! कुरीमागे तिची पाठराखीण रासनी, हेही एक औत–खाचीतून कुरीने पेरलेले बी जमिनीत झाकून टाकणारे. यावर बसतो, तो रासन्या.

या तिफनीची गाथा– चित्रमाला पाहिली, की शेताशेतांतील पेरणीचा उत्सव डोळ्यांसमोर उभा राहतो आणि वाटते, या गाथा नसून, मालनीचे एक आनंदमय असे समूहगान आहे. या चित्रमालेतील हे पहिले चित्र पाहा– हा आरंभीचा सूर. पावसाने फळी धरल्यानंतर मालनींचे गजबजून उठलेले एका बहिनाचे मन उसळी घेते आहे.

**गाथा (९)**

*मिरिगाच्या म्हयीन्यातऽ काय आभाळू ऊठयीलंऽ*
*कुना कुनब्याचं बाळऽ पेराया का नटयीलंऽऽ*

*वळीव पावसानंऽ फळी मांडीली दुरूनऽ*
*राघूबाची शेतीऽ बाईऽ नीघंऽल पेरूनऽऽ*

*वळीव पावसानंऽ फळी मांडीली सर्वातळीऽ*
*ताईता बंधूजीचीऽ रास तयार शेतावरीऽऽ*

*वळीव पावसाचीऽ फळी ऊठलीऽ काळीकुच्चऽ*
*ताइ्ता बंधूरायाऽ जोडा नांगूर कुरीयीचंऽऽ*

*फळी वळीव पावसाचीऽ दिसं जमीन भरदारऽ*
*ऊठ, राघूबा, बंधूरायाऽ धरनीची वटी भरऽऽ*

(१) सर्वातळी = सर्व जमिनीवर (२) रास = औत व बैल; रासनी – पेरलेले बी पुन्हा मातीने झाकण्याचे औत. (३) वटी भर = धान्याचा पेरा कर

वरील गाथेत पहिल्याच ओवीत केवढी कल्पना उभी राहिली आहे ! मालनीला वाटते, हे वर उठलेले आभाळ म्हणजे पेरणीला तयार होणारा कुणब्याचा लेक तर नाही ! ही बहीण आपल्या लहान भावाला 'चल, कुरी घेऊन चल' म्हणून सांगते. तो वडील बहिणीची आज्ञा पाळतो. त्याच्या बरोबर तीही. ते वर भरून आलेलं आभाळ बघून ती शहारते ... भावाला म्हणते 'बघ, त्या फळीच्या गडद सावलीनं

आपली काळी कशी भरदार दिसते आहे. तिची ओटी भर लवकर!' ही नांगरून तयार असलेली काळी माती त्या झाकोळ्यात खरोखरीच पेरणीसाठा– येणाऱ्या पावसासाठी उत्सुक, आतुर, उत्कट दिसते. या तीन शब्दांसाठी अगदी सूचक असा 'भरदार' हा शब्द तिने वापरला आणि गाथाच भरदार करून सोडली. एका छाया–प्रकाशाच्या सगळा हा सुंदर आविष्कार.

पुढील गाथेत एका शेतातील मालन आपल्या कुरीचे कौतुक गाते आहे. वळवाचा पाऊस पडला. ठिकठिकाणी डबकी-तळी साठली. तिचे शेत सखलात असल्याने त्यात जणू सगळ्या बाजूंनी झरेच सुटले आहेत. पाऊस थांबला, की पेरणी सुरू होणार. तिचा कंथ कुरी आणण्यासाठी सुतारशाळेवर गेला आहे. तिथे नवी कोरी कुरी काळा दोरा, दृष्टीचा, गळ्यात घालून तयार आहे. वाजंत्री वाजताहेत. कुरी घडविणाऱ्याला हारतुरे करून, तिचा भ्रतार वाजत-गाजत आपली कुरी शेताकडे मिरवत नेतो आहे. वाटेत शुभशकुन म्हणून ही मालनच न्याहरीची पाटी डोक्यावर घेऊन कुरीला आडवी आली आहे. एवढा थाट हवाच आहे, कारण बारा बैलांची जोडी बाळगणारा समृद्ध असा तो शेतकरी आहे.

**गाथा (१०)**

*वळवाच्या पावसाचंऽ बाई, झाल्याती आगारऽऽ*
*हौशाच्या शेतामंदीऽ सोडी पाण्याचं सागऽरऽऽ*

*वाजंत्रे वाजयीतीऽ सुताराच्या नेहावरीऽऽ*
*माझ्या हौशाच्या वावरीऽ चालं तिफन नवरीऽऽ*

*जाई जुईचा हार तूराऽ बाई, सुताराच्या पोराऽऽ*
*माझ्या हावशाच्याऽ तिफनीलाऽ काळा दोराऽऽ*

*शेताला जातो कूरी नेते आडवीऽ न्याहारीऽऽ*
*भरतारा संगंऽ आलंऽ आलं सुतार कारागीरीऽऽ*

*शेताला गेली कूरीऽ शेत काजळाची वडीऽऽ*
*माझ्या, ग, हावशाचीऽ बारा बैलांची हायी जोडीऽऽ*

*हौशाच्या शेतावरऽ आई लक्षीमी जेवीतीऽऽ*
*तिफन्या बाईलाऽ आडव्या बनाती लावीऽतीऽऽ*

(१) आगार = डबकी तळा, (२) नेहावर = सुतारशाळेवर (३) लक्षीमी जेवली = धान्याची पेरणी केली. (४) बनात = अधिक रुंदी असलेले जाड, असे चांगले कापड.

या गाथेतील शेवटची ओवी फार हृद्य आहे. कल्पनाच गोड आहे. आई लक्ष्मीची पूजा, जेवण चालले आहे आणि यासाठी तिफनीभोवती बनातीचा पडदा धरला आहे. एका मातबर मालनीचा हा तिफनीचा सोहळा मला फार आवडला.

खालील गाथेत अनुभवी बहीण, सावकाश वृत्तीच्या भावाला 'तातडीचे हे काम आधी कर' म्हणून बजावते आहे, कारण पेरणी, जमिनीत वाफ आहे, तोपर्यंत झाली पाहिजे, तरच धान्य लवकर अंकुरते, रोप जोमाने वर येते... ती घातीची वेळ निघून जाता कामा नये. म्हणून बहिणीची घाई चालली आहे. भावजयीला आणि घरातील बायकांना, लेकीबाळींना ती बजावत आहे– 'बायांनू, व्रत धरू लागा. पेरण्या चालू आहेत, तोपर्यंत कुणी डोळ्यांत काजळ घालू नका. काजळाच्या डोळ्यांनी कुरी बघू नका. त्यामुळे कणसांतील दाणे काळे पडतात आणि अगोदर बांधावर नारळ देऊन डवरा घालतो, असा नवस मागा. उठा, कामाला लागा.'

हे हुकूम इतक्या जोरात आणि जिव्हाळ्यात सुटतात, की गाथा वाचतानाही त्यांतील उत्कटता आणि अधिकार जाणवतो. बहिणीच्या प्रेमळ मनाची लगबग इथे मूर्त होते आहे.

## गाथा (११)

*पानी वरून पडतंऽ जिमीनी गेल्या धागाऽऽ*
*मोती पवळी पेरू लागाऽऽ*

*पानी वरून पडतंऽ बाई जीमीन शिनारतीऽऽ*
*हिरं मोती उनारतीऽऽ*

*पेरनीऽला लागाऽ त्या, गऽ, जुंधळ्या राजायाचीऽऽ*
*काम तातडीचं, बंधूऽ रानी सोडावी शेजंयचीऽऽ*

*पेरनी लागीयीलीऽ तूर, उडीदऽ जुंधळ्याचीऽऽ*
*घरी सांगा मालनीलाऽ वरतंऽ धरा काजळाचीऽऽ*

*पानी वरूनऽ पडतं — काय पाहता वावराऽऽ*
*धरा धडाल डवराऽ — ठेवा नारेळऽ बांधालाऽऽ*

(१) धागा = धगा, जमिनी उन्हाने तापल्या आहेत- धगधगल्या आहेत. (२) मोती पवळी = जोंधळा आणि तूर (३) शिणारती = तापलेल्या जमिनीवर पाणी पडल्याने जमीन थकूनही उत्फुल्ल दिसते आहे. (४) उनारती = वाफेत बी पडल्याने ते उकलून लवकर अंकुर येतात. (५) वरतं = व्रते काजळाची - काजळ न घालण्याची. (६) धडाल = ताबडतोब (७) डवरा = शेतातील दैवताची पूजा व नैवैद्य दाखविण्याच्या विधी; बकरा मारून दैवताला अर्पण करून त्याचे मटणाचे जेवण करणे, या विधीने पीक जोमाने वाढीला लागते.

वरील गाथेतील पहिल्या दोन ओव्या, तातडीचे काम कसे, या सुचविणाऱ्या असल्याने तीन पदांच्या आहेत. त्याने गाथेला एकदम उठाव मिळतो. खालील ओव्यांतील ड, र, थ वगैरे अक्षरांच्या द्विरुक्तीने आणि शब्दयोजनेनेही ती तातडीची धाव त्या ओव्यांतून दिसते. हे या गाथेचे वैशिष्ट्य आहे.

आता खालील गाथा पाहा– एकदा वाचली, की जाणवते, की एखादी छोटी फिल्म घ्यावी, तशी या पेरणीच्या मुहूर्ताची मालनीने आखणी चित्रित केली आहे. दृश्ये कशी लोभस असून, पटापट बदलत जातात. एकूण गाथाच या गुणाने काव्यात्म झाली आहे.

### गाथा (१२)

*जेठाच्या म्हयीन्यातऽ — कुरीबाईला म्हायारऽऽ*
*लाडका बंधू माझाऽ — झाला मुराळी तैयारऽऽ*

*शेतालाऽ जाती कूरीऽ — कटी केलीया रुमालाचीऽ*
*माझा तो बंधूजी, गऽ — पट्टी पेरीतो इनामाचीऽऽ*

*शेताला नेली कुरीऽ — कुरी लावीली बांधावरीऽऽ*
*आडवी लागीली, गऽ — माझीऽ डावीऽ नीरीऽऽ*

*शेताला गेली कूरीऽ — ताशी लावूनी उभी केलीऽ*
*माझ्या बंधूजीनंऽ — बैल बाळालाऽ हाळी दीलीऽ*

*उडीद नाचत्यातऽ* *कुशीबाईच्या चाड्यावरऽ*
*बंधूची नदयीरऽ* *बहिनाबाईच्या पेऱ्यावर*

(१) कटी = कमरेला बांधायचे वस्त्र (२) पट्टी = लांबी अधिक असेलेले शेत (३) आडवी लागीली = कुरीला आडवे आल्यावर माझ्या डाव्या निरीने कुरीचा अलाबला घेतला. साडीचा घोळ कुरीला वाऱ्याने लपेटून राहिला. (४) ताशी = पेरणी करण्याच्या जागेवर.

या गाथेतील क्षणचित्रे कशी क्रमाने चढत भावपूर्ण होत गेली आहेत ! चाड्यावर उडीद नाचतात, यातून त्या भावाबहिणीच्या मनांतील उसळणारा आनंद सूचित केला आहे.

पुढील गाथेत एका शेतावर तरणाबांड शेतकरी कुरी चालवण्यातील आपली कुशलता व आपले बळ दाखवतो आहे. त्याची मालन बांधावर उभी आहे. तोंडात बोट घालून कंथाची ती चक्रचाळ चालणारी कुरी बघते आहे. जसे पाहिले, तसेच तिने ते दृश्य अत्यंत प्रत्ययकारी असे शब्दरूपात आणले आहे. या गाथेत कुरीच्या गतीची जी वेगवती लय दाखवली आहे, त्यासाठी वापरलेले शब्द वा शब्दप्रयोग गतीच्या वेडाने भारलेले वाटतात. या तिफनीच्या वेगाला साजून दिसेल, अशी तीन पदांची ओवी मालनीने या वर्णनासाठी निवडली आहे. इथे विजेचा वेग आणि कुरीचा वेग यांचे साम्य दाखवून, कुरी अर्थात ती चालवणारा अधिक श्रेष्ठ दाखवला आहे. कारण विजेला वेग आहे; पण किती वळणे घेत धावते ! तिचा कंथ मोत्याच्या सरासारखी सरळ एका रेषेत अशी कुरी दवडतो आहे. याचा मालनीला दिमाख वाटतो आहे.

रासन्या वयाने लहान. त्याची या वेगापुढे फरफट होऊन जाते. हे दोघेही दमतील, त्यांना गूळपोळीचे जेवण द्यायला हवे, हा ती शेवटी विचार करते आहे.

### गाथा (१३)

*आभाळ गरजऽतंऽ* *वीजबाई, बघा बघाऽ*
*कंथ तिफनी खाली उभाऽऽ*

*तिफनी बाईचाऽ* *चाडदोर रेसमाचाऽऽ*
*पेरनार जवानीचाऽऽ*

*तिफनीबाईनं, गऽ हिनं फैलावा मांडीलाऽऽ*
*देर रासना कोमंजलाऽऽ*

*तिफनीबाईनं, गऽ घेतलं आडवं रानऽऽ*
*माझ्या रासन्या कीती लहानऽऽ*

*तिफनीबाई ती, गऽ चालती चक्रचाळऽऽ*
*रासन्याची तारांबळऽऽ*

*पेरनीच्या येळीऽ कीती, ग, पडल्या खाळीऽऽ*
*तिफनवाल्याला गूळपोळीऽऽ*

(१) फैलाव मांडीला = भराभरा शेतातून फिरून तिने शेत व्यापून टाकले (२) आडवं रान = उताराला असलेली शेतजमीन (३) चक्रचाळ = एक चमत्कार दिसावा, अशी वेगाने चालते; चक्र वेगात फिरते, तशी.

खालील गाथेतील मालन शेतात कष्ट करणारी नाही. एका मातबर समृद्ध शेतकऱ्याची ती बायको आहे. शेताला जाताना तिच्या पायाला खडे टोचतात. पण ती आपल्या कंथाचा शेतीव्यवसायाचा व्याप पाहायला निघाली आहे. वाड्यातून बाहेर पडून शेताच्या बांधाशी येईपर्यंत ती टप्प्याटप्प्यांनी थांबत आपली शेती न्याहाळते आहे. प्रत्येक टप्प्यावर शेताकडे पाहून सुखावते आहे, अभिमानाने भरून येते आहे. वावराकडे निघालेल्या रस्त्याच्या वळणावर, आपल्या शेतजमिनीच्या हद्दीच्या बांधावरील धुऱ्यावर, आणि सखा जिथे काम करतो आहे, त्या वावराच्या बांधावर, ती थांबून शेतीवरून नजर फिरवते आहे.

### गाथा (१४)

*शेताला जाईनऽ खडं रुततीऽ पायालाऽऽ*
*कंथाचा उदीमऽ माझ्या सख्याचा पाह्यालाऽऽ*

*शेताला जाईनऽ नदर माझी चहूकडंऽऽ*
*हौशानं शिप्पीलं, गऽ सये मोतीयाचं सडंऽऽ*

*शेताला जाईन उभी ऱ्हायीनऽ लवनीऽऽ*
*माझ्या कंथाची पेरनीऽ जशी मोत्याची ववनीऽऽ*

*शेताला जाईन* *उभी ऱ्हायीनऽ धूऱ्यावरीऽऽ*
*कंथ पेरीतो जवारीऽ* *तीनी तासनी बरोबरीऽऽ*

*शेताला जाईनऽ* *उभी ऱ्हायीन बांधालाऽऽ*
*हाळी देईन भरतारालाऽ* *माझ्या दूरच्या चांदालाऽऽ*

(१) उदीम = शेतीचा व्यवसाय, व्याप. (२) लवनी = रस्त्याचे वळण. (३) ववनी = मोती ओवावे, तशी ओवलेली. (४) धुरा = शेताच्या हद्दीवरचा बांध, हद्दीचा-खुणेचा बांधावरचा दगड. (५) तासनी = पेरलेल्या दोन ओळींच्या मधील काळी पट्टी, पेरलेले वर आले, की या पट्ट्या उठून दिसतात.

ही मालन लवणावर उभी राहून शेती न्याहाळू लागली. तेव्हा पेरणी केलेल्या रांगा तिला सरळ रेषेत मोत्याचे सर दिसावे, तशा दिसल्या. इथे तिला कंथ दिसला नाही. आपल्या शिवाराच्या हद्दीच्या बांधावरून तिने शेत न्याहाळले, तिव्हा तिला दोन मोत्यांच्या ओळींमधल्या अत्यंत रेखीव अशा जमिनीच्या पट्ट्या समांतर गेलेल्या अशा दिसल्या. नंतर ज्या शेताच्या बांधावर उभी राहून ती न्याहाळू लागली, तिथे तिला शेतातील कलाकुसर वगैरे काहीच दिसले नाही. तिने न्याहाळला, तो दूरवर काम करीत असलेला चांद... तो किती दूर पोचला आहे, हे सुचविण्यासाठी चांद असे तिने कंथाला संबोधिले आहे आणि तिच्या, अभिमानाने, प्रेमाने उचंबळून आलेल्या आवाजाने एकदम त्या बांधावरून कंथाला हाळी दिली. हाक आणि हाळी यांत फरक आहे. जवळच्या टप्प्यात— म्हणजे ऐकण्याच्या टप्प्यात कुणी असेल, तर त्याला 'हाक' देतात. म्हणजे त्याला ज्या नावाने हाक देतात, त्या नावातील शेवटचे अक्षर त्याच सुरात लांबवतात. दादा म्हणून हाक द्यायची, तर दादाऽऽऽऽ अशी देतात. हाळी देतात, ती नावाच्या शेवटच्या अक्षराच्या सुरात न देता त्या सुराला अनुरूप असे अक्षर त्याला जोडून हाळी देतात आणि हे शेवटचे अक्षर लहरी मारीत थांबते आणि श्वास अडला, की एकदम तार वाकावी, तसे शेवटचा सूर खाली वाकवते. हे वाकवणे फार गोड असते. दादा म्हणून हाळी द्यायची असल्यास 'दादा वोऽऽऽऽ यऽ' अशी हाळी दिली असेल, त्या लहरी नि शेवटचे वाकण यांमुळे दूरस्थाचे हाकेकडे लक्ष वेधल्याशिवाय राहत नाही. दोन्ही हातांचा तोंडाभोवती कंस करून मोठ्याने ही हाळी देतात.

ही गाथा फार काव्यात्म अशी आहे.

चर सृष्टीच्या सातत्य टिकविण्याच्या धर्माला अनुषंगून असलेला हा एक रुजवण सोहळा. पेरणी आणि मळणी हे या सोहळ्याचे दोन सोन्याचे कळस...दोघांमध्येही

निर्मिती आणि निर्मितिसाफल्य यांचा आनंद तुडुंब भरलेला. सर्जनाचा आनंद ! मालनींच्या जीवनाचे भागधेय वंशसातत्य हेच. म्हणजे मालन ही धरणीच्याच गोतातील; मग धरणीचा आनंद, तोच तिचा आनंद ठरला, तर नवल ते काय? त्याच आनंदाच्या या गाथा. प्रत्येक काळ्याभोर ओल्या शिवारातून वाहणारे हे भावझरे. या झऱ्यांचे वेगवेगळे गतिवेग, वेगवेगळी उत्कटता, वेगवेगळ्या उंच-सखल स्तरांतून त्यांचे वाहणे म्हणजे धरणीच्या ओटीभरणाच्या मंगल प्रसंगी या मालनींनी गायिलेले एक मंगल गान, मालनींनी आळवलेला एक आदिआनंदराग !

## गाथाबंध ४ : आली आली, ग, लक्ष्मी

शेताची भरपूर मशागत मोठ्या हौसेने करावी. बी-बियाणे काळजीपूर्वक पेरावे. पावसाच्या नऊही नक्षत्रांचा हवा तेवढाच पाऊस पडावा आणि शेतकऱ्याने आपल्या शेतात पावले टाकत येणाऱ्या हिरव्या लक्ष्मीकडे डोळे भरून पाहत राहावे. शेतकऱ्याच्या जीवनातील ही मोठी रम्य स्वप्नमाला– त्याच्या जीवनातील हा पुत्रजन्मोत्सवासारखा जीवनाला व्यापून टाकणारा आनंद ! प्रथम हिरवे पांढरे कोंब... मग दुपानी चौपानी अशी दिसामाशी वाढत जाणारी ती बाळरोपे. नंतर सळसळणारे हिरवेगार शेत– त्याचा फुलोरा– त्याला धरलेली कणसे, शेंगा– मालनीला तर किती पाहू– किती नकोसे होते. आपल्या या शिवारात उभ्या असलेल्या धानलक्ष्मीला बघत असताना तिचा ऊर भरून येतो. त्या भरात या हिरव्या सळसळीने तिच्या मनात हिरवी गाणी उमलायला लागतात. ज्या पावसाने तिला साथ दिली, तो अजून मधून मधून पडत असतो. ही तिची गाणी वर्षागीताची भैरवीच गातात– तितकीच प्रसन्न-समृद्ध आणि रसरशीत !

अशाच एका बहरलेल्या शिवाराच्या मालकिणीने गाणे गायले आहे. यात हिरव्या बहरल्या शेताचा जितका अभिमान आहे, तितकाच तिच्या कंथाने या लक्ष्मीसाठी जे कष्ट केले, त्याच्या बैलांनी जे काम केले, त्याचाही अभिमान व्यक्त झाला आहे. पुढील गाथेत तिने हा अभिमान व्यक्त केला आहे.

### गाथा (१५)

*नांगर नांगरऽ जिमिनीचं केलं पानीऽऽ*
*चारी बईलं नंदीवानीऽ नांगऱ्याची भर जानीऽऽ*

*लक्ष्मीबाई आलीऽ पांघूरली घोंगरटऽऽ*
*धनीयाची माझ्याऽ पाह्मा तुमी नांगरटऽऽ*

*नांगरलं नांगरानंऽ वखरानं वखरलंऽऽ*
*तिफनी बाईला तंऽ शिनगारून नेलंऽऽ*

*बंधाऱ्याचं तासऽ मेरोत्यावर गेलंऽऽ*
*बैलांच्या खुरीखाले मातीचं सोनं झालंऽऽ*

*आली आली, गऽ लक्ष्मीऽ या, गऽ, धूऱ्याच्या बंधाऱ्यानंऽऽ*
*अशी, सये, सळसळऽ डोल दीला जुंधळ्यानंऽऽ*

*शेता, गऽ, शिवारात जशी हळद लोटयीलीऽऽ*
*माझ्या, गऽ भरतारालाऽ अशी लक्ष्मीमी भेटयीलीऽऽ*

(१) घोंगरट = कांबळे (२) वखर : नांगरलेली जमीन सपाट, सारखी करण्याचे अवजार. (३) तास = पाभरी व फाळ, (४) मेरोत्यावर = बाजूच्या- बांधाच्या बाजूच्या शेतजमिनीवर (५) धुऱ्याच्या = शेताच्या मुख्य हद्दीच्या

पहिल्या ओवीमधून मालनीने शेताच्या मशागतीचे आणि पेरणीचे वर्णन सुंदर केले आहे. आपला नवरा, बैल आणि अवजारे यांचे अप्रत्यक्षपणे अभिमानाचे त्यात कौतुक आहे. नवरा भरजानीचा- तरणाबांड आणि हौशी आहे. चारी बैल तर शंकराच्या नंदीसारखे धष्टपुष्ट आणि कष्टाळू आहेत. अशा या त्रयीने जी जमीन नांगरली, ती 'घोंगरट' पांघरलेल्या लक्ष्मीसारखी दिसली. हे वर्णन समर्पक आणि सुंदर आहेच. पण या ओवीचा संदर्भ घेऊन शेवटील ओवी वाचली, की एक सुंदर नाट्य डोळ्यांपुढे उभे राहते. नांगरणी इतकी चांगली, की जमीन मऊसूत तलम काळ्या घोंगड्याचा बुरखा घेतलेल्या लक्ष्मीसारखी. शेतकऱ्यावर प्रसन्न होऊन तिने बुरखा फेकून दिला आणि सोन्याच्या अलंकारांनी विभूषित अशा धानलक्ष्मीने शेतकऱ्याला दर्शन दिले. मालनीच्या कल्पनाशक्तीचे इथे कौतुक करावेसे वाटते.

'बैलांच्या खुराखाली मातीचे सोने झाले' ही अगदी सुंदर कल्पना वाटली. नांगरणीचे काम बैलांचे अतिशय कष्टाचे- जमिनीत रुतलेला नांगराचा फाळ ओढून जमीन उकलणे सोपे नाही. हेंडेच्या हेंडे वर येतात. ते आणायला पायांत शक्ती लागते. पुन्हा त्या वर उखीरवाखीर झालेल्या जमिनीवरील हेंड्यांवरून चालत पुन्हा परतायचे- मालन बैलांच्या या श्रमाबद्दल कृतज्ञ आहे... म्हणून ते उद्गार तिच्या तोंडून निघाले.

भर जानीतील नवरा आणि कष्टाळू धडधाकट बैल यांनी जे धूमधडाक्याने काम केले, त्याची कल्पना तिने प्रत्यक्ष एका ओवीत दिली आहे. कुठे कुठे अवजारे बांधा– वरून शेताच्या बाजूला गेली आहेत. बांधावर ती चढली, याचे भान नाही. शिवाय पेरणी बांधाच्या अगदी जवळून सुरू केली. जागा वाया घालवली नाही. हा सारा भावार्थ या ओवीतून मिळतो. अशा कष्टामुळेच पेरलेले सर्व काही हद्दीच्या बांधापासून रसरसत उगवले. जोंधळा सळसळू लागला, डोलू लागला. हे जोंधळ्याच्या शेताचे डोलणे मनस्वी सुंदर दिसते... आणि एक दिवस हळद लोटावी, तसे सर्व शेत फुलवऱ्याने गजबजून गेले– तुरीची, तिळाची फुले तो भास देऊन गेली आणि ही पिवळी लक्ष्मी मालनीच्या भरताराला भेटली ! सर्व गाथाच अशी रसरशीत आणि भावसमृद्ध आहे.

पुढील गाथाही हिच्याहून सुंदर आहे. यात मालन शेतावर कामाला निघाली आहे. हातात विळा-दोर घेऊन लगालगा निघाली आहे. ओवीच्या रचनेतच तिची जातानाची घाई आहे. पाऊस पडतो आहे. शेताच्या बांधावरील झाडाखाली तिचा पती उभा आहे. पावसामुळे आणि शेती पाहण्याच्या हौसेमुळे मालनही कदाचित त्याच्या जवळ जाऊन उभी असेल दोघेही... आपल्या शेतातील पीक पाहून एकमेकाला दाखवीत आहेत, असा भास निर्माण करणारी ही गाथा.

**गाथा (१६)**

*'पानी वरूनं पडतंऽ मी तंऽ चालले वावराऽऽ*
*हाती माझ्या ईळा दोराऽऽ*

*पानी वरून पडतंऽ बाई, गरजले मेघाऽऽ*
*सखा झाडाखाली उभाऽऽ*

*पानी वरून पडतंऽ लहरा मारी मुंगऽऽ*
*झोबंऽ पानोपानीऽ शेंगऽऽ*

*पानी वरून पडतंऽ तूर बारावर आलीऽऽ*
*बागल्या फांद्या खालीऽऽ*

*पानी वरून पडतंऽ धरं मिरची फूलोराऽऽ*
*थरारला मोतीचूराऽऽ*

*पानी वरून पडतंऽ बाजरा नीसवलाऽऽ*
*दाना चिक्कावर आलाऽऽ*

*पानी वरून पडतंऽ डोलं धांडा ऊसावानीऽऽ*
*काढी जसा नागऽफनीऽऽ*

(१) बारावर आली = बहराला आली. (२) बागल्या = वाकल्या (३) निसवला = ताटातून कणसे बाहेर आली. लोंबर. (४) चिकावर येणे = दाण्यांत दूध भरणे. (५) धांडा = जोंधळ्याचे ताट.

पाण्यापावसाने रान भिजते आहे, टपकत आहे, ही शोभा तर वेगळीच आहे! अशा वेळी मालन एकामागून एक फलक चितारावे, तसे पिकाचे जिवंत असे वर्णन करते आहे. मुगाचे वाफे झुलताहेत, शेंगा तर पानोपानी लगडल्या आहेत. त्यांचे चित्र 'झोंबं' या एका शब्दाने रंगते. एका वाफ्यात तुरीला बार आला आहे. या बार शब्दाचे दोन अर्थ होतात- एक बहार आणि दुसरा मोसम. या तुरीच्या फूलघोसांनी फांद्या वाकतात. यापेक्षा त्याच्या शेंगांचे झुबके गोंड्यांसारखे लोंबतात, हे छान वाटते. त्यात वारा– त्या लेकुरवाळीला उभे राहणे किती जड होत असेल, याची कल्पना 'बागल्या' या शब्दाने येते. मिरचीचा वाफा तर फुलोरा आल्याने मोतीचुरा सांडल्यासारखा दिसतो. हे किती चित्रवाण ! बाजरीची कणसे टचटचीत दिसत आहेत. सर्वांत छान ओवी आहे, ती शेवटची जोंधळ्याच्या ताटाची. तो उंचच उंच उसासारखा वाढला आहे आणि त्याच्या शिखरावर जी मोठीमोठी गरगरीत कणसे डोलताहेत, ती तर नागाने फणी काढल्यासारखी हुबेहूब दिसतात.

अशी ही शिवारातील लक्ष्मी न्याहाळताना मालनीला किती आनंद वाटला असेल!

पुढच्या गाथेतील मालनीने आपल्या वावरात फक्त जोंधळाच पेरला आहे. तिच्या कंथाला शेतीची हौस आहे. म्हणून त्याने हे नवे वावर घेतले आहे. जमीन खरेदी केली आहे. किंवा स्वत:चीच पडीक जमीन नव्याने लागवडीला आणली आहे; आणि हे पहिले पीक असल्यामुळेच, की काय, जोंधळा चांगलाच उभारीला आला आहे. मालन त्याचे कौतुक करते आहे.

### गाथा (१७)

*जुंधळ्या राजाची, गऽ बाई रुंद रुंद पानंऽऽ*
*जानीमंदी राजसानंऽ काढीलंऽ नवं रानऽऽ*

*शेतीच्या मावल्या, गऽ कुनी पूजील्या थंडवानीऽऽ*
*ताईता बंधूजीच्याऽ सीमा सांडीली जुंदळ्यांनीऽऽ*

*पानी वरून पडतंऽ* | *पीक वाढीला लागीलंऽऽ*
*सयांनू, काय सांगूऽ* | *जसं कनीस कंबळऽऽ*

*दूरूनऽ बघीती, गऽ* | *माझी नदारऽ पोचयीनाऽऽ*
*मालदंडी, बाई, शाळू* | *कसा भरीला लवनाऽऽ*

*वरल्या आवाडातऽ* | *शाळू आलाया राखनीलाऽऽ*
*सावळं बाळ माझंऽ* | *लावी घुंगरू गोफनीलाऽऽ*

(१) मावल्या = शेतामधील पेरणीच्या वेळी पुजलेल्या देवता (२) थंडवानी = समाधानी संतुष्ट होतील, अशा (३) कंबळ = केळफूल (४) मालदंडी = जोंधळ्याची एक जात, हा उंच वाढतो, पण याचे कणीस लहान असते. (५) लवना = उताराचे शेत (६) आवाड = शेताचा भाग

पेरणीच्या वेळी बांधावर मावल्या मनापासून पुजल्या. त्याने त्या संतुष्ट झाल्या आणि पीक सुंदर आले, अशी तिची श्रद्धा आहे. त्यामुळेच हा जोंधळा असा भरभरून पिकला. त्याचे कणीसही केळफुलासारखे आले, असे तिला वाटते. त्यांतल्या त्यांत उतरणीला जो शेताचा भाग आहे, त्यात लावलेला मालदांडी जोंधळाही चांगलाच आला आहे. आता कणसांना दाणे भरले आणि पाखरांची ये-जा सुरू झाली, त्यासाठी तिचा मुलगा गोफणी तयार करतो आहे. कौतुकाने तो गोफणीला घुंगरूही लावत आहे. ही मालन त्या शेताकडे पाहून त्या गोफणीप्रमाणेच रुणझुणते आहे.

शेतकऱ्याची जात्याच भावना असते, की शेतात जे पिकते, ते दुसऱ्याला वानवळा म्हणून द्यावे. त्याने लक्ष्मी वाढते, असा त्यांचा समज असतो. शेतात कुणी गरजू आला, नातेवाईक आला, तर जाताना त्याला निदान वासराची पेंडी देतात. गवताची वा बाटुकाची असते. बाई-मुले आली, तर त्यांना वांगी, भेंड्या, हरभऱ्याची दोन झाडे द्यावी, असे त्यांना वाटते. असे देणारा शेतकरी मोठ्या मनाचा असतो. सरळ मनाचा असतो. या देण्यात काही हेतू नसतो. देवानं आपल्याला दिले आहे, आपण दुसऱ्याला द्यावे, असा साधा-सरळ भाव असतो.

शेतामध्ये धानलक्ष्मीने संतुष्ट होऊन सुंदर पीक घेतलेल्या शेतकऱ्याची मालन खालच्या गाथेत नवऱ्याचा हा देण्याचा भोळा स्वभाव सांगते आहे.

## ◗ गाथा (१८)

*वाटंऽवईल शेतऽ आल्यागेल्याला निंबूरऽ*
*हावशा कंथ माझाऽ हायी कूनबी समिंदरऽऽ*

*वाटंऽ वरऽ हरभराऽ आल्या गेल्याला, गऽ, हूळाऽऽ*
*कंथ, गऽ, हायी माझाऽ दईवानंऽ भोळाऽऽ*

*वाटंऽ वईल शेतऽ आल्या गेल्याची, गऽ, भागीऽऽ*
*माझ्या भरतारानंऽ पेरलं, गऽ, दोनीलागीऽऽ*

*वाटंऽ वईल शेतऽ आल्या गेल्याला देतो पेंडीऽऽ*
*कंथानंऽ पीकवलीऽ बीघ्याला ज्वारी खंडीऽऽ*

*वाटंऽ वैलऽ शेतऽ आल्यागेल्याला कायीऽ कायीऽ*
*राजस माझा कंथऽ तेचं पीकू दी लयीऽ लयीऽऽ*

(१) निंबूर = बाजरीची कणसे (२) समिंदर = समुद्रासारखा उदार

ही मालन, आपल्या नवऱ्याला शोभेल, अशाच स्वभावाची आहे. तो ज्याला त्याला लुटून देतो, असे दिला वाटत नाही. उलट, ती त्याला समिंदर म्हणून गौरवते. सुदैवाने मला असा 'भोळा' सरळ मनाचा नवरा मिळाला आहे, असे तिला वाटते. अशा आपल्या उदार मनाच्या नवऱ्याचे धान्य खूप खूप येऊ दे, असे ती मनोभावाने म्हणते. शिवारातील लक्ष्मीसारखेच या मालनीचे मनही समृद्ध आहे, असे जाणवते.

शिवाराशी मालनीने पहिल्या पावसात जिव्हाळा जोडला. पावसाळा म्हणजे धरणीचा सुजला सुफला होण्याचा मंगल काळ. मालनीला तो जिवाभावाचा वाटल्यास नवल ते काय? आकाशात मेघ गोळा होऊ लागले... धाराधारांनी पृथ्वी शहारली आणि त्या शहाऱ्यातून मालनींना वर्षागीत स्फुरले. म्हणूनच त्याला वर्षागीताचा आदिआनंद राग मालनींनी गायला, असे मी म्हटले. आता पावसाळा संपता-संपता ती सुफला झाली. मालनींच्या शिवारांतून धानलक्ष्मी बहराला येऊन झुलू लागली. त्या आनंदाची मालनींनी भैरवी रागाने सांगता केली.

## गाथाबंध ५ : पुंजा लक्षीमी–पांडवांची

वर्षाकाळ संपला आणि शेतात डोलणारी धान्ये पिकू लागली. आता शिवाराकडे पाहिले, की मालनीला वाटते, 'ही धानलक्ष्मी आता घरी नेण्यासारखी झाली. पण हे काम सोपे नसते. जशी पेरणीच्या वेळची मशागत शेतकऱ्यांचे आणि बैलांचे कष्ट घेते, तशीच ही सोंगणी–पाडणी–उफणणी कष्टाची असते. त्या कष्टांत पुढील येणाऱ्या पिकाची हिरवी स्वप्ने असतात. त्या कष्टांत घरी आणायच्या खळ्यातील धान्याच्या राशी मनाला समृद्धीचा आनंद देतात. ज्यासाठी अट्टहास केला, ते धान आता भरभरून घरी न्यायचे, हा कृषीवलांचा फार मोठा आनंदाचा मोसम असतो. हिला सुगी असे म्हणतात. हा शेतकरी कुटुंबाचा शेतातील उत्सव असतो. या उत्सवात सहकार्यही भरभरून मिळते. 'एकमेकां साह्य करू' हे तत्त्व अत्यंत आनंदाने इथे उसळत असताना दिसते.

पिकाची कापणी फार त्रासाची. एका हातात जोंधळ्याचे मोठे ताट पेलायचे आणि दुसऱ्या हाताने खुरप्याने ते जमिनीपाशी कापायचे. ही कापणी हात भरून आणणारी. नंतर त्या कापलेल्या ताटांच्या कणसांसकट पेंड्या बांधायच्या आणि एका ठरलेल्या ठिकाणी त्यांचे बुचाड राचायचे. मग येथूनच कांबळ्यात कणसे तोडून टाकायची आणि ती खळ्यात नेऊन पसरायची. पानांची धार आणि कुसांनी अंगदेखील ओरबडून जाते. पण हे सर्व आनंदात चालते. मग खळ्यामधील तिवड्याला–खांबाला बैल बांधून, ते खळ्यातून त्या कणसांतून फिरवायचे. म्हणजे दाणे सुटे होतात. जोंधळ्याची मळणी दोनदा तरी करावी लागतेच. कारण पहिल्या मळणीला कणसापासून दाणे सुटतात; पण त्यांना गोंड—कुसे असतातच. पुन्हा त्यावरून बैल फिरवावे; म्हणून स्वच्छ दाणा निघतो. मग उफणणी म्हणजे धान्याला वारा देऊन त्यातील कोंडे, साले, कुसे, काढून निखळ दाणे करणे. यासाठी एक माचण बांधतात. त्यावर एक भरले सूप घेऊन उभा राहतो. या हंगामासाठीच जणू त्या वेळी, 'गंगकोनी' वारा सुटतो. गोदावरी नदीच्या दिशेकडून आलेला. त्या वाऱ्याला मालनी 'हरचंदर' वारा म्हणतात. जोराने ओढून नेणारा, मनस्वी, एकाच दिशेने धावणारा. फारसी शब्दाचे हे मराठमोळे रूप असावे. खूप उंचावरून हलवत राहिले, की दाणे निखळ असे जमिनीवर पडतात आणि इतर सारा कोंडा–कचरा जोराने त्यातून वेगळा होऊन निघून जातो. मग या दाण्यांच्या राशी अशा सुंदर दिसतात. लक्षीमी म्हणून मालन तिला संबोधते, ते फार गोड वाटते.

खालील गाथेत मालन आपल्या मुलाच्या शेतातील पाडणीचे वर्णन करीत आहे. तिचा मुलगा नव्यानेच शेतीचे काम करतो आहे. मदतीला त्याचा मामा आला आहे. या गाथेत धान्याचे वर्णन आहेच; पण त्याबरोबर आपल्या मुलाचेही कौतुक आहे.

**गाथा (१९)**

*पेरनी परायासऽ* — *पाडनी जाती जडऽऽ*
*माझ्या, गऽ, नेनत्याच्या* — *हाताला आलं फोडऽऽ*

*सेताला जाईनऽ* — *हरली माझी चिंताऽऽ*
*नेनंता बाळ माझाऽ* — *सुड्या रचीत, गऽ, हूताऽऽ*

*शीवंच्या सेतामंदीऽ* — *जुंदळ्यांनी केली मातऽऽ*
*ताईता बाळा माझ्याऽ* — *घाला बुचाड लवनातऽऽ*

*पीकलं पीकलंऽ* — *सुड्या लागल्या मांडीलाऽऽ*
*माझ्या, ग, बाळायालाऽ* — *तेचा मामा, गऽ, जोडीलाऽऽ*

*बारा बलूत्यांचीऽ* — *दवड आली सेताऽ*
*माझा राघूबाऽ, गऽ* — *घामेला गूडऽ देताऽऽ*

*सेताची लक्षीमी, गऽ* — *उभी ऱ्हावून पाळीलाऽऽ*
*हाक मारीते बळीलाऽ* — *बैलं येऊ दी मळनीलाऽ*

(१) पाडनी = सोंगणी, कापणी. जोंधळ्याची ताटे कापून त्यांच्या पेंड्या बांधणे. (२) सुडी = कणसांसकट कापलेल्या ताटांची बांधलेली पेंडी (३) बुचाड = सुड्यांचे ठरावीक जागी एका आकारात रचून ठेवलेले ढीग- या गोलाकार रचतात. (४) पाळी-पाळ = सुड्यांच्या ढिगाच्या काठापाशी (५) बळी = शेतकरी (६) दौड = लगबग आलेला घोळका. (७) गूड = बलुतेदारांना द्यावयाच्या सुड्या.

मालनीला काळजी होती. आपला मुलगा शेतीच्या कामात रमतो, की नाही...म्हणून मामाला तिने हे जबाबदारीच्या कामावर देखरेखीला बोलावले. मामाने त्याच्याकडून महत्त्वाची कामे करून घेतली. पाडणीचा देखील विचार करावा लागतो. जोंधळ्याचा खुंट जमिनीवर राहता कामा नये. कारण चालताना त्याची भीती असते. काही कणसे पूर्ण पिकलेली नसतात. ते ताट कापता नये. मालन शेतात आली, तेव्हा

तिचा मुलगा सुड्या रचत होता. कापणीने त्याच्या हाताला फोड आले होते, तरी काम जोमात करत होता. मुलगा असा कामाला लागलेला पाहून, तिची जन्माची चिंता नाहीशी झाली. पीक भलतेच आले आहे. सुड्या मांडीपर्यंत ढिगाने रचल्या आहेत, हा आनंद आहेच. नंतर हा मुलगा मालक या नात्याने वाटा मागायला आलेल्या बलुतेदारांना प्रत्येकाला ताटाच्या पेंड्या देतो आहे. मालन समाधानी आहे. आता ही कणसं खळ्यात कधी जातील, असे तिला झाले आहे... सुड्याच्या ढिगातील लक्ष्मी... शेतकऱ्याला हाक मारते आहे. 'आता बैल लवकर खळ्यावर आण- मळणी सुरू होऊ दे.' मालनीने आपलीच इच्छा लक्ष्मीच्या हाकेतून व्यक्त केली आहे.

पुढील गाथेत मालनीने मळणी धरण्यापूर्वीची एक पूजा वर्णिली आहे. लक्ष्मीचा एक मातीचा गोळा आणि पाच पांडवांचे पाच गोळे यांची बांधावर पूजा करायची असते. हे पांडव सगळीकडे पुजत नाहीत. लक्ष्मी म्हणजे शेती. म्हणून तिची पूजा. शेती हे धरणीचेच रूप. म्हणजे ही धरणीमातेची पूजा. जिथे या लक्ष्मीला कुंती म्हणतात, तिथे हे पांडव पुजले जातात. कुंती ही पृथ्वीचेच नाव... देवीच्या पूजेला ठरावीक गोष्टी लागतात. पाण्याने भरलेली घागर तिच्या जवळ ठेवतात. अंबाबाईच्या पूजेतही कलश असतोच; आणि या लक्ष्मीचा नैवेद्य म्हणजे गाडगे भरून आंबील... कुठे कुठे कोंबडाही देतात. हे प्रसादाचे जेवणही शेतावरच घेतात. पण बांधावरील झाडाखाली ही पूजा केली, की मग मळणीला बैल धरतात.

शेतातील ही समृद्धी दिल्याची कृतज्ञता व पुढे अशीच बरकत दे, ही मागणी यासाठी ही पूजा. तिचेच वर्णन गाथेत साधेपणाने मालनीने गायले आहे.

### गाथा (२०)

*खळं भरलं कनसानंऽ कुठं गेलाया भाऊरायाऽऽ*
*पांडवऽ पुंजायालाऽ रास बरकत मागायाऽऽ*

*काळ्या, गऽ, वावरातऽ आपट्याचा मांडईवऽऽ*
*तीथं, गऽ, पुंजल्यातीऽ बाई लक्षीमी पांडईवऽऽ*

*शेताची लकशीमीऽ आली का तारीत नीटऽऽ*
*मधी आंबीलीचा घट, थंड पानी घागरीतऽऽ*

*शेताची लक्षीमी, गऽ आंबील बोनीयाचीऽऽ*
*बंधूच्या शेतामंदीऽ रास लागीली गोनीयांचीऽऽ*

*लक्ष्मीमी, बाई, तुलाऽ तुला मोत्याचं आसनऽ*
*बंधवाला माझ्याऽ व्हावं भगताला परसन्नऽऽ*

या मालनीच्या शेताच्या बांधावर आपट्याचे झाड आहे. त्या खाली लक्ष्मीची पूजा मांडली आहे. तिच्या भावाला लक्ष्मी प्रसन्न झाली आहे. धान्य कसे ओळीने पेरले, तसे सळसंळत उभे राहिले आणि आता कापणीने तसेच रांगेत खळ्यावर आले आहे. आता धान्याने पोती भरली आहेत. ही गाथा समृद्धीपेक्षा ती देणाऱ्या धरणीमातेचा महिमा सांगणारी आहे. एक कृतज्ञ मालनीने ती गायिली आहे.

पुढील गाथेतील मालनीचा शेतीचा व्याप मोठा दिसतो. तिच्या नवऱ्याने रात्री देखील मळणीचे काम चालू ठेवले आहे आणि वाघासारखे धष्टपुष्ट बैल ताजेतवाने असे आता मळणीची कणसे तुडवीत आहेत.

**गाथा (२१)**

*हात मी जोडीते, रातरा, गऽ बाईलाऽऽ*
*कंथानं, गऽ माझ्याऽ वाघ धरलं मळनीलाऽऽ*

*शेती पडलं खळंऽ बाई, मदनावर दीवाऽऽ*
*खळ्या, गऽ वरूनऽ दीसती चारी शिवाऽऽ*

*खळं भरलं मदनानंऽ नंदी बुडालं अंग कूशीऽऽ*
*राजस भरतारऽ शेल्यानं पाठी पूशीऽऽ*

*धन्याच्या, गऽ, शेतीऽ म्हसूबा जागल्याऽऽ*
*मदनाची रासऽ रास लागली टिह्यालाऽऽ*

*पहील्या मदनालाऽ कंथ करीतो ईचारऽऽ*
*नेसवीतो, बाईऽ तिवड्याला पीतांबरऽऽ*

(१) मदन = मळणीला घातलेले बैलांनी तुडवलेले धान्य. (२) अंग कुशी = दोन्ही कुशींना (३) पहिल्या मदनाला = पहिल्या मळणीनंतर बाहेर काढलेल्या राशीला (४) म्हसूबा = शेतात बांधाला ठेवलेली म्हसोबाची-देवतेची खूण–एक दगड–तो शेताचा संरक्षक (५) टिह्या = तिवडा.

धान्य जसे अधिक पिकेल, तशी रात्रीचीही मळणी ठेवली जाते. आजूबाजूच्या शेतांतूनही ही मळणीची जाग असते. पण मळनीला जरा भीती वाटते. रात्रीच्या खळ्याचे वर्णन तिने थोडक्यात केले आहे. जबरदस्त काम करणाऱ्या बैलांची जोडी खळ्यात आहे. मळणी करून काढलेली रास होणारी आहे. त्या राशीवर दिवा टांगला आहे. त्या दिव्याने शेवटपर्यंतचे शिवार दिसते आहे. खळ्यात तुडवले जात असलेले दाणे बैलांच्या खुरांनी बैलांच्या कुशीपर्यंत उसळत आहेत. इथे तिचा कंथ बैलांचे कौतुक करतो आहे. त्यांच्या पाठी शेल्याने पुसतो आहे.

मदनाच्या पहिल्या खेपेला ते राशीने तिवड्यापर्यंत पोचले आहे. म्हणजे पुढच्या मळणीला कोंडा जाऊन जरा कमी होईल; पण पीक भरगच्च आहे. असा विचार करून आनंदाने तिच्या कंथाने तिवड्यावर पीतांबर पांघरला आहे. शेतातील म्हसोबा जागल्या आहे. ही मालनीची श्रद्धा आहे. रात्रीचे हे काम कसे जोरात चालले आहे, याचे मालनीने वर्णन केले आहे.

पुढील गाथेत मळणीच्या कामातील अतिशय चपळाईचे जे काम असते, त्याचे वर्णन आहे. मळून तयार झालेल्या धान्याची आता उफणणी चालली आहे. जोवर वारा सुसाट आहे, तोवर हे काम झाले पाहिजे. जितके जास्त, तितके झाले पाहिजे. एकदा वारा पडला, की काम थांबले. म्हणून या कामाची फार घाई असते. गाथाही तितकीच जलदीने गायली गेली आहे.

### गाथा (२२)

*लोकं बोलत्यातीऽ बोलत्याती, गऽ, येशीलाऽऽ*
*माझ्या धनीयाच्याऽ जोड वावडी राशीलाऽऽ*

*पीकलं पीकलंऽ जन म्हनीती चावडीलाऽऽ*
*भरताराच्या शेतीऽ दम न्हायी वावडीलाऽऽ*

*वारं सूटयीलंऽ सूटयीलंऽ गंगकोनीऽऽ*
*मदनाच्या राशीला, गऽ वावड्या लावा दोनीऽऽ*

*हरचंदर, गऽ, वाराऽ दोनी मंदी घे घ्या घेतूऽऽ*
*देराची तारांबळऽ कंथ पाण्याचा तांब्या नेतूऽऽ*

*हरचंदर सुटलं वारंऽ जुंधळ्याच्या, गऽ, मदनालाऽऽ*
*हावशा कंथायालाऽ पाट्या देतू मी सजनालाऽऽ*

(१) वावडी = धान्याला वारा देणाऱ्याला उंचावर उभे राहण्यासाठी तयार केलेली माचणी. (२) जोड वावडी = दोघे उभे राहतील, अशी किंवा दोन माचणी (३) गंगकोनी = गोदावरी नदीवरून आलेला वारा, उत्तरेचा वारा. (४) हरचंदर = जोराने ओढून नेणारा एका वेगाने सुटलेला वारा. (५) घे घ्या घेतू = गोंधळ निर्माण करतो.

ही मालन मोठी नशीबवान आहे. तिच्या शेतातील अमाप पिकाचा बोलबाला चावडीत वेशीवर होतो आहे. तिच्या धन्याने उफणणीसाठी जोड वावडी लावली आहे, हाच मोठा चर्चेचा विषय झाला आहे. शेतात वारा देण्याचे काम लवकर संपावे, म्हणून दोन माचणी आहेत. एकदम दोघेजण धान्याची सुपे घेऊन उभे राहतात. त्यांना राशीतून भरून सुपे देणारी पुन्हा मंडळी असतात.

आता उत्तरेचा वारा इतका चांगला सुटला आहे, की भराभर काम होते आहे. सुपे रिकामी होताहेत आणि देणाऱ्याची व घेणाऱ्याची तारांबळ होते आहे. दमछाक होते आहे. माचणीवरून उतरून मालनीचा नवरा आपल्या भावासाठी पिण्याचे पाणी घेऊन जातो आहे... या ओवीने हे सर्व वर्णन परिणामकारक केलेले आहे. स्वत: मालन सुपाच्या पाट्या भरून द्यायला उभी आहे. हे ती मोठ्या अभिमानाने सांगते आहे.

ओवीची लय–शब्दरचना हे सर्व हरचंदर वाऱ्यासारखेच घे घ्या करणारे आहे. हा शब्द पूर्ण अर्थ चित्रवाण करणारा असा आहे. हरचंदर हा कृषीवलांनी तयार केलेला शब्द आहे. हर (फारसी) ओढून नेणारा. छंदर = मनस्वी- अशा या दोन शब्दांचा हा हरचंदर किंवा हरिचंदर हा शब्द मोठा गोड आहे.

हे काम झाले, की मळणीचे काम संपले. आता उफणणी केलेले धान्य मोजून पोत्यांतून भरायचे, पोती शिवायची आणि गाड्यात घालून घरी लक्ष्मी न्यायची. पण आधी एक महत्त्वाचे काम असते. गावातील कामे–सतत चाललेली कामे–मजुरीने नसतात. शेतीची अवजारे तयार करणे– दुरुस्त करणे, पाण्याच्या पखाली तयार करणे, इ. खूप कामे सुतार, लोहार, चांभार, महार, न्हावी, धोबी, कुंभार असे लोक सर्व गावाचे काम करतात. त्यासाठी त्यांना शेते तर दिलेली असतातच; पण मळणीच्या वेळी त्यांना पिकातील काही भागही द्यायचा असतो. खालील गाथेत असेच आपले वाटे घेण्यासाठी आलेल्या बलुत्यांची आणि शेतमालकाची देण्या–घेण्याची तारांबळ दाखवली आहे.

● गाथा (२३)

*बारा, गऽ, बलूत्यांनीऽ वेढीलं शिवायारऽऽ*
*राजस बंधू माझाऽ गावाचा वतनदारऽऽ*

*बारा, गऽ, बलूत्यांनीऽ माझ्या बंधूला येढीयीलाऽऽ*
*खंडीच्या राशीवरऽ कुनि संकलूब सोडीलाऽऽ*

*बारा, गऽ, बलूत्यांनीऽ माझ्या बंधूला येढीयीलाऽऽ*
*शेलक्या गुडावरऽ सुताराला, गऽ, सोडीयीलाऽऽ*

*बारा, गऽ, बलूत्यांचाऽ हात हालतो समद्यांचाऽऽ*
*जडाव बंधू माझाऽ राव बोलतो नगद्याचाऽऽ*

*बारा, गऽ, बलूत्यांचीऽ दवड माझ्या शेताऽऽ*
*तान्या, गऽ, बंधूजीचीऽ सुरत कोम्याली गूड देताऽऽ*

(१) संकलूब = संकल्प

बलुतेदारांना पेंड्या देणे, धान्य देणे, हे तर काम जोरात असते...'फार पिकले, फार द्या' अशी मागणीही चालते. मालक पैसेवाला, शिवाय वतनदार असल्याने नाण्यांच्या स्वरूपातही मागणी केली जाते. याचे हे वर्णन मोठे प्रत्ययकारी वाटते.

### गाथाबंध ६ : आला जुंदळ्याचा गाडा

शेताची चांगली मशागत झाली, पाऊस हवा तसा पडला, की पीक हिरवेगार भरगच्च आणि रसरशीत दिसू लागते. योग्य वेळी मका, जोंधळे कणसे धरतात, तुरीला– मूग, उडदाला, शेंगांचे घोस झुलत राहतात. भुईमुगाचे वेल हिरवेगार पसरून मुळात भरघोस शेंगा धरतात. ही हिरवी लक्ष्मी न्याहाळताना शेतकऱ्याच्या आशा पल्लवित होतात. असंख्य स्वप्नं त्याच्या मनात जमू लागतात. ही हिरवी लक्ष्मी त्याला वरदानासारखी वाटते.

पिकामधे देखील दोन प्रकारची पिके असतात. एक घरादाराच्या चरितार्थासाठी,

गुरावासरांसाठी असते; दुसरे नगद्याचे पीक. म्हणजे पैसे देणारे पीक. गहू, हरभरा, कडधान्ये, तंबाखू, इत्यादी पिके जरुरीपुरतीच ठेवून, बाकी विकून पैसा करावा लागतो. वर्षाचे सणंग, लहान-मोठ्या खरेद्या, लग्नेकार्ये, यांना हा पैसा लागतो. शिवाय दागिने घडवणे, जमीन घर- खरेदी, गुरांची खरेदी यांसाठीही हा पैसा कामाला येतो. अशी समृद्धीची स्वप्ने त्या हिरव्या लक्ष्मीला पाहून शेतकऱ्याच्या मनात हेलावत असतात.

सोंगणीच्या दिवसापासून सुगीचे दिवस सुरू होतात. त्या कापणीपासूनच पिवळी लक्ष्मी घराच्या दिशेने सोनपावले टाकू लागते. हे दिवस जितके कष्टाचे, सहकार्याचे, तितकेच जिव्हाळ्याचे, सोन्यासारखे, लक्ष्मीच्या भावभक्तीचे, स्वागताचे दिवस. या लक्ष्मीला घरी घेऊन जाण्यासाठी घरातील माणसे, नातेवाईक, कामकरी, बायकामुले रात्रंदिवस शेतावरच असतात. गावाची शेते-शिवारे, जत्रेच्या उत्सवासारखी गजबजू लागतात. सोंगणी, मळणी, उफणणी या प्रक्रिया झाल्या, की तिवड्याच्या वावडीच्या पाशी धान्याच्या मोत्यापोवळ्यांच्या सारख्या राशी पडतात. हेच लक्ष्मीचे येणे.

या समृद्धीचे वर्णन मालनींनी कसे केले आहे? मळणीच्या वेळी खळ्यात फिरणारे बैल अंग कुशी मळणीत बुडतात. उफणणी करून वावडीशी घातलेली स्वच्छ धान्याची रास तिवड्यावर उंच जाते. तंबूसारखी दिसते. ही रास मापून मोती भरताना मापणाराच्या हातातील अंगठी देखील झिजते. गाड्या करून ही लक्ष्मी घराशी आली की, हिला ओवाळतात. स्वागत करतात. या पुढच्या गाथेत... ही लक्ष्मी शेतातून कशी पावले टाकत आली, याचे वर्णन आहे.

### गाथा (२४)

*लक्षुमी आई आलीऽ शेतानी शिवारातऽऽ*
*धनीयाच्या माझ्याऽ पानी तुडुंबऽ बारवंऽतऽऽ*

*लक्षुमी माय का, गऽ पासी कावरीबावईरीऽऽ*
*गार आंब्याची सावलीऽ राजसांच्या, गऽ, वावरीऽऽ*

*लक्षूमी आई आलीऽ शीवंच्या शेतावरऽऽ*
*माझ्या, गऽ, कंथायाच्याऽ उभी ऱ्हायीली धावंवऽरऽऽ*

*लक्षूमी आई आलीऽ उभा धरूनऽ मधला बांधऽऽ*
*जडावऽ भरताऽरऽ सुड्या रचीतो गोरा चांदऽऽ*

*शेतं पिकलंऽ पीकलंऽ केली अनाड्यानं मातऽऽ*
*माझ्या, गऽ, धनीयालाऽ लक्षुमी आईनंऽ देला हातऽऽ*

(१) पासी = पाहसी (२) जडाव = कोंदणातील हिऱ्यासारखा (३) अनाड्यानं = अननुभवी माणसाने

आपल्या शेतातील रोपन् रोप धान्याने समृद्ध व्हावे... लक्ष्मीची कृपादृष्टी प्रत्येक रोपावरून फिरावी. प्रत्येक ज्वारीचे, तुरीचे झाड घोसाघोसांनी श्रीमंत व्हावे, अशी मालनीची इच्छा असते. त्यासाठी तिला वाटते, की येणाऱ्या समृद्धीच्या देवतेने सर्व शेतातून, बांधावरून, विहिरीच्या धावेवरून फिरावे, तो त्या लक्ष्मीच्या फिरण्याचा सोहळा या गाथेत वर्णन केला आहे.

'पानी तुडुंब बारवंत' हा इथे मुद्दाम उल्लेख केलेला आहे. लक्ष्मी म्हणजे समृद्धीची देवता– म्हणजे ती धरणीमाता, असे मालन समजते. धरणीच्या पूजेच्या वेळी पाणी भरलेली घागर, जिथे पूजा करतात, तिथे ठेवायची असते. धरणीइतकेच जळही महत्त्वाचे, म्हणून ही योजना असावी. धरणीची लक्ष्मी झाली– लक्ष्मीची देवी झाली, तरी त्यांच्या पूजेला भरलेला घट लागतोच. नवरात्रात देवीजवळ घट असतोच. म्हणून हा बारवेचा उल्लेख आहे, आणि मालनीची समृद्धीची अतिशयोक्ती पण इथे आहे. ही लक्ष्मी येणारी इतकी समृद्ध असेल, की तिला कलशापेक्षा बारव हा कलशच अधिक शोभून दिसेल, असे तिला वाटते.

शेतातून चालताना लक्ष्मी बांधावरून, धावेवरून, आंब्याखालून फिरते. तिथे सुड्या रचणाऱ्या शेतकऱ्याकडे कृपादृष्टीही वळवते. त्याचे कष्ट बघते. लक्ष्मी ही अशी शेतातून फिरली...भरपूर पीक त्यामुळे आले... माझ्या अननुभवी धन्याला लक्षुमी आईने हात दिला. असे त्या मालनीला मनोभावे वाटते.

खालील गाथेत लक्ष्मीचे स्वागत आहे. इथे मालन आपल्या भावाच्या शेताशी आलेल्या लक्ष्मीला हाताला धरून, आधार देऊन अगदी जपून चालवते आहे. गाथेत असे भावते, की त्या समृद्धीच्या देवतेला स्वतंत्रपणे पावले टाकता येत नाहीत. शेवटच्या ओवीत ही लक्ष्मी 'पांगळ्या पायाची' दाखवली आहे. मी माझ्या शक्तीप्रमाणे शोध घेतला, पण या कल्पनेला आधारभूत अशी पुराणकथा, लोककथा वा समजूत मला कुठे मिळाली नाही. तसे जर काही नसेल, तर आलेली लक्ष्मी घरीच राहावी, या उत्कट इच्छेने त्या आविष्कारात ही कल्पनेची भरारी आली असावी. लक्ष्मी ही चंचल आहे, चपलचरणा आहे, हे गृहीत धरले आहे, तसेच, लक्ष्मी ही घेऊन यावी लागते... आपणहून ती येत नाही. म्हणजे प्रयत्नाने ती

आणावी लागते, हेही खरे आहे. हाही विचार त्या पांगळेपणात भावत असावा.

शेताशी लक्ष्मी दिसताच ही मालन मोठ्या अगत्याने तिला म्हणते.

### गाथा (२५)

*लक्षूमी आई आलीऽ धर माझ्या, गऽ, हातालाऽऽ*
*ताईता बंधूजीच्याऽ दोघी जाऊ याऽ शेतालाऽऽ*
*लक्षूमी आई माझ्याऽ चाल शेताला, गऽ, जाऊऽऽ*
*आकोड्याचा डांभा पाहूऽ सावलीला उभ्याऽऽ ऱ्हावू*

*लक्षूमी, गऽ, आईऽ चल शीवंच्या मळ्या जाऊऽऽ*
*खिनभर उभा ऱ्हावूऽ मोट बारवऽ धाव पाहूऽऽ*

*लक्षुमी आई आलीऽ धर माझ्या तू पदरालाऽऽ*
*ताईता बंधूरायाऽ धनी दावून देतो तूलाऽऽ*

*लक्षुमी आई आलीऽ तू, गऽ, आल्यालीऽ जाऊ नगंऽऽ*
*बंधूच्या, गऽ, माझ्याऽ धरला पालवऽ सोडू नगंऽऽ*

*लक्षुमी आई आलीऽ आली पांगळ्या पायाऽचीऽऽ*
*बंधूला करिती बोलीऽ ऱ्हायी परतऽ जायाऽ चीऽऽ*

(१) अकूडा = ज्वारी (२) डांभा = कणीस

मालन लक्षुमीला हाताला धरून सावकाशपणे सर्व शेतविभाग दाखवून आणते. शेवटी आपल्या भावाची तिला भेट करून देते; आणि म्हणते, 'लक्षुमी आई, आता भावाचा धरलेला पदर सोडू नको. याच्याकडेच राहा.' तिच्या भावानेही लक्ष्मीला पाहताच तिच्या पायांवर डोके टेकून नमस्कार केला असेल, आपल्या हाताचा तिला आधार दिला असेल. बहीण-भावंडांच्या या जिव्हाळ्याला पाहून ती प्रसन्न झाली आणि म्हणाली. 'मी आता इथेच राहीन.' भाबड्या भक्तिभावाने थबथबलेली अशी ही गाथा आहे.

खालील गाथेत मळणी संपली आहे. गाडीतून मिरवत जाण्यासाठी मोठ्या मोठ्या धान्याच्या राशी उत्सुक आहेत; वर्णन कसे चित्रवाण आहे.

◗ गाथा (२६)

*लक्षूमी आईऽ आलीऽ धूऱ्या, गऽ, बंधाऱ्यानंऽऽ*
*खळ्या वावडीच्या पाशीऽऽ डेरा दीलाया जुंदळ्यानंऽऽ*

*लक्षूमी आई आलीऽ शेताच्या काठोकाठीऽऽ*
*धान, गऽ, भरायलाऽ कणगी पेवांऽत झाली दाटीऽऽ*

*लक्षुमी आईऽ आलीऽ सोन्याच्या पावलांनीऽऽ*
*कनगी पेवाला लागूनऽ जोतं डौलातऽ चढूनीऽऽ*

*लक्षुमी आईऽ आलीऽ हाती तांब्या अम्रूताचाऽऽ*
*पित्या दौलताचाऽ वाडा चढली हंबीराचाऽऽ*

*लक्षूमी आई आलीऽ खिनभर उभी ऱ्हायीऽऽ*
*राजस बंधवाचंऽ माझ्या देवघरऽ पाहीऽऽ*

*लक्षूमी आईऽ आलीऽ तिला आरती, गऽ, कराऽऽ*
*देवाच्या संबूर, गऽ, मोत्या पवळ्यानं वट्टी भराऽऽ*

(१) धुरा = भक्कम (२) डेरा = तंबू, तंबूसारखी रास झाली. (३) शेताच्या काठोकाठी = शेतात भरगच्च पीक आले आहे. (४) हंबीर = थोर, श्रीमंत.

राशीतील धान्य पोत्यांनी गाडीत भरून घरी आणले... पुढील वर्णन चित्रवाण किती ! लक्ष्मी हातात अमृताचा भरलेला तांब्या घेऊन जोते चढते आहे. तांब्या हे तिचे त्या घरात वस्ती करण्याचे शुभचिन्हच आहे. विशेष म्हणजे, देवघर न्याहाळीत ती क्षणभर उभी राहते. तेच तर तिचे निवासस्थान. तिची पूजा तिथेच होणार. घरातील मालनीचे आनंदाने गदगदलेले फर्मान सुटते. 'तिला देवासंबूर पाटावर बसवा, ओवाळा, तिची मोत्या- पवळ्यांनी वटी भरा.' या मालनी वास्तवातील निराकाराला आपल्या भावविश्वात किती गोड आकार देतात !

पुढील गाथेत लक्ष्मीचेच वर्णन आहे. पण गाडीतून मिरवत येण्याचे. गाडीमागून गाडी, त्यांच्या भाराने जड चालणीतले बैल, आणि गाड्याचे डोल यांचे वर्णन फार सुंदर आहे. इथे लक्ष्मीचे कौतुक आहे; पण ज्यांच्या कष्टाने ही लक्ष्मी मिरवत निघाली, त्या शेतात मशागतीला जोडलेल्या बैलांचे कौतुक अधिक आहे. ही मालन घरच्या नंदीबद्दल कृतज्ञ आहे, हे पहिल्या ओवीवरून दिसून येते.

◗ गाथा (२७)

| | |
|---|---|
| *काळ्या वावरातऽ* | *काळ्या बैलांचं आऊतऽऽ* |
| *कंथाच्या, गऽ, शेतीऽ* | *आली लक्षीमी धावतऽऽ* |
| *जुंदळ्याचीऽ रासऽ* | *वावडीशी बसवऽलीऽऽ* |
| *धनीयानी माझ्याऽ* | *तिला पासूडीऽ नेसवीलीऽऽ* |
| *पिकलंऽ पीकलंऽ* | *माल मावंऽना गाड्यातऽऽ* |
| *खेपा, गऽ, खेपा, बाईऽ* | *नंदी येत्याल गुडघीमेटंऽऽ* |
| *जुंदळ्याचा गाडाऽ* | *बैलांनाऽ जड जातोऽऽ* |
| *माळावयीनऽ म्हलपा देतोऽ* | *माथा, गऽ, डोल देतोऽऽ* |
| *जुंदळ्याचा गाडाऽ* | *आला सडकंनंऽ घुमयीतऽऽ* |
| *देरा भरताराऽचीऽ* | *भावाभावाचीऽउम्मयीतऽऽ* |
| *जुंदळ्याचा गाडाऽ* | *कसा येतूयाऽ घराकडंऽऽ* |
| *आरती ववाळा, गऽ* | *पानी ठेवाऽ बैलापूढंऽऽ* |

(१) पासूडी = रंगीबेरंगी कापडाचे तुकडे जोडून, शिवून तयार केलेली गोधडी. (२) गुडघीमेंट = बैलांना ओझे असह्य झाले, की ते एकदम गुडघे टेकून बसतात, ती पद्धत. (३) उम्मयीत = उमेद.

काळ्याभोर बैलांची जोडी वापरणे शेतीला यश देणारे असते, ही शकुनाची समजूत तर खरीच. पण त्या काळ्याभोर वावरात कष्ट करताना, इतके समरस झाले की, त्यांच्याच अंगांवर काळ्या आईचा रंग चढला, असे म्हणणेही चुकीचे होणार नाही. कारण त्याशिवाय लक्ष्मी धावत कशी येईल? धान्याच्या पडलेल्या मोठ्या राशी पाहून शेतकरी इतका आनंदला! राशीचे स्वागत, म्हणून त्याने त्यांच्यावर पासूडी पसरली. पासूडी हे कृषीवलांचे फार आवडते पांघरूण. रंगीबेरंगी कापडांच्या तुकड्यांची जोडून शिवून तयार केलेली ही गोधडी. मालनीने या राशीवर घालण्यासाठीच मुद्दाम कष्ट घेऊन शिवलेली असणार. राशींना हे जिव्हाळ्याचे मनोहारी रंग फारच खुलून दिसले असतील!

मला ही गाथा गोड वाटते, ती गाड्यांच्या चालणीच्या चित्रमालेमुळे. 'खेपा, गऽ, खेपा,बाई' हे एक पद... नंदी कसे गुडघेमेटीला आले असतील, हे दाखवून देते. माळवरून सावकाश येताना गाडा झुलतो कसा– गाड्याचा उंच रचलेला माल

वाहणारा माथा डोल घेतो कसा... बघत राहावे.

हे सर्व बघून मालनीचे मन आनंदाने, अभिमानाने, कृतज्ञतेने ओसंडून येते. समृद्धीचा आनंद, भ्रताराची, दिराची उमेद आणि बैलाविषयीची जिव्हाळ्याची भावना यांनी ती गदगदून येते... म्हणते 'नंदींना ववाळा. त्यांच्या पुढे पाण्याची घंगाळे ठेवा.' असे सांगत असताना त्या मालनीच्या डोळ्यांत अश्रूही दाटून आले असणार!

### गाथाबंध ७ : गहू पेरला गव्हाळी.

पिकांमध्ये देखील दोन प्रकारची पिके असतात. एक, घरादाराच्या चरितार्थासाठी; आणि दुसरे, नगद्याचे म्हणजे पैसे देणारे पीक. मालनीच्या घरचे वर्षाचे सणंग, सणवार, लग्नकार्ये, आजारीपण, गुरांच्या, जमिनीच्या लहान-मोठ्या खरेद्या आणि कर्जफेड या सर्वांसाठी जो पैसा लागतो, तो या पिकांतून मिळतो. गहू, कडधान्ये, गळिते, ऊस ही सर्व पिके धनलक्ष्मी पुरवणारी असतात. या पिकांना जमीनही चांगली लागते. मशागतही फार लागते आणि शेतीचा व्याप मोठा लागतो. तेव्हा बहुतेक ही पिके काढणारे शेतकरी समृद्ध असतात.

या गाथांतून गव्हाचे पीक काढणाऱ्या मालनीने आपल्या गव्हाच्या शेताचे, त्याच्या सुगीचे वर्णन केले आहे. हे पीक पाऊस सरता-सरता पेरले जाते. हिवाळ्याच्या प्रारंभापासून याची सुगी सुरू होते. पुढील गाथेत मालनीने आपल्या भराला आलेल्या गव्हाच्या शेताचे वर्णन गायले आहे.

**गाथा (२८)**

*पेरनी लागीली, गहू, गऽ, हरबुऱ्याची*
*पुढची तीफन धनीयाची, मागं रासनीऽ लेकायाची*

*पड, रंऽ, पावसा, पड, रंऽ, माझ्या रानी*
*गहू पेरीला गव्हाळी, हरबुरा काळ्या रानी*

*कंथाचा, गऽ, माझ्या, हेलवा देतो गहू*
*शेता आडऽ शेत, कोन्या शेता आड जाऊ*

*वाटंच्या वाटसरा, शेतातूनऽ नगं जाऊ*
*माझ्या, रंऽ, कंथाचा, पोटरी आला गहू*

*माझ्या, गऽ, शेतात, गहू आलाया कडेलोट*
*हरभऱ्याला घाटा दाट, जवसाला तसली पीठ*

*पीकलं म्हनीती, हरबूरा माझा गहू*
*कोन्या बांधानं, गऽ, जाऊ, पडला लक्षीमीला डावू.*

(१) गव्हाळी = गहू पिकायला योग्य अशी जमीन. (२) हेलवा = झुलणे, (३) शेताआड शेत = पुढील भागातील गहू उंच वाढलेला आणि सारखा झुलत असल्याने मधला बांध दिसत नाही, म्हणून. (४) तसली पीठ = तेलकटपणा. जवसाची पाने तेलकट चमकायला लागली, की जवसाला अधिक तेल सुटते. (५) डावू पडला = पेच पडला.

वरील गाथेत मालनीने प्रथम कंथाचे श्रम, हवा तसा पाऊस पडला, याची आठवण करून मग ती शेताचे वर्णन करते आहे. गव्हाच्या शेताचे झुलणे अतिशय सुंदर दिसते. चित्रकाराला ते एक आव्हान असते. गव्हाचे रोप, त्याची नाजूक लांब पाती, त्याच्या कुसरकामाच्या लोंब्या हे सर्व अतिशय देखणे असते. मालनीने प्रथम हे सौंदर्य डोळा भरून पाहिले आहे. हा गहू माझ्या कंथाचा आहे, हा अभिमान तिच्या मनात भरला आहे आणि नुसताच देखणा नाही, तर पीकही घनदाट आले आहे. 'मधला बांध दिसत नाही. मी पुढच्या शेतात जाऊ तरी कशी' ही तिची गोड तक्रार आहे. त्याच वेळी जाणाऱ्या-येणाऱ्या वाटसरूची गव्हाला दृष्ट होईल, ही मनाला काळजी आहे. 'गहू पोटरीला आला आहे... त्या बाजूला जाऊ नको', असे ती एकाला सांगते देखील. गव्हाच्या पिकाला, त्याच्या अमापपणाला तिने 'कडेलोट'हा शब्द वापरला आहे. शब्द मोठा छान आहे. गव्हाबरोबर पेरलेला हरभराही घाट्यांनी लगडला आहे. जवसाचे रान चकचकीत दिसते आहे आणि साहजिकच ही सर्व समृद्धी पाहून तिचे वर्णन करताना अनुप्रासाने पुढच्या ओवीत गोडवा भरला आहे.

धानलक्ष्मी देखील आपल्या अलंकारांची शोभा पाहत फिरते आहे. पण तिलाही 'कुठल्या बांधावरून जाऊ' हा पडलेला पेच शेवटच्या ओळीत वर्णिला आहे. ही कल्पनाही सुंदर आहे.

पुढील गाथेत अशाच कडेलोट पिकलेल्या गव्हाची मळणी संपली आहे. खळ्यातील रस आता घरी जायची आहे, तिचे प्रत्ययकारी वर्णन आहे.

◗ गाथा (२९)

*गव्हाची, गऽ, रास, तिवड्याबरूबर आली*
*धनीयानी माझ्या, तिला कासायी नेसविली*

*गव्हाच्या, गऽ, गाड्या, कशा येत्याती घराकडं*
*माझ्या धनीयाच्या, नंदीचं, गऽ, पाय जड...*

*वेशीच्या वेशीराख्या, तुझ्या वेशीची काढ कडी*
*कंथाची, ग, माझ्या लक्षुमी आली घरा*

*गव्हाच्या, गऽ, गाड्या, वेशीत थटविल्या*
*सावळ्या कंथयानं, दंडभूजांनी रेटीयील्या*

*गव्हाच्या, गऽ, गाड्या, आल्याती पेवावर*
*नंदी ववाळा, गऽ, चारी, संग दोनी धूरकर*

(१) कसायी = उंची रेशमी काळे लुगडे, (२) थटल्या = अडल्या (३) धूरकर = गाडी हाकणारे वा मालक इथे कंथ आणि बंधू.

या मालनीच्या खेड्याला वेस आहे, राखणदारही आहे. अंधार पडला, की वेस बंद करीत असणार. मालनीच्या गाड्या अंधारात निघाल्या आहेत. कुलूप काढीपर्यंत थांबलेल्या गाड्या पुन्हा चालू करताना रेटाव्या लागतात. कारण बैलांचे आधीच जड झालेले पाय लवकर उचलत नाहीत. हे रेटण्याचे काम आपला बलदंड कंथ आपल्या दंडधुपांनी करतो आहे, असे मालन म्हणते. गव्हाच्या महिम्यातही मालन आपल्या नवऱ्याचे कौतुक करायला विसरत नाही. गव्हाच्या गाड्या पेवाजवळ आल्या आहेत. बैल जू काढून मोकळे केले आहेत. त्या बैलांना मालन आता ओवाळते. बरोबर नवरा आणि बंधू या धुरकऱ्यांनाही ओवाळते. मालनीने बंधूचे सहकार्य घेतले आहे. सुगीच्या वेळचे हे सहकार्य करणाऱ्याला मानकरीच मानतात.

खालील गाथेत एका वेगळ्या भावभक्तीने धानलक्ष्मीचे स्वागत मालन करते आहे. मालनीच्या समृद्ध अशा पित्याची ही गव्हाची शेती आहे. खळ्यावर गाड्या भरल्या, तरी रस्त्याला लागेपर्यंत शेतातून चालणे बैलांना अवघड जाते. म्हणूनच लक्ष्मी म्हणते आहे, आता कोणत्या बाजूने वेशीकडे जाऊ?

## गाथा (३०)

*लक्ष्मी बोलं येवू, कोन्या बांधानं येशीत*
*पिताजी सम्प्रताची, धजा गव्हाच्या राशीत*

*लक्षूमी, गऽ, आली, आली वाड्याच्या वाटंयीनं*
*गाडी मागं गाडी, झाली गाड्यांना दाटवीन*

*लक्षूमी आई आली, तिनीसांजंच्या भराऽत*
*दिवं लाव, मायबाई, अंगन ऽ वसरीऽ त*

*भरल्या तिनीसांजा, लक्षूमी आली वाड्या*
*हळदी कुक्कवाच्या, बंधू घालू पायघड्या*

*लक्षूमी आई आली, तिनीसांजंच्या सोन्यायात*
*बंधू माझ्या राजसाच्या, साक्षा ठेवीली उंबऱ्यात.*

(१) धजा = निशाण. (२) साक्षा = साक्ष, प्रचीती.

पहिल्या ओवीत मालनीने आपल्या पित्याच्या समृद्धीचे कारण मोठ्या चतुरपणे सूचित केले आहे. त्याच्या समृद्धीचे निशाण गव्हाच्या राशीवर लावले आहे. जणू गव्हाच्या राशीनेच त्याच्या समृद्धीचे निशाण आपल्या हाती धरले आहे. अशा त्या राशीतील सोनमळी लक्ष्मी गाड्या–गाड्यांनी मालनीच्या दारात सोन्याच्या तिनीसांजेलाच आली... मालनीची गडबड, घरात, ओसरीत, अंगणात दिवे लावा. गाड्यांना हळदी- कुंकवाच्या पायघड्या घाला. अशी सारखी घाई चालली आहे.

एकूण गाथाच 'रंगबावरी' आहे. गव्हाच्या लक्ष्मीचा सोनसळी तेजस्वी रंग, तिनीसांजेला सगळीकडे भरलेला सोनेरी प्रकाश, रस्त्यावर बंधूने घातलेली हळदी-कुंकवाची पायघडी... घरातील दिव्यांचा घरात भरलेला सोन्याचा प्रकाश... इतके केले, ते लक्ष्मीला निरांजनाने ओवाळले असेलच, त्याच्या सोन्याचा प्रकाश... सोनसळी लक्ष्मीचे सोन्याच्या पावलांनी आत येणे... आणि त्याची खूण म्हणून उंबरठ्यावर साक्षा ठेवली आहे. गहू पोत्यांनी आणताना चार दाणे... सोनसळे उंबरठ्यावर पडले असतील... हळदीकुंकू पडले असेल किंवा सूर्याचा आशीर्वादच असा पिवळा किरण उंबऱ्यापर्यंत आला असेल.

यासाठीच मला ही गाथा फार आवडली.

## गाथाबंध ८ : ऊसाला धरम भारी.

शेतकऱ्याकडे सामान्यपणे असलेल्या शेतीचा अर्धापाऊण भाग धान्याचे पीक काढण्यासाठी खर्ची पडतो. कारण ते चरितार्थाचे साधन असते. पुरून उरले, तर हवेच असते. कारण या वर्षी पीक चांगले आले, म्हणून पुढच्या वर्षी येईलच, असे नाही. तेव्हा दुसरी सुगी आली, तरी जुने धान्य पेवात असणे हिताचे असते. पण वस्त्रे-प्रावरणे, भांडी, इंधन, गुरे यांच्या खरेद्या पैशाशिवाय होत नाहीत. तेव्हा साधारण शेतकऱ्यालाही पैसा कमवण्यासाठी शेतात इतरही काही पेरे करावे लागतात. तंबाखू, मिरची, फळभाज्या, पालेभाज्या, करडई, तीळ, जवस, या तेलबिया हेही पिकवावे लागते. हे सर्व पीक आपली गरज भागून बहुतेकाची विक्री केली, तर पैसा मिळतो. सुमार जमिनीतही नाचणी, सावा, राळा अशी पिके काढता येतात.

पण ज्या शेतकऱ्याकडे कसदार जमीन असते, त्याला पैसे देणाऱ्या आणखी काही पिकांचे आकर्षण असते. यांना नगद्याची पिके म्हणतात. या पिकांत ऊस, केळी, नागवेली, द्राक्षे, फळबागा ही लागवड येते. ही पिके जरा हट्टी आणि अमुकच हवे, तमुकच हवे, अशा अटी घालणारी असतात. यांच्या शेताला मळे आणि बागा अशी नावे आहेत. उत्तम जमीन आणि भरपूर पाणी या दोन गोष्टी तर हव्याच, केवळ मोसमी पावसावरची ही पिके नव्हत. शिवाय मालनीच्या भाषेत सांगायचे म्हणजे, या लागवडीचा 'धरमही भारी' असतो. धरम म्हणजे मेहनत. आचार- निसर्गधर्माचे वळण म्हणजे जमिनीची मशागत, लावणी-जोपासनेचे काम, त्या त्या वनस्पतीच्या धर्मानुसार सुविधा, खर्च हे सर्व मिळून. म्हणजे शेतकऱ्याची जमीन कसदार, पाणी भरपूर आणि जोपासनेचा खर्च, यासाठी ज्यांची तयारी आहे, तेच या लागवडीच्या वाट्याला जातात. साधारण शेती आहे, तो आपल्या शेतीवर पैसे गाठी टाकून मळा करायची आकांक्षा मनाला धरून असतो.

प्रत्येक मालनीच्या स्वप्नात मोटा कुंई कुंई वाजत असतात, मळ्यातील उसाचे जांभळे तुरे अपार झुलत असतात. गुऱ्हाळाचे खमंग वास येत असतात. अशाच एका स्वप्न बघणाऱ्या भावाने तिचे स्वप्न प्रत्यक्षात आणले. साध्या शेतकऱ्याचा मळेवाला झाला. त्याच्या बहिणीचा हा आनंद पाहा :

## गाथा (३१)

*धरमामंदीऽ धरमऽ ऊसाचा धरमऽ भारीऽऽ*
*माझ्या, गऽ, बंधवानंऽ थळं लावीलंऽ वाटंऽ वरीऽऽ*

*दोन मोटंचं, ग ऽ पानीऽऽ कसं चाललं ऽ सूसतऽऽ*
*बंधू माझ्या राजसानंऽ दार धरऽ लं उसाऽतऽ*

*फाटऽच्या पारामंदीऽ कोन मंजूळऽ गानंऽ गातोऽऽ*
*माझा, गऽ, बंधूरायाऽ ऊस मळ्यालाऽ पानी देतोऽऽ*

*हीरीच्या धावंऽ वरऽ बाभळबाई ती मावलीऽऽ*
*राजस बंधूजीलाऽ मोटकऱ्याला सावऽलीऽऽ*

*मोटंचं, गऽ, पानीऽऽ सये, वाजतं पूरावानीऽऽ*
*चातूर बंधूराजऽ नाचं मोटक्याऽ मोरावानीऽऽ*

*बारवऽ हीरीला, गऽ तिला कशाचंऽ झाकयीनऽऽ*
*माझ्या बंधूजीलाऽ सदाशिवाची राखयीनऽऽ*

(१) धरम = मेहनत- आकार - निसर्गधर्म हे सर्व मिळून. (२) थळ = शेतजमीन. (३) सूसत = सो सो वेगात. (४) दार धरणे = पाटाचे पाणी उसाच्या रांगांतून मुळाशी पोचण्यासाठी रांगेच्या सुरुवातीला घातलेला बांध दूर करणे.

पहिल्यांदाच मळा आणि त्यातलं भावाचं काम पाहणाऱ्या तिने एकूण मळ्यातील कामाचं एकदम विहंगावलोकनच चितारलं आहे. ते आनंदाने भरून वाहते आहे. त्या मोटेच्या पाण्यासारखे, त्या मंजूळ गाण्यासारखे, त्या मोरासारखे, ही ओवी फार प्रसन्न आहे. पहिल्या ओवीत भावानं केलेल्या धाडसाचे भावन आहे. त्याचा अभिमान आहे. शेवटच्या ओळीत त्याची काळजी आहे— पण त्याला सदाशिवाची राखण आहे, भ्यायचे कारणच काय, अशी प्रसन्न श्रद्धापण आहे. या दोहोंमध्ये तो भाऊ, ती मोट, ते पाटाचं पाणी - ती बाभळ - आईसारखी उन्हात मोटकऱ्यावर सावली धरणारी - मागे-पुढे करणाऱ्या बैलाबरोबर मोरासारखाच मागे-पुढे करीत नाचणारा तिचा भाऊ, नव्या मालकीच्या मळ्यात मोट हाकणार या विचाराने तो जरीचा मंदिल, नवा अंगरखा, नवे धोतर नेसून मोरासारखा नटलाही असेल... हे सर्व जिवंत चितारले आहे. प्रसन्न असा हा मळा डोळ्यांपुढे उभा करणारी गाथा आहे.

अशीच भाग्यवान अशी एक मालन आपल्या भ्रताराने उसाची लागवड केल्याचे सांगते आहे. पण मळ्याच्या थोड्या भागात त्याने लहानशी केळीची बाग केली आहे आणि रताळीही लावली आहेत. पाटाचे पाणी यांनाही सहज मिळते, म्हणून ही पिके काढायची. या जमिनीत विहीर पहिलीच आहे. पण मोटवण बांधणे, सारण बांधणे, बैलांना चालण्यासाठी केलेला उतार हे हिच्या कंथाचे काम आहे. ती म्हणतेच सारन बाई पाहुणी आहे. नव्याने आली आहे - केळी - रताळी लावण्याचे एक कारण असते. घरी पंढरीची वारी असली, की पंधरा दिवसांच्या एकादशीचे उपवास असतात. त्यासाठी ती उपयोगी पडतात. सहज काम होऊन जाते.

**गाथा (३२)**

| | |
|---|---|
| *काळ्या रानामंदीऽ* | *काळ्या मेंढ्यांची दावयीनऽऽ* |
| *भरतारानंऽ माझ्या* | *केली ऊसाची ऽ लागयीनऽऽ* |
| *मोटंऽचं, गऽ, पानीऽ* | *सारन बाई ती पावनीऽ* |
| *भरताराची माझ्याऽ* | *झाली ऊसाची लावनीऽऽ* |
| *माझ्या, गऽ, मळ्यातऽ* | *कंबळाचा वासऽ आलाऽऽ* |
| *हावशा भरतारानंऽ* | *बाग केळीचा लावयीला ऽऽ* |
| *पाटानं पानी जातंऽ* | *उसासंगटऽ रताळ्यालाऽऽ* |
| *चुड्या माझ्या राजसाच्याऽ* | *केळी आल्या उतारालाऽऽ* |
| *कंथा चालवी, गऽ, मोटऽ* | *एका वानाचंऽ चारी बईलंऽऽ* |
| *बईला नी धनीयालाऽ* | *दिष्ट व्हयी, गऽ, व्हयीलऽऽ* |

(१) दावण = कळप- मेंढ्यांचा कळप धनगरांनी शेतात बसवला-खतासाठी. (२) कंबळ = केळफूल (३) उताराला आल्या = पिकायला आल्या, की घड काढून घेऊन मग पिकवतात. घड काढायला आल्या.

हे अगदी सरळ साधे वर्णन आहे. मळ्याच्या वर्णनाबरोबर कंथाच्या आस्थेचे, धोरणीपणाचे कौतुक आहे. त्याची मोटेची जनावरे एका रंगाची आहेत. बघूनच तिघांनाही दृष्ट होईल, असे कौतुकही आहे.

खालील गाथेची मालकीण मोठी जमिनदारच आहे. तिचे मळे आहेत, शेते आहेत, बागा आहेत आणि भाजीपाला पण आहे. चारी प्रकारच्या शेतजमिनींचे तिचे वैभव आहे. हे सर्व सासऱ्याच्या वेळचे आहे. पण हे कमी, म्हणून हिच्या कंथाने पानमळा पण केला आहे. अशा चतुरंग श्रीमंतीच्या वैभवाला मळ्यात बारा मोटांची विहीर असणे साहजिकच आहे. गाथा वाचून ते वैभव प्रत्ययाला येईल.

**गाथा (३३)**

*माळ्याच्या मळ्यामंदीऽ केली ऊसाची लागवनऽ*
*ऊसाच्या शेजारी, गऽ डूलं जुंदळ्याचंऽ रानऽऽ*

*माळ्याच्या मळ्यामंदीऽ केळं पेरूंना काय तोटाऽऽ*
*माझ्या मामाजीच्याऽ एका हीरीलाऽ बारा मोटाऽऽ*

*माळ्याच्या मळ्यामंदीऽ मोटंला नवा नाडाऽऽ*
*जोपली बागशाहीऽ पानी जातंयाऽ फूल झाडाऽऽ*

*माळ्याच्याऽ मळ्यामंदीऽ भाजी तोडीनऽ पानंऽ पानंऽऽ*
*माझ्या, गऽ, मामाजीनंऽ बाई पेरलंऽ चारीऽ वानऽऽ*

*मळंऽ नी शीवारऽऽ थोड झालंऽ मामाजीलाऽऽ*
*चातुर भरतारानंऽ केला शीवंऽला पानमळाऽऽ*

*शेतानीऽ मळ्यालाऽ जेवनाच्या पाट्या जातीऽऽ*
*वाटा की वाटा म्हनूऽ सुना माळनी घामेजतीऽऽ*

(१) नाडा = पट्टा, दोर, (२) बागशाही = लहान, सुंदर बाग, (३) पानंऽ पानं = दुसऱ्याला द्यायच्या. भाजीच्या जुड्या काढतात. घरी वापरायच्या भाजीची प्रत्येक फांदीची पाने वा पानांचे गुच्छ तोडून घेतात.

बारा मोटा असलेल्या मळ्याच्या या मालनीला–मळ्याचे कष्ट नाहीत, हे उघड आहे. त्या अनुषंगाने घरातील व्याप वाढतो, तोही काही कमी नसतो.. बाजाराला धाडण्यासाठी घरी गाड्याने आलेल्या भाजीपाल्याच्या उगानिगावर देखरेख, फुलांची व्यवस्था, इत्यादी बघणे, मळ्यानिमित्ताने घरी येणाऱ्या-जाणाऱ्यांचा पाहुणचार आणि रोज त्या, त्या मळ्या– शेतावर तिथली माणसे बघून जेवणाच्या न्याहारीच्या

पाट्या वेळच्या वेळी पाठवणे ही महत्त्वाची कामे. जेवण तयार करण्याचे काम मोठ्या जावा, सास्वा बघतात; पण पाट्या घेऊन जाण्याचे काम नव्या सासुरवाशिणी – माहेरवाशिणींचे ठरलेले. सर्व पदार्थ गाड्यांतून– भाकरी फडक्यात गुंडाळून घातलेल्या असतात. त्याने पाटी जपून, हलणार नाही, अशा तऱ्हेने न्यावी लागते. शेतमळे लांबवर पसरलेले, रस्ते विचारायलाच नको.

### गाथा (३४)

*पाटी, गऽ, जेवणाचीऽ*
*भावज गुजरीचीऽ*

*दह्या दूधाची लोटकीऽऽ*
*संगं नंदाईऽ लाडकीऽऽ*

*दह्या भाताचा, गऽ कालाऽ*
*बंधव, गऽ, तूझंऽ*

*घडा भरून घे तू पानीऽऽ*
*भूक्यालं शेती रानीऽऽ*

*भाजी भाकरी पाटीईत,*
*तूझ्या, गऽ, कंथायानंऽ*

*माझा मोडला मानखीळाऽऽ*
*केला शीवंला लांब मळाऽऽ*

*पाटी, गऽ, जेवनाचीऽ*
*उशीर उशीर, गऽ*

*माझ्या डूयीला आला कडूऽऽ*
*वेळ टळली औत सोडूऽऽ*

*पाटी जेवनाचीऽ*
*नंदाई तू माझ्याऽ*

*उतरी तू मदल्या बांदाऽऽ*
*हाक घालावी गोऱ्या चांदाऽऽ*

*बारा बैलांचा नांगरूऽ*
*वाडूळ, गऽ, बाईऽ*

*तिचा आगल्या रुसयीलाऽऽ*
*बैल सोडून बसयीलाऽऽ*

*पाटी जेवनाचीऽ*
*कंथाला, गऽ, म्हनीऽ*

*तिच्या मानेला झाली जडूऽऽ*
*वाट शेताची अवघडूऽऽ*

(१) आला कडू (कढू) = रग लागली (२) आगल्या = बारा बैलांचा आऊत जोडतात त्यांतील पहिल्या जोडीशी जो हाकणारा असतो, तो. (३) वाडूळ = उशीर.

वरील गाथेत, भावजय, धाकटी नणंद पाट्या घेऊन निघाल्या आहेत, त्यांचा संवाद आहे. या संवादात एकीचा चतुरपणा व एकीचा बालिश मोकळेपणा आहे. पाटीबरोबर दह्यादुधाची लोटकी, तशी ही भावजयीबरोबर निघाली आहे. पहिल्या

ओळीत भावजय म्हणते, 'मी जड पाटी, घडा घेते, तू भाकऱ्या आणि लहान लोटकी घे.' हे बोलणे तिचा जिव्हाळा दाखवते. शेवटच्या ओवीत नणंद म्हणते, 'माझी वैनी चतुर खरी. मान जड झाली, हे सांगत नाही. इतकेच म्हणते, शेताची वाट तरी किती अवघड, उशीर झाला, कारण नणंदही भावजयीवर खूश असते. तिने भावाला हाळी घालायला नणदेला सांगितले ना? तिला मान दिला.

अशी ही वर्णन-संवादमय गाथा, वर्णन, साधेपण, जिव्हाळ्याचे संवाद, गंमत दोन स्तरांवर चाललेला तो उलगडून बघायला हवा. नणंद-भावजयीचा संवाद! त्याची गंमत उलगडल्याशिवाय कळणार नाही.

मळ्याचा शेताचा जसा व्याप असतो. तसा त्याचा कष्टाचा बोजाही वाढतो. खर्चही वाढतो. पिकांच्या संरक्षणाची काळजीही वाढते. असे असंख्य ताण वाढलेले असतात. एक मळणीचा ताण वेगळाच असतो. घरची माणसे रात्री-अपरात्री दूरच्या मळ्यावर जातात. अवेळी येतात. वाटेत सापकिरडाची भीती असते. बाधा होईल. हीही भीती असते आणि मुख्य म्हणजे, बारवसुंदरीचा ताण फार असतो. आपण घरात- मळ्यातील केवढ्या मोठ्या बारवेवर मुलाबाळांचा, बायका-पुरुषांचा सारखा वावर, पायऱ्यांची विहीर - मोटेचे खिल्लारी न जुमानणारे बैल - वेळ काय सांगून येते! या भीतीवर श्रद्धा हाच एक अपरिहार्य उपाय असतो. बारवेला, तिच्या लगतच्या देवतांना विनवणे- नवस करणे. ती प्रसन्न असली, तर काही भय नाही. ही श्रद्धा मनोमनी बाळगणे. मालनी या श्रद्धेनेच भारलेल्या असतात. खालील गाथा पाहा.

### गाथा (३५)

*हात मी जोडीतेऽ हिरीबाईच्या काठाऽ लाऽऽ*
*गनीस माझा बाळऽ नवा लागंला मोटंऽ लाऽऽ*

*हात जोडीयीतेऽ हिरीबाच्या केपेशीळऽऽ*
*बाळ माझा तानाऽ मोट हाकऽ त चेंडू खेळंऽऽ*

*नवस मी केलंऽ हिराबाईच्या म्हसूबालाऽऽ*
*जतन कर माझ्याऽ मोट हानत्या जासूदालाऽऽ*

*नवस मी केलंऽ बारवबाईच्या काठालाऽऽ*
*माझ्या, गऽ, बाळाचीऽ बैलं खिल्लारी मोटंऽ लाऽऽ*

*नवस मी केलंऽ — बारवबाईला तूप रोटीऽऽ*
*माझा, गऽ, बाळहीराऽ — बाई, पव्हतीऽ तुझ्या पोटी*

*हात मी जोडीतेऽ — बारव बाई, गऽ, सुंदरीऽऽ*
*सांभाळ माझाऽ — बाळाऽ चार बैलांचाऽ मोटकरीऽऽ*

(१) गनीस = गणेश. (२) केपेशीळ = विहिरीच्या आतल्या बाजूस वरून खालपर्यंत अंतरा अंतरावर बसवलेले पाय टेकण्याचे चपटे दगड- उतरण्यासाठी लागतात. (३) जासूद = निरोप सांगून येणारा.

या गाथेत मोट हाकणाऱ्याला जासुदाची उपमा दिली आहे. जासूद जसा निरोप सांगतो, परत येतो, तसा मोटकरी मोटे बरोबर जा-ये करीत असतो. उपमा मोठी समर्पक वाटते. शेवटच्या ओवीतून एक चतुर बारवेला प्रसन्न करणाराही भावार्थ निघतो. मालन म्हणते, बारवबाई - हा माझा बाळ आहे. तसा तुझा, चार बैलांचा मोटकरी आहे. हा तुझा आणि त्याच्या मधला मोठा अभिमानाचा जिव्हाळा आहे, म्हणून तू त्याला सांभाळ.

या मळ्यासंबंधीच्या एकूण गाथांकडे आपण जर हेलिकॉप्टरवरून पाहिले; तर कसे दिसेल, याचे अभिनव दर्शन मालनींनी घडवले आहे! शेतातील बसलेल्या मेंढ्यापासून मोटेवर चेंडू खेळत मोट हाकणारापर्यंत - सुसाट जाणाऱ्या गतिमान पाण्याच्या वेगापासून जपून अवघड वाटा पाट्या तोलून पार करणाऱ्या सुना-मालनीपर्यंत, बारा मोटांच्या धुमाळीपासून शांत गार अशा पानमळ्यापर्यंत बारवेवरच्या बाभळीपासून मोरासारख्या पुढे-मागे करत नाचणाऱ्या मोटकऱ्यापर्यंतचे दर्शन मोठे सुभग आहे. आणि त्या दर्शनातून उमलणारे भावन आणि काव्यात्मतेचा गंधही आपल्यापर्यंत पोचवतात, हे त्यांचे सामर्थ्य आहे.

### गाथाबंध ९ : नवं गुऱ्हाळ सुरू केलं.

धान्याच्या पिकाची जशी सुगी, तशी ऊसमळ्याची गुऱ्हाळे. गुऱ्हाळ हा देखील एक मोठा जल्लोश असतो. कित्येक माणसे रात्रंदिवस मळ्यावर असतात. मळाभर जिकडे तिकडे कामेच कामे. ऊस तोडण्यापसून ढेपी गोणपाटात बंदिस्त करीपर्यंत कुणाला दम नसतो. सर्व कामे सहकार्यावर चालायची. जिव्हाळ्याचे सहकार्य जबाबदारीची कामे पेलणारे,

इतर कामांसाठी मजुरांचे सहकार्य. एखाद्या लग्नासारखेच हे गुऱ्हाळघर गाजत असते. लग्नासारखेच इथेही आप्तेष्टांना निमंत्रण असते. बहिणींना तर प्रथम.... गुऱ्हाळाला सुरुवात झाली, की भाऊ गाडी घेऊन बहिणींना आणायला जातात. तीही मुलांना घेऊन येते. एक प्रकारे गुऱ्हाळ हा जिव्हाळ्याच्या भेटीगाठीचा उसाच्या रसासारखाच गोड समारंभ असतो. एका मालनीने या गुऱ्हाळघराच्या व्यापाचे कसे वर्णन केले आहे, पाहा :

**गाथा (३६)**

*लगीन यावऽ न्हायीऽ मग कशाचं मूळ आलंऽऽ*
*माझ्या बंधूजीनंऽ नवं गुराऽळ सुरू केलंऽऽ*

*सूर्व्याच्या संबूर, गऽ तुझ्या गुराळाच्या मेढीऽऽ*
*हाती कडेतोडेऽ बंधूजी पेरंऽ तोडीऽऽ*

*साळक्याऽ मोळक्याऽ तिसरा, गऽ कांडेकरऽऽ*
*जिम्मेदार बंधू माझाऽ गुळव्या, गऽ गादीवरऽऽ*

*जाळण्या घाली जाळऽ कातऱ्या गानंऽ गाईऽऽ*
*गुळव्या माझा बंधूऽ सुखानंऽ झोपी जाईऽऽ*

*शीवंऽच्या शेतामंदीऽ दिवट्या बायांचंऽ हिल्लायाळऽऽ*
*बंधू माझ्या हावशाचंऽ हायी नवतीचं गुराऽयाळऽऽ*

*फाटाच्याऽ पारामंदीऽ हाक हाराळी चिल्लाळाचीऽऽ*
*माझा, गऽ, बंधूरायाऽ पाळं हानीतो गुराळाचीऽऽ*

*गुराळघरायातऽ वानी आल्याती बापलेकऽऽ*
*नटव्या बंधू माझ्याऽ ढेपा शेल्यानं तूऽ बी झाकऽऽ*

(१) पेरे = उसाचे डांब (२) साळक्या = तोडलेल्या उसाचा पालाफांदोळा काढून ऊस स्वच्छ करणारा (३) मोळक्या = स्वच्छ केलेल्या उसाच्या मोळ्या बांधणारा (४) कांडेकर = मोळ्यांतील ऊस चरकात सारणारा. (५) जिम्मेदार = जबाबदार (६) गुळव्या = कढईतील रसाचा पाक होऊ लागला, की तो ढवळून, योग्य तसा पाक करून गुळाच्या वाफ्यात ओतणारा. हे काम ढेपेच्या दृष्टीने फार महत्त्वाचे – कसबाचे असते. (७) जाळण्या = काहिलीखालच्या चुलवणातील

जाळ सारणारा. (६) कातऱ्या = घाण्याच्या चरकापासच्या कातरीच्या आकाराच्या फळ्यांवर बसून बैल हाकणारा. (९) हिल्लाळ = मशालींचा उजेड. (१०) चिल्लाळ = इकडची- तिकडची माणसे (११) पाळ हाणणे = घाण्याचे बैल हाकणे- पाळक्या.

एकदा अचानक भाऊ गाडी घेऊन दाराशी येतो. आपल्या मळ्याच्या गुऱ्हाळासाठी बहिणीला बोलावणे करायला तो आलेला असतो. घेऊनच जायला आलेला असतो. आणि बहिना मुलांना घेऊन जातेही. भावाच्या गुऱ्हाळाला बहिणीने जायचे नाही, तर कुणी जायचे?

तिने त्या गुऱ्हाळाचे छान वर्णन केले आहे. कडीतोड्याचा धाकटा भाऊ ऊस तोडून आडवे घालतो आहे. साळक्या ते स्वच्छ करून टाकतो आहे. मोळक्या त्या उसांच्या गुऱ्हाळघरात नेण्यासाठी मोळ्या बांधतो आहे. मजूर त्या मोळ्या घाण्याच्या पाशी नेत आहेत. चरक सुरू आहे. कातऱ्या बैल हाकीत गातो आहे. कांडेकरी चरकात ऊस सारतो आहे. भल्या मोठ्या चुलवणात जाळक्या जाळ सारतो आहे आणि कढईतील रस शिजू लागला आहे. गुळव्या गुऱ्हाळघरात गादीवर आराम करतो आहे. त्याचे काम जिकिरीचे असते. गूळ तयार व्हायच्या वेळेचे असते. म्हणून तो आता आरामात आहे. अशी ही कामे रात्रीही दिवट्यांच्या प्रकाशात चालायची. उगवत्या सूर्याची पहिली झळाळी नांदीमधल्या तुडुंब रसावर तरंगायची.

ज्या झपाट्याने ही सारी कामे पार पडत होती, त्याच झपाट्याने या गाथेत हे वर्णन मालनीने सहा ओव्यांत संपवले आहे. शेवटी ती मोठ्या कौतुकाने भावाला म्हणते. 'गुळाचा भाव ठरवायला वाणी आले आहेत. आधी त्या पिवळ्या धम्मक ढेपा शेल्या-खाली झाक, बघू.'

पुढच्या गाथेत एक मालन गूळ तयार करण्यातील एक महत्त्वाच्या प्रक्रियेचे वर्णन करते आहे. त्या प्रक्रियेत तिचा भाऊ कसबी आहे, म्हणून तिला त्यात रस आहे. कढई पाकाला आल्यानंतरची गुळव्याने करायची ही कामे. ती गुऱ्हाळावर येते, तो हाका-हरळ्या चालल्या आहेत. 'कढई पाकाला आली. गुळव्याला लवकर बोलवा.' पाक उतू येऊ नये, म्हणून काही झाडपाला पाकात टाकलेला असतो. पण ही बहीण म्हणते... 'लोणी घाला. पाक थीर करा. गुळव्याला बोलवा.' तीही त्या गडबडीत सामील झाली आहे.

### गाथा (३७)

*चला जाऊ पाह्याऽ तेच्या गुराळघरालाऽऽ*
*मखमालीचं पडदंऽ सोडलंतंऽ मांडवालाऽऽ*

*हाकावरऽ हाकाऽ गुराळाच्याऽ लोकाऽऽ*
*सांगा गुळव्यालाऽ तुझी कव्हई आली पाकाऽऽ*

*कव्हयी आला पाकाऽ लोनी टाकून थीर कराऽऽ*
*बंधवाला माझ्याऽ गुळव्याला हाकाऽ माराऽऽ*

*शेजी, गऽ, नटऽ तीऽ पान्याच्या ताकायालाऽऽ*
*सक्याच्या गुराळाऽतऽ आली कव्हई पाकायालाऽऽ*

*कव्हई आली पाकाऽ इंद्रसभंऽला गेला वासऽऽ*
*असा भागेवान बंधूऽ वरसाभराऽ लावी ऊसऽऽ*

(१) कव्हई = कढई (२) पाका येणे = रस शिजून तो दाट होऊ लागला आहे. (३) थीर करा = शांत करा. पाकावरची मळी धरू लागले, की तो ऊतू आल्यासारखा फुगतो. ती मळी धरल्यावर काढून टाकली, की पाक शांतपणे दाट होत राहतो. (३) नटती = कां कूं करते. ताकाचे पाणी उसने मागितले, की कां कूं करते, असा भावार्थ, (४) इंद्रसभा = स्वर्गातील देवांची सभा.

चांदण्यांच्या सारखे बुडबुडे फेकणाऱ्या त्या तांबूस लहरत्या पाकाकडे बघून तिला आपल्या भावाच्या समृद्धीचा अभिमान वाटतो. एवढ्या मोठ्या तालेवारची मी बहीण, ही जाणीव होताच नकळत ती खंतावली. आपण दुबळे. आपली शेजारीण ताकाचे फुळकवाणी उसने द्यायलाही कां कूं करते- हे सावट अगदी स्वभावसुलभ असे तिच्या मनावर पसरले... आणि त्याला आविष्कारही मिळाला. तितक्यात सहज आणि आपोआप.

त्या पाकाच्या गोड खमंग वासाने ती पुन्हा आपल्या दुबळेपणातून वर आली. त्या वासाने तिने तो गगनावर गेला, म्हटले नाही. तिथे स्वर्गात इंद्रसभेत पोचला, असे म्हणते. स्वर्गातील देव अमृत पितात, हे तिला माहीत आहे. त्या अमृताहूनही हा पाक गंधमधुर आहे, असे तिला वाटते. या कल्पनेने तिचा भाऊ तिला अधिकच भाग्यवान वाटतो. तिच्यासारखीच ही गाथाही रसमयी झाली आहे.

पुढील गाथेत या गुऱ्हाळाचे एक निराळेच दर्शन दिले आहे. तिच्यात गुऱ्हाळाचे व त्यातील कामाचे वर्णन नाही, तर त्या गुऱ्हाळाची एक वेगळ्या प्रकारची शोभा

तिला हे पाहताना भावली आहे. त्या भावनांचा इथे आविष्कार आहे. ही गुऱ्हाळाची शोभा लग्नसमारंभासारखी प्रसन्नमंगल आहे, असे तिला वाटते. गुराळघरासमोरचा देखणा मांडव, कोराकरकरीत कातीव असा घाणा, रसाची तुडुंब भरलेली नांदी, रात्री कंदिलाच्या प्रकाशात वावरणारी आनंदी माणसे. ते दोन कंदील- एक नांदीवरचा आणि एक गुराळघरातला- त्यांचा चकचकीत प्रकाश यांनी तिला, ही सर्व लग्नाची हवा तर नव्हे, असे वाटते.

**गाथा (३८)**

*लग्नाची हवाऽ बंधु, गुराळा तुझ्या आलीऽऽ*
*चरकाच्या बैलावरऽ चांदनी कवा दीलीऽऽ*

*माझ्या बंधवाचाऽ चरक दनानलाऽ नवाऽऽ*
*लगना परास, गऽ तेच्या गुराळाची हवाऽऽ*

*नांदीवरऽ दीवाऽ दिसती, गऽ चारी शीवाऽऽ*
*बाई लगनापराऽस तेच्या गुराळाची हवाऽऽ*

*बाई, उजेड पडलाऽ आरध्याऽ शीवाराऽतऽऽ*
*खंदील जळतो, गऽ तेच्या गुराळघराऽतऽऽ*

*उगवला नारायेनऽ रसाच्या नांदीवरऽऽ*
*ताईता माझा बंधूऽ माझा गुळव्याऽ गादीवरऽऽ*

*वाटंवैलाऽ मळाऽ आल्या गेल्याला ऊस रसऽऽ*
*बंधू माझीयाचाऽ मळा, बाईऽ, राजवंसऽऽ*

(१) चांदनी = लहान देखणा मांडव. (२) दणाणला = दुमदुमला – कोऱ्या चरकाचा आवाज. (३) नांदी = चरकातील निघालेला उसाचा रस साठविण्यासाठी जमिनीत पुरलेला लोखंडी हौद. (४) राजवंस = राजवंशी- राजघराण्यातील.

या शोभिवंत आणि प्रसन्न गाथेतील दोन ओव्या मला फार काव्यात्म वाटल्या. दोन्ही ओव्यांचे एक मनोहारी कोरीव शिल्पच जणू तयार होते. त्या शिल्पाचे रूपरंग, त्या शिल्पातून मनात परावर्तित होतात आणि एक आविष्काराचा अनोखा आनंद देतात.

पहिले कोरीव लेणे असे : हिरवट रंगाचा रस–त्याने तुडुंब भरलेली नांदी. चरक बंद आहे. त्यामुळे रस शांत आहे. त्या रसात उगवतीचे लाल- पिवळे

सूर्यबिंब आपल्या झळाळीसह प्रतिबिंबित झाले आहे. जणू उगवता सूर्यनारायण रसाच्या नितळ गादीवर विराजला आहे. दुसरे लेणे असे : गुऱ्हाळाच्या देखण्या, झालर सोडलेल्या, नटलेल्या खांबाच्या मांडवात गादीवर मालनीचा बंधू बसला आहे. हा राजवंशी आहे. म्हणजे देखणा, गोरापान, तेजस्वी असा आहे. या गुऱ्हाळाचे कर्तृत्व त्याचे आहे. याची प्रसन्न आभा त्याच्या भोवती झळाळते आहे. नांदीतील सूर्यप्रतिबिंब आणि मांडवात गादीवर बसलेला बंधू यांची रूपे सारखीच आहेत. एवढेच नव्हे, तर तिसऱ्या शिल्पात त्यांचे एक नवे रूप आहे. सूर्यनारायण आपली झळाळी, आपला प्रकाश उधळून सर्वांना आनंद देत आहे. तसा हा राजवंशी आपल्या मळ्यातील ऊसरस येणाऱ्या-जाणाऱ्याला तृप्त करीत आहे. मला ही त्या चार ओळींत तीन शिल्पे भावली.

भावाच्या जिव्हाळ्याने, कर्तबगारीने, उदारपणाने, रसाच्या पाकासारखीच रसमयी झालेली ही बहिना— तिचा हा गाथेचा आविष्कार इतका मनोज्ञ नसेल, तरच नवल!

## गाथाबंध १० : गोठ्यातील धनसंपदा

कृषीवलांची समृद्धी म्हणजे शेतीचा पसारा वाढणे. एक बिघा जमीन असलेला, बैलं उसनी आणून शेती करणारा शेतकरी शेतात कष्ट करून योजकतेने अशी पिके काढतो, की त्याला बैल विकत घेता येतात. बायकोच्या माहेरून आंदण वा भेट म्हणून आणलेल्या गाईचे नंदी तयार होतात... उमेद वाढते आणि दोघांच्याही कष्टाने जमीन वाढते. नव्या जमिनीत विहीर खणली जाते... मळा करता येतो. असे करता- करता शेतीचे वावर, मळा, पाणमळा, बागाईत, फळबागा अशी क्षेत्रे रुंदावतात. अवजारे वाढतात आणि या सर्व व्यापाला मुख्य हातभार लावणारे पशुधन वाढत जाते. शेतीची मशागत, मळ्याला मोटेचे पाणी यांसाठी बैल लागतातच; पण खते आणणे, बी-बियाणे आणणे, शेतातला माल बाजाराला नेणे- यासाठी आणि धन्याला दूरच्या अंतरावर कामासाठी जाण्यासाठी बैलगाडीही लागते. घोडा लागतो. घरातल्या वाढत्या मुलांना- तालमीत जाणाऱ्या मुलांना दूधपुरवठा करण्यासाठी म्हशी लागतात. असा गोठा भरत जातो. गाई, बैल, म्हशी, घोडी असे हे पशुधन फायद्याचे असते. घरादाराला पौष्टिक दूधदुभते पुरवणे, शेणाने खते, सारवणे, चुलींचे इंधन या गरजा पुरवल्या जातात. बाजाराला जाणे- घरच्या माहेरवाशिणींना सासरी पोचवणे - आणणे, सुनांना सासर - माहेर करणे, यात्रा करणे, शेतीच्या व्यवहाराबाहेरची ही कामे बैलांच्यामुळे होतात. शिंगी अशीच जाण्या-येण्यासाठी उपयोगी पडत असते.

मालनीला या सर्व कामांमुळे गुराढोरांचा जिव्हाळा लागतो. गाय तर देवताच. सकाळी उठल्याबरोबर तुळशीचे आणि गाईचे दर्शन घेणे, त्यांना कुंकू लावणे हा मालनीचा मुळी नेमच असतो. घर शुद्ध करण्यासाठी गोमूत्राचे शिंपण करावे लागते. मुलीच्या लग्नात माहेरहून आंदण म्हणून मिळणाऱ्या गाई मांडवाला बांधलेल्या असतात. गरीब बहीण आपल्या भावाला म्हणते, 'चोळी देऊ नको. तिच्या लगेच चिंध्या होतील. मला गाय दे... तिचे नंदी माझ्या शेताला कामी येतील. शेण्या विकून मला पैसे मिळतील. माझ्या मुलांना तिचे दूध मिळेल.' अशी ही मालनीची आवडती गाय. तिच्यासाठी ऐन दिवाळीत 'वसुबारस' हा सणही असतो. बैलांचा पोळा वा बेंदूर हा सण असतो... अशी या पशुधनाची महात्मता. ही ज्या मालनीला लाभेल, ती स्वत:ला धन्य समजते. या सर्व गाथा मालनीने आपल्या गोठ्यातील गुरांच्या जिव्हाळ्याने, त्यांच्याविषयी वाटणाऱ्या कृतज्ञतेने आणि कौतुकाने भारावून जाऊन गायिल्या आहेत.

पुढील गाथेत एका मालनीने दोन बैलांच्या जिवावर आपल्या कंथाने शेतीत कसे यश मिळविले, याचे अभिमानाने कौतुक केले आहे.

**गाथा (३९)**

*हौशानं हौसऽ केलीऽ दोन बैलांच्या जीवावरऽऽ*
*लावी नीशान धावंवरऽऽ*

*शीवंच्या शेतामंदीऽ तीफनऽ जवसाचीऽऽ*
*मागं रासनीऽ नवसाचीऽऽ*

*हौशानं हौस केलीऽ चार बैलांच्या जीवावरऽऽ*
*आंबा जांभळी धावंवरऽऽ*

*वाटंऽच्या वाटसराऽ काय पाह्यतो वावरीलाऽऽ*
*जोडी खिल्लारी चावरीलाऽऽ*

*मोटंच्या मोटकऱ्याऽ मोट जाऊ दीऽ दमायानंऽऽ*
*नंदी दमलंऽ कामायानंऽऽ*

*शीवंच्या शेतामंदीऽ शाळू बसला कडीपाटऽऽ*
*हरभऱ्याला आलं घाटंऽ तुरीबाईला शेंगा दाटऽऽ*
*जवसावरऽ, गऽ रीन फीटंऽऽ*

(१) निशान = नव्याने सुरू केलेल्या मोटेच्या धावेवर शुभचिन्ह म्हणून देवाची धजा लावतात. (२) धाव = मोटेच्या बैलांची चालायची चढ-उताराची जागा. (३) दमानं = सावकास. (४) चावरी = चार बैलांनी ओढायची मोट. (५) कटीपाट = कडीपाटासारखा दाट दिसणारा– फळीसारखा.

मालनीच्या कंथाने शेतात नगद्याचे पीक काढून, पैसे जमवून, विहीर खोदली आहे. विहीर मोठी आहे. मुहूर्त करताना त्याने आपल्या देवाचे निशाण रोवले आहे. हे कधी पांढरे, तर कधी भगवे असते. त्या अगोदर शेतात त्याने कोणते पीक अधिक काढले, ते मुद्दाम सूचित केले आहे. 'तिफन जवसाची' इतर धान्यांबरोबर त्याने जवस पेरले... जवस हे धन देणारे पीक, मुबलक पीक आले. की मुबलक पैसा मिळतो. तसा पैसा साठवून त्याने विहीर बांधली... शेताच्याच एका भागात मळा केला. 'रासनी नवसाची' हे गोड वाटते. रासनीसाठी दुसरे कुणी नाही. तर नवसासायासानं झालेला मुलगा ते काम करीत होता.

पुन्हा काही वर्षे गेली... धावेवर बैलांना सावलीला म्हणून लावलेली झाडे आता मोठी झाली. मोटही आता चावरी घेतली. म्हणजे एक खिल्लारी जोडी गोठ्यात नवी आली; आणि शेतात तर पिकाला काय तोटा ! शेवटच्या तीन ओळींची एक ओवी गायली आहे. ओव्या अशा अडीच पदाच्या, तीन पदांच्या, चार पदांच्या, तशा पाच पदांच्याही असतात. या पंचपदी ओव्या अनुप्रासाने व ओवीतील आशयाच्या उत्कटतेने अधिक परिणामकारक होतात. इतका उत्कट आशय, की सांगायला घाई होते. आणि मग अशी पंचपदी होते. मग व्यक्त होऊ पाहणारा, उमलणारा आशयच आपले असे अभिव्यक्तीचे नेमके रूप कसे नकळत घेतो, हेही जाणवते. आपल्या या धान्यातील जवसाच्या पिकामुळे कर्ज फिटत गेले, असे मालनीने सांगितले आहे. घनदाट कणसांनी भरलेले शेत कडीपाटासारखे दिसते खरेच !

पुढील गाथेत मालनीने आपल्या कंथाची समृद्धी त्याच्या भरलेल्या गोठ्यात कशी नांदते आहे, त्याचे वर्णन केले आहे. बैलांची वर्णनेही कशी अगदी चित्रवाण आहेत!

### गाथा (४०)

*बारा बैलंऽ माझीऽ　　　तेरावी ती रेडीऽऽ*
*कंथाची, गऽ, माझ्याऽ　　　दारातऽ ऊभी गाडीऽऽ*

*माझ्या हावशाची बैलंऽ खिल्लारीऽ नांगरालाऽऽ*
*दिष्ट की होती म्हनूऽ धन्यासंगटऽ बईलालाऽऽ*

*शीवंच्या शेतामंदीऽ जोडी कुळाव कुणायाचीऽऽ*
*चुड्या त्या गुजराचीऽ बैलं डफळ्या वाणायाचीऽऽ*

*मेथीची वइरन, गऽ माझ्या नंदींना पूरयीनाऽऽ*
*कंथानं आनीला, गऽ बाईऽ वान्याचा कीराऽनाऽऽ*

*बैलाना, गऽ, साजऽ शेंब्या साकळ्या, मनीयाच्याऽऽ*
*हावशाला लयी हौसऽ रंग शिंगांना सोनीयाचाऽऽ*

*गुरांच्या गोठीयातऽ कोन फिरतो गोरापानऽऽ*
*माझा तो भरतारऽ निरशा दूधाचाऽ पैलवानऽऽ*

(१) डफळा = तांबडे व पांढरे ठिपके असलेला. (२) किराना = वाण्याकडील धान्य- जिन्नस. (३) शेंब्या = बैलांच्या शिंगांच्या टोकांवर बसवलेली नक्षीची, कंगोरे असलेली पितळी टोपणे.

या मालनीच्या कंथाची ही बैलाची दावण फार कौतुकाची, लाडाची आहे. दारात बैलगाडी आहे. मोटेला खिल्लारी बैल जोडले आहेत. कुळवाला शेतीत अशाच जोड्या काम करीत आहेत. त्यांना खाणे भरपूर घातले जाते. मेथीचा भरडा कण्या शिजवून गुळातून घालणे आता पुरत नाही. घरची मेथी संपली, तर तो दुकानातून बैलांचे खाणे आणतो. पण खाणे कमी करत नाही. गोठ्याकडे त्याचे सतत लक्ष असते. अगदी साधी अशी ही गाथा आहे. इथला तपशील सुद्धा खूप नवे असे काही सांगून जातो.

पुढील गाथेत एका मालनीने आपल्या गोठ्यातील बैलांच्या खोड्या आणि पुंडपणा सांगितला आहे. लहान मुलांच्या खोड्या जशा कौतुकाने सांगतात, तशा या सांगितल्या आहेत. जणू गोठा दाखवून ही मालन आपल्या प्रत्येक बैलाचे लाडीकपणे गुणगान करते आहे. चार चार पदांत बैलांच्या स्वभावाचे वैशिष्ट्य पूर्णपणे रेखाटले आहे. ती आता बैलाची ओळख करून देते आहे, असे आपल्यालाही, गाथा पूर्ण झाली, की वाटते.

## गाथा (४१)

*बैलामंदी बईलऽ बैलपारख्या दूधपेलाऽऽ*
*धन्याला आवरंनाऽ सडका लावून शेता नेलाऽऽ*

*नंदीमधी नंदीऽ मल्ल्या नंदी, गऽ, अरेरावऽऽ*
*लाल डोळ्यांनी पाहीतोऽ धन्या लाडक्याऽ लाव दावंऽऽ*

*मारक्या दीवानालाऽ भेतंयाऽ सारंऽ गावऽऽ*
*दोडाला तेला, बाईऽ वेसन धरून शेता न्यावंऽऽ*

*अंडील बडूद्या, गऽ सदा बघतू रागंऽ रागंऽऽ*
*पान्याला, गऽ, जातोऽ हाती कासराऽ धनी मागंऽऽ*

*मस्तीखोर हनमंत्यानंऽ शिवारी केला दंगाऽऽ*
*लक्षूमी घरातऽ धनी गावाला गेला सांगाऽऽ*

*शेतीचेऽ, गऽ, बैलऽ शेती मांडीती धिंगानंऽऽ*
*रेशमाचीऽ जोतीऽ शिवळा मोडल्याऽ शिंगानंऽऽ*

(१) सडका = दोर- कासरे. (२) दोडाला = द्वाडाला (३) अंडील = वळू, खच्ची न केलेला. (४) जोती = सापत्या जुवाला बांधतात, त्या. (५) शिवळा = जुवाच्या बैलाच्या मानेजवळील खुंट्या.

बहुतेक असे झाले असावे. मोठ्या अभिमानाने मालन आपल्या नव्या पाहुणीला दावण दाखवायला गोठ्यात गेली असावी; आणि सगळ्या बैलांनी माना वळवून रागात बघितले असावे. माना हलवल्या असाव्यात. मग त्यांच्या खोड्यांचे वर्णन मालन तिला कौतुकाने सांगत आहे. प्रथम बैलांची नावे पाहावी. गमतीदार वाटतात. काही नावे त्यांच्या स्वभावाला जुळतील, अशी आहेत. पाखऱ्या चालणीला चपळ असणार. दिवान्या एकाद्या दिवाणासारखा अहंकार आणि स्वामित्व गाजवणारा असणार. शेतालादेखील त्याला वेसण लावून ओढून न्यावे लागते. हनमंत्याने तर लंकेतील मारुतीचाच आव आणलेला आहे. असे हे बैल. पण त्यांचे डोळे-माना यांच्या हावाभावाचे चित्र रेखायला मालनीला शब्द कमी पडले नाहीत.

सर्वच मारके कोपिष्ट बैल असल्याने शेतात कामासाठी गेले आणि जरा मोकळे सुटले, की त्यांचा कसा धिंगाणा सुरू होतो, तो शेवटच्या ओवीत वर्णन केला आहे. धन्याशिवाय ते कधी कुणाला जुमानत नाहीत. जनावरांचे हे स्वभावदर्शन फार

रेखीव आणि चित्रवाण आहे.

पुढील गाथेत एक मालन आपल्या बैलांचे गुणवर्णन करते आहे. त्यांच्या धन्यावर त्यांचे प्रेम आहे, ते सांगते आहे. खरे म्हणजे, शेतकरी आणि बैल यांचे मैतर फार जिव्हाळ्याचे असते. ते या गाथेत उमटले आहे.

### गाथा (४२)

*बैलामंदी बैलऽ बैल सरदाऱ्या दावनीलाऽऽ*
*बैल येशीत डिरकलाऽ धनी मनातऽ हरखलाऽऽ*

*बैलामंदी बैलऽ बैल हावशा गुणायाचाऽऽ*
*सांगते धनीयालाऽ जुपू नकासाऽ उन्नायाचाऽऽ*

*बैलामंदी बैलऽ बैल हनम्या कीती शानाऽऽ*
*काय संगू, सयेऽ धन्याबिगर पानी पेनाऽऽ*

*बैलामंदी बैलऽ बैल ढवळ्या मोठाऽ गुनीऽऽ*
*तेच्या पाठीवर गोनीऽ घरी येतूया नंदीवानीऽऽ*

*बैलामंदी बैलऽ बैल मथूऱ्या ताईत्यालाऽऽ*
*शेला घालून शेती नेलाऽ तेनी खंडीचाऽ पेरा केलाऽऽ*

(१) डिरकला = डरकाळी फोडली. एक शकुन–शेतावर कामाला जाताना बैलाने डरकाळी फोडणे हे शुभचिन्ह समजतात. पीक चांगले येते, असा समज. (२) गोनी = पोते. (३) शेला घालून = सम्मानाने– कामाला बलदंड असा बैल, त्याचे कौतुक.

मालनीने हे या समंजस, आज्ञाधारक, स्वामिभक्त व कष्टाळू बैलांचे हे साधे पण आकर्षक असे वर्णन केले आहे. एक अगदी सरळ साधी, पण सुंदर गाथा आहे. मालनींचे या गुरावर इतके प्रेम असते, की त्यांचे खोडीलपणही त्यांना आवडते... मग चांगल्या बैलाचे कौतुक नाही केले, तरच नवल ! हे बैल किती तऱ्हेने चांगले आहेत, याचाही मालनीने आलेख काढल्यासारखा वाटतो. गुण पण ते तरी किती प्रकारचे! 'घरी येतूया नंदीवाणी' इथे नंदीचा उल्लेख आहे, तो शंकराचा आज्ञाधारक, पण बलशाली नंदी नव्हे. हा नंदी अंगावर खूप कपडे पांघरून येणारा गरीब स्वभावाचा नंदीबैल— हे लक्षात घ्यायला हवे. 'आला, बघ,

नंदीबैल, आई, जाऊ दे' अशा आठवणीतल्या कवितेतील नंदीसारखा.

पुढील गाथा मालनीने आपल्या मुलाच्या बैलावर गायिली आहे. हा एकच बैल मुलाने आपला म्हणून सांभाळला आहे. पण हा शेतीसाठी नाही. मालनीने या बैलाला पायलीचा पौष्टिक आहार देऊन भरभक्कम ताकदीचा केला आहे. या बैलाचे नाव 'धिंगाण्या', हा गावात बैलांच्या गाडी ओढण्याच्या, चढ चढण्याच्या, ओझे पेलण्याच्या ज्या स्पर्धा होतात, त्यांत भाग घेण्यासाठी तयार केलेला बैल आहे. मालनीच्या मुलाला हा नाद दिसतो. त्या बैलाचे पराक्रम, त्याचे वर्णन मालनीने गाथेत केले आहे.

**गाथा (४३)**

*बैलामंदी बैलऽ बैल धिंगाण्या बाळायाचाऽऽ*
*रचीला हेल यानंऽ ओल्या, गऽ तीळायाचाऽऽ*

*बैल, गऽ, धिंगाण्यालाऽ दाना देते मी पायलीऽऽ*
*घाट चढनीचीऽ तेनं पईनऽ गायलीऽऽ*

*वाळूतला गाडाऽ आरोळ्यांनी काढाऽऽ*
*बैल माझ्या धिंगाण्यालाऽ तेलाऽ वारे घालाऽऽ*

*वाळूमधी गाडाऽ आरोळ्यांनी काय होतंऽऽ*
*बैल माझ्या धिंगाण्याचंऽ सईल करा जोतऽऽ*

*अंगनऽ झाडीतानाऽ बैल धिंगाण्या मागं येतोऽऽ*
*तथं बैठक मारीतोऽ किती ग्वाड, गऽ दिसतोऽऽ*

*सोनारदादा, माझ्याऽ वजनी घालऽ येळाऽऽ*
*घुंगूर माळा जोगाऽ माझ्या धिंगाण्याचा गळाऽऽ*

(१) हेल = भारे, ओझ्याची गाडी (२) वारे = हाका, आरोळ्या (३) पईन गायली = पैज जिंकली (४) येळा = दंडातील वाकी- दागिन्याचे नाव.

मालन धिंगाण्याचा पराक्रम सांगते आहे. ओल्या तिळाची रोपे – त्यांचे ओझे गाडीवरून ओढले. जड भारे ओढण्यातील त्याचे शक्तिमान इथे दिसून येते. घाट चढायची बैलांची स्पर्धाही त्याने जिंकली आहे. इथे ती एक उदाहरणच देते.

गावातील कुणाचा गाडा वाळूत रुतला. वाळूत रुतलेले ओझे बाहेर काढणे फार कठीण असते. लोक आरोळ्या घालू लागले. त्या गाड्याच्या बैलावर ओरडू लागले. मालन म्हणते, 'आरोळ्यांनी काय होतं? माझ्या धिंगाण्याला बोलवा. त्याला जोत्याला जोडा आणि दोरी सैल धरा. गाडा वर घेऊनच तो पुढे होईल.' तसे झालेही. असा हा गावाकडून वाहवा मिळवणारा धिंगाण्या स्वभावाने मात्र फार मायाळू आहे. धनिणीवर त्याचे फार प्रेम आहे. एवढा मोठा तो बैल मालनीच्या मागे मागे असतो. अंगणात ती झाडत असताना बैठक मारतो. तिला या त्याच्या लाडाने तो फार आवडतो. दंडातील येळा विकून वा त्यांच्या माळा धिंगाण्याला घालण्याचा तिचा विचार आहे.

अशी ही बैलांची, गुरांची दावण तिचे मालनीने केलेले गुणवर्णन. साधे आणि परिणामकारक. ही श्रीमंती अशी नेहमी साधीच असते. तशी ही गाथा.

## गाथाबंध ११ : म्हशी आलनी मालनी

शेताचा जसा पसारा वाढत जाईल, तशी अवजारेपण वाढतात. पण शेतीचा भार सर्वाधिक असा ज्यांच्यावर पडतो, त्या बैलजोड्याही वाढतात. कधी हे बैल विकत आणले जातात, तर कधी घरच्या गाईंनी दिलेल्या पाड्यांनी आणि खोंडांनी ही गरज भागवलेली असते. गाई तर असतातच. या घरच्या मालनींनी माहेरून येताना आंदण म्हणून आणलेल्या असतात. अशी जनावरे घरात असली, की त्यांत एखादी म्हैस असतेच. बहुतेक शेतकरी तालीमबाज, कुस्तीगार नसले, तरी वयाच्या सातव्या- आठव्या वर्षापासून खेड्यातील तालमीच्या लाल मातीत लोळलेले असतात. वीस वर्षांचा मुलगा दंडभुजा, मान यांतील शक्तिसौष्ठवाने युक्त असा असतो. धान्याचे भरलेले पोते तो सहज सहज पाठीवर उचलून घेतो. शेतातील कष्टही असेच पेलतो. कारण तालमीत जायला लागल्यापासून त्याला म्हशीच्या दुधाची फेसानं भरलेली धारोष्ण कासंडी तोंडायला लावायला रोज दोनदा मिळते. या दुधाचा केलेला खवा खुराक म्हणून मिळतो. म्हणून घरात म्हैस लागतेच. शिवाय म्हशीला रेडी झाली, की ती पुन्हा दूध देणारी होते. घरात दूध, लोणी, दही, ताक तूप यांचा सुकाळ होतो.

गोठ्यात म्हशींची संख्या वाढणे किंवा मुद्दाम वाढवणे हा देखील एक धनलाभच असतो. म्हशीचे दुभते नगद्याच्या पिकासारखे असते. शेजारील गावांत दूध, दही, ताक, लोणी यांची विक्री होते... पैसा मिळतो. हाच व्यवसाय स्वीकारणारा शेतकरी मग शेतीकडे फारसे लक्ष देत नाही. पीक काढले, तरी गुरांसाठी म्हणून

अधिक काढतो. दूधदुभत्याची व्यवस्था व त्याचा व्यवहार ही गवळणमालन पाहते. कित्येक मालनी बाजाराच्या दिवशी लोणी घेऊन जातात. येताना कशामधे पैसे जमलेले असतात. असाच गवळ्याचा व्यवसाय करणाऱ्या मालनीच्या आणि तिच्या म्हशीवरच्या या गाथा आहेत. गवळ्यांच्या घरची एक दिवसाची ही कार्यक्रमपत्रिकाच म्हटली, तरी चालेल. एक गोड अशी चित्रमाला. दूध, दही, लोण्यानं भरलेल्या माथनी कशा, अशा या गाथा आहेत.

पुढील गाथा मालनीने आपल्या गोठ्यातील गाई–म्हशींच्या आणि त्यांची देखभाल करणाऱ्या आपल्या कंथाच्या कौतुकाची आहे.

### गाथा (४४)

*गाईंच्या गोठनी, गऽ म्हशींची झाली दाटीऽऽ*
*गवळी कंथ माझाऽ यशवंत तेची काठीऽऽ*

*सकाळच्या पारीऽ गाई-म्हशींची लांबईडऽऽ*
*माझ्या गवळ्या भरतारालाऽ याया झाली, ग सांजईडऽऽ*

*सवंसांजा झाल्याऽ गुरढोरांच्या धुम्मायीळ्याऽऽ*
*माझ्या, गऽ, राखन्याच्याऽ वेशीपासून आरोयीळ्याऽऽ*

*गाईंनी भरला गोठाऽ म्हशींनी भरला वाडाऽऽ*
*आला गवळी भरतारऽ तेला, बायांनू, वाट सोडाऽऽ*

*सवसांजा झाल्याऽ दिवा वसरीबाईलाऽऽ*
*जाऊ मालनी, गऽ, तूझाऽ कंथं धारंलाऽ बसयीलाऽऽ*

*गाई हंबरतीऽ वासरंऽ साद देतीऽऽ*
*गवळी माझा देरऽ धारा काढीतो लक्षपतीऽऽ*

(१) सांजईड = संध्याकाळ (२) सवंसांजा = कातरवेळा (३) धुम्माईळ = आवाज-आरोळ्यांच्या धावपळीचा गोंधळ.

गुरांच्या देखभालीत गुरे चरायला नेण्याचे काम या मालनीच्या नवऱ्याचे आहे. त्याला ती कौतुकाने 'राखन्या' म्हणते. गुराख्याला गाई वळविण्यासाठी काठी हातात सतत लागते. आपल्या नवऱ्याने गुराख्याचे काम घेतले आणि गुरे वाढलीच

वाढली. म्हणून त्याची काठी यश देणारी आहे, असे तिला वाटते.

या गाथेत फक्त तीन प्रसंग चितारले आहेत. सकाळी गवळी जेव्हा रानात चरायला गुरे नेतो, तेव्हा गुरांची रांगच्या रांग दिसते. दृष्ट होईल, असे तिला वाटत असे.

ज्यांच्या घरात गुरेढोरे खूप आहेत, त्यांच्या घरची संध्याकाळ फार गडबड-गोंधळाची... या मालनीची गुरे घरी येत आहेत, हे तिला वेशीत येताच कळते... गुरांना नीट आणण्यासाठी गुराख्याच्या आरोळ्या सुरू होतात. आल्यावरदेखील गाई गोठ्यात जाणार आणि म्हशी आपल्या वाड्यात जाणार. दोघीही वासरांसाठी आसुसलेल्या... मालन सांगते... 'ओसरीवर दिवा ठेवा. या गाई–म्हशी माझ्या कंथाला वाटसुद्धा देत नाहीत.'

शेवटच्या ओवीत सर्व गुरे आपापल्या दावणीला लागली आहेत. गोठ्याबाहेर जोत्याच्या जोरकड्यांना धारेच्या म्हशी–गाई बांधल्या आहेत आणि तिचा मोठा दीर धारा काढतो आहे. इथेच हे चित्र संपते, दीर लखपती आहे. हेही ती तेवढ्यात सांगून टाकते. अशी ही गवळ्याघरच्या गुरांची धुम्माळ !

पुढील गाथा म्हशींना चरायला नेण्याच्या प्रसंगावरची आहे. या मालनीच्या दोनच म्हशी आहेत आणि त्यांना चारायला तिचा लहान मुलगा घेऊन जातो आहे. गुराख्याला गुरांकडे फार लक्ष ठेवावे लागते. गुरांमागून धावावे लागते... ते देखील एक अतिशय कौशल्याचे काम आहे. मालनीचा मुलगा हे काम कसे करतो... त्याचे हे कौतुक आहे.

### गाथा (४५)

*गवळ्याच्या म्हशीऽ बाई, आलनी मालनीऽऽ*
*म्हशी मागून चालं धनीऽऽ*

*म्हशीमागून, गऽ, जातोऽ ताना गवळी बाळंदीऽऽ*
*पावा वाजवी पानंदीऽऽ*

*गवळ्याच्या म्हशीऽऽ गवळ्याच्या मागंऽऽ*
*गवळी माझा रानंऽ बघंऽऽ*

*गवळ्याच्या म्हशीऽ उबा बांध चरत्यातऽऽ*
*म्हलपं देत चालत्यातऽऽ*

*राखना कोठंऽ गेलाऽ म्हशी ढानक्या गेल्या पीकाऽऽ*
*गवळी नेनंताऽ मारू नकाऽऽ*

*गवळी माझा तानाऽ म्हशी पांगल्या गोळा करीऽऽ*
*काठी धोतार माळावरीऽऽ*

*खांद्यावर शेलाऽ म्हशी घालवीत गेलाऽऽ*
*गवळी माझा द्रिष्टावलाऽऽ*

(१) आलनी मालनी = लाडक्या देखण्या. (२) म्हलपं देत = एकदा या बाजूला, एकदा त्या बाजूला असे डुलत, (३) ढानक्या = धिप्पाड आणि दांडग्या. (४) बाळंदी = म्हशी राखणारा.

मला वाटते, मालन आपल्या मुलाला गुराखी म्हणून तयार करीत आहे. आपल्या पुढे रानात त्यालाही म्हशी–दोनचार– देऊन पाठवीत आहे. थाटात निघाला आहे. पांघरायला शेला आहे. हातात काठी असणारच. निघतानाची ओवी चित्रवाण आहे. तिच्या मनासमोर आपल्या बाळंदीचे चित्र उभे आहे. म्हशी पुढे जात आहेत, मागून गवळी जातो आहे. शिवार लागले, की पावा वाजवतो आहे. किती गोड दिसतो तिला आपला बाळंदी.

पण समोर बघते, तो निराळेच दृश्य तिला दिसते. म्हशी वाटेवरून बांधावर आणि बांधावरून दुसऱ्याच्या शेतात घुसल्या देखील. त्यांचे वर्णन 'म्हलपं देत' आणि 'ढानक्या' या दोन शब्दांनी एक नाट्यच उभे झाले आहे. गुराखी शिवारातील मजा बघत पुढे गेला आहे! धावत जाऊन आई शेताच्या मालकाच्या हातून त्याला सोडवते. म्हशीही मार खाल्ल्यामुळे मळाभर झाल्या आहेत. त्यांना गोळा करण्यासाठी धावाधावी करताना बाळंदीची काठी– धोतर माळावरच पडले आहे. मालनीला वाटते, माझा बाळंदी शेला पांघरून निघाला आणि द्रिष्टावला. धोतर नेसलेले नव्हे. उन्हासाठी घेतलेले. पण मालनीच्या कौतुकाला तो शेला वाटला. हे चित्रच सुरेख आहे. लहान मुलांना अतिशय आवडेल, अशी ही गाथा. गवळण मालनीच्या जीवनफलकावरील एक अत्यंत सुंदर, निर्व्याज असे चित्र.

पुढील गाथेत धारा काढण्याचा प्रसंग आहे. गाईंच्या आणि म्हशींच्या धारा एकाच वेळी काढतात. सकाळी रानात नेण्यापूर्वी आणि संध्याकाळी रानातून घरी आल्यावर. ती सुद्धा एक गडबड असते... गाई-म्हशींना खाणे देणे, वासरे आवरणे, सोडणे हे काम एकाचे आणि धारा काढण्याचे दुसऱ्याचे असते. ही 'धारा'

वेळ मालनीने अगदी छान साधली आहे.

### गाथा (४६)

*उगवलाऽ नारायेनऽ गाईच्या वाड्यावरीऽऽ*
*गवळी माझा धार काढीऽ*

*गाईच्या काढी धाराऽ म्हशीबाईंना पान्हा दाटंऽऽ*
*माझ्या गवळ्याची कवळी बोटंऽऽ*

*गवळ्याच्या म्हशीऽ खात्यात्या वाटयीनाऽऽ*
*धार रेटता रेटयीनाऽऽ*

*उन्नाळ्या पावसाळ्याऽ याच्या म्हशीखाली रेंदाऽऽ*
*याला दंडतोऽ गवळी धंदाऽऽ*

*सोन्याच्या म्होरक्याऽ म्हशीबाई मालनीलाऽऽ*
*गवळ्या, गऽ, दावनीलाऽऽ*

(१) रेंदा = शेण, मूत, गवत यांची घाण (२) म्होरक्या = म्हशीच्या नाकावरून फेरा घालून मानेवर बांधलेली दोरी— शोभेसाठी.

मालनीचा मुलगा धार काढण्याचे काम करतो आहे; आणि तीही तिथेच गोठा साफ करण्यात गुतली आहे. धारा काढताना गाई–म्हशींना गोठ्यातील गर्दीत ठेवत नाहीत. वासरू आणि गाय बाहेर बांधून धारा काढतात. मालन आत शेणगोठा करते आहे. सकाळचे ते एक महत्त्वाचे काम असते.

धारा काढणे हेही शक्तीचेच काम. धार काढणाराची बोटे किती कोवळी आहेत, असे तिला वाटते. म्हशींना वाटाणा भरडून, शिजवून खुराक असल्याने त्यांचा पान्हा दाटतो. दूध खूप भरून येते आणि धारवाल्याला धार जड जाते. गाय स्वच्छ असते. म्हशी नेहमीच अस्वच्छ असतात. त्यांच्या पायांखालची घाण तर मालनीला रोजच काढावी लागते. तो जरा कौतुकाचा, पण नाराजीचा सूर पुढच्या ओवीत आहे; पण लगेच त्याचे कौतुकही आहे.

तो श्रीमंत गवळी असल्याने त्याने म्हशीला पिवळ्या रेशमी लडींच्या वळून म्होरक्या केल्या असतील किंवा बारीक पितळी साखळ्यांच्या तयार केल्या असतील. त्या म्होरक्या दावणीतील म्हशींना बांधल्या आहेत... इतके त्यांचे कौतुक आहे.

पुढील गाथेत मालनीच्या गवळी भावाचा दिनक्रमच दिला आहे. सकाळपासून संध्याकाळपर्यंत तो कसा गुरांत रमला आहे, याचे या गाथेत वर्णन आहे. माहेरच्या आठवणींनी हे चित्र डोळ्यांसमोर उभे राहिले आहे.

### गाथा (४७)

*सकाळी उठूयीनऽ बंधू गोठ्याकडं जातीऽऽ*
*पाहून धनीयालाऽ गायी दावनी हंबरतीऽऽ*

*गुरांचा, गऽ गोठाऽ बंधू झाडीतो सक्काळीऽऽ*
*बंधूजी, गऽ माझाऽ धारा काढीतो गवळीऽऽ*

*गाई – म्हशींना, गऽ बंधू धूयीतो चातूरऽऽ*
*हाती चांदीची कासंडीऽ कासंऽ रेसमी धोतूरऽऽ*

*गाई – म्हशी मागंऽ कासबीऱ्याला नंदीऽऽ*
*सावळा बंधू माझाऽ पावा वाजवीतो छंदीऽऽ*

*गुरांच्या मागं जातोऽ गाई गूरांची लांबऽन*
*येतेल्या बंधूरायाऽ दिस जातो मावळूनऽऽ*

*सवऽसांजा झाल्याऽ दारी घंगाळं वाजयीतीऽऽ*
*बंधू, गऽ माझा ऊभाऽ बैलं शीळंऽनं दाना खातीऽऽ*

*उसाची वईरनऽ माझ्या बंधूच्या गाईलाऽऽ*
*दूधाचा अभीशेकऽ पुसा लक्षीमी बाईऽलाऽऽ*

या मालनीच्या भावाला गुरांचा जिव्हाळा आहे. जे सर्व त्यांच्यासाठी करतो, ते मायेने करतो. म्हणून दारात धनी दिसला, की गाई हंबरू लागतात. शेणगोठा, धारा काढणे ही कामे झाल्यावर बंधू त्या गाई-म्हशींना आंघोळ घालण्याचा सोहळा मांडतो. अंगावर रेशमी धोतर आहे, तरी तो ते काम करतो. हौस एवढी, की त्यांच्या अंगावर पाणी ओतायला तो चांदीची कासंडी वापरतो. रानात नेताना गाई-म्हशींमागून हा बैलांना कासरे लावून नेतो... रानात त्यांच्यासाठी पावा वाजवतो. संध्याकाळी घरी आल्यावर सर्वांना दाणा देणे हे त्याचे काम मालनीने सुंदर मांडले आहे. गोठ्यात प्रत्येकाच्या पुढे घंगाळी खणखणाताहेत, गुरे खातात, तेव्हा त्यांचा आवाज होतो. आणि त्या तालावर जणू काय हा गवळी शीळ वाजवतो. जनावरांना

पाणी देताना देखील ती पीत असताना शेतकरी मोठ्या प्रेमाने शीळ घालतो... जनावरांना हे असले जिव्हाळे फार आवडतात; ती सुखी होतात; हा बंधू मळेकरी आहे. मोठ्या प्रेमाने तो गाईंना उसाचा पाला वैरण म्हणून घालतो. त्यांचे दूध वाढते... त्याला मालन अभिषेक म्हणते... धारावर धारा दुधाच्या... 'लक्ष्मीदेवीला विचारा' असेही म्हणते.

मला ही गाथा फार आवडली. साधी, सोपी, सरळ आणि धनी व गुरे यांचा जिव्हाळ्याचा भावबंध नाजूकपणे व्यक्त करणारी.

पुढील गाथा गवळ्याचे भाव व्यक्त करीत नसून, गवळणीचे करीत आहे. जनावरांच्या देखभालीत तिचा कष्टाचा वाटा असतोच. पण हे मालनीच तिचे असे मोठ्या जबाबदारीचे काम आहे. धारा काढून झाल्या, की घरात सर्वांना दूध देणे, उरलेले तापवणे, यांसाठी शेगडी असते, ती जमिनीतच खणून कलेली असते. त्यात निखारे झगरे घातले, की उष्णता फार झोंबत नाही. मंद आचेवर दूध तापते. मग पुन्हा त्यांची विरजणे, सायीचे विरजण घालणे आणि भल्या पहाटे सायीची विरजणे डेऱ्यात घेऊन, घुसळखांबाच्या दोरीला रवी अडकवून दोन दोरे दोन्ही हातांत धरून रवी घुसळणे.... हे काम उभ्याने चालते किंवा लाकडी स्टुलावर ठोकळ्यावर बसून करतात. घुसळखांबाला वास्तूमध्ये फार महत्त्व आहे. त्याची पूजा करतात. तो सूर्यरूप आहे, असे समजतात. या कामाचे मालनीने इथे गाथेतून सुंदर वर्णन केले आहे.

### गाथा (४८)

*गाईला झाली खोंडंऽ — म्हशीला झाल्या रेड्याऽऽ*
*माझ्या वाड्याच्या, गऽ — लावू जोत्याला भोरकड्याऽऽ*

*फाटंच्या पारामंदीऽ — हात भरला लोनीयानंऽऽ*
*आनंद दील्या गाईऽ — पिता माझ्या सम्रतानंऽऽ*
*सून मालन मैनाबाईऽ — माझी गवळन मथूरीचीऽऽ*
*घुसळन घूसळीतीऽ — रवी बारडी घुंगूराचीऽऽ*

*घुसळण घूसळीतीऽ — पाच फेराला आलं लोनीऽऽ*
*माझ्या, गऽ मैनाईच्याऽ — दंडभूजा झोक्यावानीऽऽ*

*फाटंऽच्या पारामंदीऽ — रवी बारडीलाऽ आलं गोंडंऽऽ*
*गवळन मालनीलाऽ — गवळ्याचं राज दंडऽऽ*

*फाटंच्या परामंदीऽ भरला रांजन मारी लाटाऽऽ*
*माझ्या, गऽ, गवळ्यालाऽ गावात मानऽ मोठाऽऽ*

(१) रवीबारडी = घुसळखांबाला बांधलेली रवी आणि तिचे दोर (२) भोरकड्या = जोत्याला लावलेल्या फिरणाऱ्या कड्या, वासरांना बांधण्यासाठी (३) गोंडं = घुसळताना रवीवर व दोरीवर उडलेले लोण्याचे बुंद.

एखाद्या-वर्षी गाई-म्हशींचं वेत मनासारखं होत जातं. गवळ्याला पाड्या-रेड्याच हव्या असतात. त्या गाई-म्हशींनी दिल्या आहेत. आता धारा काढायला जोत्यापुढे गायवासरू उभे करायचे, म्हणजे भोरकड्या लावायला हव्यात. त्याचा मालनीला आनंद होतो आहे. वेळोवेळी माहेरून येताना किंवा काही निमित्ताने पित्याने दिलेले गाईंचे आंदण तिला आठवते, त्या गाईंच्या दुभत्याने म्हशीही घेता आल्या– त्याही वाढल्या. त्या बरकतीबद्दल ती पित्याची आठवण नेहमीच काढते. रोज पहाटे तिचा हात लोण्यानं भरतो, तेव्हा तिला वडिलांची आठवण येते.

ताकाचे डेरे वाढले, तशी सूनबाई तिच्या मदतीला वाजत-गाजत आल्या. त्यांना ते काम नेमून दिले. ही सासू मालन मायाळू आहे. त्या स्निग्ध लोण्यासारखी. सून फार चांगली आहे. काम व्यवस्थित करते... पाच फेऱ्यांत लोणी उमटायला लागते. जशी ती मथुरेची गवळणच आहे, असे तिला वाटते. सुनेच्या घुसळण्याचे ती 'दंड भुजाचे झाले झोके' असे रेखीव वर्णन करते. घुसळणारी सून- घुसळण्याबरोबर नादणारे घुंगूर, आणि रवीवर दोरावर उभे राहिलेले लोण्याचे बुंद हे सारे काही दोन ओव्यांत चित्रबद्ध केले आहे. मी चितारलेल्या गौळणी पाहिल्या आहेत. पण त्यांत घुसळण्याच्या दोरीला घुंगूर आणि रवीदोरीवर लोण्याचे शुभ्र बुंद दिसले नाहीत. ही कल्पना मला फार आवडली. शेवटच्या ओळीत 'मारी लाटा' या शब्दाने घुसळणे डोळ्यांपुढे उभे राहते. या चित्राला आणखी एक वलय आहे एकदम लक्षात न येणारे– ते म्हणजे डेऱ्यात जशा ताकाच्या लाटा पसरत आहेत, तशाच मालनीच्या कंथाच्या चांगुलपणाला, समृद्धीला गावातील लोक नावाजत आहेत. गावात त्या लाटा उमटत आहेत. गवळ्याच्या मानाच्या.

मला ही गाथा फार आवडली. एक कविता म्हणूनही आवडली. फारच सुंदर.

अशी ही शेतकऱ्याची गोठ्यातील धनसंपदा–घरादाराला तुष्टपुष्ट करणारी आणि समृद्धी देणारी ही लक्ष्मीच. मालनींनी आपले धन ओव्यांतून फारच कुशलतेने जपले आहे. असे वाचून झाल्यावर वाटते, एक विचार येतो, या सर्व श्रमांत मालनीची नाराजी कुठे व्यक्त होत नाही. उलट, ती अधिकाधिक तृप्त आणि आनंदी होत जाते.

## गाथाबंध १२ : गाडीच्या गाडीवाना

ज्यांच्याकडे शेतमळ्याचा व्याप आहे, त्या शेतकऱ्यांना बैलगाडी ही जरूरच असते. बी-बियाणे आणणे, शेतातील माल बाजाराला नेणे, खते ओढणे किंवा बाजारातून आणणे यांसाठी घरची गाडी हवी असते. या बैलगाडीचा मालनीला मोठा अभिमान असतो. कारण ते एक समृद्धीचे लक्षण असते. शिवाय मुलींना माहेरी आणणे, सुनांना माहेरी पोचवणे यांसाठी गाडी हवीच हवी. तो एक मोठा मान असतो. व्याह्यांच्याकडे त्याने दबदबा निर्माण होतो. शेतीत पिकून तयार झालेले धान्य घरी आणायला ही गाडीच पुढे होते. तशी जत्रेला जायलाही गाडी चांगली सजवून नेता येते. यल्लम्माला जाताना गाडीच्या सवारीला उसांची कमान लावतात... जेजुरीच्या खंडोबाला, पंढरीला जाण्यासाठी गाडीप्रमाणे बैलही सजवतात... छान कापडाच्या झुली, शिंगांना टोपणे, गळ्यांत मण्यांच्या माळा, असा बैलांचाही थाट असतो. गाडी हाकणारा भाऊ, दीर किंवा नवरा असतो. अशा गाडीतून यात्रा करणे मालनींना मनापासून आवडते.

जेव्हा गाडीला नेहमी जाण्या-येण्याचे काम असते, तेव्हा तिला शेतीचे बैल जोडत नाहीत. गाडीचे बैल वेगळे असावे लागतात. तशी त्यांची तैनातही अधिक ठेवावी लागते. खालील गाथांतून मालनी आपल्या बैलांचे, बैल हाकणाराचे आणि गाडीचे किती कौतुक करतात, याची कल्पना येईल.

खालील गाथेत मालन भावाच्या नव्या गाडीतून इंद्रायणीला म्हणजे आळंदीला निघाली आहे. बैलांची नावे शिल्या आणि फुल्या आहेत. त्यांचे कौतुक गायले आहे.

### गाथा (४९)

*गाडीला शिल्या फूल्याऽ शेंब्या साकळ्या घाला झूलीऽऽ*
*बंधवाची घडी गाडीऽ विंद्रायनीला नीघालीऽऽ*

*गाडीच्या बैलांना, गऽ परकाराच्या सापयीत्याऽऽ*
*लाडकं शील्या फूल्याऽ नवल करीतो जकायीत्याऽऽ*

*गाडीच्या गाडीवानाऽ तुझ्या गाडीला नवा कनाऽऽ*
*जोडलं शिल्याफुल्याऽ बैल हाकार शानऽ पनाऽऽ*

*गाडीच्या गाडीवानाऽ तुझ्या गाडीला खीळा मोळाऽऽ*
*शिल्या फूल्या अगूचरऽ बैलं सांभाळऽ, माझ्या बाळाऽऽ*

*हात मी जोडीतेऽ शेर सातारा सडकऽ, बाईऽऽ*
*गाडीला शील्याफूल्याऽ गाडीवानाला झोप लयीऽऽ*

*नव्या गाडीला बैलजोडीऽ जसं म्हादेवाचं नंदीऽऽ*
*दिठ व्हतीया ऊतारालाऽ लिंबं दीलीती खिशामंदीऽऽ*

(१) घडी = घडवली. (२) परकाराच्या = वेगळ्या तऱ्हेच्या- विणीच्या जाळीच्या रंगाच्या (३) सापत्या = जाळीदार विणलेल्या दोरीच्या पट्ट्या. या बैलगाडीला जोडताना त्यांच्या मानेखालून जोखडाला बांधलेल्या असतात. (४) जकात्या = जकात नाक्यावरील अधिकारी.

आळंदीला जायचे, म्हणून बैलं कशी सजवली आहेत. अगदी जुवाला बांधायच्या पट्ट्यापासून ती शिंगांपासून अंगापर्यंत बैल सजले आहेत. उभी शिंगे असणाऱ्या थोराड बैलांच्या शिंगांना पितळेची लख्ख टोपणे बसविली, की ते डौलदार दिसतात. गळ्यात साखळ्या रुळणारे ते बैल बघून जकातवाला देखील त्यांचे आणि त्यांच्या मालकाचे कौतुक करतो आहे, याचा मालनीला अभिमान वाटतो.

गाडी नवी आहे. कणा नवा बसवलेला आहे. कोरी गाडी असल्याने कुठे खिळे- मोळे वर रहिले असतील : हे सर्व मालन बैलांसाठी सांगते आहे. बैलांना या गाडीची सवय नसणार, ते धसमुसळेपणा करणार– त्यांना खिळा मोळा लागणार, ही तिला काळजी वाटते. भावाला म्हणते... 'जरा हुशारीने गाडी चालव.'

शिवाय रात्रीची वेळ आणि शहर साताऱ्याचा रस्ता- घाटाचा- भावाला तर रात्री झोप आवरत नाही... मालनीने ही काळजी किती थोड्या शब्दांत उभी केली आहे ! या संकटाच्या रस्त्याने गाडी सुखरूप जाऊ दे, म्हणून ती सडकेलाच हात जोडून प्रार्थना करते आहे, 'बाई ग, या बैलांना, गाडीवानाला तूच सांभाळून ने, ग, बाई!' नवी गाडी आणि शंकराच्या नंदीसारखी बैलजोडी दृष्ट होणारच, या खात्रीने तिने उताराला म्हणजे ओवाळून टाकण्यासाठी भावाच्या खिशात लिंबेही आठवणीने घातली आहेत. जिव्हाळ्याने भरलेली एक मनापर्यंत पोचणारी अशी ही गाथा.

पुढील गाथेतील मालनही अशीच भावाच्या गाडीतून प्रवासाला निघाली आहे. इथे गाडी नवी नाही, पण बैल कौतुकाचे आहेत. बैलांच्या जोडीला त्यांतल्या त्यांत गाडीच्या जोडीला शिल्याफुल्या नाव देतात, असे वाटते. जसे मुलाला राघू आणि मुलीला मैना ही नावे असतात; त्याप्रमाणे ही मालन बैलांचे आणि प्रवासात

लागलेल्या ओडावरच्या बैलगाडीचे वर्णन करते आहे.

◗ **गाथा (५०)**

*गाडीच्या बैलांना, गऽ जिरंसाळीची बाई चंदीऽऽ*
*लाडाचं शिल्याफूल्याऽ माझं रतीबाजोगं नंदीऽऽ*

*गाडीच्या गाडीवानाऽ तुझी खोंडं हूलवानऽऽ*
*ताकदीची बईलंऽ भरल्या गाडीला देती मानऽऽ*

*गाडीच्या गाडीवानाऽ गाडी लावली ओडावरऽऽ*
*सांगते, बंधू, तूलाऽ टाक चाबूक बैलावरऽऽ*

*फाटंच्या पारामंदीऽ कोन बाजिंदी गानं गातीऽऽ*
*गाडी बैलांना जड जातीऽऽ*

*गाडीच्या गाडीवानाऽ गाडी लागली चढनीलाऽऽ*
*उदी पटकाऽ भडकलाऽऽ*

(१) हूलवान = तरणी बांड, (२) ओडावर = बरड जमिनीतून जाताना ओढ्याच्या कोरड्या पात्रातून जातानाचा एकदम लागलेला चढ. त्या चढावर. (३) बाजिंदी = नखरेल (४) भडकला = बुजला- बिचकला.

मालनी आपल्या गुराढोरांचे कौतुकाचे वर्णन अगदी पोटच्या मुलाचे करावे, तसे करतात. इथे शिल्याफुल्यांना जिरेसाळीचे खाणे आहे. फार श्रम पडणाऱ्या किंवा दुभत्या जनावरला वैरणीव्यतिरिक्त पौष्टिक खाणे देतात. शेंगदाणेतेल काढल्यावर उरणारी पेंड, भाताच्या जोंधळ्याच्या कण्या शिजवून घालतात. सरकी देतात. अशा खाण्याने गुरामध्ये ताकद वाढते आणि गाई-म्हशींना दूध येते. मालन आपल्या या तरण्याबांड खोंडांना जिरेसाळीच्या कण्या शिजवून घालते आहे. त्यामुळे गाडी आता भरलेली असली, तरी त्यांनी सहज पेलली आहे. आता एकदम दोन अवघड गोष्टी घडल्या आहेत. रस्त्याच्या जवळपासच्या खेड्यातील कुणी बाई गाते आहे, तो आवाज ऐकू येतो आहे आणि त्याच वेळी गाडी ओडावर आली आहे. हा चढ घाटाच्या चढणीप्रमाणे जड पावले टाकीत जायचा नसतो.... एकदम एका वेगात चढायचा असतो. (गाडी गिअरमधे टाकतात, तसेच हे.) त्यासाठी बैलांना जरा चाळवावे लागते. पाठीवर चाबूक मारायचा नसतो. सहज अशी चाबकाची वादी

त्यांच्या पाठीवरून खेळवायची असते. तेवढ्या खुणेने ते एकदम वेग घेतात. इथे काय झाले आहे? गाणे सुरेल असे ऐकून गाडीवानाचे लक्ष ढळले असावे किंवा बैलांना वस्ती आली, असे वाटून त्यांनी नेहमीचा वेग कमी केला असेल. त्याला मालनीने पाय जड म्हटले आहे; आणि यामुळे ओडावर वेग घेताना गाडीवान जरा बिचकला आहे. गाडीवानाचा उल्लेख 'उदी पटका' या शब्दाने केला आहे. त्याने जी हालचाल केली, गाडी वर चढवण्यासाठी त्याने त्याचा पटका उडू लागला, असेही म्हणता येईल. एक लक्षात येते... मालन गाडीत बसली, तरी तिचे लक्ष गप्पा वगैरेंत फारसे अडकत नाही. गाडीवान आणि बैल यांच्याकडेच लागून राहिलेले असते.

पुढील गाथेतील मालन गाडी- बैलाचे, गाडीवानाचे कौतुकच करते आहे; पण हे कौतुक वेगळे आहे. गाथा पूर्ण वाचली, की वाटते. मालनीच्या भावाने गाड्यांच्या शर्यतीत भाग घेतलेला आहे; आणि शर्यत जिंकून गाड्या आता परत येत आहेत. पहिली गाडी भावाचीच आहे. पुष्कळ बायका निकालाच्या उत्सुकतेने गाड्या येताना कळताच वेशीत बघायला जमल्या आहेत. त्यांत ही मालनही आहे.

**गाथा (५१)**

*दूरून वळखीतेऽ तुझ्या गाडीची चक्कईरऽऽ*
*लाडक्या, बंधूराजाऽ बैलं नव्हंती पाखईरंऽऽ*

*दूरून वळखीतेऽ तुझ्या गाडीची धुम्माईळऽऽ*
*लाडक्या, बंधूराजाऽ बैल अवकाळ संभाईळऽऽ*

*गाडीमागंऽ गाडीऽ पैल्या गाडीला हिरवा रंगऽऽ*
*बंधू माझ्याला देखीतानाऽ नारी येशीच्या झाल्या दंगऽऽ*

*बैलामंदी बैलऽ शिल्याफूल्याऽ आगजाचाऽऽ*
*बंधूच्या खांद्यावरऽ सये चाबूक घागऱ्याचाऽऽ*

*गाडीची, गऽ, बैलंऽ मागं वळून बगीत्यातीऽऽ*
*लाडक्या धनीयालाऽ उला ईसावा मागत्यातीऽऽ*

*गाडीच्या बईलांनाऽ शेंब्या साकळ्या झाल्या जडूऽऽ*
*बैलासकटऽ धनीयाचीऽ लाडक्या द्रिष्ट काढूऽऽ*

(१) धुम्माळ = झिम्मट, गांगाट (२) आगजा = बोलबाला असलेला प्रसिद्ध (३) उला = प्रसिद्ध.

शर्यतीवरून परतलेल्या गाडीचे वर्णन मालन करते... गाडी पळत होती, तेव्हाच तिला गाडीची चाके वेगात फिरताना दिसली. हे बैल नव्हेत, ही पाखरं आहेत, ही तिची कल्पना चांगली वाटते. बंधू आणि त्याची गाडी पाहताना बायका दंग झाल्या, असे ती अभिमानाने म्हणते... वेशीपाशी येताना बैल धन्याकडे मान वळवून विसावा मागतात, ही ओवी छान आहे. बैल दमले आहेत. इतके, की त्यांना शेंब्या– साखळ्या जड झाल्या आहेत. त्यांची द्रिष्ट काढायला हवी, म्हणताना ती भावालाही विसरत नाही.

पुढील गाथा एका गाडीवानावर आहे. कोरी गाडी, वाघासारखे बैल आणि गाडीत उसाचा पाला वैरणीसाठी अशा थाटात तो निघाला आहे. त्याची कुणी मालन– कदाचित बहीणच थट्टा करते आहे. तीही गाडीतच आहे. तिनेच थट्टा केली आहे.

**गाथा (५२)**

*गाडीच्या गाडीवानाऽ घडी गाडी सागवानीऽऽ*
*नंदी गाडीला वाघावानीऽऽ*

*गाडीच्या गाडीवानाऽ संगऽ ऊसाची वईरनऽऽ*
*घाटावरला गाडीवानऽ*

*गाडीच्या गाडीवानाऽ तुझ्या गाडीला नवा आकऽऽ*
*हिरव्या शालूनंऽ बैल झाकऽऽ*

*गाडीच्या गाडीवानाऽ तुझ्या गाडीला नव्या धावाऽऽ*
*गाडी निंघाली कोन्या गावाऽ*

*गाडीच्या गाडीवानाऽ वाट निंघाली नागमोडीऽऽ*
*लेक मळ्याची डोळं मोडीऽऽ*

*गाडीच्या गाडीवानाऽ बघ चूकली तूझी वाटऽऽ*
*लेक माळ्याची नटखटऽऽ*

(१) आक = गाडीचा कणा (२) धावा = चाकावर बसवलेली लोखंडाची पट्टी.

ही गाथा एक लहानसे नाट्यचित्रच आहे. हा गाडीवान मळ्याच्या मालकाचा मुलगा आहे. तो नवी गाडी घेऊन निघाला आहे. त्याचा भाऊ वगैरे कुणी गाडीचे वर्णन करते आहे. त्याची बहीणही त्याला कुठे निघालास वगैरे विचारून तो आपल्या बायकोच्या गावाला निघाला आहे, हे चहाटळपणाने ध्वनित करते आहे, इतर गाथांपेक्षा ही जरा वेगळी आहे. संवादाने अधिक रंगत येते.

पुढील गाथा गाडीच्या बैलांच्या खाण्यासंबंधीची आहे. भाऊ आपली गाडी घेऊन बहिणीच्या घरी गेला आहे. तो श्रीमंत आहे. त्याने आपल्या बैलांना खुराक म्हणून हरभऱ्याची डाळ देण्याची रीत पाडली आहे. बहीण त्यांना जे सांगते, ते या गाथेत आहे.

**गाथा (५३)**

*गाडीच्या बईलालाऽ नकु डाळीची सवंऽ लावूऽऽ*
*हावशा बंधूरायाऽ नव्हं आपलं शार गावूऽऽ*

*गाईच्या बईलालाऽ भरडा घे मम्मुक्याचाऽऽ*
*बंधूला म्हनीत्यातीऽ धनी कराड तालूक्याचाऽऽ*

*गाडीच्या बईलालाऽ देते खोबरंऽ कीसूनऽऽ*
*बंधूला कीती सांगूऽ खावा मैतरऽ बसूनऽऽ*

*खोबऱ्याचं त्यालऽ देते गाडीच्या वंगनालाऽऽ*
*हावशा बंधूजीचीऽ शेती शीवंच्या गंगनालाऽऽ*

(१) शार = शहर (२) मम्मुक्याचा = मिश्र डाळीधान्याचा (३) गंगनाला = फार दूर या अर्थी :

ज्या बहिणीकडे तो भाऊ आला आहे, तीही कुळागाराची मालकीण आहे. अशा बागांना बैलांची गरज नसते. तिच्याकडे गाई असतील, त्यांच्यासाठी मिसळ धान्याचा भरडा असेल, ते देते- खेड्यात डाळ कुठे एवढी मिळणार... असे तिला

वाटते. पण तो भाऊ कराड तालुक्यातील मातबर आहे, लक्षात घेऊन ती म्हणते, 'मी बैलासाठी खोबरे किसून देते.' भावाला आश्चर्य वाटले असेल, कारण त्याच्या दृष्टीने खोबरे श्रीमंतीचेच लक्षण... तो कांकूं करतो, तेव्हा म्हणते, खावा मैतर बसून– दोन बैल, तू आणि आणि घरचा मालक सगळे बसून खा... असे तिच्या म्हणण्याचा अर्थ.... जाताना त्याला खोबरेल बरोबर देते... गाडीच्या वंगणाला म्हणून. न त्याच्या गावापासून शेती दूर आहे, हे सांगण्यासाठी ती शीवंच्या गंगनाला – म्हणजे ते फार सुंदर आहे.

या गाथा वाचून एक मला वाटते... ही मालन नेहमी भावाच्या गाडीचे कौतुक करते... पंढरीला तर भावाच्या गाडीतूनच जाते... आपला गोठा भरलेला आहे वगैरे वर्णने आहेत, गुरांचे - त्यांच्या धन्याचे, म्हणजे आपल्या नवऱ्याचे, मुलाचे कौतुक आहे. पण गाडी आणि घोडी यांच्या वर्णनात भावाला मान आहे. याची मला गंमत वाटते.

## गाथाबंध १३ : चाल चाल, शिंगीबाई

मालनींच्या पशुधन-संपत्तीत घोड्याचाही समावेश आहे. इतर पशुधन-संपत्तीला जर पैठणीची उपमा दिली; घोडा हा त्या पैठणीचा पदर मानावा लागेल, गोठ्यात एक जरी ठाणबंदी घोडे असले, तरी ते घराला एक वेगळीच झळाळी देते. ज्यांचा शेतीचा खटला मोठा असतो, जे सरकारी अधिकारी वा सरदारी रांगेतील असतात, ज्यांच्याकडे बाहेरगावी जाणे-येणे वारंवार असते, त्यांच्याकडे घोडे असतेच. घोडा हे एक मानाचे चिन्ह आहे. कचेरीपुढे मान्यवर अधिकाऱ्याच्या भेटीला, वकिलाच्या वाड्यापुढे किंवा सोयऱ्या- व्याह्याकडे घोडा घेऊन जाणे, तो तिथल्या अंगणात बांधणे ही एक शान असते.

घोडा हा मालनीच्या फार जिव्हाळ्याचा असतो. मालन लेकुरवाळी होईपर्यंत घोड्यावरून सासर-माहेर करीत असते. भाऊ मुराळी म्हणून जायचा, तो घोड्यावरूनच जायचा. त्यामुळे माहेरवाशिणीची घोडी फार लाडकी असते. घरी तिच्या खाण्यापिण्यात, तोबऱ्यात ती जातीने लक्ष घालते. तिच्यावर माया करते. भावाबरोबर घोडी येणार, हे समजताच त्या घोडीसाठी जागेपासून खाण्यापिण्यापर्यंत एखाद्या मानकरणीसारखी तिची बडदास्त असे. अशी ही माया लावलेली घोडी मालनीच्या सासरच्या दारी पोचली, की 'मी आले, ग' अशी खिंकाळते. पुष्कळदा लग्नात जावई तर घोडे आंदण म्हणून रुसतो. तर मुलगी माहेरी यायला-जायला मला घोडे द्या, म्हणून हट्ट

धरते. अशी ही घोडी मालनीच्या भावविश्वात जिव्हाळ्याने सामावली आहे.

पुढील गाथेत ज्याचे शेत घरापासून दूर आहे, त्या मालकाने जाण्या-येण्यासाठी घोडी बाळगलेली असते. त्या भावाच्या बहिणीने घोडीचे हे कौतुक केले आहे. तीही शेतावर निघाली आहे. बरोबर लहानगा भाऊ आहे. तो घोड्यावर बसायला शिकतो आहे. त्याला घोड्यावर बसून नेण्यात आत्या गुंतली आहे. घोडीशी मोठ्या मायेने बोलते आहे.

**गाथा (५४)**

*चाल चाल, शिंगीबाईऽ तुझी चालऽ मला पहानंऽऽ*
*तूझ्या, गऽ, सनारीलाऽ बंधू नेनंता सजऽनऽऽ*

*चाल चाल, शिंगीबाईऽ चाल तूझी पाखराचीऽऽ*
*नगऽ वाकडी करू मानऽ वर सवारीऽ नेनंत्याचीऽऽ*

*चाल चाल, शिंगीबाईऽ नगं जाऊऽ तंगतोडीऽऽ*
*बंधूराया माझाऽ सरजा बांध फोडीऽऽ*

*उन्हाळ्याचं ऊनऽ शिंगी सगूना तापलीऽऽ*
*ऊतरऽ खाली बंधूऽ आन घालीती मपलीऽऽ*

*चाल चालऽ, शिंगी बाईऽ तापलं, गऽ, तूझं खूरऽऽ*

*माझ्या ताईता बंधवाचंऽ ववंड्याचं शेत दूरऽऽ*

*चाल तू, शिंगीबाईऽ काळी माती, गऽ, टापांऽचीऽऽ*
*शेताला तूझं येनंऽ वर सवारी नेनंत्याचीऽऽ*

(१) ववंडा = ज्याची दुसरी खेड्यातही शेती आहे, तो. (२) पाखराची चाल = पाखरू तुर तुर चालते, तशी चाल. (३) मपली = माझी (४) तंगतोडी = तंग = खोगीर. त्याला आवळणाऱ्या पट्ट्यांना तोडून टाकणारी जोरात चाल. (५) बांध फोडी = शेतात उन्हाळ्याची कामे सुरू आहेत. त्यांतील एक काम- कुदळीने बांध फोडून नीटनेटके करणे.

मालकाशिवाय दुसऱ्या कुणाला पाठीवर बसवून घेणे घोडीला मानवत नाही.

लहान भाऊ बसायला बघतो. ती वाकडी मान उंचावून मागे वळून बघते. ती शिंगीची किती मायेने समजूत घालते, ते बघण्यासारखे आहे. तिच्या चालींचे कौतुक करते. तिला, वेग वाढवू नको, म्हणते. पण ती लगाम खेचत नाही. तिला म्हणते, 'तुला घाई नको. तो बांधफोडीच्या कामात आहे. त्याला परतायची घाई नाही.' घोडीला तिचे बोलणे समजतेही. शिंगी उन्हाच्या कहाराने तापली आहे. भावाला ती विनवून सांगते, 'खाली उतर.' पण तो बसण्यात नादावला आहे. तापलेल्या घोडीला त्रास होईल, इकडे तिचे लक्ष आहे. काळी पांढरी माती उन्हाने फार तापते... शिंगी इतकी लाडकी, की रस्ता संपून शेतातून चालताना तिचे खूरही तापले आहेत, त्याने ती कासावीस होते. अशा त्रासात नेणत्या बंधूची सवारी घेऊन तू निघालीस, म्हणून तिचे कौतुक करते. या मालनी जनावराशी बोलतात. त्यांना ते बोलणे समजते. असे तिच्याशी बोलत असताना ती घोडीवरून मायेने हातही फिरवीत असणार. शिंगी आणि मालन यांच्या जिव्हाळ्याची ही गाथा. बोलण्यांनी आणि साधेपणाने तिला गोडवा प्राप्त झाला आहे.

पुढील गाथेत एक मालन आपल्याला माहेरी नेण्यासाठी येणाऱ्या भावाची वाट पाहत आहे. तो घोडीवरून येणार आहे. ती त्याची वाट पाहत आगाशीवर उभी असणार. ज्या दिशेने तो येणार, त्या दिशेचा भव्य फलक... त्यावर चितारल्यासारखे हे गाथादृश्य आहे.

**गाथा (५५)**

*दिवस मावळलाऽ माळाच्या पोटी ऊनऽऽ*
*ढवळी घोडीऽ पिवळा जीनऽ वर बंधू, ग, सजनऽऽ*

*हे गऽ, बहीनीचा भाऊऽ येतूया घाई घाईऽऽ*
*शिंगीचं पाऊल, गऽ कोठं पडतंऽ कोठं न्हायीऽऽ*

*दिवस मावळलाऽ माळाच्या माळ पोटीऽऽ*
*एवढ्या घाई घाईऽ भाऊ येतो भैनीसाठीऽऽ*

*चाल चाल, शिंगीबाईऽ कर रातरचा ईळऽऽ*
*आला शिमगा जवळऽ मला जलदी आलं मूळऽऽ*

*चाल चाल, शिंगीबाईऽ हसत हींसतऽऽ*
*भाऊ या भाचेयानंऽ भरलं माह्यार दीसत.*

(१) माळाच्या पोटी ऊन = उन्हाची संध्याकाळची पिवळी किरणे माळावरील गवतात (पोटी) रेंगाळली आहेत. (२) हींसत = खिंकाळत.

मालनीला आपला भाऊ घोड्यावरून दौडत येताना दिसतो. संध्याकाळचे पिवळे- पांढरे ऊन पिवळ्या गवती माळावर पसरले आहे. त्याच चाफेरंगाची घोडी आहे. पांढरी घोडी आणि पिवळे जीन. या चाफेरंगाच्या झळाळीतून घोडेस्वार येतो आहे. तो घाईघाईने दौडत दाराशी आला; आणि तेव्हाच माळावरचे ऊन मावळून अंधार झाला. बाहेर अंधार झाला; पण मालनीच्या दाराशी चंद्र उगवला... असे हे अवगुंठन घेतलेले वर्णन आहे. चंद्र ही प्रतिमा स्पष्ट न करताही सुचवली आहे. हे फार सुंदर वाटते.

घोडीचे, पाहुण्याचे स्वागत करताना मालनीचे मन एकीकडे आतल्या आत अगदी उतावळे झाले आहे... आत्ताच माहेरी निघू, निघू, असे तिला वाटते आहे. पुढील दोन ओव्यांत तिने हे सांगितले आहे. शिमगा जवळ आला. मुराळ्याला जायची जलदी आहे. शिंगी बाई... आताच परतू या. रात्रीचा दिवस करून तू चल. अगदी हसत मजेत खिंकाळत दौड कर. मला ते भरलेले घर– डोळ्यांसमोर दिसते आहे. कधी जाईन तिथे, असे झाले आहे. भाऊ जितक्या घाईने दौडत आला, तितक्याच घाईने मालनीचे मन शिंगीला म्हणते... चाल चाल, शिंगीबाई !

पुढील गाथेत एक मालन आपल्या भावाची वाट बघते आहे. लांबून तिला शिंगीचे कान दिसतात आणि भाऊ येतो आहे, ही बातमी घरभर गाजते. शिंगीचा पाहुणचार आधी तयार होऊन राहतो. तिच्यासाठी गोठ्यात जागा केली जाते. तिच्या खोगिरासाठी खुंट्या मोकळ्या होतात. तिला आवडतात, म्हणून हरभरे घंगाळात भिजत घातले जातात आणि घोडी दाराशी येताच तिच्या तंग तोबऱ्याला लावलेल्या मोत्यांचे कौतुक होते. आणि मग 'वरच्या हिऱ्याचे मोल काय?' असे भावाचे स्वागत कौतुकाने होते. भावापेक्षाही शिंगी मालनीला अधिक मोलाची वाटते... कारण तीच तिला न्यायला आली आहे ना.

### गाथा (५६)

*दूरून दीसतेतऽ शिंगी मालनीचं कानऽ*
*राजस भाऊ माझाऽ वर केवड्याचे पानऽऽ*

| | |
|---|---|
| *बंधूची पावयीनाऽ* | *येत्याला गाजईतऽऽ* |
| *शिंगीचं घास दानंऽ* | *माझ्या घंगाळी भीजत्यातऽऽ* |
| *नव्या, गऽ, तेजीनीच्याऽ* | *तंग तोबऱ्याला मोतीऽऽ* |
| *सांग सांग, बाईऽ* | *वरल्या हीऱ्याचं मोल कितीऽऽ* |
| *शिंगी खंकाळलीऽ* | *तिला हरबऱ्याची चंदीऽऽ* |
| *बंधूजीची, बाईऽ* | *शिंगी लाडकी ठाणबंदीऽऽ* |
| *मूराळ्या मूळ जाशीऽ* | *तेजीनी न्यावी नवीऽऽ* |
| *बया बोलंऽ नेनंतीचीऽ* | *ईळंला भेट व्हावीऽऽ* |
| *आला बंधू पावईनाऽ* | *माझ्या जीवाला धगाधगाऽऽ* |
| *नवी तेजीनी शिंगीबाईऽ* | *अवकाळऽ नवा जागाऽऽ* |

(१) तंगतोबरा = तोबरा, खोगीर, पट्टे हे सर्व सामान (२) ईळंला = दिवसाउजेडी. (३) धगाधगा = धाकधूक, भीती (४) अवकाळ = दांडगी, न आवरता येणारी.

शिंगीचा पाहुणचार झाल्यावर भावाने बोलता-बोलता बहिणीला सांगितले, 'बयाने मुद्दाम नवी घोडी घेऊन जायला सांगितले. ती नव्या दमाची दौडीला चांगली. बहीण दिवसा उजेडी भेटेल.' हे पण मालनीने ओवीत गायले आहे. त्याला कारण आहे. आपल्या गोठ्यात बांधले आहे. पण 'नवा जागा' म्हणून बुजेल का? गोंधळ माजवील का, या विचाराने तिला झोपही नाही. इथे 'जीव झाला धगाधगा' या शब्दांनी तिची भीती मूर्तिमंत अशी उभी केली आहे.

अशी ही शिंगीबाईची आणि तिच्या कौतुकाची मालनीने गायिलेली गाथा.

ही पुढील गाथा जरा वेगळी आहे, इथे भाऊ घोडीवरून आला आहे. पण मूळ वगैरेसाठी आलेला नाही. भेटायलाही आलेला नाही. अवचित आला आहे आणि भररात्री आला आहे.

### गाथा (५७)

| | |
|---|---|
| *घोडी खिंकाळलीऽ* | *माझा जीव कीती भेलाऽऽ* |
| *ताईता बंधूरायाऽ* | *सखा केवढ्या राती आलाऽऽ* |

*वाड्याच्या गोठनीलाऽ बांधीली मी नीळी घोडीऽऽ*
*ताईता बंधूजीचीऽ वर बनात शालजोडीऽऽ*

*चाल तूझी, शिंगीबाईऽ तुझी पोहनीची चालऽऽ*
*साजन, शींगीबाईऽ तुझा घाम का, गऽ, गळंऽऽ*

*सबर शिंगी बंधूऽ पानी पेईना शेंदनीचंऽऽ*
*कऱ्हा नीरा नयातूनऽ नितं जानं बंधूजीचंऽऽ*

*सबर शिंगी बंधूऽ थेंब नाही पानी पेलीऽऽ*
*वाट घातनीची बंधूऽ घात घालूनीई गेलीऽऽ*

(१) निळी = पांढरी (२) पोहनीची चाल = उसळत पाय टाकीत चालण्याची चाल. (३) शेंदनीचं = शेंदून काढलेले, विहिरीचे. (४) घातनीची वाट = सर्वनाश करण्याची वाट (५) घात घालणे = भावार्थ : गतप्राण झाली.

तो अरात्री अवचित का आला, याची कारणे प्रत्येक ओवीत मालनीने चढत्या काहुराची अशी वर्णिली आहेत. एखाद्या रहस्यकथेच्या तंत्राची. हे काहूर शिंगीविषयी आहे. त्यातही दुहेरी पदर आहे. एक भाव तिला शिंगीविषयी कौतुकाने काय वाटेल, याचा; आणि दुसरा शिंगीच्या वास्तव परिस्थितीचा.

पहिल्या ओवीतच 'जीव किती भेला' पासून 'वर बनात शालजोडी पोहनीची चाल' आणि 'घाम का, गऽ, गळं' 'शेंदनीचं पाणी पीना' आणि नीरा कऱ्हा नद्यांचा उल्लेख. 'थेंब पानी न्हायी पेली' आणि शेवटी घात घालूनी गेली, अशा चढत्या क्रमाने हे काहूर रचले आहे. आणि घोडी सबर आहे.

गाभ असलेल्या शिंगीवरून भाऊ जवळपास गेला असणार, घोडीला प्रवासात बरे नाहीसे झाले, म्हणून वाटेवरच बहिणीकडे घोडीला घेऊन आला असणार.

बहिणीला प्रथम भीती वाटली. पण मग घोडीला गोठ्यात नेताना तिने घोडीच्या अंगावर लोकरीची पांघरुणे दिसली. कौतुकाने बंधूने घातली असतील, असे तिला वाटले. पण बंधू घोडीवर बसून आला नव्हता. तिला खोगीर वगैरे न घालता पांघरुणे आपली घातली होती, हे स्पष्ट होते. घोडीच्या अंगावरून हात फिरवताना ती ओली लागली. बहिणीला वाटले, चढाची वाट चढून निरा-कऱ्हा नद्या पार करून आली असेल. पण मग तिच्या लक्षात आले, हे नदीच्या पाण्याने भिजणे नव्हे. हा तिच्या अंगातून घाम झरतो आहे. मग तिने तिला प्यायला पाणी ठेवले, पण तिने तोंड लावले नाही. बहिणीच्या मनात आले, हिला नदीच्या

पाण्याची सवय; पण ती एक थेंबही पाणी प्याली नाही... आणि अवचित कोसळून मेली. सबर असलेली बंधूची लाडकी घोडी मेली. सर्वनाशाची वेळच आली होती. ती घात करून गेली. अशी हळहळ तिने बंधूला बोलून दाखवली. मालनीच्या माहेरची बंधूची लाडकी घोडी— तिचा मृत्यू हे सर्व मालनीने सूचक वेचक शब्दांत गायिले आहे.

अशी ही मालनीच्या बाहेरील गोठ्यातील धनसंपदा त्या जनावरांना लक्ष्मी म्हणतात. त्यांच्या पायांनी लक्ष्मी येते. त्यांच्या कष्टांनी आपल्याला समृद्धी प्राप्त होते. त्यांना देवाप्रमाणे मानतात. गाय व बैल हे तर देवरूपच असतात आणि तितकेच ते जिव्हाळ्याचे असतात. त्यांच्यासाठी मालनही खूप कष्ट करते. तिची ही लाडकी दैवते; आणि त्यांची घातनीची वेळ आली, की मालनीला वाटणारी हळहळ ! मला एक वाटते, की या हळहळीत कुठेही भावविवशता नाही, कुठेही आक्रस्ताळेपणा नाही. असे का असेल?

पुढची गाथा शिंगीचीच आहे. पण ही शिंगी शेतकऱ्याची नसून, 'ताशिलदाराच्या' हातांखाली काम करणाऱ्या कारकुनाची आहे. तहशीलदार फिरतीवर असले, की यालाही त्यांच्या कामावर रुजू होण्यासाठी ते जातील, तेथे राहावे लागते. पुष्कळदा या कारकुनाविषयीच रयतेने तक्रारी केलेल्या असतात. त्यांचाही निवाडा तहशीलदारच करतात. हे सर्व फेरे तो घोडीवरून करतो.

बहीण भावाविषयी प्रत्यक्ष काही सांगत नाही. ती गोठ्यातील शिंगीशी जणू काही हितगूज करते आहे !

### गाथा (५८)

*चाल चाल, शिंगीबाईऽ तुझी चाल दमायानंऽऽ*
*माझ्या राजस भावालाऽ नित दवऱ्याला जानंऽऽ*

*चाल चाल, शिंगीबाईऽ कंदीलाच्या उजेडानंऽऽ*
*माझ्या राजस भावालाऽ सायबाच्या डेऱ्या जानंऽऽ*

*चाल चाल, शिंगीबाईऽ तुझ्या चालनीची तारऽऽ*
*माझ्या राजस भावाचीऽ वाट पात्याची ताशिलदारऽऽ*

*चाल चाल, शिंगीबाईऽ नगंऽ भीऊ, गऽ, लवनालाऽऽ*
*माझ्या देखन्या बंधवालाऽ रात व्हईल दीवानालाऽऽ*

*चाल चाल, शिंगीबाईऽ झिजलं, गऽ, तूझं खूरऽऽ*
*राया माझ्या बंधवाचंऽ तालुक्याचं गाव दूरऽऽ*

*चाल चाल, शिंगीबाईऽ यवड्या बारीलाऽऽ*
*बंधवानं माझ्याऽ वैरी आनीलंऽ जारीलाऽऽ*

(१) चालनीची तार = तार जशी सरळ असते, तशी एक ठरावीक वेगातच जाणारी चाल. या चालीत दौड नसते. ठुमकणे नसते. सावकाश पाय टाकत एका गतीत जाण्याची ही चाल. (२) बारीला = वेळेला. (३) लवनाला = उताराला (४) जारीला आणणे = शरणागती पत्करणे.

या गाथेत मालनीने घोडीशी गूज केले आहे. त्यात भावाचे कौतुक आहे. घोडीला सारखी सारखी चाल पडते. उतारावर चालण्याला ती भिते. चालून-चालून तिचे खूर झिजले. रात्री-अपरात्रीही चालावे लागते. कंदिलाच्या उजेडात चालावे लागते... भावाची कामे असतात ना? साहेब डेऱ्यात मुक्काम करून असतो, तिथे जावे लागते. वारंवार जावे लागते, भावाची कसली चौकशी सुरू असेल, त्यासाठी घोडीची पायपीट होते. पण आता यापुढे होणार नाही. भावावर ज्यांनी तक्रारीचे अर्ज केले, ते सर्व आता शरण आले. आता तुला विश्रांती मिळेल. आता एकदाच तुला जावे लागेल. जा, बाई. असे ती तिला सांगते.

हे सारे ती घोडीला समजावून सांगते आहे. हा त्यांचा जिव्हाळा फार गोड वाटतो. जनावराला समाधान वाटते. बहिणीला मन मोकळे करता येते. असा हा अनोखा भावबंध.

# गाथागंठन २

## मालनीचा साजश्रृंगार

### गाथाबंध १ : वेणी–फणी–कुंकू

हळद-कुंकू, चुडा, मंगळसूत्र आणि जोडवी ही मालनींची सौभाग्यचिन्हे आहेत. त्यांपैकी हळद-कुंकू हे लहानपणापासून लग्न झाले नसले, तरी मालनी लावतात. चुडाही भरतात. पण हिरवा चुडा, मंगळसूत्र-डोरले आणि जोडवी लग्नापासून वापरतात. या सर्वांना त्या मानतात, तरी कुंकू हे त्यांचे नेहमीचे लावण्यातील असल्याने त्याला त्या अधिक महत्त्व देतात. कुंकू लावणे हा मालनींचा एक आचारधर्मच आहे आणि त्याचेही आकार-प्रकार खूप आहेत.

कपाळावर लावलेले कुंकू पुसून जाऊ नये व विस्कटू नये, या बाबतीत मालन फार दक्ष असते. घरी आलेल्या सुवासिनीला व लग्न न झालेल्या मुलीलाही जाते वेळी कुंकू लावणे ही त्यांची पद्धत आहे. निघतेवेळी दोघीही एकमेकींना कुंकू लावण्याचा सोहळा साजरा करतात व मग निरोप घेतात. कुंकू कसे लावावे, याची देखील एक पद्धत ठरलेली आहे. कुंकवाच्या करंड्यात अनामिका बुडवून तिने कुंकू लावतात. हळद-कुंकू दोन्ही लावायचे असल्यास अनामिकेने हळद व मध्यमाने कुंकू असे दोन्ही एकदम टेकतात. स्वतःलाच कुंकू लावणे असल्यास त्या तर्जनीने लावतात.

हळद-कुंकू या दोहोंवर मालनींची एवढी श्रद्धा आहे, की त्यांचा कोणताही समारंभ 'हळदीकुंकू' या सोहळ्याशिवाय पूर्ण होत नाही; आणि देवीला हळद-कुंकू वाहिल्याशिवाय तिचे दर्शन पूर्ण होत नाही. कुंकू हे मंगलसूचक आहे, असे त्या मनोभावे मानतात. आहेराचे, बोळवणीचे लुगडे द्यायचे, ते त्याला कुंकू लावून, सडा–सारवणावर रांगोळी घातली, की तीवर हळदकुंकू वाहायचे. लेक प्रथम सासरी निघाली, की घराबाहेर पडताना तिच्या पायांवर कुंकवाचे पाणी ओतून, असे हे कुंकू मालनींच्या घरादारांत शुभमंगलाचे सडे घालीत असते.

हे कुंकू कशात ठेवायचे, हेही ठरलेले आहे. सडा–सारवणावर घालायचे कुंकू

तीन पाळ्यांच्या लाकडी करंड्यात असते. रांगोळी, हळद व कुंकू यांसाठी. घरच्या मालनींनी लावायचे कुंकू त्यांच्या फणीघराच्या पेटीत, लाकडी रंगीत करंड्यात व चांदीच्या करंड्यात असते. या करंड्यांना कळसाचे झाकण असते. किंवा तेलात पिंजर खलून तयार केलेले ओले कुंकू आरशी लावलेल्या लहान डबीतून असते. पिंजर लावायला मेण असलेलीही डबी लागते. ज्या आकाराचे कुंकू लावायचे, त्या आकाराचे मेण कपाळावर रेखायचे व त्यावर पिंजर लावायची. मग कोरून आकार सारखा करायचा. येणाऱ्या-जाणाऱ्याला लावायचे कुंकू दोन पाळ्यांच्या करंड्यात असते. हळद व कुंकू हे पाळे सहज सापडावे, असे आडभिंतीवर ठेवलेले असते. कोनाड्यातही ठेवतात.

हे कुंकू वगैरे विकणाऱ्या दुकानदाराला 'अत्तार' असे म्हणतात. बाजारातील दुकानातून कुंकू घेण्यापेक्षा यात्रेला– देवीदर्शनाला– पंढरीच्या वारीला गेल्यावर तिथून येताना प्रसाद म्हणून कुंकू आणायचे, हा श्रद्धाभाव मालनींना असतो. हे कुंकू त्या अधिक मोलाचे मानतात.

कुंकू लावण्याचे आकारही बरेच आहेत. कपाळभर लांबीच्या दोन रेषा जाड अशा कुणी लावतात. कुणी एक रेघ रेखते. कुणी रुपयाच्या आकारापासून टिकलीच्या आकारापर्यंत गोलाकार कुंकू लावतात. कुणी चंद्रकोर रेखतात. कुणी भुवईपासून भांगापर्यंत असे उभे सुरूच्या झाडाच्या आकाराचे, तर कुणी उभ्या गव्हाच्या आकाराचे रेखतात. कुणी पिंपळपानाच्या आकाराचेही रेखतात. यांतील काही आकारांमागे काही श्रद्धा जोपासलेल्या असतात. कुंकू रेखले, की त्याच्या खाली भुवईपाशी हळदीचे बोटही टेकतात.

असे हे मालनींचे कुंकुमाहात्म्य. त्यावर त्यांनी दळताना ओव्या गायिल्या नाहीत, तरच नवल !

खालील गाथेत एका मालनीने आपण लावत असलेल्या कुंकवाचे आकार गायिले आहेत; आणि त्याबरोबर ज्याच्यासाठी ते कुंकू, त्या भ्रताराचेही कौतुक केले आहे.

### गाथा (१)

*लाल पिंजरीचंऽ कुक्कूऽ लेती कपाळ भरूनऽऽ*
*हावशा कंथ आला ऽ राया पंढरी करूनऽऽ*

*कपाळीचं कुक्कूऽ लावीती, गऽ, बोटं दोनीऽऽ*
*सांगती, गऽ, सयाऽ चुडा हायी देवावानीऽऽ*

*कपाळीचंऽ कुक्कूऽ लावीती मी उभा धजऽ*
*पाठीमागंऽ उभा कंथऽ बाई, कपाळालाऽ तेजऽऽ*

*कपाळीचं कुक्कूऽ लावीती मीऽ गोलदारऽ*
*जाऊ दी जलमालाऽ देवा, माझा भालदारऽऽ*

*कपाळीचंऽ कुक्कूऽ मला दीसतंऽ सोन्यावानीऽऽ*
*हौशाच्या जीवावरऽ सारं दागीनंऽ लेल्यावानीऽऽ*

*दळनऽ दळीतीऽऽ निघळनंऽ चंदनाचंऽऽ*
*कपाळीचंऽ कुक्कूऽ हिरेजडीतऽ कोंदनाचंऽऽ*

(१) धज= पताका- उंच उभे लावलेले कुंकू, (२) भालदार= राजे वगैरेंच्या समोर भालाईत चालतो, तो. रक्षक. (३) अत्तार= हळद, कुंकू, इत्यादी स्त्रियांची प्रसाधने विकणारा. (४) निघळन= जात्यावरील दळणाचा शेवटचा घास, साठून राहिलेला.

या मालनीच्या नवऱ्याने पंढरीहून येताना भरपूर कुंकू आणले आहे. पंढरपूरच्या कार्तिकीच्या यात्रेचे कुंकू अधिक चांगले मानतात. कारण या एकादशीला विट्ठल-रुक्मिणीबरोबर असतात. हे रुक्मिणीचे कुंकू अधिक सौभाग्यवर्धक समजतात. ते त्या नवऱ्याने आणले. असा तो गुणी आहे. मैत्रिणींना ती सांगते, बायांनू, माझा भ्रतार देवाच्या गुणाचा आहे. खूप कुंकू घेऊन आला ना? त्याचा आनंद ती कपाळभर लांब अशा चिऱ्या लावून व्यक्त करते आहे.

पुढील ओवीतील कल्पना चांगली आहे. आता तिने उभे निशाणासारखे कुंकू लावले आहे. हे उभे कुंकू जणू राजापुढे पताका- निशाण फडकते, तसे तिला वाटते. कुंकू हा मागे उभ्या असलेल्या नृपवराचा ध्वज आहे. त्याचा प्रताप दाखवणारा आहे. ही कल्पना छान आहे. ध्वज कपाळावर कसा तेजस्वी, सामर्थ्यवान दिसतो आहे. मागे असलेल्या पतीचा मोठेपणा मी माझ्या कपाळावर ध्वजेसारखा फडकत ठेवला आहे, असे तिला वाटते.

कधी ती गोलाकार व अंडाकृती असे रुपयाएवढे कुंकू लावते. मोठे कुंकू हे पतीला भालदारासारखे संरक्षण देणारे असते. त्याचे आयुष्य वाढविते, अशी श्रद्धा, म्हणून मोठे कुंकू लावणे मालनींना नेहमी भावते.

शेवटची ओवी वाचून वाटते. कुंकवाचे आकार सांगताना मालनीने मधेच दळण काय काढले? ही मालन लेण्या-दागिन्याची नाही, हे वरील ओवीत स्पष्ट केले आहे. पण हिच्या कुंकवाला मात्र हिरेजडित कोंदण आहे. ती भावसुंदर कल्पना

या ओवीत आहे.

दळताना शेवटचा जो घास असतो, तो साठलेला असतो. न दळले गेलेले गणंग दाणे त्यात असतात.त्यांचे गंधासारखे पीठ करायचे, म्हणजे जाते जोर लावून ओढावे लागते. दमून जायला होते. त्यामुळे कपाळावर कुंकवाभोवती जे घर्मबिंदू उभे राहतात, त्यांना ही मालन हिरेजडित कोंदण म्हणते. मला दागिने नकोत. कुंकू हाच माझा मोठा दागिना; आणि तोही असा हिरेजडित कोंदणाचा. पतीवरील प्रेम आणि निष्ठा या गाथेत मोठी भावसुंदर अशी व्यक्त करण्यात मालन किती यशस्वी झाली आहे!

पुढील गाथेत एका मालनीने अगदी साध्या शब्दांत हळद-कुंकवाचे माहात्म्य मोठ्या श्रद्धाभावाने गायिले आहे.

### गाथा (२)

*आहेवाचं लेनंऽ — हात भरून ऽ काकन ऽ*
*हळदीवर कुक्कू ऽ — कपाळ दीसतं शोभून ऽऽ*

*धनसंपदाचं ऽ — नगं देवालाऽ घालू कोडं ऽऽ*
*हळद कुक्कवाचंऽ — राज्ज असावंऽ तेवढं ऽऽ*

*शेरभर ऽ सोनं ऽ — नार ठेवीती ऽ ठेवनीलाऽऽ*
*हळदीवर ऽ कुक्कू ऽ — झाड सुरू चं ऽ लावनीला*

*राज्जामंदीऽ राज्जऽ — अखंडऽ भरताराचंऽ*
*भरल्या बाजारी ऽ — उंच दुकाऽ नऽ अत्ताराचंऽऽ*

*उगवलाऽ नारायेन ऽ — काय मागू ऽ तेच्यापाशीऽऽ*
*बाई, गऽ, मागीतेऽ — हळद-कुक्कवाच्या राशीऽऽ*

(१) आहेवा= सौभाग्यवती. (२) कोडं= उत्कट आणि हेकेखोरपणाची हट्टाची इच्छा. (३) उंच= श्रेष्ठ.

हळदी-कुंकवापेक्षा महत्त्वाचे असे दुसरे काही नाही, अशी या मालनीची श्रद्धा आहे. देवापाशी हट्टाने धनसंपदा मागण्यापेक्षा हळदी-कुंकवाचे राज्य मागावे, असे तिला मनोभावे वाटते. शेरभर सोने कडीकुलुपात ठेवण्याच्या श्रीमंतीपेक्षा– माझ्या कपाळावरील सुरूच्या झाडाच्या आकाराचे कुंकू अधिक श्रीमंत, असे ती म्हणते.

या पदात 'लावनीला' या दुहेरी अर्थाच्या शब्दाने त्या श्रीमंतीला अधिकच गोड श्रीमंती आली आहे. उभे डौलदार कुंकू ती रोज नवे लावू शकते. बाहेर मिरवते, हे तर झालेच; पण साज-शृंगार या दृष्टीने पतीचे मन उल्हसित करणारे असते. पतिसुखाची श्रीमंती किती मोठी. ते सोने करायचे काय, असे तिला वाटते.

ते अखंड मिळावे, म्हणून ती सूर्यनारायणाच्या उगवतीच्या लाल रंगाचे कुंकू त्याच्याकडे मागते. सूर्याकडे कुंकवाची मागणी करणे हा मालनीचा हक्क आहे.

पुढील गाथेत एका मालनीने कुंकवाबरोबरच आपल्या पतीचे कौतुक केले आहे. नवसासायासांनी हा नवरा आपल्याला मिळाला, म्हणून सासूची व नणंदेची ती ऋणी आहे. कुंकवाचे नियमही ती मनोभावे पाळते. हा तिचा नवरा तिच्या आत्याचा मुलगा, म्हणजे एक प्रकारे तिचा सवंगडीच आहे.

**गाथा (३)**

*लेन्यामंदी ऽ लेनं हात भरून काकनं ऽऽ*
*कपाळीचं कुंकू ऽ चंद्रापरीसऽ देखनंऽऽ*

*कपाळीचं ऽ कुंकूऽ बाई घामानं ऽ रंगलं ऽऽ*
*आत्तीचं, गऽ, माझ्याऽऽ फूल जाईचंऽ चांगलंऽऽ*

*कपाळीचं कुंकूऽ ऊभ्यानं न्हायी लावूऽऽ*
*नंदाबाईचा, गऽ हायी नवसाचा भाऊ*

*कपाळीचं कुंकू पान्यात पाहू न्हायीऽऽ*
*कित्तीक नवसाचाऽ आत्तीचा बाळ हायीऽऽ*

*कपाळीचं कुंकूऽ लावीते दोनीऽ हाताऽऽ*
*जतान कर, देवाऽ राजसा, माझ्या कंथाऽऽ*

(१) आत्ती= आत्या.

कुंकू उभ्याने लावणे, किंवा पाण्यात पाहून लावणे हे नवऱ्याला वाईट असते, अशी मालनींची दृढ श्रद्धा आहे. त्याचप्रमाणे, दुसरे कुंकू लावण्यासाठी पहिले वाढविताना ते हाताने काढून जमिनीला, भिंतीला किंवा पदराला पुसू नये. आपल्या दोन्ही हातांना चोळावे. नवे कुंकू लावले, म्हणजे बोटाला लागलेले कुंकूही

दुसरीकडे न पुसता हातालाच चोळावे. त्याने पतीचे आयुष्य वाढते, या श्रद्धेने ती कुंकू दोन्ही हातांना चोळत असताना देवाला एकच मागते. 'देवा, माझ्या नवऱ्याला नीट सांभाळ.' अशी ही हळव्या मनाची, पतीवर निःसीम प्रेम करणारी मालन आहे.

या गाथेत एक शृंगारसूचक ओवी आहे. तिने मोकळेपणाने पण, अवगुंठित असे सूचक वर्णन केले आहे. 'आपलं कुंकू घामानं रंगलं आहे' असे ती म्हणते. घामाने ओघळले आहे. भिजले आहे, असे म्हणत नाही आणि लगेच रंगलेपणाचा संबंध 'फूल जाईचं चांगलं' या पदाशी आहे. 'घाम येतो, तो घरच्या कष्टानं नव्हे, तर पतिसुखानं येतो. म्हणून रंगलं आहे.' असे ती सांगते.

सासू, नणंद, पती आणि कुंकू यांचा या मालनीने श्रद्धाभावात गुंफलेला हार मनोहर आणि सुवासिक वाटतो.

पुढील गाथेतील मालन माहेरची मातब्बर आहे. श्रीमंत पित्याने तिला दागदागिन्यांनी मढवून सासरी पाठवली आहे. पण हिला सोन्यापेक्षाही पती श्रेष्ठ वाटतो आहे. सोने कांतिमान असेल; पण माझ्या कुंकवाला सूर्याची झळाळी आहे, असे ती मानते.

### गाथा (४)

*सात, गऽ, जलमाची ऽ पुन्याई आली फळाऽ*
*माझ्या, गऽ, कुंकवाचीऽ सूरयावानी ऽ कळाऽऽ*

*शेरभरऽ सोनंऽ माझ्या सम्रत बापाजीचंऽ*
*कपाळीचं ऽ कुंकूऽ माझ्या लाडक्या भरताराचंऽऽ*

*सोन्याची तोळबंदऽ माझ्या दंडालाऽ झोकामधीऽऽ*
*कपाळाचंऽ कुंकूऽ न्हायी हजार लोकांमंदीऽऽ*

*शेरभरऽ सोनंऽ न्हायी माझ्या खातरीतऽऽ*
*कपाळाचं कुंकूऽ नित पाते मी आरशीतऽऽ*

*बाई राज्जामंदी राज्जऽ भरताराचंऽ थोरऽऽ*
*जरीपातळऽ पायघोळऽ कुंकू आत्ताराचंऽ कोरंऽ*

(१) झोकामधी = ऐटदार दिसते. (२) खातरीत = पर्वा नसणे, खिजगणतीत नसणे. (३) कोरं = ताजे.

कपाळाच्या कुंकवापुढे तोळबंदी नि शेरभर सोने तिला क्षुल्लक वाटते. ती

म्हणते, दागिन्यांनी नटून आरशात पाहण्यापेक्षा माझे हे सूर्याची कळा असलेले कुंकू वारंवार आरशीत पाहावेसे वाटते. श्रीमंती म्हणावी, अशा दोन गोष्टी तिला हव्या असतात. नेसायला जरीचे पायघोळ पातळ आणि अत्ताराकडून आणलेले ताजे रसरशीत कोरे असे कुंकू. इतकी तिची आपल्या पतीवर निष्ठा आहे. ती या कपाळीच्या कुंकवातून झळका मारते आहे. दागिने, सोने, कुंकू आणि पतिप्रेम यांच्या चमकदारपणाच्या स्पर्धेत या मालनीने सोन्या-दागिन्यांना हरवले आहे.

खालील गाथा जरा वेगळ्या धाटणीची आहे. इथे मालन आपल्या कपाळीच्या कुंकवाचे माहात्म्य सांगत नाही. एक नणंद आपल्या नव्याने नांदायला आलेल्या, पण जाणत्या भावजयीला कुंकू कसे लावावे, हे सांगते आहे. भावाच्या प्रेमाने मन भरून येऊन सांगते आहे.

**गाथा (५)**

*सीता भावजयीऽ कुंखाची लाव चीरीऽऽ*
*तुझ्या चिरीसाठीऽ केले नवस नानापरीऽऽ*

*सीता भावजयीऽ कुंखू लाव, गऽ, टिकलाऽऽ*
*अंजीराचा बागऽ सज्जी राखतो एकलाऽऽ*

*सीता भावजयीऽ कुंखू लाव, गऽ, कोरनीचंऽऽ*
*पाठीचा भाऊ मव्हाऽ सोनं मह्याऽ मोरणीचंऽऽ*

*सीता भावजयीऽ कुंकू लाव, गऽ, गव्हावानीऽऽ*
*पाठीचा भाऊ मव्हाऽ रूप तेचं, गऽ, देवावानीऽऽ*

*सीता भावजयीऽ कुंखू लाव, गऽ, पिंपळपानऽऽ*
*तुझ्या, गऽ, कुंखावर दादा रंगील्याचंऽ ध्यानऽऽ*

(१) सज्जी= बागाईत जमिनीची अरुंद पण लांब अशी पट्टी. (२) कोरणीचं = कोरलेलं.

नव्या सासुरवाशिणीला घरातील सर्वांची मने सांभाळावी लागतात. माझ्या आईने तुझ्या कंथासाठी खूप नवस केले आहेत. तेव्हा तू मधून मधून आडवी चिरी लावत जा. कपाळभर कुंकवाची चिरी तू लावलीस, की आई प्रसन्न होईल. हा

पहिल्या ओवीचा भावार्थ. माझा भाऊ जेव्हा अंजीराचा बाग राखण्याच्या कामाला जात असेल, तेव्हा गोल मोठा टिकला लाव. असे मोठे कुंकू नेहमी कंथाचे रक्षण करते, अंजीरांचा बाग लांबीला खूप आहे; आणि तो एकटाच राखणारा आहे. त्याच्यासाठी एवढे कर. तो या राखणीच्या शेतात सुरक्षित राहील. मग त्याला काही अपाय-अपघात होणार नाही.

कोरून चांगले, नाजूक गव्हासारखे कुंकू लावत जा. माझा भाऊ देखणा आहे. त्याच्या जोडीला ते शोभून दिसेल. आणि शेवटी ती सांगते, की दादाला पिंपळपानाचे कुंकू फार आवडते. तसे लाव, म्हणजे तो तुझ्यावर खूश होईल.

एवढे लिहिले विस्ताराने, का? तर प्रत्येक ओवीत फक्त लाव म्हणून सांगितले, तरी त्या कुंकू लावण्यामागे.. मालनीला भावाविषयी, भावजयीविषयी अतिशय प्रेम आहे, ते स्पष्ट व्हावे, यासाठी. माहितीचा तपशील सुद्धा असे विविध भाव सुचवून जातो.

## गाथाबंध २ : नगगोंड्याची येनी सोड

मालनीच्या ओव्या वाचता-वाचता मला त्यात काही नाहण्याच्या, वेणीफणीच्या ओव्या आढळल्या, वेगळ्या वाटल्या. नाहणे, केशरचना, केस लांब असावे, ही हौस हे सर्व स्त्रीसुलभ स्वभावाचे अनुभव. पण त्यांवर ओव्या असतील, असे मला वाटले नव्हते. म्हणून त्या वाचून एक विलक्षण आनंद झाला. आई हीच मुलीला न्हाऊ घालणारी. तेव्हा आईने आणि जिला न्हाऊ घातले, त्या मालनींनी या ओव्या गायल्या आहेत.

माझे फारसे वाचन नाही, पण केवळ केशसंवर्धनावर, केशरचनेवर मराठीत कविता असतील, असे वाटत नाही. लहानपणी आईच्या तोंडून मी ऐकलेले एक पद आठवते. म्हणजे त्याचे पालुपद आठवते, 'भक्ति, ग, वेणी, माझी गुंफा, ग, साजणी' हे पद नेहमी आई म्हणत असे. या पदात वेणीच्या सर्व प्रक्रिया आहेत. भक्ती हे रूपक आहे. त्यासाठी त्या प्रक्रिया आहेत.

पुढे कॉलेजमध्ये श्री. न. चिं. केळकरांची एक कविता वाचलेली आठवते. 'रचिसी केशभूषा अथवा कुसुमचापपाशा.' ही कविता त्या वेळी मला फार आवडायची. तेल लावण्यापासूनचे सर्व वर्णन सुंदर वाटायचे. नंतर ती कधी वाचनात आली नाही. आता या निमित्ताने आठवली. पण या दोन्ही कवितांव्यतिरिक्त, केशभूषेसंबंधीच्या सोपस्कारांबद्दल ओव्या वाचल्या, त्या मालनींच्या.

मुलगी नको, असे वाटते, त्याला, तिची लहानपणापासून निगराणी करावी

लागते, हे एक कारण आहे. जावळ कपाळावर येऊ द्यायचे नाही. त्याने मुलगी तिरळी होईल. तिला खरूज, इसब होऊ द्यायचा नाही. कारण मग डाग राहतील– तिचे केस रेशमासारखे मऊ व लांब हवेत, त्यासाठी मुद्दाम प्रयत्न करायला हवेत. अंगाची कांती चांगली राहावी, म्हणून तेल–हळदीने चोळूनमोळून अंग नितळ ठेवले पाहिजे. ती वयात आली, की तिला खाणे-पिणे व्यवस्थित दिले पाहिजे. हे सर्व मुलीची आई हौसेने करते. त्याचा हेतू ती सासरी सर्वांना पसंत पडावी, कामाला वाघीण असावी, म्हणून. हे सर्व सायास आईच करते. तान्हीच्या केसांची जपणूक तर आईशिवाय दुसरे कोणी करीत नाही. रोज छानशी वेणी घालणे, फुलमाळा घालणे, सोन्याची फुलं, गोंडे बांधणे हे तर असतेच. पण न्हाण्याचा सोहळा काय कमी असतो? न्हायच्या आदल्या दिवशी रांजणांनी पाणी भरून ठेवायचे. हे काम पिता आनंदाने करतो. आई न्हाऊ घालते, पिता पाणी घालतो, असेही वर्णन असते.

ही आईची मुलीविषयी केसांची आस्था, ते केस मोठे व्हावे, म्हणून प्रयत्न आणि वेणी घालणे या सर्व आईशिवाय दुसरे कोणी करीत नाही.

पुढील गाथेत मालनीने आपल्या लेकीच्या नहाण्याच्या सोहाळ्याचे साग्रसंगीत वर्णन केले आहे.

**गाथा (६)**

*भरल्या बाजारात, आदी घेयाची शीकंकायीऽऽ*
*माझ्या, गऽ, मैनायीचंऽ केसू लांब, गऽ, लांब बाईऽऽ*

*मोठं मोठं केसूऽ माझ्या हातांत माईनाऽऽ*
*लाडकी लेक माझीऽऽ लिंबावाचून न्हायीनाऽऽ*

*माझ्या मैनायीलाऽ पानी न्हायाची फार हौसऽऽ*
*लांब केसाच्या मैनाबाई, बाई, चौरंगावर बसऽऽ*

*हंडा तापलायाऽऽ शिकंकायीला आला कढऽऽ*
*गोऱ्या मैनाबाईऽ नगगोंड्याची येनी सोडऽऽ*

*अडदनी पडदनीऽ तेलपान्यात ऽ भीजू द्याऽऽ*
*मैनाईची माझ्याऽ हौस न्हायाची पूरू द्याऽऽ*

*सम्मूरल्या सोप्याऽ आरसा लवंगाची फनीऽऽ*
*न्हानल्या केसायाचीऽ चल, मैनाई, घालू येनीऽऽ*

(१) नगगोंडा= चांदीच्या वा सोन्याच्या टोपणाचे वेणीच्या टोकाला बांधलेले रंगीबेरंगी रेशमी गोंडे. (२) अडदनी पडदनी= न्हाताना तेलपाण्यात लावून घ्यायची दोन जुनेरी. (३) लवंगाची फणी= लवंगांसारखे जाड दात असलेली फणी, न्हालेले केस विंचरण्याचे सोपे जावे, केस तुटू नयेत, म्हणून वापरायची.

वरील वर्णनावरूनच आईला लेकीला न्हाऊ घालण्याचे किती कष्ट होतात, हे कळून येते. बाळपणी जोपासना म्हणून 'हाताचा पाळणा आणि डोळ्याचं दिवं' करायचे आणि जावळातून वर आली, की केसांची– ते लांबसडक व्हावे, म्हणून काळजी वाहायची. अशी गोरीपान सुकेशा मुलगी चांगल्या घरी पडली, जावई चांगला मिळाला, की आई म्हणते, 'माझ्या दंडभुजा सुखावल्या' त्या ओवीचा अर्थ आता लक्षात येतो.

बापाला देखील लेकीच्या न्हाण्याचे कौतुक असते. त्याचाही त्या कामात वाटा असतो.

हा न्हाण्याचा सर्व सोहळा चित्रवाण आहे. प्रथम लेकीने नेहमीचे नेसू सोडून तेलाची अडदाणी लावून घ्यायची. वेणी मोकळी करून पाटावर बसायचे. आई मग तिच्या डोक्याला लिंबाचा रस लावणार – चोळून लावणार आणि ते वर बांधणार – मग कानांत तेल घालणार. आणि तेल - हळद सर्वांगाला छान मालिश केल्यासारखी चोळणार. तोपर्यंत शिकेकाईही शिजून तयार होते. मग अडदणी सोडून लेक पडदणी लावून घेऊन न्हायला चौरंगावर बसणार. मग पिताजी येतात. दोन घंगाळांत पाणी विसणतात, आणि लेकीच्या डोक्यावर तांब्याने पाणी घालू लागतात. आई शिकेकाईने केस धुवायला लागते. केवढे लांब मोठे केस धुऊन होईपर्यंत कमरेचे आणि दंडाचे काय होते, ते मुलीच्या आईलाच माहीत!

केस धुऊन झाले, की मग फणीने उगवायचे, आणि वर बांधायचे. शिकेकाई, डाळीचे पीठ, नारळाचा चव असे काही अंगाला चोळून अंगाची तेल-हळद काढायची. मग मोकळ्या केसांवरून डोक्यावर भडाभड तांबे रिकामे करायचे. त्या पाण्याने मोरीला ओढ्यासारखा पूर आला पाहिजे. मग मोठ्या जुनेराने पुसून, गुंडाळून झाले, की न्हाणे संपते. मग न्हाऊन लाल झालेली मुलगी साडी नेसून घरात वावरायला लागते. आरसा-फणी घेऊन, तिचे केस विंचरून, रेखीव वेणी घातली, की न्हाण्याचा सोहळा संपतो. यात न्हाण्याचा आनंद जितका लेकीला, तेवढाच मालनीला. त्याशिवाय का ती म्हणते?

'मैनाईची माझ्याऽ हौस न्हान्याची पूरू द्याऽऽ'

पुढील गाथेत आई, आपल्या केसांसाठी– ते लांब व दाट होण्यासाठी काय

काय करते, त्याचे लेकीने वर्णन केले आहे. पहिल्या ओवीतच तिने आपल्या केशसंभाराला 'लिंबाची बागशाही' म्हटले आहे. लिंबाच्या रसामुळे केस वाढले- आणि दुसराही भाव असा काढता येतो, की लिंबे सारखीच लागणार, तेव्हा अंगणात- परसात लिंबाची लहानशी बागच तयार केली आहे. म्हणजे घरची लिंबे- वापरावी तितकी, थोडीच!

मालन मुलीसाठी लिंबे आणि शिकेकाई न्हाताना वापरतेच. पण आणखीही काही उपाय करते. शेतातून गव्हाचा पाला आणते. तो पाट्यावर वाटून त्याचा गोळा करते. आणि तो न्हाण्यापूर्वी मुलीच्या केसांच्या मुळांत हळुवारपणे लावते. गव्हला-कचरा ही वनस्पतींची मुळे पूड करून न्हाताना शिकेकाईच्या मसाल्यात टाकते. त्याने वास येतो.

**गाथा (७)**

*लांब नी लांब केसऽ — लिंबाची बागशाहीऽऽ*
*बया, गऽ, आनीयीतीऽ — डोंगरी शिकंयायीऽऽ*

*लांब नी लांब केसऽ — माझं लोळती भूईलाऽऽ*
*माय मालनीऽनं — पाला गव्हाचा लावीलाऽऽ*

*बयानं न्हानीलंऽ — येशीपत्तूर पानी गेलंऽऽ*
*जीला न्हायी बालाऽ — तिला नवाल वाटीलंऽऽ*

*बयानं न्हानीलंऽ — सये भांगोभांगी लोनीऽऽ*
*शिकंकाई मसाल्याचाऽ — वास गेला मईदानीऽऽ*

*लांब नी लांब केसऽ — येनी येतीया मोगऱ्याचीऽऽ*
*बयानंऽ आनली, गऽ — फनी पंढरपूरीयीचीऽऽ*

(१) मोगऱ्याची= मोगऱ्याच्या टपोर कळ्यांच्या वेणीसारखी- नक्षी टपोरं असलेली.

जेव्हा लिंबे वगैरे नसतील, तेव्हा मालन मुलीच्या डोकीला केसांच्या मुळांपर्यंत लोणी चोळून ठेवते. मग न्हायला घालते. लोणी तर घरचेच असते. हे लोणी व त्याचे केसांवर होणारे परिणाम पंढरपूरच्या विठूरायालाही माहीत आहेत. जनाबाईला कोणी नाही. तर तो भक्तवत्सल विठूराया जनाबाईच्या केसांना लोणी लावतो.

झऱ्याचे गरम पाणी काढतो. चंद्रभागा त्यात विसण घालते आणि खुद्दल विट्ठलच जनाबाईला न्हायला घालतो. तिची पाठ चोळून देतो. मालनींनी हे कौतुकाने गायले आहे. खेड्यांतील बायकांच्या तोंडी मी एक म्हण अशा अर्थाची ऐकली आहे. बाईमाणूस आधीच नकोशी, त्यात तिचे केस बेवारशी आणि पाठ परदेशी. देवांत विट्ठल आणि माणसांत आई ही दोनच व्यक्तिमत्त्वे स्त्रीची ही उणीव तिला भासू न देणारी!

या मालनीने तर शिकेकाईत सुगंधी वनस्पती घातल्या आहेत. त्यांमुळे न्हाताना किंवा मग तो सुगंध दूरवर पसरतो आहे. हे केवढे कौतुकाचे! मालन कधी पंढरपूरला गेली, की लेकींच्यासाठी दोन गोष्टी खरेदी करते. कुंकू आणि लाकडी फणी. ही एक रीतच पडून गेली आहे. मालनी नेहमी आईने दिलेली फणी वापरतात. तो विठूचा प्रसाद असतो. रोज तो डोक्यावर धारण करणे हा सुद्धा एक श्रद्धाभाव असतो.

पुढील गाथेतही असेच न्हाण्याचे वर्णन केले आहे. असे हे लांबलचक केस, सासरी गेल्यावर यांचे कसे होणार? लांब केसांचे लहान वयात विंचरणे कसे जमणार? नहाणे कसे जमणार? आणि या गोष्टी निगुतीने कोण करणार? पण याचे उत्तरही मालनीने शोधले आहे. ज्या वेळी नणंदेच्या मुलाला मुलगी देतात, त्या वेळी मुलीची आई दोन बाबतींत निर्धास्त असते. मुलीची भूक आणि मुलीची वेणीफणी, न्हाणे यांबद्दल. कारण किती केले तरी ही तान्ही सून आपल्या भावाची मुलगी आहे, हे सासू जाणते. चार कामे अधिक सांगील, पण भाचीला वेळेवर खायला देईल. केसांची निगा करील. हे मुलीच्या आईला निर्धास्तपणा देते. अशा एका मालनीने ही गाथा गायली आहे.

**गाथा (८)**

*लंबे लंबे बाल, त्या बालाचं नाव कायीऽऽ*
*डोंगरी शिकेकायीऽ जोपा केलीया बयाबाईऽऽ*

*लंबे लंबे बालऽ जसं वासनीचं यालऽऽ*
*बयानं पैदा केलंऽ कच्च्या खोबऱ्याचं त्यालऽऽ*

*लंबे लंबे बालऽ बाई, भूईला पोचलंऽऽ*
*न्हायाला, गऽ, बाईऽ चवरंग पीत्यानं आनीलंऽऽ*

*लंबे लंबे बालऽ लांबसडक माझी येनीऽऽ*
*बया, ग, मालनीनंऽ जोपा केलीया ल्हानपनीऽऽ*

*आता सासूसासऱ्यानंऽ सून वागोली लेकीवानीऽऽ*
*आत्या कीऽ सासूबाईऽ माझी पाचपेडी येनीऽऽ*

(१) वासणीचे याल = वासणीचे वेल. हिला भुईपाडळीचा वेल असेही म्हणतात. हिच्या डहाळ्या लांबसडक, नाजूक आणि बारीक असतात. त्यांची उपमा केसांना दिली आहे. (२) पाचपेडी = केसांचे पाच पेड वळून घातलेली वेणी. हिच्यामधे पन्हळ असलेली नक्षी असते. तिपेडीपेक्षा ही रुंद असते.

या मालनीने ओल्या खोबऱ्याचे किसून, दूध काढून, त्याचे ताजे तेल काढून केसांना लावले आहे. डोंगरी शिकेकाई न्हाण्यासाठी वापरली आहे. अशी लेकीच्या केसांची लहानपणापासून निगा करून ते भुईला पोचण्याइतके लांब केले आहेत. नशिबाने ही लेक मालनीने आपल्या नणंदेच्या मुलाला दिली आहे. त्यामुळे सासूसासऱ्यांनी तिला मुलीसारखी वागवली आहे. प्रथम मुलगी गुणी, कामसू, आज्ञाधारक असे वळण असलेली असणार– आणि आपल्या भावाचीच मुलगी– तेव्हा तिला लेकीसारखीच वागवली आहे. लेकीला वाटते, सासू आत्याबाईने आईपेक्षाही माझ्या केसांचे कौतुक केले. माझी रोज पाचपेडी वेणी घातली.

असा हा मैनाबाईचा न्हाण्याचा सोहळा. मालनींनी त्याला ओव्यांत गाऊन गोडवा आणला आहे. केशकलापाच्या सौंदर्याला त्यांनी जाणले आहे. मानले आहे. आईने बहाल केलेला हा सौंदर्याचा ठेवा मालनींना अतिशय प्रिय आहे. या देणगीबद्दल त्या मायमाउलीच्या ऋणी आहेत. या ओव्यांच्या केशबंधाच्या सौंदर्यात ही आईची आठवण मिसळल्याने त्या हृदयस्पर्शी झाल्या आहेत.

## गाथाबंध ३ : रुळली माझी येनी...

स्त्रियांच्या सौंदर्याची जी लक्षणे आहेत, त्यांत तिच्या केसांना महत्त्वाचे स्थान आहे. आपल्या सर्व लेण्यांतील स्त्रियांच्या शिल्पांतून हे प्रामुख्याने दिसून येते. केस निरनिराळ्या आकारप्रकारांनी बांधून वर फुले, माळा, दागिने जडवलेले असतात. आणि केसांची जी रचना असते, तीवरून त्या स्त्रीचे केस लांबसडक आहेत, याची कल्पना येते. मुक्तकेशा स्त्रीशिल्प असेल, तर केस गुडघ्यांच्या खाली पोचलेले असतात.

कोणत्याही काळातील आणि कोणत्याही शैलीतील चित्रकारांचे देखील हेच वैशिष्ट्य दिसून येते. केशभूषा, अलंकार बदलतील, चेहऱ्याची ठेवण बदलते, पण स्त्रीचे केस दाट आणि लांबच चित्रिलेले असतात – ते वेगवेगळ्या आकारांनी बांधलेले असतील; पण त्यांची लांबी सहज दिसून येते.

तशाच या मालनीही – विजन जागी खेड्यांत राहोत, कोणत्याही व्यवसायात असोत, कोणत्याही परिस्थितीतील असोत, त्यांना 'लांब केस असावे' ही मूलत:च हौस असते. कैकेयीने सीतेला सासुरवास केला, अशा या मालनींच्या ओव्या आहेत. एकीने तर 'सीतेच्या पहिल्या सासुरवासाची नोंद तर फणीनेच केली आहे.

'सीतेला वनवासऽ केगईनं ऽ केला
निघाली वनवासाऽ फनी बगव न्हायी देलाऽऽ'

मग अनसूयेने हिची केस विंचरून वेणी घातली– तोवर ती नदीत केस धूत होती– केस विंचरत नव्हती– असे त्या म्हणतात. या मालनीच्या गाथेतही आहे. केसांची काळजी आईने माहेरीच घ्यायची. सासरी कुणी घेत नाही. माता माउली आपल्या लेकीचे केस लांब व्हावेत, म्हणून कशी त्यांची देखभाल करतात, हे या गाथेत वर्णिलेले आहे. केसांची काळजी कशी घ्यावी, याचा जणू हा वस्तुपाठच आहे.

**गाथा (९)**

*एवढा माझा पिंडऽ बयाच्या, गऽ, मासाचाऽऽ*
*शिरी झुंबडा केसांचाऽ बयाच्या सायासाचाऽऽ*

*लांब नी लांब केसऽ माझं लोळती भूईलाऽऽ*
*माय मालनीनंऽ पाला गव्हाचा लावीलाऽऽ*

*लंबे लंबे केसऽ जसं वासनीचं यालऽऽ*
*बयानं, गऽ, पैदा केलंऽ कच्च्या खोबऱ्याचं त्यालऽऽ*

*बया, गऽ, म्हनीतीऽ तुझ्या केसांचं शेंडं लालऽऽ*
*कुठंऽ करू पैदाऽ चाफाचं बेलीचं त्यालऽऽ*

*लंबे तूहे बहाल म्हनी बालाचा बिछानाऽऽ*
*पातळ मईनाऽ मला शेजंला दीसंनाऽऽ*

(१) झुंबडा= मोठी गाठ (२) सायास= कष्ट मेहनत (३) वासनीचा वेल= एका वेलीचे नाव. हिला भुईपाडळ असेही म्हणतात. हिच्या फांद्या बारीक, लांबलचक

व लवचीक असतात. या फांद्यांच्या टोपल्या विणतात. (४) कच्चे खोबरेल तेल= नारळाचे दूध काढून, शिजवून, काढलेले तेल.

पहिल्या ओवीतच मालन म्हणते, माझा पिंड जरी आईच्या हाडामांसाचा असला, तरी माझे लांब केस, हा मोठा अंबाडा हे मात्र आईच्या सायासानेच मला लाभले आहेत; आणि या सायासाला कालमर्यादा नाही. मुलगी झाली, तेव्हापासून सुरू होतात. चांगले तेल तयार करणे किंवा मिळवणे. ते रोज केसांना मुळांपर्यंत पोचेल, असे चोळणे, मग चांगल्या फणीने केस हळुवारपणे विंचरून त्यांची वेणी घालणे हे तर नित्याचे काम. आणि दर आठा दिसा केस धुणे. त्यासाठी पाणी साठवणे, तापवणे हे तर आदल्या दिवसापासून बेत करावे लागतात. न्हायला बसण्यापूर्वी डोक्याला औषधी पदार्थ चोळून ते केसांत मुरून देणे. या गाथेतील मालनीच्या केसांना आईने गव्हाची पाती शेतातून आणून, वाटून, त्यांचा मऊ लगदा केसांत लावून ठेवला आहे.

केसांना, वासनीचे याल ही उपमा अगदी समर्पक दिलेली आहे. ज्यांनी वेल पाहिला, त्यांना हे उमगेल. अगदी बारीक सारीक अनुभवातील मर्म वेगळे काढून, कसे जपून ठेवतात, हे बघण्यासारखे आहे. निसर्गाच्या सान्निध्यामुळेच ही संवेदनशीलता प्रखरपणे त्यांना लाभली आहे. जसेजसे आपले नागरीकरण होईल, तशीतशी ही संवेदनशीलता बोथट होत जाते. आज आपले अशा तणावेलीकडे लक्षही जात नाही; आणि गेले, तर ते मुळापर्यंत जात नाही. 'ही वेल आहे.' एवढेच एक व्याकरणशुद्ध वाक्य मनात टाकून आपण बाजूला होतो. या मालनीची आई नेहमी मुलीच्या केसांवर लक्ष ठेवून असते– शेंडे तांबडे दिसू लागले. हा तिचा चिंतेचा विषय होतो. मग चौकशी सुरू होते. चाफा वा चंबेलीचे तेल लावावे, असे समजल्यावर हे तेल कुठे मिळेल, याचा शोध सुरू होतो. आईची ही दक्षता मालनीने सुंदर रीतीने टिपली आहे.

एकूण गव्हाचा पाला वाटून लावणे– नारळाच्या दुधाचे तेल रोज ताजे काढून लावणे या कष्टानेच आपले केस इतके लांब झाले. मालन सर्व श्रेय आईला देते.

शेवटची ओवी गमतीदार आहे. मालनींना नेहमीच अतिशयोक्तीची सवय असते. इथेही तिने ती वापरली आहे. लेकीचे केस इतके लांब आहेत, की ती जर अंथरुणावर झोपली, तर ते बिछान्यासारखे दिसतात. ती केस मोकळे सोडून उताणी झोपली, तर हा चमत्कार दिसतो आणि कुशीला वा पालथी झोपली, तर लेक मुळी दिसतच नाही. आपली मैना इतकी सडपातळ, नाजूक बांध्याची आहे, हे वर्णन आणि केसांचा घनदाटपणा या दोन्ही गोष्टी मालनीने यात साधल्या आहेत.

पुढील गाथेत मालनीने आपल्या आईने आपल्या वेणीचे कौतुक कसे केले आणि पित्यानेही केसांचे कौतुकच कसे होईल, ही नजर ठेवून आपल्याला घर कसे बघून दिले, ते मालन मोठ्या अभिमानाने सांगते आहे.

**गाथा (१०)**

| | |
|---|---|
| *पाठीवैली येनीऽ* | *जन म्हनीत ऽ काळा सापऽ* |
| *माय, गऽ, म्हनीतीऽ* | *माझे वानीनी, रूप झाकऽऽ* |
| *लंबे लंबे बालऽ* | *लांब सडक माझी येनीऽऽ* |
| *बया, गऽ, मालनीनंऽ* | *निगा केलीया ल्हानपनीऽऽ* |
| *लंबी माझी येनीऽऽ* | *बया मोजीती हातानंऽऽ* |
| *खोबरं, गऽ, डूयीऽ* | *लिंब फोडलं दातानंऽऽ* |
| *आता सासूसासऱ्यानंऽ* | *सुन वागोली लेकीवानीऽऽ* |
| *आत्या, की सासूबाईऽ* | *माझी पाचपेडी येनीऽऽ* |
| *पाया पडू जाताऽ* | *रूळली माझी येनीऽऽ* |
| *बापाजीनी, गऽ, पाहीलंऽ* | *जथ्थ्याचं बाडं दोनीऽऽ* |

(१) वाणीनी= नवसाची, वा वाण्याची बायको (२) वागोली= वागवविली. (३) रुळली= वाकल्यावर वेणी खाली जमिनीपाशी लोंबून रुळू लागली. (४) जथ्थ्याचं= मोठ्या कुटुंबाचे. येणाऱ्या-जाणाऱ्या पही–पाहुण्याचे.

या मालनीने जरा वेगळ्या रीतीने गाथा रचली आहे. आईच्या सायासाचे या गाथेत दर्शन होत नाही. तिने लांब वेणीच्या केलेल्या कौतुकाचे होते. ती लेकीची वेणी हात घालून मोजते– दोन हात, अडीच हात वेणी असणार. म्हणजे आता द्रिष्ट काढायलाच हवी; आणि ही द्रिष्ट देखील वेगळ्या पद्धतीची आहे. खोबऱ्याची वाटी घ्यायची. अर्थात सुक्या खोबऱ्याची. लेकीला समोर उभी करून आपल्याकडे तिची पाठ यावी, अशी व्यवस्था करायची. मग हातात खोबऱ्याची वाटी घेऊन ती केसांवर वा वेणीवर धरून हाताने फोडायची. दोन तुकडे करायचे आणि ते दोन तुकडे दोन हातांत घेऊन भांगापासून वेणीच्या गोंड्यापर्यंत तीनदा ओवाळायचे. त्याचप्रमाणे लिंबू दातांनी फोडून, दोन तुकडे करून, तेही केसांवरून तीनदा उतरवायचे आणि या दोन्ही गोष्टी बाहेर टाकून यायच्या. घराजवळ वा तिठ्यावर

टाकतात. हा दृष्टीवरचा उतारा असतो. मग दृष्ट बाधत नाही. जाता–येता पाठीवरची वेणी बघून 'सापासारखी केवढी वेणी ही' असे उद्गार काढले, म्हणजे द्रिष्ट होईल, असे वाटते. त्यावर हा उतारा असतो. म्हणूनच वेणी खांद्यावरून पुढे घेणे वगैरे आयांना नामंजूर असते. वेणी नेहमी पदराने झाकलेली हवी. पण तिचा टोकाचा भाग पदराखाली लोंबतो. तो दिसू नये, इतका पदर मोठा काढावा, असे आईला वाटते.

अशा या भरदार लांब वेणीचे कौतुक व्हावे, म्हणून बापानेही चांगले घर पाहिले आहे. म्हणजे आपल्या बहिणीच्या मुलालाच मुलगी दिली आहे. 'दोन वाड' म्हटले आहे. त्याचा भावार्थ हा, की या बहिणीचे केसही लांब, कौतुकाचे असणार. त्याचे कौतुक व्हावे, म्हणून आजोबांनीही आपल्या मुलीला आपल्या बहिणीच्या मुलाला दिली होती. असे हे जथ्थ्याचे दोन वाडे. या लेकीच्या सासूचेच केस लांब असल्याने हिलाही भाचीच्या केसांचे कौतुक आहे. जे काम आईने करायचे, ते सासू करीत आहे. रोज सुनेची पाचपेडी वेणी गुंफत आहे. पण यापेक्षाही एक वेगळे कौतुक मालनीने गायले आहे, ते मला तिचे कल्पनाचातुर्य दाखवते.

घरात मोठे कुटुंब असल्याने पै–पाहुण्यांचे येणे–जाणे असते. मोठ्या पाहुण्यांना सुनेने नमस्कार करायचा असतो. त्या वेळी वेणीचे शोभिवंत कौतुक जे दिसते, ते या मालनीने या ओवीत टिपले आहे. नमस्कारासाठी वाकले, की वेणी मानेवरून खाली येते. जमिनीजवळ गोंड्याची वेणी रुळू लागते. फार सुंदर दिसते. केवळ लांबी केसांची, एवढाच यात अनुभव नसतो. त्या रुळणाऱ्या देखण्या वेणीची शोभा तिचे सौंदर्य वाढवते. या ओवीत 'रुळली' हा वापरलेला शब्द फार चित्रवाण आहे. नेहमी 'झोके घेणे- झुलते' असे शब्द वापरतात. त्याऐवजी रुळते हा शब्द नुसती गती न दाखवता त्या गतीतला हळुवार गोडवा परावर्तित करतो आणि ती रुळणारी वेणीच डोळ्यांसमोर उभी करतो. शिवाय सासरी वेणीचे कौतुक हाही एक भावपूर्ण प्रसंगच वाटतो.

पुढील गाथा, केसांच्या लांबीचे वर्णन करत नाही. तर मालन आपल्या लेकीच्या कुरळ्या केसांची वेणी गुंफतानाच ही एक गोड तक्रार करीत आहे.

या तक्रारीत लेकीचे केस माझ्यासारखेच आहेत, हा अभिमान आहे. कुरळ्या केसांची वेणी मला घालता येत नाही, ही कबुली आहे. नणंदेची ती असल्या केसांची पाचपेडी वेणी घालते, असे कौतुक आहे; आणि मुलीचे सौंदर्य कुरळ्या केसांमुळे कसे 'ठकडा' आहे, याचाही आनंद आहे. फार आवडेल, अशी ही गाथा.

## गाथा (११)

*मैनाचा अंगलोटऽ पित्याच्या अंगावानीऽऽ*
*कुरूळ केसू लयीऽ माझ्या, गऽ, केसावानीऽऽ*

*कुरूळ केसू, बाईऽ बया बापाच्या आवडीचंऽऽ*
*न्हायाला मैनाईलाऽ पानी पित्याच्या कावडीचंऽऽ*

*कुरूळ केसायाचीऽ येनी कीती घालूऽऽ*
*माझ्या मैनाईचंऽ केसू कुरूळ कीती वळूऽऽ*

*कुरूळ केसू तेचीऽ मला न्हायी येनी येतऽऽ*
*सये, बाई माझ्याऽ सुगरन तुझी आतऽऽ*

*कूरूळ केसायाचीऽ भांगाशेजारी तूझी वाकीऽऽ*
*गोऱ्या, गऽ, मैनाईऽ तू, गऽ, देवाची, माझ्या लेकीऽऽ*

*कूरूळ केसायाचाऽ येनी बाईचा आकडाऽऽ*
*द्रिष्टीजोगं, बाईऽ रूप मैनाचं ठकडाऽऽ*

(१) अंगलोट = बांधा (२) ठकडा = टक लावून बघावे, असे रूप (३) वाकी = वाकडी बट, (४) आकडा = बाकदार आकार.

कुरुळे केस असणे ही मुलीच्या सौंदर्यात मोलाची भर घालणारी दैवी देणगी आहे. कुरुळे केस आखूड असतात. भांगापासूनची वळणे अतिशय गोडवा निर्माण करणारी असतात. वेणीला मात्र कुरुळेपणाने फारसे सौंदर्य येत नाही. उलट, ती घट्ट घालावी लागते. कारण सर्व वळणेच असल्याने बटा सुटत राहतात. कुरळ्या केसांचे पेड वळणे कठीण जाते. म्हणून ती घट्ट आवळलेली वेणी आकड्यासारखी ताठ आणि वाकडी दिसते. तो बाक मात्र गोड दिसतो.

कुरळ्या केसांची मुलगी भाग्यवान असते– मालनीची एक ओवीच आहे. 'कुरोळ्या केसाचीऽ, विरोळ्या दाताची, लेक माझी, ग, भाग्याचीऽ'

मालनीच्या पित्यालाही कुरळे केस आवडतात. तो त्यासाठी कावडीने पाणी आणतो. मुलगी नाहणार आहे, म्हणून हे भाग्यच आणि अशा अवघड केसांची निगराणी करणारी आत्या सासू म्हणून मिळाली, हेही भाग्यच. मालनीने भांगाजवळच्या 'वाकीचा' उल्लेख फार योग्य असा केला आहे. कुरळ्या केसांच्या वाकणांनी आणि या गोऱ्या कपाळावरील वाकीने मैनाचे रूप ठकडा झाले आहे.

ही गाथा मला फार आवडली. अशा या अप्रूपाच्या नाहण्याच्या सोहळ्याच्या आणि वेणीच्या प्रसाधनाच्या अप्रूप अशा गाथा, मन ओढून घेतल्याखेरीज राहत नाहीत.

### गाथाबंध ४ : 'बांगड्या बघा या'

मालनींच्या एकूण जीवनात खेळकर, निर्व्याज आनंदाचा आणि हौसेचा जर कोणता प्रसंग असेल, तर तो बांगड्या भरण्याचा. कासार ओसरीवर त्याच्यासाठी मुद्दाम अंथरलेल्या कांबळ्यावर बसला आहे. आजूबाजूला त्याने काचेच्या बांगड्यांचे, हारचे हार राशीने ठेवले आहेत. पेटाऱ्याही उघडल्या आहेत आणि घरातल्या लेकी, सुना, नाती त्याच्याभोवती बसून कोणता चुडा भरावा, हे ठरवताहेत. त्याच्याकडून बांगड्या भरून घेताहेत. हा प्रसंग मालनींच्या मनोमनीच्या हौसेचा.

या बांगड्या तरी किती तऱ्हेच्या. मूळ त्यांचे प्रकार दोन, एक काचेची साधी जाड बांगडी आणि दुसरी काचेचीच, पण चमकणारी मुलायम बांगडी. या बांगड्यांचे आकार तर किती... साध्या काचेच्या बांगडीत आकार नसतात. पण उंची काचेच्या बांगड्यांचे आकार वेगवेगळे– नागमोडी, चपट्या, कापीव, तास मारलेल्या, इत्यादी. रंग तर बांगड्यांवर अतिशय फिदा असतात. पण एका रंगाच्या बांगडीमध्ये दुसरी एक धार असते. अशा दुधारी–तिधारी बांगड्या असतात. लाखेच्या, इतर धातूच्या, हस्तीदंताच्याही बांगड्या असतात. लाखेच्या बांगडीवर निरनिराळ्या प्रकारची रंगीत नक्षी-टिंबे– टिंबांची फुले उठावाने काढलेल्या बांगड्या–धातूच्या बांगडीवर तारा वेढून नक्षी केलेल्या, मण्याने वेढलेल्या अशाही बांगड्या असतात. हे सर्व कासाराच्या पेटारीत असते.

या बांगड्यांची नावे तरी किती ! डाळिंबी, अंबूर, राजवर्खी ही रंगांवरून पडलेली नावे, छंद, गजरा, कापीव बिलवर, चमकबिजली, तारेच्या पाटल्या, कंगणी ही बांधणीवरून पडलेली नावे, बोरीबंदर, कालकीता, सात रस्ता ही ठिकाणांची नावे अशी किती तरी या बांगड्यांचे रंग आणि ढंग हा एक अभ्यासाचा स्वतंत्र विषयच आहे.

या बांगड्यांची बाजारात पाले असतात; आणि खेडेगावात एखादा कासार हे आपले रंगदार ओझे बैलावर घालून नियमितपणे येतो. या कासाराला वैराळ असेही मालनी म्हणतात. या कासाराला काही निमित्ताने सांगावा पाठवून मुद्दाम बोलवतातही. ही खरेदी पूर्णपणे मालनींच्या ताब्यात असते. त्यात पैसे देणे एवढेच पुरुषाचे काम

असते. त्यामुळे खेड्यात येणाऱ्या वैराळावर या मालनींचा जिव्हाळा असतो. त्यांच्या बैलापुढे दोन पेंड्या सोडल्या जातात. त्याला गूळपाणी दिले जाते. दुकानदार आणि गिऱ्हाईक यांच्यांतील परखडपणा या व्यवहारात असत नाही. कासार मालनीचा रंग आणि हात बघून तिला कोणत्या बांगड्या भराव्या, याचा सल्ला देतो. त्यांच्याशी गप्पा मारतो.त्यांच्याही त्याच्यासमोर गप्पा चालतात. बांगड्या भरतानाचा हा संवादही मोठा मंजूळ किणकिण करणारा असतो. ऐकावासा वाटणारा.

या बांगड्यांना चुडा असेही नाव आहे. हा चुडा मनगटाच्या सुरुवातीपासून वर अर्ध्या हातापर्यंत भरतात. हा चुडा एकाच रंगाचा भरतात किंवा निरनिराळ्या रंगांचा भरतात. ते आवडीवर असते. पण लग्नाचा म्हणून जो नवरीला चुडा भरतात, तो हिरव्या रंगाचा असतो. चुडा हा देखील मनगटांना शोभा देणारा एक अलंकार. पण हा सौभाग्यनिदर्शक असा एक विशेष महत्त्वाचा ठरवला आहे. लग्न न झालेल्या मुलीबाळी जो भरतात, त्याला बांगड्या भरल्या म्हणतात. सौभाग्यवतीने भरलेल्या बांगड्यांना चुडा म्हणतात. इतकेच काय, मालनी आपल्या नवऱ्याचा उल्लेख 'चुडा', 'माझ्या चुड्याला' असाच उल्लेख ओव्यांमधून करतात. म्हणून जो चुडा भरतो, त्यालाही मानाने वागवतात. त्याला बसायला घालणे, चुडा भरून झाल्यावर त्याला नमस्कार करणे या गोष्टी या ओघानेच येतात.

चुडा भरून घेणे हे काही सोपे काम नाही. मोठाड बांधणीच्या आणि राठ हाताच्या मालनींना चुडा भरणे त्रासाचे असते. त्याचप्रमाणे गोंडाळ म्हणजे गोलाकार बाळसेदार हात असणे हे देखील त्रासाचे असते. या तऱ्हेच्या हातातून बांगड्या वर अंगठ्याच्या तळहाडापासून चढायला कठीण जातात. आंगठ्यांनी दाबून रेटून चढवणे मुश्किल होते. शिवाय बांगडी पिचतेही. मग ती काढायला तर कठीणच, बांगडी दाटली, की मालनीच्या हाताला कळा सुरू होतात. त्यातच पिचली, म्हणजे रक्त फुटते. गुडघ्यांत मान लपवून नाक, डोळ्यांनी पाणी गाळीत, सीत्कार काढीत मालनी ती दु:खे सोसतात. बांगड्या सैल घालून चालत नाहीत, हे याचे मूळ कारण आहे. चुडा कधी हाताबरोबर खाली-वर होत नाही. अगदी हातासरसा भरावा लागतो. कामाच्या कसाट्यात सैल चुडा फार लवकर वाढवतो.

चुडा हे सौभाग्यलेणे असल्याने गौरी-गणपती, नागपंचमी, दिवाळी, अक्षयतृतीया, संक्रांत अशा सणाच्या दिवसांत खेड्यामध्ये कासाराचा मुक्काम असतोच. शिवाय लग्नाच्या मांडवात कासाराला स्वतंत्र जागाच दिलेली असते. ज्या ज्या वऱ्हाडणी येतील, त्यांना चुडे भरायचे असतात. नहाण येणे, डोहाळे साजरे करणे, बारसे करणे आणि मुख्य म्हणजे, सासरी जाणाऱ्या मालनीला बोळवण करणे या प्रसंगीही चुडा भरणे महत्त्वाचे असते. अशा वेळी त्या मुख्य उत्सवमूर्तीबरोबर घरातील लेकीबाळी- पासून मान हलत असलेल्या आजीपर्यंत सर्वजणी या समारंभात

सामील होतात.

हा चुडा भरून घेण्याचे मनपसंत ठिकाण म्हणजे माहेर. सासरी सासू वा जाऊ वैराळाला सांगते, 'हिला हिरवी दुधार, तिला कापीव भर ! सुनांना हौसेप्रमाणे बांगड्यांची निवड करता येत नाही. माहेरी पूर्ण स्वातंत्र्य असते. मायमाउली मुलीच्या उत्फुल्ल चेहऱ्याकडे कौतुकाने बघत राहते आणि माहेरवाशीण हक्काने वैराळाला सांगते. 'बांगड्यांच्या किमतीकडे बघू नको. माझे बापभाऊ तालेवार आहेत. त्यांच्या जिवावर ही माझ्या आवडीचा चुडा भरणार आहे.'

असा हा बांगड्या भरण्याचा रंगदार समारंभ मालनींनी तितक्याच रंगदारपणे आणि त्याच उत्फुल्लतेने गायिला आहे.

पुढील गाथांत माहेरवाशिणींची चुडे भरण्याची हौस, त्या चुड्यामागील तिचे भाव यांचे दर्शन आहे.

### गाथा (१२)

*बैराळ सादवीतोऽ घ्या, गऽ, बायांनूऽ कालकीत्ताऽऽ*
*अंबूरऽ, डाळिंबीईऽ बोरीबंदरऽ, सात रस्ताऽऽ*

*गोंडाळ माझा हातऽ बांगडी लागंऽ थोडीऽऽ*
*मायबाईऽ मी, गऽ भरू राजवरखीऽ जोडीऽऽ*

*मागं म्होरंऽ केरईवाऽ मधी तारंच्या पाटल्याऽऽ*
*बयाच्या जीवावरऽ मजा करूशाऽ वाटल्याऽ*

*बारीक बांगडीऽ ही बी चमकबीजऽलीऽऽ*
*ती बीऽ तांबडी दूधारऽ मला लावूशीऽ वाटलीऽऽ*

*बारीकऽ बांगडी, गऽ बिलवरऽ नागमोडीऽऽ*
*रूतलं, बाई, मनऽ लाव, वैराळा, जोडीऽ जोडीऽऽ*

*वैराळऽ दावीतो, गऽ हिरवा कापीऽ बिलवरऽऽ*
*मला हीरवाऽ कारळाऽ बीऽ हायी बैलांच्याऽ पाठीवरऽऽ*

*वैराळदादा, तूझीऽ पेटारी रीती झालीऽ*
*मायबाई म्हनीऽ माझ्या लेकीनंऽ हौस केलीऽऽ*

(१) वैराळ = कासार (२) गोंडाळ = वाटोळा, बाळसेदार हात (३) केरवा

= हिरवी जाड बांगडी (४) तारेच्या पाटल्या = सोन्याच्या पाटल्या व त्यांवर तारेने गुंफलेली नक्षी. (५) कापी = दोन्ही बाजूंना कडा असलेल्या, तास असलेल्या (६) अंबूर = आंबरशी रंगाच्या

वैराळ सादवताना नेमकी अपरिचित अशी नावे पुकारतो. मग घराघरांतील माहेरवाशिणी आपापल्या हातांतील चुडे बघतात. सासरी कामाच्या कसाट्यात सगळे विटून गेलेले असतात. नवीन प्रकारचे चुडे भरण्याची उत्सुकता असते आणि हे तर माहेरच असते. लगालगा सगळ्या कासारापुढे जमतात. कासाराकडील माल बघून ती इतकी उतावळी होते, की घरात आईला 'मी राजवरखी जोड्या लावून येते, ग' म्हणून सांगून आलेली मुलगी- हे बघू, की ते बघू- हे घालू, की ते घालू, अशा अवस्थेला येते. शेवटी ही पण जोडी हवी, ती पण हवी, करताना बैलाच्या पाठीवरच्या मालाकडेही तिचे मन धाव घेते. हा तिचा उत्साह आणि त्याने घेतलेले बाळरूप गाथेत प्रभावीपणे व्यक्त झाले आहे.

बांगड्या भरून होतात, तोच आई येते. मुलीने भरलेले चुडे बघून तिला समाधान होते. त्यातच मनात दाटून येऊन ती वैराळाला म्हणते, 'वैराळदादा, तुझी पेटारी रिकामी केली की माझ्या लेकीनं... हौस पुरवून घेतलीन्, बाबा!' सासरहून आली, त्या वेळचा तिचा तुटपुंजा आणि तोही विटलेला चुडा पाहिलेल्या आईला हा हातभर झगझगणारा चुडा पाहून किती आनंद झाला असेल, याची कल्पनाच करावी!

या गाथांचे एक वैशिष्ट्य आहे. यांत मधून मधून संवाद आहेत. कधी वैराळ, कधी चुडा भरून घेणारी मालन, कधी तिच्या बरोबरीच्या, कधी घरचे वडिलधारी कुणी– वैराळाशी वा एकमेकांशी बोलत असतात. म्हणजे या गाथा म्हणजे चुड्याच्या जशा रंगाप्रमाणे जोड्या लावतात, तशा या संवादाच्या ओव्याच आहेत, हे समजून घेऊन वाचले, की त्यांतील नाट्य डोळ्यांसमोर कसे उभे राहते. एखादा लहानसा प्रवेशच आपल्यापुढे चालला आहे, असे वाटते. गाथेची रंगत वाढायला हे संवाद त्यातील हावभावांसकट नाट्यरूप देतात. खालील गाथाच पाहाना.

### गाथा (१३)

*वैराळ सादवीतोऽ छंद गजरा केरईवाऽऽ*
*हाक द्या, गऽ, वैराळालाऽ माझ्या सईलाऽ बोलवाऽऽ*

*हटाला आली मैनाऽ राती ऊपाशीऽ नीजलीऽऽ*
*होवी बारीक बांगडीऽ नाव चमऽक बीजलीऽऽ*

*लाडक्या लेकीनंऽ वैराळ आडवीलाऽऽ*
*राजवरखीऽ जोडीसाठीऽ अंबूरऽ वाढवीलाऽऽ*

*आता म्हनी दाऽवऽ लाल काचंचीऽ नागमोडीऽऽ*
*वैराळ भर मगऽ हिरव्या दूधारीची जोडीऽऽ*

*राजवरखीऽ जोड्याऽ वैराळाच्या पेटीयीतऽऽ*
*बोरीबंदरऽ, सात रस्ताऽ त्येबीऽ मलाऽ खुनावीतऽऽ*

*हात भरूनऽ काकनंऽ मधी केरवाऽ दाटीलाऽऽ*
*बयाच्या जीवावरऽ छंद भरूसाऽ वाटीलाऽऽ*

*वैराळदादाऽ, तूझ्याऽ सांग बांगडीचंऽ मोलऽऽ*
*लाडाची, गऽ, लाडीऽ माझी मयना आली कालऽऽ*

(१) छंद = लाखेच्या बांगडीवर रंगीबेरंगी नक्षी काढलेली बांगडी हा सोन्याचा दागिनाही असतो. (२) गजरा = काचेच्या बांगडीवर मण्यांची तारांनी गुंफलेली नक्षी.

या माहेरवाशिणीने आल्या– आल्या चमक बिजलीचा हट्ट धरला. कारण असावे सासरी तिला सासवेच्या सांगण्याप्रमाणे अंबूर भरून घ्यावा लागला असावा आणि तिच्या मनात भरलेली चमक बिजली तिला मिळाली नसावी. तिथेच तिने मनाशी निश्चय केला असावा, की 'आता माह्यारी गेलं, की पहिल्यांदी चमक बिजली भरायची.' म्हणून हा हट्ट. आता वैराळाकडील बांगड्या पाहून तिला आणखीही हव्याशा वाटल्या आणि राजवरखी भरण्यासाठी तिने अंबूर कासाराकडून वाढवून घेतला. कासार प्रथम नको असलेल्या बांगड्यांवर थोडा आघात करून त्या पिचवतो आणि मग दोनी बाजू धरून वाकवल्या, की आपोआप ती वाढवते. यात दोष नसतो. हव्या तेवढ्या बांगड्या भरून घेण्याचा छंदही तिने खूप पुरवून घेतला आणि ती उठली. कालच आलेल्या मैनेचा वैराळाने आजच हट्ट पुरवला. हौस पुरवली– हे आईला वैराळाला सांगितल्याशिवाय राहवले नाही. संवादाने एक लहानसे गोड रंगदार दृश्यच इथे साकारले आहे.

आता पुढची गाथा वेगळी आहे. इथेही वैराळाने बांगड्या भरल्या आहेत. पण या गाथेत भावाबहिणींतील जिव्हाळा बांगड्यांइतकाच गहिरा आणि लोभस आहे. माहेरी आलेल्या बहिणीचा मोकळा– हातभर चुडा नसलेला हात भावाच्या लक्षात आला आहे. लाडक्या बहिणीला चुडा भरण्यासाठी बाजारात पाठवणे त्याला मानवले नाही. एकतर आपण कासाराला बोलवू शकतो, मग बहिणीला बाजारची

खेप– तीही चुड्यासाठी कशाला– आणि दुसरे म्हणजे, आपल्या बहिणीचे हात गोंडस आहेत. चुडा भरताना दाटतो. तिला त्रास होते; बाजारातील कासार तिकडे लक्ष देणार नाही, म्हणून. हे भावाचे प्रेम बहिणीला भारून टाकते. या मालनींचा भाऊ फार प्रेमळ असतो. बहिणीवर त्याचे फार लक्ष असते. शेत-कामांत, दळणात– चोळ्या लौकर फाटतात. त्याला माहीत असते. फाटकी चोळी घालून तिने राहू नये, म्हणून तो जाईल, तेव्हा चोळी खिशात घेऊनच जातो. गेला नाही, तरी आल्या– गेल्याबरोबर धाडून देतो. चुड्याचेही तसेच होते. कासार आल्यावर 'भर, ग, आता चुडा' असे रोखठोक तो सांगत नाही. चुडा भरणे हे वेळाचे काम– म्हणून तो कासाराला म्हणतो, 'बैल मोकळा कर आणि गोठणीत सावलीत बांध.' ओसरीवर कांबळे पसरून तयारीही केलेली असते. 'वैराळ दादा, ओसरीत बस आणि माझ्या चांदणीला चुडे भर.' बारीकसारीक थोड्या शब्दांत सांगितलेल्या या कृती त्या भावाचे प्रेम साकारतात. वाचणाऱ्यालाही वाटते, असा प्रेमळ भाऊ असावा.

मग संवाद सुरू होतात. वैराळाभोवती घरच्या मालनी जमतात. वैराळाने तिच्या हाताला शोभेशी बांगडी काढताच आज्जी म्हणते, 'बाईच्या हाताला द्रिष्ट होईल...' चढवताना हिरवी पिचली, तर लगेच भावजय म्हणते, 'गोऱ्या हाताला द्रिष्टच झाली, जणू!' राजवर्खी चढवताना वैराळ थांबला, तशी आई म्हणते, 'बया, बया... काय, ग, बया, ह्ये राजवरखाचं दाटणं...'

शेवटच्या दोन ओव्यांत आपल्या गोंडाळ हाताची आई व भाऊ कशी काळजी करतात, ते मालनीने सांगितले आहे. माहेरवाशिणीच्या चुड्याची घराला वाटणारी आस्था, तिचा जिव्हाळा यांनी नटलेली आहे ही गाथा.

**गाथा (१४)**

*गुंडाळ्या दंडायाचीऽ नगऽ जाऊ बाजारालाऽऽ*
*गुजरे भैनाबाईऽ चिठ्ठी धाडू वैराळालाऽऽ*

*मोकळा माझा हातऽ तेनं बंधूनंऽ बघीतलाऽऽ*
*सई वैराळाचा नंदीऽ दारात उभाऽ केलाऽऽ*

*वैराळदादाऽ, तूझाऽ बैल बांध गोठनीऽ लाऽऽ*
*वसरीऽ कांबळाऽ चुडा भर, रे, चांदनीलाऽऽ*

*बारीक डाळिंबीऽ गोऱ्या हातालाऽ झगऽ झगऽऽ*
*आज्जी, गऽ, म्हनीतीऽ दिठ व्हयीलऽ घालूऽ नगंऽऽ*

*हिरवी बांगडीऽ कशानंऽ पिचकलीऽऽ*
*भावज, गऽ, म्हनीऽ गोऱ्या हाताला द्रिष्ट झालीऽऽ*

*गोंडाळ माझा हातऽ वैराळदादा, गऽ, नटऽ लाऽऽ*
*मायबाई म्हनीऽ राजवरऽखऽ दाटऽ लाऽऽ*

*गोंडाळऽ माझं हातऽ बयाच्या नदरंऽ तऽऽ*
*कापीव बिलवरऽ बांधी माझ्या पदरातऽऽ*

*गोंडाळ माझा हातऽ बंधूच्या सपनाऽ तऽऽ*
*सोन्याचं बिल्लोरऽ मला धाडीले टपालातऽऽ*

पुढील गाथेत बांगड्या भरणे हाच विषय आहे. पण त्या मागच्या जिव्हाळ्याचा–श्रद्धेचा भाव अनोखा आहे. हे या गाथेचे वैशिष्ट्य आहे. आई, बाप, भाऊ यांना आपल्या चुड्याच्या हौसेबद्दल किती जिव्हाळा आहे, हे मालनींनी बऱ्याच ओव्यांत गायले आहे. पण इथे मालनीला चुड्याच्या संदर्भात आई, बाप, भाऊ यांच्याबद्दल जी श्रद्धा आहे, ती तिने चुड्यावरून गाऊन दाखविली आहे. तिला वाटते, 'मी चुडा भरते', ते माहेराचे प्रतीकच आहे. या चुड्यात मोठे असे जे सोन्याचे व काचेचे, लाखेचे काकण असते, ते पित्यासाठी आहे. गोठ, छंद, गजरा व तारांच्या नक्षीने वेढलेली धातूची बांगडी ही पित्याचे प्रतीक आहे. काचांचे जे मी चुडे घालते, म्हणजे बांगड्या, ते भावाचे प्रतीक आहे आणि कंगणी म्हणून ही सोन्याची तारांनी वेढलेली रुंद पाटली वा साधी सोन्याची पाटली हे आईचे प्रतीक आहे. म्हणजे हा चुडा हे माझे माहेरच आहे. चुड्याच्या रूपाने ते मी आमरण पुजते आहे.

म्हणजे आई-वडील यांच्या सोन्याच्या दोन आणि जितके भाऊ, तितक्या बांगड्यांच्या जोड्या हा एक हातातील चुडा झाला. इथे ही मालन भाऊ किती, ते सांगत नाही. कारण भाऊ, बहिणी कधी संख्येने मोजत नाहीत, त्यांचे आयुष्य कमी होते, ही श्रद्धा. पहिल्या ओवीत तिने म्हटल्याप्रमाणे अठरा बांगड्या घेतल्या. म्हणजे तिला पाच भाऊ आहेत. दुसऱ्या ओवीत चार भाऊ आहेत... बापाची एक मोठी सोन्याची– इथे केवड्याचा थाट म्हटले आहे. आणि आईची कंगणी... या मालनीने चुड्यात असे सारे माहेर सामावून घेतले आहे. पित्याची मोठी पाटलीसारखी तार गुंफलेली सोन्याची बांगडी म्हणजे पिता समृद्ध आहे. तशीच कंगणी किंवा कुलपी पाटली ही आईसाठी हवीच. कितीही चुडा भरला, तरी मधे कंगणी ही हवीच. अशी या मालनीची श्रद्धा आहे.

ही चुड्याची तिने ठरवलेली संख्या तिच्या कल्पनेतील आहे. एक वेगळा, पण

सूक्ष्म सूचक आविष्कार हे या गाथेचे वैशिष्ट्य आहे. ती गाथा आता अशी वाचली, की ती अधिक भावेल आणि मालनीला चुड्यात दिसणारे माहेर मनाला भिडेल.

### गाथा (१५)

*बांगड्या भरीतेऽ रुपयाच्या नवू नवूऽऽ*
*मागं म्होरं भाऊऽ मधी बापाजीचं नावूऽऽ*

*बांगड्या भरीतेऽ रुपयाच्या आठ आठऽऽ*
*माझी या बापाजीचाऽ मधी केवड्याचा थाटऽऽ*

*माझ्या, गऽ, चूड्याच्याऽ सये, रुंद रुंद ताराऽऽ*
*पित्याच्या सावलीलाऽ लागंऽ ना ऊन वाराऽऽ*

*मागं पूढंऽ काकऽनंऽ मधी कुलूपी पाटलीऽऽ*
*बघा मालईन माझीऽ मधी कंगनीऽ दाटलीऽऽ*

*हात भरून काकऽनंऽ मधी कंगनी झाली दाटीऽऽ*
*सांगतेऽ, सईबाईऽ बया असावीऽ एवढ्यासाठीऽऽ*

### गाथाबंध ५ : बांगड्यांची किणकिण

कुंकू, चुडा, डोरले, जोडवी ही मालनींची सौभाग्यचिन्हे आहेत. मालनी यांना भक्तिभावाने जपतात. पण यांची मागणी मात्र त्या माहेराकडे करतात. पंढरपूरची फणी, कुंकू आईकडे मागतात. चुडा तर माहेरीच भरून यायचा असतो. डोरले वाढवले– मणी किंवा सोन्याची बांधणी त्यात नवीन काही बदल हे सर्व बाप किंवा भाऊ यांनीच करायचे असते. पीक चांगले आले, की हे माहेरचे लोक तिला 'तुझ्या डोरल्याला घोस लावू या. तुझ्या जोडव्यांना घागऱ्या बसवू या.' असे आपणहून सांगतात. कित्येकदा मालन मागूनही घेते. हे सर्व माहेराने द्यायचे, हे त्याचे धर्मकर्तव्य आहे, असे वाटते. सासरचे लोक तिच्या या मागणीकडे दुर्लक्ष करतात. किंवा याबाबत त्यांची अनास्था असते. हा सासर-माहेरचा विचित्र असा दुवा आताचाच नाही. शंकरपार्वतीच्या विवाहापासून चालत आलेला आहे.

या गाथांतून हाच भाव दिसून येते. मोकळ्या मनाने देणे– देण्यात हौस आवड

असणे, नसेल, तर घेणाऱ्यालाही संकोच वाटतो. ते घेणे नकोच, असाही विचार असतो. सासरी हा अनुभव येतो. माहेरी देणेही आनंदाने असते आणि घेणारीही मोकळ्या मनाने आपल्या हौसेप्रमाणे घेत असते. देण्या-घेण्यातील हा आनंद मिळावा, म्हणून मालन ही मागणी माहेराकडून पुरवून घेते.

वैद्य जसा माहेरचा, तसा कासारही माहेरचा असला, की मालनीचे मन अधिक गहिरे होते. या गाथा हाच भाव व्यक्त करतात.

### गाथा (१६)

*कासारभाऊ, मह्याऽ मायच्या गावचाऽऽ*
*ये, रे, भर चूडाऽ नंदी देईन गाईचाऽऽ*

*कासारदादा, उतरऽ मह्या पायरीशीऽऽ*
*देरान्या, जेठान्याऽ चूडा भरू एका राशीऽऽ*

*कासारभाऊऽ, दारीऽ मह्या दे नऽ पालऽऽ*
*बिल्लोराची घेनारीनऽ बाई, महीऽ आली कालऽऽ*

*कासारीनबाईऽ, सांग तूझ्या कासारालेऽऽ*
*झिंगीच्या बांगड्याऽ बाई जायाची सासरलेऽऽ*

*कासारदादाऽ, तूऽ हंऽ माहंऽ काय नातंऽऽ*
*बांगडीच्यासाठीऽ भाऊऽ हातामंदीऽ हातऽऽ*

(१) देरान्या = धाकट्या दिरांच्या बायका. (२) जेठान्या = मोठ्या दिरांच्या बायका. (३) बिल्लोरा = बिलवर–तासाच्या नाजूक बांगड्या. (४) झिंगीच्या = कलाबतूने वा नाजूक पितळी तारेने मढवलेल्या काचेच्या बांगड्या.

वरील गाथेत मालनीला आपल्या माहेरचा कासार गावात हाळी घालतो आहे, हे कळताच फार आनंद होतो. मालनीचे घर मोठे आहे. जावा, नणंदा, मुली–बाळींनी घर भरलेले आहे. मालन त्या कासाराला आपल्या दारात बोलावते. आपल्या माहेरच्या कासाराकडून घरच्या जावा–नणंदाना मनपसंत चुडा भरून घेणे यात मालनीला अभिमान वाटतो. त्याने एकमेकांविषयी जिव्हाळाही वाढतो. मुख्य म्हणजे, पैसे न देता हा सर्व व्यवहार होतो. कासार माहेरून पैसे घेतो. ती म्हणते, 'तुला नंदी देते.' हा नंदीही माहेरून आंदण म्हणून आलेल्या गाईचा असतो. किंवा

आईने आपल्या लेकीसाठी तो तिकडेच द्यायचा असतो. नंदी द्यायचा आणि अमुक एक वर्षे त्या घराला चुडा भरायचा, अशीही रीत असते. यामुळे सासरी कुणाकडे पैसे मागावे लागत नाहीत आणि मोकळेपणाने हवा तो चुडा भरून घेता येतो. या कारणाने कासारालाही गावच्या माहेरवाशिणीविषयी आपलेपणा वाटतो.

पुढील गाथेत एक मालन आपल्या चुड्यासाठी आपला भाऊ कसा प्रयत्न करतो आणि आपला कासार त्याच जिव्हाळ्याने तो आपल्या हातांत कसा भरतो, याचे वर्णन केले आहे.

एकदा मालनीने वेशीपाशी आलेल्या कासाराला– त्याच्या बांगड्या आवडल्या नाहीत, म्हणून भावाकडे 'मला बारीक अशी तशी बांगडी हवी', असा हट्ट धरला. त्यापुढील हकीगत खालील गाथेत गायली आहे.

### गाथा (१७)

*'बांगडी बिल्लोरा'ऽ आलाया वेशीपाशीऽऽ*
*माझ्या मनात भरंनाऽ आळू करू बंधूपाशीऽऽ*

*बारीक बांगडीऽ भरूशी वाटलीऽऽ*
*ताईता बंधूजीनंऽ तार पुन्र्याला पाठवीलीऽऽ*

*बारीक बांगडीऽ कुठं, वैराळा, पैदा केलीऽऽ*
*तुझ्या बंधवानंऽ पुन्र्यानं मागवलीऽऽ*

*बारीक बांगडीऽ कासाराच्या, गऽ, हातातऽऽ*
*बंधूनंऽ माझ्या चूडाऽ पाठवला कागदातऽऽ*

*बारीक बिलवरऽ माझ्या मनगटी दाटतीऽऽ*
*भावासारीकंऽ सजनऽ मला वैराळ भेटतीऽऽ*

*बारीक बांगडीऽ फूटली फूटू जावूऽऽ*
*माझ्या, गऽ, बंधूरायाऽ घेनारा सूखी ऱ्हावूऽऽ*

(१) बांगडी बिल्लोरा = कासाराने सादवलेले शब्द (२) आळू = हट्ट, आग्रह

वरील गाथेत पहिल्या दोन-तीन ओव्यांत मागील संदर्भ आहे. मागे जेव्हा कधी मालन माहेरी गेली होती, त्या वेळी तिने बारीक बांगडीची भावाकडे मागणी केली होती.

त्यानंतर मालन सासरी आली आणि वैराळ दाराशी आला. त्याच्याकडे तिला हव्या असलेल्या बांगड्या पाहून तिला आश्चर्य वाटले. त्यावर तो म्हणतो, 'तुझ्या भावाने पुण्याहून मागवली होती. आता मी या गावाला येणार, म्हणून माझ्याकडे दिली. म्हणाला, 'माझ्या बहिनाच्या हातात भरून ये.'

बारीक बांगडी फार नाजूक. फार हलक्या हाताने आंगठ्यापुढील मनगटाच्या भागावर ती चढवावी लागते. नाहीतर पिचते, फुटते आणि रक्ताची धार लागते. चढवतानाही कळ येतेच. कुशल असा कासारच हलक्या हाताने हे काम करतो. बांगडी दाटू लागली, तशी हा वैराळ हळू हळू सरकवत जपून बांगडी चढवू लागला. वैराळाची ही मायाही तिच्या मनाला स्पर्शून गेली. वैराळाला ती सजन म्हणते– तिच्या भावासारखाच प्रेमळ. कदाचित त्याचे ते सायास पाहूनही तिने म्हटले असेल, 'फुटलीऽ फुटू जावू.' आणि कोणत्या मालनीला वैराळाची माया बघून 'किती, रे, जपतोस, फुटू दे, फुटली, तर.' असे वाटणार नाही? थोड्या शब्दांत प्रसंग उभे करणे या मालनीला सहज साधले आहे. प्रसंगही अगदी संवाद - नेपथ्य - अभिनयासकट सूचकपणाचा हा परिणाम छान साधला आहे.

पुढील गाथेत, आपल्या माहेरी आलेल्या बहिणीची चुड्याची हौस किती परीने पुरवतो, याचे बहिणीनेच केलेले वर्णन आहे. देणारा बंधू आणि लेणारी त्याची लाडकी बहीण.

### गाथा (१८)

*काकनंऽ काकनं, गऽ लेते किती परकाराचीऽऽ*
*वैराळ बलवीलाऽ मी, गऽ, लाडकी बंधवाचीऽऽ*

*बारीक बांगडीऽ भाव रूप्पया डझनऽऽ*
*भाऊराया माझाऽ मला भरीतो सजऽनऽऽ*

*बांगड्या भरीतेऽ रुपियाला आठऽ आठऽऽ*
*माझ्या, गऽ, बंधूचाऽ सरव्यात लयी थाटऽऽ*

*बारीक बांगडीऽ बारा आन्याला लेते जोडीऽऽ*
*हौस, गऽ, मला मोठीऽ बंधू हासत चंची सोडीऽऽ*

*बांगडी भरीतेऽ मीऽ बाई पीवळ्या तारांचीऽऽ*
*बंधवाची माझ्याऽ हौस दूकानदाराचीऽऽ*

*लक्ष्मी आई आलीऽ सजीऽ, गऽ, दूकानालाऽऽ*
*बंधवाला माझ्या हरखंऽ सोनं देलं काकनालाऽऽ*

(१) पिवळ्या तारांची = काकणाभोवती पिवळे बारीक मणी, कलाबतू वा पितळी तार गुंफलेली. (२) सजी = सहज (३) हरख = हर्ष-आनंद.

हा एक बांगड्या भरण्याचा सोहळाच आहे. बहीण तऱ्हेतऱ्हेच्या बांगड्या भरते. त्यांच्या किमतीही सांगते; पण त्या ऐकून तो हसत चंची सोडतो. चंचीच्या एका कप्प्यात रुपये ठेवलेले असणार. हसत सोडतो, म्हणजे 'तुला का काळजी, किती किंमत असू दे' असे सांगण्याचा भावार्थ.

पुढील दोन ओव्या मालनीने एका चतुरपणाने गुंफल्या आहेत. पुढे होणाऱ्या घटनेला सूचक अशी अगोदर घटना घडते, या योगायोगाची.

एकदा ती, आवडल्या, म्हणून पिवळ्या तारेच्या बांगड्या भरते. या बांगड्या सोन्याच्या कुसरी बिलवरासारख्या दिसतात. आणि त्याच सुमाराला भाऊ दुकानदार आहे, हे सूचित करून, ती म्हणते, 'सहज दुकानात लक्ष्मी आली.' याचा अर्थ मोठी विक्री झाली. खूप पैसे आले. हा योगायोग तेव्हा भाऊ हर्षभरित होऊन म्हणतो, 'तुला आता बिलवराला सोने देतो.' पिवळ्या तारेच्या बांगड्या सोन्यासारख्या... आणि भावाने खऱ्याच सोन्याच्या बांगड्या दिल्या. तो पिवळा रंग सूचक ठरला... गाथा साधी साधी म्हटली, तरी बहिणीने हर्षभराने भावाचे ओवीओवीतून प्रकट होणारे कौतुक आणि शेवटच्या ओव्यांतील भावाला 'हरख' देणारा प्रसंग या भावपूर्ण संवेदनाही देऊन जातात.

या कारणानेच माहेरी सौभाग्यचिन्हांची मालनींची आग्रही मागणी का असते, हे कळून येते. भावा-बहिणींतील जिव्हाळाही समजतो. देणे आनंदाचे आणि घेणे आनंदाचे या पावसाउन्हाचा संगम किती सुखदायक असतो, याचाही प्रत्यय येतो.

## गाथाबंध ६ : वैराळ सादवीतो

वैराळ वेशीतून सादवू लागला की, घरोघरी प्रसन्नतेचे रंग उधळू लागतात. घराघरांतील लहान-थोर सर्व मालनींच्या मानस सरोवरात रंगारंगांची वलये उमटू लागतात. त्याचे वर्णन काय करावे? तोंडावरचे हासू, चमकबिजली, की बिलवर, की कारला, हा संभ्रम,

काम आटपण्याची लगबग यांनी घर कसे वैराळाच्या खांद्यावरील बांगड्यांच्या वळेसरासारखे हालत झुलत राहते. आता नेहमी नको असलेली नणंद गोड वाटायला लागते.

'दिवानसाब, ऐकलं न्हवं... वैराळाची साद येतीया...' त्या नणंदेला सांगू लागतात. इकडून–तिकडून बारीक बांगड्यांची किणकिण ऐकू येते. दिवाणसाब पैंजणांचे झंकार उधळत आईला सांगते, 'बया, वैराळदादाला बलवायला जातू, बघ.' आणि आई कौतुकाने म्हणते, 'जा, म्हनं.'

वैराळ हा नेहमीचा येणारा. मालनींचा मित्र–घरच्यासारखा. त्याला सगळ्यांच्या घरची परिस्थिती, राग, रुसवे, आवडीनिवडी, हातांची मऊ आणि काटक घडण- सर्व काही माहीत असते. त्यांच्याविषयी त्याच्या मनातही स्नेहभाव असतो.

ओसरीवर पसरलेल्या कांबळ्यावर वैराळाने बांगड्यांचा डोल्हारा मांडला, की घरच्या गौराया भोवती बसतात. मध्ये रंगदार बांगड्यांचे वळेसर नी दंडगोल आणि त्याच्याभवती अर्ध वर्तुळाकारात आणखी एक रंगवलय - निळ्या - तांबड्या - पिवळ्या–जांभळ्या सावल्यांचे, त्यांच्या काठपदरांचे, चोळीच्या बाह्यांचे, गोंदलेल्या गोऱ्या सावळ्या हातांचे आणि चमकदार डोळ्यांचे... या दोन रंगवलयांचे फोटो वा चित्रे आणि रेखलेली मी पाहिली नाहीत. या वेळी मला श्री. बेंद्रे, दलाल आणि बी. प्रभा यांची फार आठवण होते !

— आणि दोन मालनी कधी एकच आल्या, तर न बोलता राहतील काय? इथे तर हा त्यांचा अतिशय आवडता सोहळा. एकमेकींशी– वैराळाशी यांची बोलणी सुरू होतात. वाक्यांच्या फेकी सुरू होतात. हे बोलणेही बांगड्यांच्या किणकिणीसारखे – मंदमधुर, प्रसन्न आणि हसरे असे असते. सगळी नाती या रंगवलयांतून नाहीशी होतात.

पुढील गाथांतून ही किणकिण ध्वनिबद्ध केली आहे. ती कधी सतारीसारखी झंकारणारी आहे, कधी पिचलेल्या बांगडीसारखी बदसूर आहे– कुठे ती मूक आहे, तर कुठे बांगडीने झालेल्या जखमेसारखी आर्त वेदनेची आहे.

पुढील गाथेतील किणकिण सतारीच्या झंकाराची आहे. प्रत्येक ओवी एका मालनीच्या भावझंकाराची आहे.

## गाथा (१९)

| | |
|---|---|
| *वैराळ हाक घालीऽ* | *चुडं लेनाऱ्या बाया कीतीऽऽ* |
| *मायबाई माझीऽ* | *लेकी सूनांनाऽ बलावीतीऽऽ* |
| *भर, रे, कासाराऽ* | *ती, रे, हीरवीऽ दूधाऽरऽऽ* |
| *माझी भावज गूजरीऽ* | *पहिल्यांदी गरभाऽरऽऽ* |
| *बारीक बांगडीऽ* | *गोऱ्या हातालाऽ चमक्या मारीऽऽ* |
| *धाकल्या सूनबाईऽ* | *केस कूरळंऽ मागंऽ सारीऽऽ* |
| *काचंच्या बिलवराऽचीऽ* | *जोडी कशानंऽ पिचकलीऽऽ* |
| *गोऱ्या, गऽ, वहिनी तूझाऽ* | *हात कंथाच्या उशाखालीऽऽ* |
| *डाळिंबीऽ नागमोडीऽ* | *हायी रुपयालाऽ एकऽऽ* |
| *नंदाबाई माझीऽ* | *हायी थोराची, गऽ, लेकऽऽ* |
| *बांगडी वाढवलीऽ* | *जाऊ परतीऽ काचायाचीऽऽ* |
| *तुझ्या कंथाच्याऽ जीवावरऽ* | *मी, गऽ, भरीनऽ पाचायाचीऽऽ* |
| *कासार, रे, दादाऽ* | *धरू नको माझा हातऽऽ* |
| *मन माझंऽ कारल्यातऽ* | *माय हायीऽ माह्यारातऽऽ* |

(१) काचायाची = काचेची चढवताना हातात दाटायची, रुतायची, काचण्यापेक्षा फुटलेली बरी. (३) कारला = हिरवीगार, वर कारल्यासारखी उठावाची नक्षी असलेली बांगडी.

घरच्या सगळ्याजणी जमल्या, की दिवाणसाब गरजतात, 'वैराळदादा, आधी माझ्या वैनीबाईना चुडा भर... कसला... हिरवीदुधार... पहिल्यांदा गरभार आहेत माझ्या वैनीबाई' असा हा पहिला मान गरभार बाईचा... मग सर्वांचे खिंकाळणे...

मग दुसऱ्या सूनबाई बारीक बांगडी भरून घेत असता सासू म्हणते... कौतुकाने म्हणते... 'गोऱ्या हाताला काय, ग, चमक्या मारतात त्या बांगड्या. पण, बाई, कपाळावरच्या बटा मागं सार, बघू.' आधीच गोऱ्या, त्यात बांगड्यांची झगमग आणि त्यात पुन्हा कपाळावर बटा... सासूला भीती वाटते, सुनेला द्रिष्ट होईल... म्हणून ती हाताचे लावण्य बघतच सुनेला कपाळावरील बटांबद्दल सुचवते... दृष्ट ही घरच्यांची होते, तशी वैराळाचीही होते. गोरा गोंडस हात– त्यात बांगडी

चढवताना पिचकली, की 'वैराळाची द्रिष्ट झाली', असे मालनी समजतात. त्यासाठी गोंडस हाताच्या मालनीला बाजारात बांगड्या भरायला धाडत नाहीत. नेहमीच्या ओळखीच्या कासाराकडून तिला घरीच बांगड्या चढवून घेतात.

वैराळासमोरही मालनी किती मोकळेपणाने बोलतात, त्याचे उदाहरण एका ओवीत आहे. एरवी नणंदा वाईट असल्या, तरी प्रसंगी त्या किती खट्याळ होऊ शकतात, याचे हे उदाहरण आहे. एक भावजय चुडा भरण्यासाठी हात पुढे करते, तेव्हा दिवाणसाबांच्या लक्षात काही येते... दोन बांगड्या पिचलेल्या दिसतात... ती खोकाळत विचारते, 'अहो वैनीबाई, या बांगड्या कशानं, हो, पिचल्या?' या मालनी शृंगारिक बोलणीही अशा मोकळेपणाने बोलतात. शृंगाराचे त्यांना वावडे तर नाहीच, पण त्याबद्दलचे बोलणेही वास्तव, पण निर्मळ असते.

शेवटची ओवी वाचून जरा गफलत होण्याचा संभव आहे. या मालनीचा विरस तर झाला नाही, असे आपल्याला वाटते. पण तसे नाही. ही मालन नव्याने लग्न होऊन आलेली असावी. काही सोयरिकीत चोळी, बांगडी, सावले – सर्व काही माहेरून मिळते... असे ज्यांना मिळते, त्यांची चौकशी सासरची माणसे करीत नाहीत. समजा, तिची चोळी फाटली, तरी सासू वा जाऊ त्याबद्दल बोलणार नाहीत. घेणारही नाहीत. यात दुष्टपणा वगैरे काही भाव नसतो. ती एक वागण्याची पद्धत असते. असेच या मालनीविषयी झाले असावे. ती माहेरून चुडा भरून आलेली आहे. सहज सगळ्याजणींबरोबर बसली आहे. वैराळाने हात मागताच ती म्हणते, 'माझा हात नाही देत. हा कारला मनात भरलाय्; पण आई माहेरी आहे.' यात तिचा विरस नसून, तिने सूचक पद्धतीने सांगितले आहे की, 'माझा चुडा माहेरीच भरला जातो. इथे नाही.' ही मातबराची लेक आपल्याहून कमी परिस्थितीतील घरी दिली आहे, हे लक्षात आले, की तिच्या अशा या बोलण्याचा उलगडा होतो.

अशी ही किणकिण, मधुर हसरी अशी कित्येक ओव्यांतून मालनींनी गायली आहे. त्याचा हा लहानसा वानवळा. ही गाथा म्हणजे एक दृक्‌श्राव्य अशी रंगदार चित्रमालिका आहे. या गाथेत स्वभावोक्तीचा – सहजसुंदर असा आविष्कार झाला आहे.

पुढील गाथेतील किणकिण एका वेगळ्या भाववृत्तीतून निर्माण झाली आहे. ही लहान मालन लग्न झालेली नसावी. तिची घरची परिस्थितीही बेताचीच असावी. घरात भाऊ कर्ता असला, तरी घरात आईला फारसा अधिकार नसावा. म्हणजेच घरात सुनेचा वचक असावा. हे सर्व ती लहान मालन वैराळाची साद ऐकताच विसरून जाते. साद ऐकताच, 'मला नव्या बांगड्या हव्यात, या जुन्यांचा कंटाळा आला आहे.', असे आईला हट्टाने सांगून ती कासाराला बोलावूनही आणते.

म्हणूनच अल्लड, लहान असावी, असे मी म्हटले.

कासाराला मोठ्या हौसेने ती सांगते... 'बस जरा... आईला गारानं घालायला हवं. पण मला छान, उंची बांगड्या हव्यात... माझा भाऊ पैसे देईल. तुला काळजी नको. या अंबूरचा अगदी कंटाळा आलाय्, बघ. मला उंची बांगड्या भर.'

तिची हौसेची बडबड संपल्यावर आई शांतपणे म्हणते, 'कासारदादा... भाऊ पैसे देणारा माडीवर झोपला आहे... तू तिला आपली स्वस्ताची अंबूर भर.'

— आणि ही मग मुकाट्याने भरून घेते... किणकिण चुडा दाबून धरल्यासारखी बंद होते... झोपी गेला, हेही वैराळापुरतेच असावे... भाऊ पैसे देणार नाही, असे कसे सांगायचे... त्या लहान्या मालनीचा विरस मन हलवून जातो आणि त्यापेक्षा तिच्या आईच्या मनाची कुचंबणा व्यथित करते... ती ही गाथा.

### ◗ गाथा (२०)

*येशीला दीलंऽ पालंऽ राघूबा वैराळानंऽऽ*
*मी, ग, बया, गवळनीलाऽ केलं चूड्याचं गाराऽनंऽऽ*

*वैराळदादाऽ, बसऽ सोपयाच्या सावलीलाऽऽ*
*आळवीते माऊलीलाऽ बया माझ्या घेनारीलाऽऽ*

*अंबूर डाळिंबीचाऽ मला आलाया, गऽ, कावऽऽ*
*माझ्या, गऽ, बयाबाईऽ राजवरखीऽ जोड्या लावऽऽ*

*वैराळदादा, तूझाऽ चुडा येईना मनालाऽऽ*
*बांगडीचा हातऽ न्हायी देनार काकनालाऽऽ*

*वैराळ, रेऽ, दादाऽ उंच बांगड्या भरऽ मलाऽऽ*
*देनारा माझा बंधूऽ नकू रुक्क्याची चिंता तूलाऽऽ*

*वैराळाऽस मैनाईलाऽ भर सस्ताचा अंबूरऽऽ*
*रुक्का देनारा बंधवऽ गाढ झोपला माडीवरऽऽ*

(१) गारानं = तक्रार (२) काव = कंटाळा, वीट (३) सस्ताचा = स्वस्त असा.

बांगड्या भरायचा हा आनंदोत्सव खरा... पण नेहमीच मालनींना तसा अनुभव येत नाही. मनपसंत बांगड्या भरताना एखादी पिचते; पण तिच्याऐवजी दुसरी भरता

येते. पण हा आनंदोत्सव – याला जरा लहानसाही तडा गेला, तरी तो भरून काढता येत नाही. तो आनंद अपुराच राहतो. सोहळा बेरंग, बेसूर होतो. पुढील गाथा असाच एक सूक्ष्म भाव व्यक्त करीत आहे.

ही गाथा एका सासूने गायलेली आहे... आपल्या वैभवाचे, लेकी-सुनांचे कौतुक त्यात आहे. पण तिच्या नकळतच त्यात एक झाकोळ शिरला आहे, तो फक्त सुनांच्या मनाच्या सावलीचा आहे. आपल्यालाही जाणवणार नाही, इतका तो सूक्ष्म, पण प्रखर आहे.

**गाथा (२१)**

*वैराळानंऽ दीलं पालऽ माझ्या वाड्याला टेकूनऽऽ*
*भाग्याच्या भागेरथीऽ लेकी सूना ये घेऊनऽऽ*

*सून मालनीऽ थोरल्याऽ बसू घालावा कांबळाऽऽ*
*धाकल्या गौरायांनाऽ चुडा भरावाऽ जांभळाऽऽ*

*कासार, रे, दादाऽ उघड पेटारी झाकनंऽऽ*
*मालनींचंऽ माझ्याऽ उच्च मोलाचं घालनंऽऽ*

*सून गरभार जानकीलाऽ हीरवा चाफा भरीऽऽ*
*वैराळ, रे, दादाऽ उघड पेटारीऽ दूसरीऽऽ*

*कासार, रे, दादाऽ तुझ्या पेटारीलाऽ सोनंऽऽ*
*माझ्या थोरल्या सूनंलाऽ भर गजऱ्याचं लेनंऽऽ*

*वैराळ, रे, दादाऽ उघड पेटारी दूसरीऽऽ*
*माह्यारी आली मैनाऽ नगदा लेनारऽ रूसलीऽऽ*

*वैराळ, रे, दादाऽ तुझी पेटारी रीती झालीऽऽ*
*माझ्या मयनानंऽ किती परकारऽ लेलीऽ लेलीऽऽ*

(१) पाल = राहुटी (२) लेली = ल्यायली-घातली.

मोठा मातबराचा वाडा आणि लेकीसुनांची गजबज बघून वैराळाने वाड्याशेजारी पाल दिले, याचा या मालनीला अभिमान वाटतो. शिवाय तो तिला भाग्याची भागेरथी म्हणतो. तिच्या मातबरपणाचा आणि तिच्या वेलविस्ताराचा सन्मान करतो.

मातबरपणाच्या अभिमानाबरोबर तिला आपल्या कर्तेपणाचाही ठसका आहे. दुसऱ्याच ओवीत तो दिसून येतो. 'सूनबाई, कांबळा पसरा आणि लहान मुलींना जांभळी काकणं भरून घ्या.' म्हणजे चुडा भरायचा, तो सासू सांगेल, तोच, हे इथेच तिने स्पष्ट केले. मनाला वाटेल तो रंग भरणे शक्य नाही.

प्रत्येक वेळी चुडा भरायला दुसरी मालन बसली, की बाई सांगतात. अमुक भरा. त्या सुनांना उंची काकणे मिळतात, पण आवडीचे रंग, प्रकार निवडण्याचे स्वातंत्र्य त्यांना नाही. सगळे असून नसल्यासारखे वाटण्याचा जो भाव आहे, तो या सासुरवाशिणींना व्यथित करतो. हे देखील एक स्वभाव म्हणून त्यांनी गिळले असते. पण तसे नाही. शेवटच्या दोन ओव्यांत तिने मुलीचे कौतुक केले आहे. मला नगदा बांगडी हवी, म्हणताना तिने तिची इच्छा पुरी केली आहे; आणि तिने आपल्याला पसंत असणारी किती बांगडी भरली, याचेही कौतुक वैराळापुढे केले आहे.

हे अंतर सुनांना जाणवल्याखेरीज कसे राहील? सुना मनोमनी नाराज. बांगड्या पिचाव्या, तशा. वैराळाला प्राप्ती खूप झाली. तो तिला भाग्याची भागेरथी म्हणतो. भाग्याची, हे खरे... पण मन भागीरथीसारखे नाही.

हा सूक्ष्म भेदभाव या गाथेत अतिशय सूचकपणे व्यक्त झाला आहे; आणि गंमत अशी, की जिने कौतुकाने ही गाथा गायली, त्या मालनीनेच हा झाकोळ व्यक्त केला आहे... तिच्या नकळत, पण सूक्ष्मपणे भावेल, या रीतीने!

पुढील गाथा एका आर्त भाववृत्तीची आहे. वेशीला वैराळ सादवतो आणि घरोघरी रंगदार, प्रसन्न वलये उमटतात, असे मी म्हटले होते. पण सर्वच घरे अशी नशीबवान नसतात. त्या घरांतील मालनींच्या मनांत वैराळाची साद ऐकून जी वलये निर्माण होतात, ती या गाथेत आविष्कृत झाली आहेत.

### ◗ गाथा (२२)

*वैराळ सादवीतोऽ तो का सादवी वईल्या येशीऽऽ*
*न्हायी घरी काशीऽ आळू करू मी कुनापाशीऽऽ*

*वैराळ सादवीतोऽ सादवीतो पारापाशीऽऽ*
*बया न्हायीली म्हायारीऽ छंद मागू मी कुनापाशीऽऽ*

*वैराळऽ सादवीतोऽ चुडं लेयाची कोठंऽ गेलीऽऽ*
*तिची बया, ग, बोललीऽ मैना सासरीऽ काल गेलीऽऽ*

*वैराळ सादवीतोऽ अंबूर डाळिंबीऽ हिरवी काडीऽऽ*
*ईटल्या, गऽ, चूड्याची मीऽ मला रंगाचीऽ काय गोडीऽऽ*

*वैराळ सादवीतोऽ हिरवा बिलवर नागमोडीऽऽ*
*भैना गेलीयाऽ देवापाशीऽ कशी एकली भरू येडीऽऽ*

*वैराळ सादवीतोऽ मला साद, गऽ, ऐकवंनाऽऽ*
*भुंड्या हाताच्या नेनंतीलाऽ उभी मूकाटऽ बघवंऽनाऽऽ*

(१) काशी = आई (२) आळू = हट्ट (३) भुंड्या = रिकाम्या, मोकळ्या.

पहिल्या तीन ओव्यांतील मालनींच्या मनाचा झाकोळ फारसा गडद नाही. त्यांना चुडे भरण्याच्या उत्सवात सामील होता आले नाही, हीच त्यांची हलकीशी व्यथा.

शेवटच्या तीन ओव्या मात्र अतिशय हृदयस्पर्शी आहेत. वैराळाची हाक यांच्या कानांत गुंजत नाही, तर यांचे मन चिरीत जाते. अशा या मालनींच्या व्यथा आहेत.

ही इटल्या चुड्याची मालकीण माहेरी परत आलेली आहे. पतीनेच तिला आणून टाकली असणार किंवा सासरीच भाड्याच्या बैलाचे कष्ट उपसत राहिली असेल. नवरा विचारीत नाही. वैराळाने बांगडीच्या रंगाचे केलेले वर्णन वाचून तिचे मन किती वैफल्यग्रस्त होते, हे अगदी साध्या शब्दांत मांडले आहे! 'विटल्या चुड्याची' या शब्दाची अर्थगहनता हृदयस्पर्शी आहे.

शेवटच्या ओवीतील मालनीचे दुःख फार मोठे आहे. तिची लहान मुलगी– विधवा झाली आहे. जी वैराळाची साद ऐकून नाचत सुटायची, ती हातरीती आज मुकाट उभी आहे... हे त्या माउलीला बघवत नाही, आणि ती वैराळाची सादही ऐकवत नाही.

चुड्याच्या उत्सवात असेही अनुभव असतात. काही बांगड्या दाटतात, काही पिचतात, काही फुटतात... तसे हे बांगड्यांच्या किणकिणीचे काही ध्वनी... काही पिचलेले, काही फुटलेले... पण मालनींनी त्यातील सारे जहर गिळून ओव्यांतून उत्कटपणे व्यक्त केलेले!

या बांगड्या भरायच्या सोहळ्यावर मालनींनी कितीतरी ओव्या गायिल्या असतील! पण त्यानंतर इतर कोणी हा सोहळा काव्यरूपात आणला, की नाही, पाहायला हवे. लावणी वाङ्मयात बांगड्यांच्या गोंडस हाताचे, बांगड्या पिचल्याचे संदर्भ आले आहेत. पण 'बांगडी' हा त्या लावणीकारांचा शृंगारिक तपशील असतो. स्त्रीगीतांतून करभूषणांची वर्णने आहेत, पण ती भूषणे देवीच्या हातांतील, हिरेमाणकांची–

त्यांत बांगड्या भरण्याचा सोहळा नाही. बहिणीबाईंच्या कवितेतही नाही. मला दोनच कविता इथे आठवतात, श्रीमती सरोजनी नायडू यांची 'बँगल्स्' ही इंग्रजी कविता आणि श्री. बा. भ. बोरकरांची 'बांगड्या भरा या' ही ऋतुराज श्रावण हा वैराळ आणि त्या ऋतून आढळणारी निरनिराळी वर्तुळे या बांगड्या अशा कल्पनेतून एक मनमोहक बांगड्या भरण्याचा सोहळा गायला आहे.

मला माहीत आहे, ते एवढेच. आणि शोधले पाहिजे. इतका काव्यात्म प्रसंग काव्यरूपात का येऊ शकला नाही? याचा खरोखरच शोध घेतला पाहिजे.

## गाथाबंध ७ : बासनी आला पूर

मंगळसूत्र, जोडवी, कुंकू आणि चोळी ही मालनीची सौभाग्याची लेणी, यांतील मंगळसूत्र आणि जोडवी ही लग्नानंतर मालनीला मिळतात; पण कुंकू आणि चोळी ही आधीपासूनच ती वापरत असते. जी सौभाग्यवती नाही, तिला कुंकू लावता येत नाही आणि व्रतासमारंभाच्या वेळी चोळी पण मिळत नाही. मालनींना वस्त्रप्रावरणांची भारीच हौस असते. त्यांतल्या त्यांत चोळीची फारच. सर्वसाधारणपणे चोळी ही माहेरून यायची असते; आणि ती देणे हा भावाचा हक्क असतो. कितीही गरिबी असली, तरी बहीण सासरी निघाली, की चार आण्यांचा खण तरी भाऊ देतोच, कधी कधी अंगावरच्या शेल्याची तो बहिणीला चोळी शिवतो; आणि अशा चोळीचा बहिणीला कमीपणा न वाटता ते एक भूषण वाटत असते.

माहेर मातबर असले, की येणाऱ्या-जाणाऱ्याबरोबर मालनीला माहेरून चोळी येतेच. तसेच कुंकवाचेही. कुंकू ही माहेरून यायची वस्तू. आईचे ते कामच. कुठे जत्रेयात्रेला गेली, की आधी खरेदी कुंकू व खण यांची. त्यांतल्या त्यांत पंढरीचे कुंकू मालनी भक्तिभावाने आणतात आणि मुलीला येणाऱ्या-जाणाऱ्याच्या बरोबर पाठवून देतात. ज्या मालनींना अशी माहेरे लाभतात, त्यांचे सासर त्यांच्या अंगातली चोळी फाटली, साडीचा पदर फाटला, तरी चौकशी करत नाही. या गोष्टी माहेरून येतात, हे त्याने गृहीत धरलेले असते. त्यामुळे माहेर गरीब असेल, तरी चोळी दंडाला फाटली, की मालन निरोप पाठवते, 'भाऊराया, मला चोळी पाठवून दे', आणि भाऊही तितक्याच अगत्याने चार-सहा आण्यांचा तरी खण पाठवतोच.

ज्यांच्या माहेरून चोळ्यांमागून चोळ्या येतात, त्या मालनी त्या खणांची बासने बांधून ठेवतात. हे बासन मोठे अभिमानाचे असते. जिवलग मैत्रिणी वा बहीण आली, की मालन प्रथम उलगडते, ते माहेरचे खणांचे बासन, किती रंगांचे प्रकार,

काठांचे प्रकार– कशिद्याच्या, भिंगे जडवलेल्या, जरीकाठी, सगळे खण उलगडले जातात आणि त्या खणांबरोबर त्यांच्या आठवणींचे भाष्यही उलगडत असते.

या गाथांतून मालनींनी आपले चोळ्यांचे बासन खोलले आहे. त्याबरोबर प्रत्येक चोळीवरील सुंदर लाघवी भाष्यही. त्यामुळे मुळातच उंची असलेल्या चोळ्या अधिक श्रीमंतीची झळा चमकावताना दिसतात.

खालील गाथेतील मालनीचा कंथ फार हौशी, रसिक असा आहे. एकत्र कुटुंबात फारसा अडकलेला नसावा. किंवा त्याचा असा एक स्वतंत्र व्यवसाय असावा. तो कुठे, कोण्या निमित्ताने गेला, की येताना खण आणतोच. त्याच्या बायकोने त्याचे खालील गाथेत कौतुक गायले आहे.

**गाथा (२३)**

*चोळ्यांवर चोळ्याऽ माझ्या वलनी मावीनातऽऽ*
*हौशाला कीती सांगूऽ रंग चोळीचं दीसंनातऽऽ*

*खडीची माझी चोळीऽ आखूड तिच्या बाह्याऽऽ*
*हौशा कंथायाची जोडऽ देलीस, देवरायाऽऽ*

*हीरव्या चोळीमंदीऽ दंड करीतो रसारसाऽऽ*
*भरतार माझा हौशीऽ छंद पूरवी व्हावा तसाऽऽ*

*पांढरी माझी चोळीऽ कशी बळीच्या पक्कावानीऽऽ*
*उन्नाच्या रक्कामंदीऽ पेठ धुंडीली भरतारानीऽऽ*

*शिंपी शीवी चोळीऽ मोती देतो, गऽ, पसापसाऽऽ*
*भरतार माझा हौशीऽ सोडी पैशाचा, गऽ, कसाऽऽ*

*उंची उंची चोळ्याऽ मी, गऽ, फाडीते झरीवारीऽऽ*
*हौशाच्या जीवावरऽ मला शोभती तालेवारीऽऽ*

(१) बळी = बगळा (२) झरीवारी = जरतारी

आपला नवरा हौशी आहे– मोठा रसिक आहे. चोळ्यांचे रंग किती सुंदर असतात... आणि घेतो तरी किती! चोळ्या दोरीवर मावत नाहीत. एकावर एक

टाकल्याने एकाही खणाचा रंग नीट दिसत नाही. अशा कंथाची जोड दिल्याबद्दल ती देवाचे आभार मानते... खडी काढलेल्या खणाची चोळी आखूड बाह्याची आहे. एरवी कोपरापर्यंत बाह्या असतात. आखूड असल्या, की गोरेपान दंड अर्धवट उघडे सुंदर दिसतात. आणि तिला असेही सुचवायचे आहे, की आपले बाजूबंद आहेत. बाजूबंद चोळीच्या काठांखाली घालायचे, म्हणूनही बाह्या आखूड.

चोळीच्या रंगाबरोबर तिने आपलाही गोरापान गोंडस दंड किती मनात भरतो, हे सुचवले आहे. त्याला 'रसारसा' हा अगदी वेचक शब्द तिने योजला आहे.

चोळीचा पांढरा रंग – बगळ्याचा पांढरा रंग आणि उन्हाचा पांढरा रंग हे सुद्धा मोठे चित्रवाण दिसते. पांढरी चोळी सहसा नसते. असली, तर ती रेशमी आणि लाल जरीकाठाची असावी लागते. नवरा असा हौशी आहे! इतकेच काय, पण कशी चोळी पाहिजे, हे देखील तोच ठरवतो. मोती लावण्यासाठी पैसे खर्च करतो.

अशा चोळ्या तिला रोज घालायला मिळतात...

ही सर्व गाथाच मला छान वाटली. नवऱ्याने कौतुक केलेली ही एकच गाथा मला आढळली.

पुढील गाथा बंधूने आपल्याला चोळ्या कशा, किती आणि केव्हा घेतल्या, याचा हिशेब देत आहे. खेड्याचा बाजार आठ दिवसांनी भरतो. त्या बाजाराला मालनी बहुतेक जातात. डोक्यावर बुट्टीत बाटल्या, डबे, पिशव्या, संसाराची खरेदी करायची असते. कधी परसातील माळवे विकायचे असते. ही आपली निमित्ते असतात. आपल्या माहेरचे कुणी भेटते का, पाहावे. ही मनातील – अगदी मर्मबंधातील इच्छा असते. भाऊच भेटला, तर मग काय... हाच अनुभव मालनीने गाथेत सांगितला आहे.

### गाथा (२४)

*भरला बाजारऽ — बंधू अशात माझा यावाऽऽ*
*जीवाला वाटतं, गऽ — खन बैंगणी मला घ्यावाऽऽ*

*भरल्या बाजारातऽ — बंधू सम्मूरनंऽ आलाऽऽ*
*म्हनीतो मला, चालऽ — जाऊ चाट्याच्या दुकानालाऽऽ*

*चाट्याच्या दूकानातऽ — चोळी गंगाजमना उंचऽऽ*
*सांगते, बंधू, तूलाऽ — मला घेयाची हायी हीचऽऽ*

*भरल्या बाजारातऽ चोळी पाह्यली हमदाबाजीऽऽ*
*सांगते, बंधू, तूलाऽ याच चोळीची हौस माझीऽऽ*

*उंची उंची चोळीऽ माझ्या बंधूनं खरीदीलीऽऽ*
*सये घेतली, गऽ, वरऽ मला गजनीची चोळीऽऽ*

*बाजाराच्या वाटंऽ भाऊ भैनीला भेटंयीलाऽऽ*
*वळीवाचा पाऊस, गऽ ढग अस्मानी फूटयीलाऽ*

(१) गंगाजमना = दोन्ही बाजूंचे काठ वेगवेगळ्या रंगांचे असलेला खण. (२) गजनी = गझनी या गावी तयार झालेले रेशमी कापड.

बाजाराला जातानाच मालनीच्या मनात येते, 'आता भाऊ भेटला, तर त्याला बैंगणी चोळी घेऊन दे' म्हणायचे.. आणि तो भेटलाही. आणि याहून मनासारखी गोष्ट म्हणजे, तोच बहिणीला म्हणतो, 'चल, चाट्याच्या दुकानात जाऊ या.'

ही मालन अजून पोरवयाची असावी. बंधूने म्हटले आणि तिने चाट्याच्या दुकानाशी लहान मुलीसारखे उड्या मारायचे तेवढे बाकी ठेवले... तिथला प्रत्येक खण बघून तिची जी मनाची हौस उसळून आली. हा खण बघ, तो खण बघ, करीत आनंदाने फुललेला तिचा चेहरा बघूनच भावाचे मन भरून आले असावे. भावाकडे काही मागायला बहिणीला संकोच वाटत नाही. त्याने तिला आवडलेल्या चोळ्या तर घेतल्याच; पण आणखी एक आपली म्हणून गजनीचीही चोळी घेऊन दिली.

दुकानापुढचे हे नाट्य व हा मनमोकळा हर्षोत्फुल्ल अभिनय आणि त्या भावाची आनंदाची घेणावळ मनासमोर आणली, की या भावनेला मालनीने किती उत्कृष्ट प्रतिमेने जिवंत केले आहे, याचे कौतुक वाटल्याशिवाय राहत नाही.

वळवाचे ढग अचानक येतात, तसा भाऊही ध्यानी मनी नसता भेटला. नुसता भेटला नाही, तर सटासट धारा पाडून तिला गारेगार करून सोडले! आणि ही खरेदी पाहून आणि तिचे वर्णन ऐकून ते बासन बघणारणीलाही तसाच अनुभव दिला असणार. कधी कधी मालनी एखादीच प्रतिमा अशी गुंफतात, की वाचणाऱ्यालाही 'ढग अस्मानी फुटला' असे नवल वाटू लागते.

पुढील गाथेतही असा एक दाता भाऊ आहे. यानेही बहिणीला चोळ्या घेऊन दिल्या आहेत. पण या चोळ्यांचे कारण वेगळे आहे. या मालनीच्या शेजारी तिच्या जावा राहतात. रोज किती छान छान चोळ्या घालतात. ते पाहून हिला हिरमुसल्यासारखे वाटते. मनाशी तिने ठरवलेले असते. आता बाजारासाठी भाऊ आला, की त्याच्याकडून

या नटव्यांच्यापेक्षा छान खण मागून घ्यायचे. तो बाजाराला खेड्याहून शिंगीवरून येत असावा. तसा या वेळीही आला. मालनी किती सूक्ष्म भाव दर्शवितात, हे इथे बघण्यासारखे आहे. 'शिंगी, गऽ, बंधूजीचीऽ सोप्या बांधीते वजीराची.' आज त्याची घोडी अंगणात नाही- पडवीत बांधली.. बंधू 'वजीर' पदाला पोचला. हे एक स्त्रीस्वभावाचे सहजसुलभ असे लाघव यातून मालनीने व्यक्त केले आहे; आणि त्याला पाणी-बिणी देऊन आपल्या मनची गोष्ट त्याला सांगितली आहे. भाऊही म्हणाला असेल, 'चल, हो म्होरं.. त्या काय घालतात, असल्या चोळ्या तुला घेऊन देतो...' पुढची खरेदी बघून असेच मनात येते.

मालनींना रंगांची जाणीव फार सूक्ष्म आहे. आणि नावेही त्यांनी तशीच निवडली आहेत. रंग हिरवा खरा– पण हिरवा कसा? कांद्याच्या पातीसारखा– हा खण रेशमीच असतो. कारण सुती खणाला पातीची तकाकी नसते. तसेच 'हिरकन' हा खण हिरवागार, किंचित निळी छटा असलेला आणि मध्ये षट्कोनी आकाराचे एकालागून एक बुंद हिरवेच असलेला असा असतो. काठ काळपट लाल असतात. स्फटिकासारखे ते बुंद दिसतात, म्हणून ती हिरकन-हिरकणी-हिरवी हिरकणी. रेशमी खणांचे काठ जरीचे असतात. त्यांतल्या त्यांत लाल, पिवळा, हिरवा, जांभळा रंग असला, की काठ जरीचे ठरलेले. अशी ही जावांच्या वरताण दिसण्यासाठी बहिणीला घेऊन दिलेली खणांची घडी.

### गाथा (२५)

*माझ्या दारावइनंऽ वाट जातीया बाजाराचीऽऽ*
*शिंगी, गऽ, बंधूजीचीऽ सोप्या बांधीते वजीराचीऽऽ*

*उंची उंची चोळ्याऽ जावा लेत्याती शेजारालाऽऽ*
*चाल, माझ्या भावाऽ चाल, बंधवा, बाजारालाऽऽ*

*भरल्या बाजारातऽ चोळी देखीली कांदापातऽऽ*
*चोळी घेत्या बंधूऽ मन रूतलंऽ घाल हातऽऽ*

*भरल्या बाजारातऽ हिरकन झोकं खातीऽऽ*
*ताईता बंधवानंऽ घेतीली माझ्यासाठीऽऽ*

*चाट्याच्या दुकानातऽ चोळी जांभळी जरीकाठऽऽ*
*अंगंऽ घेतो, गऽ, बंधवऽ ताईताचं मन मोठंऽऽ*

*शेवग्याच्या शेंगाऽ* *अत्तराळी, गऽ, लोंबत्यातीऽऽ*
*उंची उंची चोळ्याऽ* *ताईता बंधू घेतीऽऽ*

(१) मन रुतलं = फार आवडली. (२) घाल हात = तो खण काढून घे. (३) अंगं = आपण होऊन.

अशी खरेदी करून मालनीने दारासमोरच्या ओसरीतील दोरीवर खणांच्या पट्ट्या लोंबत्या लांबलचक अशा टाकल्या. जाता-येता जावांना दिसाव्या, म्हणून. या लोंबत्या खणांना मालनीने तितकीच सुंदर उपमा दिली आहे. शेवग्याच्या झाडावर शेंगा लोंबतात, त्यांची... किती वास्तव आणि हुबेहूब वर्णन!

पुढील गाथेतल्या मालनीवर चोळ्यांच्या वर्षाव होतो आहे. पण तो आईने केलेला... आईने किती चोळ्या धाडल्या, त्यांना गणती नाही. तिने निरनिराळ्या प्रकारच्या इतक्या चोळ्या धाडल्या, तरी म्हणतेच आहे. 'हिरवा मोतीचूर आलाय्... पाठवीन तुला' चार पेवल्या भरल्या आहेत. तेव्हा आता ही मालन रोज रेशमी आणि जरीच्या चोळ्या घालून आपली सगळी हौस फेडून घेते आहे. हिने आपल्या या खणाने भरलेल्या पेवल्या बघून 'बासनी आला पूर' अशी सुंदर कल्पना केली आहे. गाथाच वाचावी.

**गाथा (२६)**

*हिरव्या काळ्या चोळ्याऽ* *धाडीती वारोवारऽऽ*
*माऊली माझी काशीऽ* *पेवल्या भरल्या चारऽऽ*

*अंजीरी लाल चोळ्याऽ* *जरीकाठी रेसमाच्याऽऽ*
*किती लेवूऽ मोजनीच्याऽ* *माझ्या माय सजनीच्याऽऽ*

*चोळ्यावर चोळ्या* *बासनी आला पूरऽऽ*
*बयानी म्हनीयीतीऽ* *हिरवा आला मोतीचूरऽऽ*

*चोळ्यावर चोळ्याऽ* *माझ्या बासनी मावंऽनाऽऽ*
*गूजर बयाबाईऽ* *चोळ्या धाडीताऽ न्हायीनाऽऽ*

*जरीच्या म्हनू चोळ्याऽ* *मी, गऽ, घालीते आडवारीऽऽ*
*बयाच्या जीवावरऽ* *माझी फीटती हौस सारीऽऽ*

(१) पेवल्या = भिंतीत घातलेल्या पेट्या, (२) मोजनीच्या= मोजलेल्या, मोजता येत नाहीत, हा भावार्थ. (३) मोतीचूर= खणाचा प्रकार. एका रंगावर त्या साजेशा रंगाचे जवळ जवळ असे मोतीचुराच्या कळ्यांसारखे बुंद असलेला.

या गाथेला मात्र भाष्य नाही. कारण खरेदी वगैरे माहेरी झाली आहे. येणाऱ्या-जाणाऱ्याबरोबर फक्त तिच्यापर्यंत पोचतात. अशी चोळ्यांच्या प्रकारांची हौस पुरवणारी आई विरळाच असते. ती या मालनीला लाभली आहे.

### गाथाबंध ८ : बंधूची घेणावळ

मालन माहेरून सासरी निघाली, की आधीच थोडे दिवस घरात गडबड सुरू होते. लेकीला बोळवणीसाठी काय काय द्यायचे, ते जमा करायचे, व्यवस्थित बांधायचे. घरी नसेल, त्याची जुळणी करायची. घरचे गुऱ्हाळ असले, तर ढेप–गुळाच्या सायीच्या विटा, शेतीमधील पोतेभर नवे धान्य. गाय-वासरू द्यायचे असेल, तर त्यांचा शिणगार...दाव्याला नव्या दोरा वळून घेणे– गळ्यात साखळी-मण्यांची माळ आणणे– झुली शिवणे- हे सुरू करायचे.

महत्त्वाचे म्हणजे, लेकीला लुगडे तर घ्यायचेच. पण ते गावातल्या साळ्याकडून मनपसंत काठपदराचे घ्यायचे, की चाट्याच्या दुकानातून आणायचे.. या गोष्टींची भावांना फार हौस. पाच-सहा भाऊ असले, तर वाटणीने पैसे घालून पुतळ्याही गाठून देतील. गरीब भावाला देखील– साडी घेणे शक्य नाही, याची फार खंत वाटते. चोळी घेतो आणि लुगडे पुढच्या वेळी देईन, म्हणतो. भावाबहिणींचे प्रेमच असे विलक्षण असते.

खालील गाथांतून बंधूचे देणे– भरभरून देणे आणि बहिणीने त्याचे कौतुक करणे. भावाच्या प्रेमाविषयी कृतज्ञ राहणे हे भाव गायले आहेत.

**गाथा (२७)**

*लुगडं घेतीयलंऽ साडेसाताचा रासताऽ*
*माझ्या बंधूजींनीऽ शबूद टाकीला हासताऽऽ*

*लुगडं घेतीलं, गंऽ साडेसाताची नामावळऽ*
*तुला, ग, सांगीतेऽ बंधूजीची घेनावळऽऽ*

*लुगडं घेतीलं, गऽ* *गंगाजमना आरसपेठीऽऽ*
*बंधूनं धुंडीयेलंऽ* *पुनं सातारा बारामतीऽऽ*

*लुगडं घेतीलं, गऽ* *साडेसाताची ईरकलीऽऽ*
*माझ्या, गऽ, बंधूजींनीऽ* *कुन्या पेठंला पैदा केलीऽऽ*

*साळवी लुगड्याचाऽ* *पदूरऽ हातभरऽऽ*
*सयांनू, किती सांगूऽ* *बंधू कुनबी मातबरऽऽ*

(१) शबूद टाकीला= हसत-हसत किंमत ठरवली. घासाघीस केली नाही. (२) नामावळ= लुगड्याचा प्रकार, बहुतेक पदराला रामनाम मिळाले असावे. (३) साळवी लुगडे= साळ्याकडून स्वतंत्रपणे विणून घेतलेले. (४) इरकली= इरकल या खेड्यात विणलेले. याचे काठ व पदर वैशिष्ट्यपूर्ण असतात. टोपपदर असतो.

वरील गाथेतील मालनीने हे बासन सोडून निरनिराळ्या वेळी कशी, किती प्रकारची लुगडी घेतली, हे सांगितले असेल. किंवा कामाच्या निमित्ताने एकत्र आलेल्या मालनी आपापल्या भावाने कसले लुगडे दिले, हे सांगत असतील. प्रत्येकीच्या भावाने अगदी आनंदाने बोळवण केली आहे, हे मात्र सूचित होते.

पुढील गाथेत मालनीला तिचा भाऊ बाजारात भेटला. सहज बोलत ते निघाले, बाजूच्या दुकानात तिला घेऊन जाऊन त्याने तिला उंची साडी–चोळी घेऊन दिली. त्याची ती सवयच आहे. बहीण बाजारात भेटली, की तिला साडी-चोळी घेऊन द्यायची. चाट्यांचा तो सावकारच आहे. अशी त्याने किती लुगडी घेतली, याचे ती वर्णन करीत आहे. त्याबरोबर साडीचे आणि घेण्याचेही वर्णन आहेच. पहिल्याच ओवीत ती म्हणते, 'माझा भाऊ लई माया लावतो, बघ.'

त्याचे दुकानदार निप्पाणी गावातील त्याचे मित्र होते. त्यांच्याकडून त्याने बहिणीला नाजूक पदराचे लुगडे घेऊन दिले. एकदा त्याने पदरावर मासे असलेले गोकाकी रंगाचे दिले. एकदा धारवाडी पदराचे दिले. या लुगड्याला बघताच ती खूश झाली. त्याच्यावरील हिरव्या काड्या तिला एकदम आवडून गेल्या. ते तिने बोलूनही दाखवले.एकदा तर त्याने जरीची साडी घेऊन दिली. इथे तिने जे म्हटले आहे, ते इतके लोभस आणि बाळगुणाचे आहे... 'जरीची साडी मात्र मी नेहमीच नेसत नाही, बाबा.' ती त्याला तत्परतेने सांगते. आणि शेवटी म्हणते, 'सये - मला चोळी, लुगड्याचा कायबी दरकार न्हाई बघ. भाऊ देनारा म्वॉप देतो, ग. सावकार हाय खरं. पर तेची माझ्यावर माया बी लयी लयी हाय, बघ.' स्वभावोक्तीचे हे उदाहरणच.

## गाथा (२८)

*भरल्या बाजारातऽ बंधू भेटीतो जवा कवाऽऽ*
*घेतो, गऽ, घडी चोळीऽ लयी लावीतो, गऽ, मायाऽऽ*

*सावलं घेतीलं, गऽ दोनी पदर गोपनीचंऽ*
*माझ्या त्या बंधूजीचंऽ चाटी मैतर निप्पाणीचंऽऽ*

*सावलं घेत्या बंधूऽ तेच्या पदूरावर मासाऽ*
*चातूर बंधू माझ्याऽ रंग गोकाकी हायी कसाऽऽ*

*सावलं घेत्या बंधूऽ दोनी पदूर धारवाडीऽऽ*
*बंधूला सांगीते मीऽ तेला हिरवी हायी काडीऽऽ*

*हावशा बंधू माझाऽ घेतो धटी, गऽ, भरजरीऽऽ*
*सांगते बंधू माझ्याऽ न्हायी नेसत वारोवारीऽऽ*

*चोळी, गऽ, सावल्याचाऽ न्हायी मला दरकारऽऽ*
*बंधूजी, गऽ, माझाऽ हायी पेठंचा सावकारऽऽ*

(१) धटी= उंची रेशमी साडी. (२) गोपनीचं= जपून वापरावे, असे नाजूक. (३) गोकाकी= कावेसारखा लालट रंग.

थोडेसे मैत्रिणीला, थोडेसे स्वगत, थोडे भावाला उद्देशून, असे हे बोलण्याचे गुंफण म्हणजेच ही गाथा– सोपी, साधी आणि सरळ.

यापुढील गाथेतही मालनीला आपला भाऊ बाजारात भेटला आणि त्याने अगत्यपूर्वक दुकानातील साडी तिला अशी घेतली, की तिला 'हे काय हे!' असे होऊन गेले. गाथा वाचून आपल्यालाही वाटते, 'भाऊ असावा, तर असा.' त्या खुशीतच, की काय, तिला बाजारात भाऊ दिसला. त्याचे बोलण्याचे, चालण्याचे तिने किती छान वर्णन केले आहे.

## गाथा (२९)

*भरल्या बाजारातऽ माझा बंधू, गऽ, भेटलाऽऽ*
*नटव्या बंधूजीच्याऽ रंग कुसुंबी पटक्यालाऽऽ*

*नटतऽ नटतऽ* *कुठं निघाला पेठंऽतऽऽ*
*सावळा माझा बंधूऽ* *जाई मोगरा लूटतऽऽ*

*चाट्याच्या दुकानातऽ* *गंगासागर लुगईडंऽऽ*
*माझ्या बंधूला देखीतानाऽऽ* *चाटी येतूया बाई फूडंऽऽ*

*चाट्याच्या दुकानातऽ* *मांडी घालून बसलाऽऽ*
*माझा बंधूजी बघीयीतोऽ* *रंगारंगाचा मासलाऽऽ*

*चाट्याच्या दुकानातऽ* *बंधू चाट्याला, गऽ, सांगीऽऽ*
*घडी दाखीव भैनीजोगीऽऽ*

*माझं पाचाचं नेसनंऽ* *तीनाचं दांडीवरऽऽ*
*ताईता बंधूजीच्याऽ* *मुंगीपैठनऽ मांडीवरऽऽ*

(१) नटत नटत= थांबत थांबत, ऐटबाजपणे, (२) गंगासागर= कोणत्याही रंगाचे, पण तांबडे किंवा काळे काठ असणारे लुगडे. (३) मुंगी पैठन= मुगाएवढी बारीक चौकटीची वीण. रेशमी वा जरीची. पैठणीसारखी दिसणारी उंची साडी.

मालनी आपल्या भावाचे वर्णन नेहमीच ऐटबाज असे करतात. तसे हिनेही केले आहे. भाऊ श्रीमंत आहे. कुसुंबी वाणाचा फेटा, त्याला शोभेलसा पोशाख, कानात अत्तराचा फाया – असा तो तिला कळतो – दिसतो. या वेळी या मालनीच्या मनात भावाने काही खरेदी करावी, असे मुळीच नाही. तरी पण एका दुकानात गंगासागर लुगड्याची घडी दिसते. समोर रस्त्यावर भावाला पाहता चाटी पुढे येतो. ही बाजूला उभी. भाऊ तर दुकानात मांडी घालून बसून घड्यांचे रंग पाहत होता. शेवटी चाट्यालाच म्हणाला, 'तूच दे एक भैनीजोगी.' मालनीने पाहिले, भावाच्या मांडीवर मुंगीपैठणीची घडी होती. फार उंची साडी. कदाचित त्या धक्क्यानेच ती त्या ओवीचा चवथा चरण गायचीच राहून गेली असणार.

या गाथेचा शेवट फार छान आहे. भाऊ श्रीमंत, पण बहीण गरिबाघरी दिलेली. नेसलेलं पाच रुपयांचं सावलं आणि घरी दांडीवर तीनाचं- ही तिची परिस्थिती. ती टकाटका त्या घडीकडे बघतच राहिली. मनातही थोडी सुखावली असणार. या देखण्या भावाचीच मी बहीण मुंगीपैठण नेसण्याजोगी– या विचाराने या दोन्ही विचारांनी तिला पुढचे भावाचे कौतुकही करायचे भान राहिले नाही. एक सूक्ष्मसा अनुभव सोप्या शब्दांत व्यक्त करणे हे या गाथेचे वैशिष्ट्य आहे.

पुढील गाथा चंद्रकळेबद्दल आहे. पण मी ती इथे घेतली आहे. एका गरीब भावाने आपल्या बहिणीला शक्य नसतानाही भारी किंमत देऊन चंद्रकळा घेतली. साधे लुगडे घेतले असते, तर ते धडोतीला तरी आले असते. त्या भावाने मोठ्या प्रेमाने घेतलेल्या लुगड्याची ही गोष्ट मालन सांगते आहे.

भावाने दिलेल्या लुगड्यांतील ही शेवटची घडी. चंद्रकळा. पण जाडीभरडी, विटलेली आणि फाटलेलीही. हे सर्व एका धुण्यात तिचे रूपांतर झालेले, दुकानदाराने आपल्या भोळ्या भावाला फसवले आहे, असे तिला वाटते. साडेसोळा रुपये देऊन हा जुना माल त्याच्या पदरात बांधला. त्याने खर्च केला, याचे तिला वाईट वाटते. दोघांचीही हौस फिटली नाही. त्याची देण्याची आणि हिची नेसण्याची. ती काठात इतकी जाड आहे, की निऱ्या पोटाला टोचतात. विटकी, चिरा गेलेली, पण तिने बासनात उंची साडीबरोबरच तिला जागा दिली आहे. भावाच्या प्रेमासाठी– त्याने दिलेली म्हणून... ती चंद्रकळा ती मुंगीपैठणीइतकीच भावाची आठवण काढून नेसते. ही गाथा साधी, पण मनाला जाऊन भिडणारी आहे. वाचूनच पाहावी.

### गाथा (३०)

*काळी चंद्रकळाऽ घडी रूपती माझ्या पोटाऽऽ*
*सांगली–मिरजंचा माल खोऽटाऽ कोलापूरीचा दर मोठाऽऽ*

*काळी चंद्रकळाऽ एका धुन्यात वीटयीलीऽऽ*
*ठेव ठेवून नेसते, गऽ माझ्या बंधवानं दीलीऽऽ*

*काळी चंद्रकळाऽ एका धुन्यात झाली बोळाऽऽ*
*भोळा, गऽ, बंधू माझाऽ रुप्पय दिल्ले ते, गऽ, सोळाऽऽ*

*काळी चंद्रकळाऽ एका धुन्न्यात फाटीयीलीऽऽ*
*माझ्या बंधवानंऽ दिलीऽ न्हायी हौस, गऽ, फीटयीलीऽऽ*

*फाटू दीऽ यीटू दीऽ मी, ग, नेसते जपूनऽऽ*
*माझ्या, ग, बंधवाच्याऽ सये, मायेची ती खूणऽऽ*

(१) बोळा होणे= जुनेरासारखी विसविशीत होणे.

अशी ही भावाची बहिणीसाठी अलोट घेणावळ... मालनीच्या आयुष्यातील हा एक सुखाचा झरा. तोच 'बासनाचा पूर.'

## गाथाबंध ९. काळी चंद्रकळा

मालनीच्या भावविश्वात काळी चंद्रकळा या साडीला एक विशेष स्थान आहे. काळी चंद्रकळा हा साडीचा एक प्रकार. इरकली, महेश्वरी, इंदुरी, अशा साड्यांप्रमाणे चंद्रकळेला काही स्थलाचे व विणण्याच्या पद्धतीचे वैशिष्ट्य असे नसते. बडोदा, अमरावतीपासून निपाणी - धारवाडपर्यंत कुठेही त्या विणल्या जातात. काठ, पदराचेही वैशिष्ट्य नसते. रुईफुली, कण्हेरी, खसखशी, फरासपेठी, लवंगी, गहू असे कित्येक तऱ्हेचे काठ चंद्रकळेला शोभा देतात. पदरही रामबाण, रामसीता, वेलनक्षीदार असे निरनिराळ्या प्रकारचे असू शकतात. भरड सुतीपासून मुलायम रेशमापर्यंत त्यांचे पोत असते. काठात सुतापासून जरीपर्यंत प्रकार असतात. तसेच पदरातही. अगदी हेणदाई पदरापासून भरजरी पदरापर्यंत ही चंद्रकळा शोभा देते. मालनींनी या चंद्रकळेच्या किमतीही दिल्या आहेत. साडेसात, साडे सोळा, पंचवीस, पाच उणे पन्नास, शंभर उणे पाच इतक्या रुपयांपर्यंत हिच्या किमती असतात. शहराप्रमाणे खेड्यातील आठवड्याच्या बाजारातही या साड्यांचे पाल असतेच.

पण या साडीची चंद्रकळा हे नाव सार्थ करणारी तीन वैशिष्ट्ये आहेत. चंद्रकळेचा रंग काठपदर वजाजाता काळाभोर, चमकदार असा असतो. या पोतात रास्ता, दोरवा, चौकटी असे विणकाम मुळीच नसते आणि या काळ्याभोर साडीवर लहान नक्षत्रासारखी खडी काढलेली असते. किंवा विणण्यात पांढरेशुभ्र ठिपके वा चांदण्या भरल्या जातात. किंवा नाजूक कशिद्याची फुले असतात. अभ्रकाच्या टिकल्याही जोडतात. एका मालनीने म्हटले आहे, 'काळी चंद्रकळाऽ जसं रातीचं गंगनऽ.' घडी उलगडली, की तसाच भास होतो. मग नेसणारी तर... या मालनीला इंग्रजी भाषा म्हणजे काय, हे माहीत नव्हते. मग कवि बायरनचे नावतरी कसे माहीत असणार? पण तिच्या या प्रतिमेवरून मला बायरनच्या त्या सुप्रसिद्ध अतिशय सुंदर ओळीची आठवण झाली. She walks in beauty like the night. कवीच्या प्रतिभेचे अनुबंध स्वरूप स्थलकालातीत असते, हेच खरे. मालनीच्या कल्पनेतील गगन आणि बायरनची कल्पना एकच आहे. या चांदण्यांच्या जादूमुळे भरड पोताची साडीही शोभादायक ठरते. तिसरे वैशिष्ट्य म्हणजे, तालेवार, सावकार, सरदारांच्या घरच्या चंद्रकळांच्या पदराला मोत्यांचे घोस लावलेले असतात. एक एक मोती लोंबता ठेवतात किंवा बारीक, तीन-चार मोत्यांचे घोस झुलत राहतात. पैठणीसारख्या उंची वस्त्राला देखील मोत्याचे अलंकरण नसते. आणखी एक वैशिष्ट्य धरायचे, तर या चंद्रकळेच्या पोताचा झिरझिरीतपणा.. तलम रेशमी असले, तरी त्याला झिरझिरीतपणा असतो.

'काळी चंद्रकळाऽ अंग दिसतं झळाझळाऽ' असे एक मालन आपल्या लेकीचे कौतुक करते. तर 'ही चंद्रकळा माझ्या मैनाच्या गोऱ्या अंगाला सोसत नाही.' अशी दुसरी मालन गोड तक्रार करते. 'काळी चंद्रकळाऽ सारं दीसतं माझं अंगऽ कुठं खरेदी केली, सांग.' असा कृतक कोप एक मालन साडी नेसताना भ्रताराजवळ व्यक्त करते. आणि तिचा कंथ तिला बघून नुसते गालांत हसून तिला उत्तर देतो.. अशीही एक नाट्यमय ओवी एका मालीनीने गायली आहे. 'नेसतानाच तू अधिक सुंदर दिसत होतीस', या धैर्यधर- भामिनीच्या मानापमानातील प्रसंगाच्या वेळी भामिनीने शालू न नेसता चंद्रकळा नेसावी, असेही नाट्याचार्यांच्या मनात असेल काय?

वास्तविक काळ्या रंगाचे वस्त्र मंगलसंस्कारांत त्याज्य आहे. लग्नात जी वस्त्रे देतात– एरवीच्या डोहाळजेवणादी समारंभांत जी वस्त्रे देतात, त्यांत काळे वस्त्र नसते. इतकेच काय, एकदा मालनीने गायले आहे, 'काळी चंद्रकळा ऽ नका देऊ नेसायलाऽ माझी, ग, मैनाई आलीया नहानाला.' म्हणजे काळ्या वस्त्रावर ऋतुप्राप्ती होणे अशुभ समजतात. चंद्रकळाही लग्नसमारंभात, इतर समारंभांत आहेराची घडी म्हणून देत नाहीत. अशा मंगल समारंभात ती नेसतही नाहीत. मुख्यत्वे हिरवा, तांबडा, पिवळा या रंगांच्या छटा असलेले वस्त्र समारंभात मान्य असते.

तरीही काळी चंद्रकळा ही मालनींची अतिशय आवडती साडी आहे. ती एक त्यांची हौस आहे. 'हौस' हा शब्द मालनी इतर कोणत्याही कारणासाठी वापरत नाहीत. चंद्रकळा नेसायची ही मात्र हौस असते. मालनींची आंतरिक इच्छा असते. ही चंद्रकळा धडोतीच्या खरेदीत घेतली जात नाही. चंद्रकळा ही जशी मालनीची हौस आहे, तशी ती तिला देणाऱ्याचीही हौस असते. चंद्रकळेची खरेदी ही हौसेची, प्रेमाची खरेदी आहे. जिची हौस पुरविण्यात आपल्याला आनंद आहे, अशा हौसदार व्यक्तीने भेट म्हणून द्यायची ही 'प्रीतीची घडी' आहे. म्हणून मालनीला सासरच्या कोणत्याही नातलगाकडून पैठणी पाटाव निमित्ताकारणे मिळते, पण चंद्रकळा मिळत नाही. ती कंथाने द्यायची भेट असते. माहेरच्या माणसांतूनही चुलते, मेव्हणे, काक्या, मावश्या यांच्याकडून मिळत नसते. देणारे फक्त आई आणि भाऊ. बापही क्वचितच. तसाच मामाही क्वचितच.

अशी चंद्रकळा ही भावानुबंधाची, गडद प्रीतीच्या रंगाची, जिव्हाळ्याच्या आनंदनक्षत्रांनी खचलेली अशी तारांगणाची घडी आहे. म्हणूनच या चंद्रकळेवर मालनींनी भरभरून ओव्या गायल्या आहेत.

खालील गाथेतील चंद्रकळा मालनीला तिच्या आईने दिलेली आहे. त्या चंद्रकळेचे वर्णन आणि आईची रेशमासारखी माया इथे मालनीने उत्कटपणे व्यक्त

केली आहे.

◗ **गाथा (३१)**

| | |
|---|---|
| *काळी चंद्रकळाऽ* | *बाई नेसावी वाटंयीलीऽऽ* |
| *बयाच्या मायनं, गऽ* | *हौस माझी फीटयीलीऽऽ* |
| *भरल्या बाजारातऽ* | *माझ्या बयाची पडं गाठऽऽ* |
| *घेती, गऽ, चंद्रकळाऽ* | *चोळी फुटाणी रंग दाटऽऽ* |
| *काळी चंद्रकळाऽ* | *सये खसखशी काठऽऽ* |
| *बयाची माझ्या मायाऽ* | *चार चौघांत नव्हंऽ गोष्टऽऽ* |
| *काळी चंद्रकळाऽ* | *दोनी पदर जरीईचंऽऽ* |
| *रेशीम माखलं, गऽ* | *माझ्या बयाच्या मायंचंऽऽ* |
| *काळी चंद्रकळाऽ* | *वर कशीदा भिंगायाचाऽऽ* |
| *माझ्या, गऽ, मायबाईऽ* | *तुझा परसाद गंगायाऽ चाऽऽ* |
| *काळी चंद्रकळाऽ* | *ठेवनी, गऽ, ठेवावीऽऽ* |
| *माझी, गऽ, मायबाईऽ* | *माझ्या जलमाला असावीऽऽ* |

(१) फुटाणी= वर लहान बुट्ट्या असलेला खण. (२) भिंगाचा= अभ्रकाच्या टिकल्यांचा. (३) परसाद= प्रसाद, भेट (४) दाट= गडद.

इथे पहिल्याच ओवीत मालनीने 'चंद्रकळा नेसायची हौस मला कधीपासून होती' आणि आईच्याही मनात लेकीला चंद्रकळा घ्यायचे होतेच. योगायोगाने दोघींची बाजारात भेट झाली; आणि ही देण्या–घेण्याची दोघींचीही हौस फिटली. या आईने दिलेल्या अकल्पित भेटीने मालनीचे मन हेलावून गेले आहे. चंद्रकळेबरोबरच आपल्या आईची मायाही तिने उत्कटपणे गायिली आहे. घडीच्या काळ्याभोर रंगावर जणू आईच्या मायेचा कोमलपणा पसरला आहे, असे तिला वाटते. तिने 'माखले' हा शब्द फार चांगला वापरला आहे. चंद्रकळेचे काठ खसखशीत आहेत. अगदी बारीक बुंद विणले आहेत. काठ जितके नाजूक आहेत, तितकीच आईची माया नाजूक आहे. चार-चौघांत बोलावी, इतकी ती उथळ नाही. त्या काठाइतकीच घनदाट आहे, असे मालनीला वाटते आहे. अभ्रकाच्या भिंगाच्या कशिद्याची चांदण्यासारख्या चमकणाऱ्या टिकल्यांची ही चंद्रकळा आहे. मालनीला हा आईने

दिलेला प्रसादच आहे. त्याच भावाने तो तिने स्वीकारला आहे. मालनी कधी निर्हेतुक शब्द वापरत नाहीत. इथे तिने आईला बया, गवळण, काशी, गोदू, ही नावे न घेता गंगा म्हटले आहे. या गंगेच्या नितळ-निर्मळ पाण्यात रत्नखचित आकाशाचे प्रतिबिंब पडलेले आहे. आईच्या मनोमनी लेकीला द्यायची चंद्रकळा अशीच पसरलेली असणार. गंगेने तीच तारांगणाची घडी आता लेकीला दिली आहे. म्हणूनच लेक आईला देवीरूप समजते व घडीला प्रसाद समजते.

अशी ही चंद्रकळेची शोभा.

ही चंद्रकळा मालनी वारंवार नेसत नाहीत. कारणाकारणांनी नेसतात. जपून ठेवतात. मालन कृतज्ञतेने म्हणते,

'आईसारखीच ही चंद्रकळा माझ्या जन्माला पुरू दे.'

पुढील गाथेत एका मातब्बर भावाने आपल्या बहिणीला दिवाळीची भेट म्हणून चंद्रकळा दिली आहे. मालनीने भावाचे कौतुक आणि चंद्रकळेचे वर्णन याचा सुंदर मेळ घातला आहे. ही गाथा मनाला स्पर्श करून जाणारी आहे.

### गाथा (३२)

*भरल्या बाजारातऽ चंद्रकळांच्या ऊतरंडीऽऽ*
*ताईता बंधू माझाऽ उंच पालाच्या बसं तोंडीऽऽ*

*काळी चंद्रकळाऽ जसं काजळाचं बोटऽऽ*
*माझ्या, गऽ, बंधवाचंऽ घेनाराचं मन मोठंऽऽ*

*काळी चंद्रकळाऽ वर कसूदा कोथिंबीरीऽऽ*
*पदूर भरजरीऽ भैना लाडकी मी गोरीऽऽ*

*काळी चंद्रकळाऽ तिचं गहू गहू काठऽऽ*
*बंधूजीची माझ्याऽ बाई, निवड चोखटऽऽ*

*काळी चंद्रकळाऽ घडी मोडते नागवटीऽऽ*
*मिऱ्या काढीते चवरंगीऽ बंधूच्या राजवटीऽऽ*

*दिवाळीची चोळीऽ भाऊबीजंची चंद्रकळाऽऽ*
*शेजीबाईला सांगीतेऽ झाला बंधूचा ऊपराळाऽऽ*

(१) चोखट= उत्तम. (२) नागवटी= निरलंकृत- दागदागिने नसलेली. (३)

उपराळा= वरचढ, मदत.

बहीण माहेरी आली आहे. भावाबरोबर बाजारात जाऊन भाऊबीजेची चंद्रकळा घेऊन आली आहे. निवड भावानेच केली आहे. या खरेदीपासून गाथेत चंद्रकळा गायली आहे. शिवाय दिवाळीचा खणही त्याने तिच्यासाठी घेतला आहे. मालनीचा दिवाळी, संक्रांतीचा, बागपंचमीचा फक्त हक्क असतो, तो चुडा व चोळी यांचा. इतर जे दिले जाते, ते मायेने, जिव्हाळ्याने दिले जाते. त्याप्रमाणे त्याने खण घेतलाच आहे. पण बहिणीला हौस म्हणून चंद्रकळाही घेतली आहे. भाऊ श्रीमंत आहे. या चंद्रकळेचे गहू काठ म्हणजे पैठणीसारखी गव्हाच्या आकाराची दाट वीण असे आहेत. म्हणूनच मालनीने नुसते गहू काठ न म्हणता गहू गहू काठ असे म्हटले आहे. एकूण चंद्रकळा मालनीला मनपसंत आहे. म्हणूनच ती म्हणते, माझ्या भावाची निवड चोखट आहे.

चंद्रकळेची घडी मोडून नेसते वेळीचा प्रसंग मनाला स्पर्श करून जाणारा आहे. बहीण गरिबाघरी दिलेली आहे. तिच्या अंगावर या चंद्रकळेला शोभण्याजोगे चंद्रहार, बाजूबंद, कमरेचा दाब हे दागिने कुठलें असणार? पण त्या कल्पनेने मालन खंतावली नाही. उलट, तिला गंमत वाटते आहे. 'या चंद्रकळेची घडी मी लंकेची पार्वती मोडते आहे आणि या बंधूच्या राज्यात चवरंगावर उभी राहून थाटात निऱ्या काढते आहे.' भावाची माया, अगत्य आणि श्रीमंत चंद्रकळा या दोन्हींमुळे तिची दागिने अंगावर नसल्याची खंत नाहीशी झाली आहे.

ही हकीगत शेजारणीला सांगताना मात्र तिला आपल्या गरिबीचे भान आले आहे. ती म्हणते, 'झाला बंधूचा उपराळा' माझ्या भावाने केवढी मोठी मदत केली आहे. दागिन्यांची उणीव त्याने चंद्रकळेने भरून काढली आहे. यामुळे भावाची ती फार कृतज्ञ आहे.

पुढील गाथेत मालनीने आपल्या पित्याने दिलेल्या चंद्रकळेसंबंधी ओव्या गायल्या आहेत. तिचा पिता व्यापारी असावा. व्यवसायानिमित्त अमरावतीला गेला. तिथून येताना आपल्या लाडक्या लेकीसाठी त्याने चंद्रकळा आणली. या चंद्रकळेचे वर्णन जरा वेगळ्या थाटाचे आहे.

### गाथा (३३)

*काळी चंद्रकळाऽ तिच्या पदराला मोतीऽऽ*
*माझ्या, गऽ, बापाजीनीऽ केली खरेदी अमरावतीऽऽ*

*काळी चंद्रकळाऽ पितांबराच्या मोलाचीऽऽ*
*लाडकी, गऽ, लेकऽ मैना भावाच्या तोलायाचीऽऽ*

*काळी चंद्रकळाऽ तिच्या पदरी रामसीताऽऽ*
*नेस, म्हनी, माझी माताऽ घडी ऊघडी माझा पिताऽऽ*

*काळी चंद्रकळाऽ घोळ लोळतो जमीनीऽऽ*
*मायबाप बोलंऽ सोभं कंथाची कामीनीऽऽ*

*काळी चंद्रकळाऽ दोनी पदरा मोतीघसऽऽ*
*बाप म्हनी, लेकीऽ द्रिष्ट व्हयील, खाली बसऽऽ*

*काळी चंद्रकळाऽ ठेवू ठेवू नेसावीऽऽ*
*माझ्या माह्याराची खूणऽ बाई, जपून ठेवावीऽऽ*

(१) पदरी रामसीता = तांबडे व पांढरे चार इंच रुंदीचे एकाआड एक पट्टे असणारा पदर. तीनचार पट्टे असतात. (२) घोळ = पुढच्या निऱ्यांचा सोगा. (३) सोबं = शोभतो.

पित्याने अमरावतीहून आणलेल्या चंद्रकळेचे वैशिष्ट्य म्हणजे ती पितांबराच्या मोलाची आहे. भावाला पितांबर आणला आहे. याचा अर्थ पित्याला बहीण आणि भाऊ सारखेच वाटतात. बहिणीलाही मान आहे, याची तिला जाणीव झाली आहे. रामसीता पदराची चंद्रसाडी आणल्यावर आईबापांचा तिला 'नेस' म्हणून आग्रह चालला. ती नेसलीही. सकच्छ नेसून तिने पुढील घोळ पायापर्यंत सोडला आहे. तो तिला शोभून दिसतो. या साडीचे एक सुरेख वैशिष्ट्य, की तिच्या दोन्ही पदरांना मोती आहेत. वरील पदराचे मोती झुलताना निघतात, पण आतील पदराचे झिरझिरीत पोतातून डाव्या बाजूने कमरेपासून गुडघ्यापर्यंत वक्राकार रेषेने दिसतात. त्यानेही भान हरपते. तिला अशी उभी पाहून बापालाही वाटते, ही पोर नवऱ्याला शोभणारीच आहे... आणि त्याला वाटते, हिच्या रूपाला, बांध्याला द्रिष्ट लागेल. तो तिला खाली बैस, उभी राहू नको, म्हणून सांगतो. या गाथेतील मालन ही चंद्रकळा माहेरची खूण म्हणून वरचेवर न नेसता जपून ठेवणार आहे.

पुढील गाथेत मामाने भाचीसाठी घेतलेल्या चंद्रकळेचे वर्णन आहे. हा मामा हुन्नरी आहे. आपल्या लाडक्या भाचीसाठी तो दुकाने हिंडून साडी शोधतो आहे. बेनाडीच्या बाजारात त्याला मनाजोगी साडी सापडली.

## गाथा (३४)

*भरल्या बाजारातऽ ऊंच दुकानात बेनाडीलाऽऽ*
*हिंडतो, गऽ, मामाऽ भाचीच्या चुनडीलाऽऽ*

*काळी चंद्रकळाऽ तिचा पदर सोनेरीऽऽ*
*मामा घेनार हुन्नरीऽ*

*काळी चंद्रकळाऽ मैना नेसती सुंदरऽऽ*
*निरी पडती शंभरऽऽ*

*काळी चंद्रकळाऽ तिला जरी की कीनारऽऽ*
*नागीण झळकं अंगावरऽऽ*

*काळी चंद्रकळाऽ ती, गऽ, नेसन्याची खूबीऽऽ*
*चतूर मैनाबाईऽ नगं दारात ऱ्हाऊ ऊभीऽऽ*

(१) ऊंच = चांगल्या मालाचे. (२) बेनाडी = बेळगाव जिल्ह्यातील एक गाव. (३) चुनडी = लहान मुलीची साडी, अंगावर बुट्टे वा ठिपके असलेले लुगडे. (४) सोनेरी = जरीचा. (५) हुन्नरी = कलावंत (६) खुबी = कौशल्य.

या गाथेत चंद्रकळेचे फारसे वर्णन नाही, मालनीच्या नेसण्याची खुबी सांगणारे हे वर्णन आहे. मैना खुबीने म्हणजे चापून चोपून व कलात्मक रीतीने साडी नेसते. तिचा बांधा सडसडीत आहे. त्यामुळे कंबर बारीक आहे. चंद्रकळेची त्यामुळे शंभर निरी पडते. पुढची ओवी फार सुंदर आणि चित्रवाण आहे. नागीण ही काठाला उपमा दिली आहे. त्या अर्थी जरीच्या खसखशी किंवा गहू गहू काठाची पट्टी किनार असणार. ही जरीची किनार अंगभर खेळून नागिणीसारखी झळकून मैनाचे सौंदर्य वाढवते आहे.

कासोट्याची सरळ टाचेपर्यंत पोचणारी पट्टी. अंगावरील पदराची– पासव्याची उजव्या गुडघ्याखालून कमरेवरून डाव्या खांद्यावर जाणारी पट्टी – कमरेची नेसणाची पट्टी– पदराची डाव्या खांद्यावरून माथ्यावर चढलेली आणि उजव्या हाताखालीपर्यंत उतरलेली पट्टी. उजव्या कमरेकडून उभारीवरून मानेकडे डाव्या बाजूने वळलेली पट्टी. हे नागिणीचे सळसळणे नव्हे तर काय? ही सळसळ दाखविणे ही देखील एक नेसणातील खुबी आहे. भावाने लेकीसाठी घेतलेल्या साडीचे आणि खुबीदारीने नेसणाऱ्या आपल्या लेकीचे कौतुक या गाथेत मालनीने गायिले आहे.

पुढील गाथेतील चंद्रकळा मालनीला तिच्या पतीने घेतलेली आहे. एका रम्य कल्पनेपासूनच या गाथेची सुरुवात झाली आहे. पण ही गाथा मालनीने गायिली नसून, तिच्या आईने गायिलेली आहे. कारण मालन माहेरी असताना तिच्या कंथाने तिला ती दिली आहे. सासरी एकत्र कुटुंबात वस्त्रप्रावरणे वडिलधारी माणसे आणतात आणि ती घरच्या बायकांनी आपली आपली घ्यायची असतात. वैयक्तिक वस्त्रे घेणे त्या शिस्तीत बसत नाही. म्हणून पत्नीला काही घ्यावेसे वाटले, तर ते पती तिला माहेरी घेऊन देतो. तसेच इथे झाले असावे, म्हणून आईने ओव्या गायिल्या.

पहिल्या ओवीतच मालनीने चंद्रकळेला 'रातीचे गगन' म्हटले आहे. घडी मोडताना असाच तारांगणाचा भास होणार; आणि मग आपल्या डोळ्यांसमोर चांदण्याने खचलेली मूर्तिमंत रात्रच उभी राहते– त्या मालनीच्या रूपाने. अतिशय मनोज्ञ अशी ही प्रतिमा आहे.

मालनीचा जावई श्रीमंत आहे. त्याने बऱ्याच मोठ्या किमतीची चंद्रकळा आणली आहे.

### गाथा (३५)

*काळी चंद्रकळाऽ जसं रातीचं गंगनऽऽ*
*तुझ्या, गऽ, कंथाचंऽ घेणाराचं मोठं मनऽऽ*

*काळी चंद्रकळाऽ तिच्या पदरी मोतीघसऽऽ*
*माझ्या मैनाबाईऽ तुझ्या कंथानं दिली नेसऽऽ*

*काळी चंद्रकळाऽ काठपदर जरतारीऽऽ*
*मैनाचं अंग गोरंऽ तसं नेसनं खुबीदारीऽऽ*

*काळी चंद्रकळाऽ टाचंपत्तूर तीचा सोगाऽऽ*
*माझ्या तू मैनाबाईऽ कंथ मिळाला मनाजोगाऽऽ*

*काळी चंद्रकळाऽ पाच ऊणं पन्नासाचीऽऽ*
*हावशा भरताराचीऽ तू, गऽ, कामीनी धन्नासाचीऽऽ*

*काळी चंद्रकळाऽ ठेवू ठेवूनी नेसावीऽऽ*
*कुंकवाची चीरीऽ तुझ्या जलमाला असावीऽऽ*

(१) धन्नासाची = धनवंताची - श्रीमंताची.

या गाथेत आईने चंद्रकळेचे वर्णन केले आहे. तसेच, लेकीच्या खुबीदार नेसणाचेही कौतुक केले आहे. चंद्रकळेचा आनंद लेकीला झालाच आहे; पण त्याहून अधिक लेकीच्या आईला झालेला आहे. ही प्रीतीची भेट जावयाने आपल्या लेकीला दिली, म्हणून झाला आहे; आणि चंद्रकळा मोलाची आहे, हेही सुख तिला वाटते आहे. अंतरापासून पत्नीचा जिव्हाळा असल्याशिवाय कंथाने माहेरी चंद्रकळा देण्याचे व तीही मौल्यवान सुरेख अशी देण्याचे काम कुणाच्या हातून होणार नाही. म्हणून ती, जावयाचे मन मोठे आहे, म्हणते – लेकीला साडी नेसण्याचा आग्रह करते आणि सुंदर चंद्रकळा नेसलेल्या आपल्या मुलीला पाहून धन्य होते. शेवटी तिला आशीर्वाद देते आणि म्हणते, 'बाई, ग, ही कंथाची प्रीतीची घडी जपून ठेव.'

अशी ही बहुमोल चंद्रकळा आणि ती हौसेने मालनीला घेऊन देणारी जिव्हाळ्याची तिची जिवलग माणसे.

चंद्रकळाच मालनीला का आवडते? हा एक विचाराचा विषय आहे. त्या चंद्रकळेच्या– सुती वा रेशमी – घडीतच हा सर्व मायेच्या प्रीतीच्या माणसांचा जिव्हाळा सुगंधी पत्तीसारखा का दरवळतो, हाही एक विचाराचा विषय आहे. या चंद्रकळेच्या काठापदरा- इतकाच तिच्यामधे सुंदर, प्रसन्न असा आनंद सामावलेला आहे, हे निश्चित. पैठणीही मालनीला आवडते. पण इतकी आणि इतक्या प्रकारांनी नाही. ती एक वैभवाची निशाणी म्हणून आवडते. चंद्रकळेचे तसे नाही. साडेसाताची घडी मालनीला जितकी प्रिय असते, तितकीच शंभर उणे पाचचीही प्रिय असते. आजी, आई, लेक आणि नात या सर्वांनाच ती चंद्रकळा प्रिय वाटते. असे चंद्रकळेवरील मालनींची मनोगते वाचून वाटते. आपली ही चंद्रकळेवरील निष्ठा म्हणा किंवा आवड त्यांनी पुराणकाळापर्यंत पोचवली आहे. पंढरीच्या विठ्ठलालाही चंद्रकळा प्रिय आहे आणि त्याची बहीण द्रौपदी हिलाही ती अत्यंत प्रिय आहे.

हा पांडुरंग भाऊबीजेसाठी द्रौपदीकडे जातो. त्यासंबंधीच्या ओव्या किती आल्हाददायक आहेतच. पण खाली दिलेली ओवी अतिशय सुंदर आहे.

*'इठ्ठलाची भाऊबीजऽ, सये, धुरपदानं केलीऽऽ*
*कशीद्याची चोळीऽ चंद्रकळा हाती दिलीऽऽ'*

विठ्ठलाने भाऊबीजेची बहिणीला चंद्रकळा आणि कशिद्याची चोळी दिली आहे. घनश्याम विठ्ठल, द्रौपदीही सावळी. त्यांची एकमेकांवरील प्रीतिभक्तीही तारांगणासारखी. मग भेटीसाठी कुठली पैठणी वा कुठला शालू पुरा पडणार! यःकश्चित वस्त्रे ती. द्रौपदीवस्त्रहरणाच्या प्रसंगीच्या मालनींच्या ओव्या आहेत. त्यांत सर्व लुगड्यांच्या

तऱ्हा आल्या आहेत. पण चंद्रकळेचा उल्लेख नाही. ती चंद्रकळा विठ्ठलाने वा श्रीकृष्णाने भाऊबीजेची भेट ठरवल्यावर ती त्या वस्त्राच्या ढिगाऱ्यात कशी सापडणार? मला वाटते, ही चंद्रकळेची द्रौपदीच्या हाती दिलेली घडी म्हणजे दोघांच्याही प्रीतीच्या तारांगणाला भक्तीचे तारांगण भेटल्याचे प्रतीकच असावे; आणि म्हणूनच मालनीला हा प्रीती-भक्तीचा जिव्हाळ्याचा नजराणा म्हणून चंद्रकळा प्रिय असावी.

## गाथाबंध १० : काळी चंद्रकळा २

इतर कोणत्याही सणंगापेक्षा चंद्रकळा ही भावानुबंधाची घडी आहे. प्रत्येक घडी उलगडताना जसा तीत ठेवलेल्या केतकीचा किंवा बकुळीचा गंध सूक्ष्मसा दरवळतो, तसाच त्या घडीसंबंधीची भावस्मरणेही दरवळतात. मालनीने ती स्मरणफुलेही घडीत जपलेली असतात. आईविषयी जिव्हाळा, भावाविषयी माया, पतीविषयी अभिमान आणि कृतज्ञ भाव. हे तर भावसुगंध असतातच; पण त्या घडीने घरात मने दुखवली जातात. त्यांचेही व्याकूळ करणारे भावबंध असतात. असे घडी उलगडतानाचे मालनीला हर्षोत्फुल्ल किंवा व्याकूळ करणारे अनुबंध मालनीने ओव्यांतून गायिले आहेत. या गाथांतून चंद्रकळा कशी आहे, यापेक्षा तिने मनावर कसे उजळ–अंधूक चांदणे पसरले, याला आविष्कारित केले आहे. ओव्यांचा अगदी साधेपणा आणि त्यांतून उजळणारा भाव हे दोनच गुण या गाथांना काव्यरूप बहाल करतात.

खालील गाथेत एक साधा प्रसंग आहे. तो प्रसंग लेक जे आईला सांगते, त्या ओव्यांतून समजतो. मालनीचा भाऊ परगावी मिळवता आहे. त्याने आपल्या कमाईतून बापाकडे पैसे पाठवले आहेत. 'या रकमेतून बयाला चंद्रकळा नेसवा', असा त्याचा सांगावा असणार. बापाने त्याप्रमाणे मोठ्या हौसेने चंद्रकळा खरेदी केली. त्याच सुमाराला लेकही माहेरात आहे. सासरी नांदती लेक माहेरी आल्यावर आईला चंद्रकळा लेकीलाच बोळवण म्हणून द्यावी, असे वाटणे अगदी साहजिकच. तितकेच लेकाने इतक्या मायेने आणि हौसेने आईसाठी आणलेली चंद्रकळा आपण घेऊ नये, असे लेकीला वाटणेही अगदी स्वाभाविक. ही या गाथेमागची पार्श्वभूमी गृहीत धरली, की चंद्रकळेची घडी आपोआप उलगडते आणि ही साधीसुधी गाथा गहिरी होते.

● गाथा (३६)

| | |
|---|---|
| *काळी चंद्रकळाऽ* | *तुझ्यासाठी, मायबाईऽऽ* |
| *किती मी सांगू तुलाऽ* | *तुझ्या लेकाची कमाईऽऽ* |
| *काळी चंद्रकळाऽ* | *काळी कसायी तीचं नावऽऽ* |
| *पीता दौलतानंऽ* | *धुंडीली सारी गावंऽऽ* |
| *काळी चंद्रकळाऽ* | *दोनी पदरी राम सीताऽऽ* |
| *मोल करीतो माझा पिताऽ* | *नेस तू, गऽ, पतीवर्ताऽऽ* |
| *काळी चंद्रकळाऽ* | *पाच ऊणंऽ साठायाचीऽऽ* |
| *नेस, माझ्या बयाबाईऽ* | *तुझ्या लाडक्या लेकायाचीऽऽ* |
| *काळी चंद्रकळाऽ* | *अंग करीतंऽ झळाझळाऽऽ* |
| *मायबाई माझ्याऽ* | *तुला शिरिमंतीची कळाऽऽ* |

(१) कसायी = उंची रेशमी काळ्याभोर रंगाची साडी. (२) रामसीता पदर = पांढरा व तांबडा एकाआड एक आडवे तीन-चार इंचांचे पट्टे असलेला पदर.

ही गाथा वाचली, की ओसरीवर बसलेल्या मायलेकी मला दिसतात. आईने चंद्रकळेची लेकीच्या मांडीवर ठेवून वर आपला हात ठेवला आहे. 'किती मी सांगू तुला' असे म्हणत लेकीने ती घडी आईपाशी तिचा हात बाजूला करून दिली आहे. आणि हा संवाद सुरू झाला आहे. आपल्या मिळवत्या भावाने आपली पहिली कमाई आईसाठी पाठवली, याचा तिला अभिमान वाटतो. तेच ती आईला सांगते. नंतर साडीचे वर्णन करते- पित्याने कसे प्रयत्न केले, हेही सांगते. 'पदराला रामसीता,' असे आईला दाखवताना ती साडी उलगडत असणार, असा भास होतो. आई, तू पतिभक्त आहेस. त्याने अशी हौसेने आणलेली साडी तू नेसच. 'पतिवर्ता' ही मात्रा लागू पडते आणि शेवटच्या ओवीवरून आई साडी नेसली आहे, हे कळते. आई प्रौढ वयाची आहे. वयस्करही आहे. पण तिला चंद्रकळा फारच शोभून दिसते. कारण 'तुझी श्रीमंतीची कळा' पूर्वीचीच आहे. या चंद्रकळेने ती अधिकच शोभिवंत झाली आहे' असे एखाद्या मैत्रिणीला सांगावे, तसे मालन सांगते.

ही गाथा एक शब्द - चित्र-नाट्य काव्याचे साधेसे उदाहरण आहे.

पुढील गाथा अशीच एका रम्य प्रसंगावर आहे. माहेरपणाला आलेल्या बहिणीसाठी भावाने चंद्रकळेची घडी आणली आहे. बहिणीची भावाप्रमाणेच भावजयीवर माया आहे. 'घरात गोरीपान माझी भावजय धाकुटी' हा जिव्हाळा तिला भावाच्या हातातील

चंद्रकळा घेऊ देत नाही. भावजय धाकटी आहे– लहान आहे; आणि गोरीपान आहे. तिला ही साडी छान दिसेल. मी कशी नेसू?' असे काही तिच्या मनात उमळून येते. पण भाऊ शपथ घालतो. 'नेस, बहीना, माझी आन' आणि ती संध्याकाळी नेसते. टोपपदराची, पदराला मोत्यांची जाळी असलेली ती साडी बघून तिचे मन हरखते आणि भावजयीसाठी ओढही घेते. भावाबद्दची माया भरून भरून येते. इतकी, की ती 'नेसते सावरून' या शब्दांत ओसंडून येते. भावाने दिलेला हा अमोल मनपसंत मऊशार ठेवा कसा काळजीपूर्वक उलगडायला हवा– आणि नेसणे ही त्या पोताला कुठे दुखवणारे असता कामा नये, अशा नाजूकपणे नेसते. हे सर्व भाव शब्दाशब्दांतून फुलतात. भावजयीच्या आठवणीच्या पार्श्वभूमीवर तर ही साडी भलतीच देखणी वाटते. भावाने आपले प्रेमच जणू बहिणीला दिले... जपून ठेवण्यासाठी.

### गाथा (३७)

*काळी चंद्रकळाऽ कशी नेसू मी एकूटीऽऽ*
*घरात गोरीपानऽ माझी भावजऽ धाकूटीऽऽ*

*काळी चंद्रकळाऽ दोन पदरी रामबानऽऽ*
*बंधूजी, गऽ, बोलंऽ नेस, बहीना, माझी आनऽऽ*

*काळी चंद्रकळाऽ तिच्यापदरा मोती जाळीऽऽ*
*ताईता बंधूसाठीऽ मी, गऽ, नेसले संध्याकाळीऽऽ*

*काळी चंद्रकळाऽ तिचं नेसता अंग मऊऽऽ*
*घेनारा, गऽ, माझाऽ हावशा हायी भाऊऽऽ*

*काळी चंद्रकळाऽ मी, गऽ, नेसते सावरूनऽऽ*
*ताईता बंधूरायाऽ तुझ्या मायंऽची ती का खूनऽऽ*

(१) रामबाण = पदराच्या आडव्या पट्ट्यांना काठाच्या बाजूने प्रत्येक पट्ट्याला टोकदार असे अरुंद त्रिकोनी बाणाप्रमाणे आकार दाखवलेले असतात. टोक वा टोप पदर. (२) सावरून = व्यवस्थित जपून.

साडीसारखाच हा भावाविष्कार, नाजूक आहे. उंची आहे. एक जिव्हाळ्याचे यात कोमल असे दर्शन आहे.

पुढील गाथा एका वेगळ्याच थाटाची आहे. बाजारपेठेतील किंवा पालातील एक चंद्रकळेच्या पालात तीन-चार मैत्रिणी जमल्या आहेत. एकीला चंद्रकळा घ्यायची आहे. पण तिचा नवरा येणार आहे, त्याची ती वाट बघते आहे. पण साड्या पाहिल्यावर मैत्रिणींना गप्प करणे कसे शक्य आहे... त्या तिला साड्या पुढे घेऊन 'ही बघ', 'ती चांगली आहे' असे सुचवीत आहेत. पण तिला नवरा आल्याशिवाय ही पाहणी करायची नाही... अशा संवादांतच तो येतो... आणि साडी तिला दोघांच्याही मनपसंत मिळते... हा प्रसंग संवाद- वर्णने यांतून उभा केला आहे.

**गाथा (३८)**

| | |
|---|---|
| *काळी चंद्रकळाऽ* | *हिचा पदूर पाहू द्याऽऽ* |
| *सईला सांगीते मीऽ* | *माझा घेनार येऊ द्याऽऽ* |
| *भरल्या बाजारातऽ* | *चंद्रकळांच्या उतरंडीऽऽ* |
| *माझ्या कंथाच्या कंबरंलाऽ* | *कसा पैशाचा दूही तोंडीऽऽ* |
| *सई सांगती, गऽ* | *सांग तूझ्या भरतारालाऽऽ* |
| *अंगात रेसीमऽ* | *जर काठापदरालाऽऽ* |
| *काळी चंद्रकळाऽ* | *कंथ आदी, गऽ, पाहू दीऽऽ* |
| *घेनारा, बाईऽ, सखाऽ* | *मला घडी दाखवू दीऽऽ* |
| *काळी चंद्रकळाऽ* | *पदरी जरीबूट्टीऽऽ* |
| *भरतारा, गऽ, माझ्याऽ* | *पाहू दी दीव्या ज्योतीऽऽ* |
| *काठपदरा जरीबुट्टीऽ* | *वर खडी, गऽ, चांदनीऽऽ* |
| *सांगते कंथाला, गऽ* | *लयी भरली माझ्या मनीऽऽ* |
| *काळी चंद्रकळाऽ* | *नेसताना अंगऽ दीसंऽऽ* |
| *गोरंपानऽ लसलसऽ* | *कंथ बघून गाली हासंऽऽ* |

(१) कसा = कंबरेला बांधायची हातभर लांबीची पैशाची पिशवी. (२) दूही तोंडी = दोन्ही बाजूंनी उघडा असलेला – लक्षणेने सढळ हाताने खर्च करणारा. (३) दिव्या ज्योती = लक्षणेने चांगली पारख असलेल्या तज्ज्ञ नजरेने.

ही मालन आपल्या कंथाला मान देणारी आहे. तोही तिने आदर करावा, असाच आहे. ती जात्याच हावरी नाही. संथ, शालीन आहे. आपण स्वत: घड्या बघणार नाही. तो येईल, घड्या आपल्या दिव्यज्योती नजरेने पाहील, हिच्या पुढे ठेवील. त्यांतली मग एक ही 'लयी भरली माझ्या मनी' म्हणत सहास्य मुद्रेने उचलील. अशी ती खानदानी वळणाची आहे. त्या त्या ओवीतील तिचे शब्दही त्याच वळणाने पडलेले आहेत. 'येऊ द्या', 'बघू द्या', 'दाखवू द्या', असे. त्याने तिच्याबद्दल एक वेगळेच भाव निर्माण होतात. तिला आपला पती आपली आवड बरोबर ओळखील, हा आत्मविश्वास आहे आणि त्यासाठी पैशाकडे पाहणार नाही, ही खात्रीही आहे. हे सहज भावते. शेवटची ओवी मोठी गोड आहे. माझ्या डोळ्यांसमोर उभी राहिली नाट्याचार्यांची भामिनी आणि 'नेसतानाच सुंदर दिसत होतीस' असे रसिकतेने म्हणणारा धैर्यधर. आकाशातील चांदण्यासारख्या काव्यातील प्रतिमा कसे स्थळ-काळ ओलांडून चमकतात, याचे नवल वाटल्याशिवाय राहत नाही.

देणारा पती आणि घडी स्वीकारणारी पत्नी यांच्या सूक्ष्म अशा गोड जिव्हाळ्याने भारलेली अशी ही गाथा; आणि तिचा तो पाठीवरील जरीपदरासारखा शेवट मनाला चकित करणारा.

पुढील गाथा अशीच एका हौसदार पतीने दिलेल्या चंद्रकळेबद्दलची आहे. पण तिचा भावाविष्कार मात्र अगदी वेगळा आहे. प्रसंग असा आहे. या पतीची पत्नी माहेरी आहे. तो काही कारणाने तिथे आलेला आहे. त्याने परतताना पत्नीला चंद्रकळा नेसवली आहे. मायलेकी समोर उभ्या आणि हा घडी तिच्या हाती देतो आहे. त्या घडीतून जे भाव प्रकट होतात, ते प्रसन्न नाहीत. ती रागावली आहे. पण हे सर्व वर्णन तिच्या आईने गायले आहे.

### गाथा (३९)

*काळी चंद्रकळाऽ सारं दीसतं माझं अंगऽऽ*
*कंथाला ईचारीतीऽ कशी खरीदी केली अंगंऽऽ*

*काळी चंद्रकळाऽ नेस, म्हनीता नेसईनाऽऽ*
*तिचं झिरी झिरी रूपऽ गोऱ्या अंगाला सोसईनाऽऽ*

*काळी चंद्रकळाऽ घडी टाकीली खुट्टीवरऽऽ*
*लाडकी लेक माझीऽ ती, गऽ, रूसली पतीवरऽऽ*

*भरतार बोलं रागंऽ* *राग राणीला साईनाऽऽ*
*हातात दिली घडीऽ* *मैना माझी उघडीनाऽऽ*

*काळी चंद्रकळाऽ* *पाच ऊणं शंबराचीऽऽ*
*मैना, मरजी नगंऽ मोडूऽ* *अशा हवशा भरताराचीऽऽ*

*काळी चंद्रकळाऽ* *दिली मैनानं झूगारूनऽऽ*
*तापला भरतारऽ* *गेला मनात विगरूनऽऽ*

(१) साईना = सहन होईना (२) विगरून = वितळून- चूप झाला.

कंथाने मोठ्या हौसेने आणलेली चंद्रकळा; तिची घडी उघडून काठ-पदर पाहण्यातही मालनीचे मन गुंतले नाही. तिने घडीत बोटे घालून पोत पाहिले, तो बोटे तशीच्या तशीच गोरी पान दिसली. इतके झिरझिरीत वस्त्र कुलवधूने कसे नेसावे– असे तिने मनाशी धरले आणि ती भडकली. ‘मैना लवंगऽ आगजाळऽ कंथ मरजीचं जायफळ’ असा हा जोड असावा. आईने म्हटले आहे, ‘गोऱ्या अंगाला सोसईना.’ आई समजूत घालते– त्याची मर्जी मोडू नको, म्हणते; पण... या आगजाळ मैनाने ती घडी झुगारून दिली.

माझ्या मनात असे येते. जर दोघांचा स्वभाव विरुद्ध असेल, तर पतीला आपल्या बायकोला चंद्रकळा द्यावी, असे वाटणार नाही. तिच्या माहेरी असे झिरझिरीत वस्त्र नेसणे मानत नसावेत. आईच्या देखता ती साडी तिला दाखवल्याबद्दल राग आला असावा; आणि ती अखेर नेसलीच असावी. मालनी भावाशी असे तडकाफडक वागतात. पण पतीशी नाही. तोही संतापला; पण शेवटी मनात विगरून चूप झाला... कदाचित याच कल्पनेने असे वागला असावा. सासूच्या देखत त्याला तरी हा अपमान वाटला असता. तरी पण घडी उलगडण्याआधीच व्यस्त वातावरण तयार झाले, हे खरे. एखाद्या घडीच्या वाट्याला असा विसंवाद येतो. कविता आईने गायिली असली, तरी ती नाट्य उभे करण्यात यशस्वी झाली आहे. प्रत्येक ओवीत त्या तिघांच्या चेहऱ्यांवरचे भावही उठून दिसतात. हे एक मूकनाट्यच आहे.

## गाथाबंध ११ : ठेवू ठेवून नेसते.

दुकानात पाहून, पारखून, तिची खात्री करून घेऊन, साडी चांगली म्हणून घेतली, तरी ती चांगली निघेलच, असे नाही. कधी पोतात धस

गेलेला असेल, कधी जर उसवला असेल. कधी वरच्या घडीत खडी ठळक दिसली, तरी आता कुठे कुठे खडीचे छाप अस्पष्ट असतील— आणि या सर्वांतून पार पडलेली साडी– जेव्हा केव्हा पाण्यात घातली जाईल, तेव्हा भळाभळा तिचा रंग जाईल, विटेल– आणि कधी दोन धुण्यांत विरेल देखील.

देणाऱ्याने मनापासून दिलेली आणि मालनीने तितक्याच हौसेने घेतलेली ही साडी तिची सारी हौस मालवून टाकते– ती हळहळते, 'भावाने इतक्या हौसेने खर्च करून घेतलेली साडी काय म्हणून अशी निघाली– ती नेसायला मिळत नाही, याचे तिला मोठे दु:ख होते. या साडीमुळे लागलेल्या झळा तिला अस्वस्थ करतात.

पण यापेक्षाही ती साडी घेताना किंवा घेतल्यावर, देणाऱ्यात आणि तिच्यात जे भावानुबंध तुटतात- कोमेजतात– मनाला कायम जखम ठेवून जातात, त्यांचे तिला भारी दु:ख वाटते– साडी देताना-घेतानाचे जे प्रसंग घडतात, त्यांमुळे या झळा मनाला वेढून टाकतात. 'नको ती साडी आणि तिच्या आठवणी', असे मालनीला होऊन जाते.

पण साडी विटलेली निघू द्या किंवा साडीमुळे मन विटून जाऊ द्या, मालन कधी साडीचा अनादर करीत नाही. टाकून देत नाही. त्या विटलेल्या आठवणींच्या बासनात ती त्या जपून ठेवते... कुणाला दाखवायला बासने काढली, की ती हेही बासन सोडते आणि ती साडी पाहताना तिचे मन मायेने दाटून येते; आणि त्या मनाला पोचलेल्या झळींना जात्यावर शब्दरूप येते. या भावस्थितीच्या ओव्या गायल्या जातात.

मालन कितीही मातबर असो किंवा कितीही दुबळी असो, चंद्रकळेवरची आणि त्या देणाऱ्यावरची माया एकच असते. तो अनुभव दोघींनाही तिकाच तीव्रतेने भावतो. या भावस्थितीवरील काही गाथा पुढे दिल्या आहेत.

**गाथा (४०)**

*काळी चंद्रकळाऽ लाल लवंगी तीची घडीऽऽ*
*मन बसलं घडीवरऽ चाटी पुन्याचा मारवाडीऽऽ*

*काळी चंद्रकळाऽ नकु दिंडाच्या आड ठेवूऽऽ*
*न्हायी मी मागऽतऽ नकु, बंधूजी, तू भीवूऽऽ*

*काळी चंद्रकळाऽ हिचा पदूर पिवळाऽऽ*
*असू द्या, गऽ, सयेऽ माझा बंधूजी दूबळाऽऽ*

*काळी चंद्रकळाऽ तिचा पदूर डोंबळाऽऽ*<br>*ऊसन्याचं, बाईऽ, बंधु आपूला दूबळाऽऽ*

*काळी चंद्रकळाऽ पदरी, गऽ, हेणदायीऽऽ*<br>*बंधू म्हनी, नेस, बाईऽ यवढ्यानं झालं नाहीऽऽ*

*काळी चंद्रकळाऽ एका धून्यात झाली बोळाऽऽ*<br>*माझा दुबळ्या बंधूनंऽ ग, रूपै दीलेते साडेसोळाऽऽ*

*विटली चंद्रकळाऽ ठेवू ठेवूनऽ नेसतेऽऽ*<br>*माझ्या दूबळ्या बंधूचीऽ माया, गऽ, आठवतेऽऽ*

(१) लाल लवंगी = लवंगाच्या नक्षीचे लाल काठ असलेली, लवंगी काळ्या रंगाची, लाल काठाची. (२) दिंड = साड्यांचा बांधलेला गठ्ठा (३) दुबळा = गरीब. (४) डोंबळा = विस्तवासारखा लाल भडक. (५) उसन्याचं = उसन्या पैशाने घेतलेले. (६) हेणदायी = कमी प्रतीचा, जाड्या भरड्या पोताचा- हळदीच्या वाणाचा.

या गाथेतील प्रसंग असा आहे— बहीण श्रीमंताघरी दिलेली आहे. ती सासरी जाताना तिला बोळवण म्हणून देण्यासाठी भाऊ चंद्रकळा घेणार आहे. पण भावाची घरची परिस्थिती तिच्याजोगी साडी घेण्यासारखी नाही. पण चंद्रकळाच घ्यायची, हे मनात धरून तो तिला घेऊन दुकानात आला आहे. पुढे काय घडते, ते तिने गायले आहे.

ही अगदी साधी गाथा आहे. पण त्या स्वभावोक्तीमुळेच ती हृदयस्पर्शी झाली आहे. पहिल्या ओवीतच तिने पुढच्या घटनांची सूचक अशी घटना दिली आहे. दुकानात गेल्यावर दोघेही बसतात, न बसतात, तोच ही मूक घटना झाली. समोरच्या दिंडाजवळ मालनीला एक काळी, लाल काठाची चंद्रकळा दिसली— तिचे लवंगी नक्षीचे काठ तिला अतिशय आवडले... ती पाहते, तोवर भावाने हळूच ती घडी दिंडाआड केली, हे तिच्या लक्षात आले. तिच्या मनी जे आले, ते तिने ओवीच्या दुसऱ्या पदात दिले आहे. हे ती मोठ्याने बोललेली नाही. तिच्या मनात तसा विचार आला आहे. 'घडी दिंडाआड केलीस... मी त्या घडीसाठी मागणी करीन, असे बंधुराया, तुला वाटले तरी कसे? तुझी बहीण मी... तुझी परिस्थिती मला माहीत का नाही?' असे तिच्या मनात आले.

पुढे तो ज्या घड्या पुढे करतो, बहिणीला दाखवतो– तिथेही असेच झाले आहे.

तिथलीच दुसरी एक मालन तिला घडीबद्दल सांगते, तेव्हाही तिच्या मनात जे विचार आले, ते तिने गायले. भावाजवळ हट्ट न करणारी बहीण भावाला त्याच्या परिस्थितीची जाणीव दुकानात करून देईल, हे कसे शक्य आहे? पण भावालाच शंका येते... 'नेस, बाई' याचा अर्थ, घडी मोड, असा नव्हे. 'ही तू घे' अशा अर्थी तो म्हणतो- आणि पुढे म्हणतो- 'एवढ्याने झाले नाही. पुढे चांगली चंद्रकळा तुला घेईन की.'

एक समंजस प्रेमळ बहीण आणि तिचा, आपल्या गरिबीमुळे बहिणीची बोळवण तिला साजेशी करू शकत नाही— याची मनी खंत बाळणारा भाऊ यांच्यामधील हे नाट्य आहे. समोर घडी आणि तिच्याबद्दल दोघांच्याही मनांत उमळणारे भाव यांचे दर्शन आपल्याला घेता आले, तरच ही गाथा आपल्याला समजली, असे वाटेल आणि तिच्यातील नाट्य लक्षात येईल.

जी घडी भावाने दिली, ती तिने आनंदाने घेतली— भावाने आपली बोळवण कशी केली, हे तिला माहीत आहे. चंद्रकळेसाठी त्याने पैसे उसने आणून त्याने ती दिली आहे, हे तिला अतिशय जाणवले आहे... पण भावाने जे काय केले, त्याचे त्याला यश मात्र आले नाही. शेवटच्या ओवीत हे मालनीइतकेच आपल्याला जाणवते. तिच्याकडे भरपूर साड्या असतील, पण ती भावाने दिलेली साडी ठेवून ठेवून नेसते आहे आणि प्रत्येक वेळी भावाच्या गरिबीने मनात गलबलते आहे.

पुढची गाथा ही अशीच आतला उमाळा प्रकट करणारी— नाट्यमय अशी आहे. इथे एक दुकानातील समरप्रसंगाचे नाट्य आहे— त्याचा परिणाम म्हणून घरात एक नाट्य उभे झाले आहे... आणि शेवटी अपमान आणि माया यांच्यांत मोठी गोड अशी तडजोड मालनीने केली आहे. तिचा स्वाभिमान, भावावरची माया आणि दोघांनाही दुखविणारी तिच्या भावजयीची दुकानातून 'नाट्यपूर्ण' 'एक्झिट' याचे या गाथेच्या घडीघडीत मनोज्ञ दर्शन होते.

**गाथा (४१)**

*भाऊ घेतो चोळीऽ　　भावजऽ लावी डोळाऽऽ*
*भाऊ माझा भोळाऽ　　घेतो काळी चंद्रकळाऽऽ*

*ऊठली भावजऽ　　कशी ऊठली फुस्कारूनऽऽ*
*म्हनी, खरीदी झाली खाशीऽ　　गेली पायरी ऊतरूनऽऽ*

*काळी चंद्रकळाऽ　　ही का यीना माझ्या मनाऽऽ*
*मायबाई माझेऽ　　नेसतील तूझ्या सूनाऽऽ*

*भाऊ कसा म्हनीऽ — का, गऽ, बहीना रागातऽऽ*
*दूसरी चंद्रकळाऽ — न्हायी चाट्याच्या मागातऽऽ*

*काळी चंद्रकळाऽ — फेकली मी रागंऽ रागंऽऽ*
*बया बाबा मलाऽ — समजावती दोगंऽऽ*

*बया, माझी चंद्रकळाऽ — तुझ्या बासनी ऱ्हावू दीऽऽ*
*बंधूनंऽ दीली चोळीऽ — मला हौशीनंऽ घालू दीऽऽ*

(१) लावी डोळा = डोळ्याने खूण करणे.

पहिल्या ओवीतच मालनीने पुढील भावसंगराची कल्पना तीन शब्दांत दिली आहे. 'भावजऽ लावी डोळा' चोळी घेतल्यावर भावजयीने 'पुरे झाली' अशा काही नेत्रपल्लवीची भाषा आपल्या कंथापर्यंत पोचवली असावी. घरीदेखील, नणंदेला काय घ्यावे, याची बोलणी त्या दोघांत झाली असतीलच. त्याशिवाय ती खूण कशी करणार?

पण, बहीण आता आपल्या घरी जाणार, या भावनेने भावाला जो उमाळा आला आहे, त्यात तो दुकानात आल्यावर घरची बोलणी तर विसरला आहेच. पण तिची नेत्र— पल्लवीही त्याला समजली नाही. बहीण म्हणते, 'किती साधा भोळा माझा भाऊ!' कारण तिचे भावजयीच्या चेहऱ्याकडेच लक्ष होते.

त्याने चंद्रकळेची घडी ओढली आणि लगेच भावजय उठली. ते वर्णन मालनीने सहजसुंदर असे केले आहे. गंमत म्हणजे, भावाला अजून तिच्या उठण्यामागील राग समजलेला नाही. 'खरेदी झाली खाशी' याचा अर्थ त्याने वेगळाच घेतला असावा— भोळाच तो. घरात बहिणीच्या चेहऱ्यावर राग दिसला, तर तो म्हणतो, 'अग, चाट्याच्या दुकानात दुसरी चंद्रकळा नव्हतीच' म्हणजे रागाच्या कारणाबद्दल देखील त्याच्या मनात शंका नव्हती.

मला मालनीची शेवटची ओवी फार आवडली– त्यात तिचा चतुरपणा दिसून येतो. भावजयीने जी नापसंती दाखवली, तिने स्वाभिमान दुखावला गेला. पण ती साडी सुनेसाठी ठेवली असती, तर त्यामुळे भाऊही, त्याप्रमाणे आईपण दुखावली गेली असती. तिने यातून मार्ग काढला, 'तुझ्या बासनी ऱ्हावू दे... बंधूजीनं दिली चोळी मला हौशीनं घालू दे.' आईचे बासन आणि तिचे बासन एकच. माहेरी चंद्रकळा ठेवली, एवढाच त्याचा अर्थ ... तिच्यामुळे बंधूजीबद्दलचा आपला आदर कमी होणार नाही. त्याने प्रेमाने दिलेली चोळी जशी हौसेने, आनंदाने घालता येईल, तशी त्याने प्रेमाने दिलेली आणि जिला भावजयीच्या नाराजीच्या झळा पोचल्या

आहेत, ती साडी काय आनंद देणार? अशी ही चतुर, पण भावावर माया करणारी मालन! ज्याच्यासाठी तिने अप्रूप अशी भावाने दिलेली चंद्रकळा दूर ठेवली.

अशाच एका झळ पोचलेल्या चंद्रकळेबद्दल मालनीने पुढील गाथा गायिली आहे. भावाने दिलेली चंद्रकळा अप्रतिम आहे. मालनीला जीव की प्राण आहे- पण...

### गाथा (४२)

| | |
|---|---|
| *काळी चंद्रकळाऽ* | *सया पूसती धूता धूताऽऽ* |
| *चातूर बंधूराजऽ* | *भाऊबीजंला आला हूताऽऽ* |
| *काळी चंद्रकळाऽ* | *इचा पदूर मम्मईऽऽ* |
| *सांगते, सयांनूऽ* | *बंधूरायाची कमाईऽऽ* |
| *काळी चंद्रकळाऽ* | *कशी परीट धून्यामंदीऽऽ* |
| *माझ्या, गऽ, बंधूजींनीऽ* | *केली खरीदी पून्यामंदीऽऽ* |
| *काळी चंद्रकळाऽ* | *धुवू धुवूनऽ झाला कीसऽऽ* |
| *बंधू माझ्यानंऽ दीलेवतेऽ* | *रुप्पय साडेपंचवीसऽऽ* |
| *काळी चंद्रकळाऽ* | *भाऊबीजंऽला घातीलीऽऽ* |
| *तवापून, बाईऽ* | *माया तेची, गऽ, आटलीऽऽ* |
| *काळी चंद्रकळाऽ* | *ठेवू ठेवूनीऽ नेसतेऽऽ* |
| *बंधूजीची मायाऽ* | *अशी तशी, गऽ, जपतेऽऽ* |

ही गाथा देखील संवादाचीच आहे. घटनास्थळ आहे : पाणवठा. मालन तिथे गेली असणार. अंगावर चंद्रकळा असणार. तेव्हा धुता धुता तेथील मालनी विचारतात.

'अगबया! चंद्रकळा... भाऊ दिवाळीला आला होता, वाटतं?' त्यांनी धुताना थांबून असे विचारावे, इतकी ती चंद्रकळा सुरेख आहे. त्या प्रश्नाला मालन जे उत्तर देते आणि त्या निमित्ताने आपले मन उलगडते, त्या ओव्याही फार सुरेख आहेत. मालन त्यांना चंद्रकळेची सर्व माहिती पुरवते- पदराचे नाव, भावाने दिली- आपल्या कमाईतून दिली, कुठे खरेदी केली, कितीला केली- हे सर्व सांगते. पण ही साडी जुनी आहे. परटाच्या धुण्यात असूनही ती नवीसारखी दिसते. मी ती अगदी जपून नेसते. इतके झाल्यावर उमाळ्यासरशी तिच्या तोंडातून ओवी येते. 'काळी

चंद्रकळाऽ भाऊबीजंऽला घातीलीऽ तवापून, बाई, तेची माया, गऽ, आटली.' तिच्या भाऊबीजेची ही शेवटची आठवण– भावाच्या प्रेमाचे हे प्रतीक ती जपून जपून जन्माला पुरवते आहे. कारण त्यानंतर भाऊबीज साजरी झालेली नाही. त्याचे कारण मात्र तिने दिलेले नाही. पण प्रेमाने त्याची आठवण म्हणून ती नेसते आहे. मालनी पुष्कळदा शब्दप्रयोगही सुरेख योजतात. 'अशी तशी मी जपते' त्या शब्दांनी मालनीला काय सुचवायचे आहे, समजत नाही. पण ज्यांना अशा शब्दांचा सराव आहे, त्यांना लगेच उलगडते. अवगुंठनातील आशय म्हणतात, तो याला. धुऊन धुऊन जी 'कीस' झालेली साडी आहे, ती सुंदर दिसली, तरी कुठे जाता-येता नेसण्यासारखी नाही. तसे नेसायला साडी कोरी वा थोड्या धुण्याची लागते. ही साडी अशी तशी नेसून ती येते, कुठे पाणवठ्यावर जा– कुठे गावातल्या देवाच्या दर्शनाला जा– कुठे घरी पाहुणे येणार, तर घरकामांत नेस. अशी ती आता वापरत असते. असे सगळे अनुबंध त्या चार अक्षरांत सामावलेले आहेत.

पुढील गाथा या सर्वांहून वेगळी आहे. एका मालनीच्या आळीत चाटी आला आहे. त्याने शेजारी कुठे दिंड खोलले आहे. ही माहेरी आलेली मालन त्या चंद्रकळा पाहते आहे. वयाने लहान अशी ही सासुरवाशीण असावी. तिला भावाला 'चंद्रकळा मला घेऊन दे' असे सांगायचे आहे. पण कसे सांगायचे, इथेच ती चंद्रभागा झाकोळली आहे.

### गाथा (४३)

*काळी चंद्रकळाऽ लेवू वाटतं जीवालाऽऽ*
*आलीया रंगारी गावालाऽ घेया लावावंऽ भावालाऽऽ*

*काळी चंद्रकळाऽ घेऊन मला द्यावीऽऽ*
*माझ्या बंधूरायाऽ हौस माझी पुरवावीऽऽ*

*काळी, गऽ, चंद्रकळाऽ वाटतं घेवूऽ घेवूऽऽ*
*माझ्या, गऽ, बंधवाऽ हौसदाराला वरदी देवूऽऽ*

*काळी चंद्रकळाऽ तिचा पदर जरीऽ जरीऽऽ*
*साडी घेवाऽ, बंधूऽ चाटी आलाया जेजूरीऽऽ*

*काळी चंद्रकळाऽ नेसावीऽ लयीऽ मनऽऽ*
*बंधवाला माझ्याऽ सये, सांगनार कोनऽऽ*

*काळी चंद्रकळाऽ* *लयी वाटती घेवू घेवूऽऽ*
*भावज गुजरीचंऽ* *मला वाटतं लयी भेवूऽऽ*

ही गाथा कोवळ्या मालनीची आहे. रंगाऱ्याने आणलेली दिंडे पाहिली, साड्या पाहिल्या आणि तिच्या मनाने उडीच मारली- 'मला साडी घेऊन दे' असे भावाला सांगण्यासाठी ती निघू निघू झाली... भावाला कसे सांगायचे, याची तालीमही तिने मनाशी केली. 'हौस माझी पुरवा' या शालीनतेनेच भाऊ लगेच कसा घेऊन निघायलाच हवा. मग त्याला चाट्याचे महिमान, चंद्रकळेचे महिमान सांगायचे कसे, तेही तिने ठरवले. 'चाटी इथला तिथला नाही. जेजुरीहून आला आहे. मल्हारी-मार्तण्डाच्या गावाहून आला आहे. साडीही अशी तशी नाही. भरगच्च असा जरीचा पदर आहे...' जरी-जरी म्हटले, की तो पदर डोळ्यांपुढे झुलतो.

इतके ठरल्यावर आता भावाला सांगायला घरी गेले पाहिजे. इथेच ती थांबली. साडी मनात राहिली. हौसदार भाऊही मनात राहिला. 'साडी मला मिळणार नाहीच', या विचाराने तिचे मन झाकोळले... किती लहानसे हे दुःख किती कोवळ्या आविष्काराने शब्दरूपात आलेले!

म्हणूनच तर ही न घेतलेली चंद्रकळा मला कोवळी झळ पोचवून गेली.

## गाथाबंध १२ : पैठणी

चांगल्या चौकोनी कापडात साड्या, चोळ्या चांगल्या घड्या करून बांधून ठेवलेल्या असतात. या बांधणीला बासन असे म्हणतात. साड्यांच्या प्रकाराप्रमाणे त्यांचे बासन असते. ही बासने लाकडी मजबूत पेट्यांतून कुलूपबंद असतात. या पेट्यांना संदूक म्हणतात. प्रत्येक मालनीची अशी स्वतंत्र संदूक असते. एकत्र कुटुंबात तिचे दागिने तिच्या सासूकडे वा वडील कुटुंबप्रमुखाकडे असतात. पण साड्या- चोळ्यांची, शेल्यांची बासने मात्र तिच्यापाशीच असतात.

पुढील गाथांतून मालनींनी हे बासन आईपाशी उलगडावे, तितक्याचे आस्थेने आणि हौसेने जात्याच्या फेरापाशी उलगडून धरले आहे. पेट्या उघडून मालन पहिले बासन काढते, ते पैठणींचे, अतिशय उंची, जरतारी आणि जिचा अभिमान वाटावा, अशा पैठणी या प्रकारच्या साड्यांचे.

पैठणी ही एक वैशिष्ट्यपूर्ण साडी आहे. ती पैठण या गावात तयार होते,

म्हणून ती पैठणी. अतिशय तलम असे रेशमी पोत, सोन्यापासून तयार केलेल्या जराची काठपदराला व मधेही नक्षी, आणि करडीपासून तयार केलेले तिचे रंगप्रकार ही तिची वैशिष्ट्ये आहेत. तिची किंमत रेशमावर तर असतेच, पण त्याहीपेक्षा तिच्यावरील जरीकामात किती वजनाचे सोने वापरले, त्यावर असते– भरगच्च काठ पदर आणि मधील बुट्टे यांवर अठरा मासे सोने वापरले जाते... अशा साडीचे वजनच तीन साडेतीन शेर भरते. आठमासी- बारामासी- पंधरामासी असेच या पैठणीला नाव असते. म्हणून ही साडी श्रीमंत मालनीकडेच असू शकते. या पैठणीच्या बासनाला म्हणूनच मालनीचा पहिला हात जातो.

**गाथा (४४)**

*ननंद आक्काबाई, तुम्मा नंदऽपना साजंऽऽ*
*घरी आले, वंऽ, नांदायालाऽ माझ्या करंडी कुंकू ताजंऽऽ*

*ननंद आक्काबाईऽ पाया पडून माझं घ्यावंऽऽ*
*हळदी कुक्कवाचंऽ यवढं वचनऽ मला द्यावंऽऽ*

*ननंद आक्काबाईऽ नका करूसा जाच मलाऽऽ*
*सासूरवासी मैनाऽ माझ्यासारखी हायी तूलाऽऽ*

*ननंद आक्काबाईऽ नका रूसूसाऽ माह्याराालाऽऽ*
*पूढच्या येळंला, वऽ आनीन पैठनी आह्यारालाऽऽ*

ही गाथा गाणारी मालन माहेरची गडगंज आहे. 'कुंकू ताजं' या शब्दांनी तिने प्रथमच नांदायला आले- म्हणजे नवी नवरीच आहे, असे सुचवले आहे. ते सुंदर वाटते. ही मालन मोठी चतुर आहे. घरी आल्या-आल्या ती मोठ्या नणंदेला कसे आपलेसे करून घेते, हे बघण्यासारखे आहे. मालनीने पैठणीचे वर्णन केलेले नाही. पण 'पैठणी' या नावाचा प्रभाव इतका, की जी नणंद सासुरवासात कळ लावण्याचे, लावालावी करण्याचे काम करून भावजयीला पिडत असते. तिचे व भावाचे वितुष्ट जिला आनंद देत असते, अशी सासुरवासातील एक प्रमुख व्यक्ती पैठणीचे नाव ऐकताच सुतासारखी सरळ येते... हे पैठणीचे महिमान मालनीने यात आडपडद्याने सांगितले आहे. मालनीना पैठणी इतकी प्रिय आहे!

पुढील गाथेत मालन एखाद्या सरदारापदरी असलेल्या तालेवाराची पत्नी

असावी. किंवा सरंजामशाहीतील एखाद्या वतनदाराची पत्नी असावी. पतीबरोबर ती ज्या गावी आली आहे, ते गाव श्रीमंताचे आहे. किंवा ज्या हुद्द्यावर तिचा पती आहे, त्याच्या बरोबरीचे अधिकारी राहतात, त्या विभागात ती आहे. त्या गावात बायकांची बाहेर पडताना काय नेसावे, ही जी रीत आहे... ती तिला सांभाळावी लागणार आहे. म्हणून तिने 'पतीला मला पैठणी हवी', असे सांगितले आणि त्याने तिची ही मागणी तिच्या कल्पनेबाहेर पुरवली. ही घटना या गाथेत गायली आहे.

**गाथा (४५)**

*किती मी सांगू तूलाऽ उभ्या गावाची धाटनीऽऽ*
*शेल्याखालती पैठनीऽऽ*

*सांगूनी धाडीतेऽ पुन्यापासून कलकत्त्यालाऽऽ*
*हौशा माझा भरतारऽ आनी पैठनी रोजच्यालाऽऽ*

*हीरव्या लूगड्याचीऽ निरी रूतती माझ्या पोटाऽऽ*
*कंथाच्या जीवावरऽ पैठनीला काय तोटाऽऽ*

*करऽड, गऽ, रंगऽ बुट्टीदार तीचा थाटऽऽ*
*पैठनीच्या पदरावरऽ मोरांचा थयथयाटऽऽ*

*पैठनी येवल्याचीऽ मला नेसता हरिख वाटंऽऽ*
*काय सांगू, सयेऽ भरताराचं मन मोठंऽऽ*

(१) करड = करडीचा- कुसुंबी रंग (२) हरिख = हर्ष.

मालनींनी बाहेर जाताना पैठणी नेसायची आणि वरून शेला पांघरायचा, अशी मालनीच्या गावात चाल आहे. हिचे बाहेर जातानाचे नेसू हिरव्या रंगाचे उंची असेल; पण लुगडे आहे. काठ जाड आहेत- पोटाला टुपतात- तिने नवऱ्याकडे पैठणी मागितली- तो मोठा हौशी आहे- कितीतरी ठिकाणी त्याने प्रयत्न करून पैठणी आणली. आणि तीही रोजच्यासाठी- जे तिसरे लुगडे असते, त्याच्यासाठी. मालनीच्या गावी पैठणी लग्नसमारंभातच नेसतात. पण आता ती हिच्या घरात खुंटीवर शोभू लागली... अशी हौस पुरविण्यासाठी नवऱ्याचे मन हौसदार आणि मोठे असणारच- त्याचे तिला फार कौतुक वाटते... 'असा माझा नवरा आहे, बघ' असे ती मैत्रिणीला सांगते आहे.

चार पदांत तिने पैठणीचे वर्णन फार सुंदर केले आहे. पैठणीला रंग देतात –

म्हणजे रेशमाचे धागे रंगवतात. त्यासाठी करडीपासून तयार केलेले रंगच वापरतात. कुसुंब्याच्या रोपाच्या मुळ्यांपासून हे रंग बनवतात – पैठणी ठरावीक रंगांत मिळते. हिरवी, कुसुंबी, लाल, पिवळी, सोनसळी, अंजिरी, दुधी, इत्यादी. त्यांतली हिरवी आणि लाल पैठणी मालनींची आवडती. तिचे काठ जरीचे आहेत; पण अंगात बुट्टे आहेत. हेही जरीचे असतात. लहान मोर, कोयरी, फुले नक्षीचे गोल किंवा पाने असे बुट्टे असतात. पदर मालनीच्या मनात फार भरला आहे. पदर कसला... मोरांचा थयथयाट असे तिने वर्णन केले आहे. पदरावर नाचणारे मोर आणि इतर नक्षीकाम यांनी पदर भरगच्च दिसतो आहे. ही पैठणी येवल्याची आहे, हेही तिने सांगून टाकले. पैठणप्रमाणेच पेशवाईत येवल्यालाही पैठणी तयार होऊ लागली. तिथून ही आणली आहे. 'मला नेसता हरिख वाटं' हे उद्गार फक्त पैठणीलाच बहाल केलेले असतात. थोडक्यात खूप सांगणे हा या गाथेचा उत्तम गुण आहे. 'शेल्याखाली पैठनी', 'निरी रुतती माझ्या पोटा', 'मोरांचा थयथयाट', 'भरताराचं मन मोठं', 'हरिख दाटं' या शब्दांतून मालनीने ती ती चित्रे प्रत्यक्षच उभी केली आहेत.

खालील गाथेत माहेरपणाला आलेल्या मालनीची बोळवण पैठणीने केली आहे. त्या घटनेचे एक मार्मिक असे दर्शन शब्दरूप केले आहे. अवघ्या दहा ओळींत माहेरचे ऐश्वर्य, भावाचे प्रेम आणि हौस त्यांना बिलगूनच असलेला मालनीला अवघड वाटणारा एक भावपूर्ण प्रसंग, सगळे काही प्रत्ययकारी असे आहे.

**गाथा (४६)**

*हिरवी पैठनी म्हनीयीतीऽ आना, गऽ, आह्यारालाऽऽ*
*बाळ आलीया माह्यारालाऽऽ*

*चाट्याच्या दुकानातऽ बंधू बसलं गादीवरऽऽ*
*भैनाला बोळवनऽ हिरवी पैठनी मांडीवरऽऽ*

*बाजरीची रासऽ खळ्यामंदी बसवलीऽऽ*
*बंधूजींनी माझ्याऽ हिरवी पैठनी नेसवलीऽऽ*

*पैठनी पैठनीऽ बघीता हरिखऽ दाटंऽऽ*
*काय सांगू तूलाऽ माझं माह्यार भारी मोठंऽऽ*

*भाऊची अस्तूरीऽ रूसली माझ्यावरीऽऽ*
*हाती पैठनीची घडीऽ तिला समजावू कवन्यापरीऽऽ*

हे एक चित्रकाव्यच आहे– हिरवी पैठणी नेसलेले. काव्य म्हणूनही जरतारी पैठणीच आहे.

ही गाथा वाचून वाटले, आणि पैठनीच्या तऱ्हा 'गाथा'मधे हव्या होत्या. मी कितीक ओव्या गोळा केल्या, त्यांत मला पैठणीवरील ओव्या एवढ्याच मिळाल्या. आश्चर्यही वाटले. आपल्या आवडत्या वस्त्रप्रावरणाला मालनींची प्रतिभा सामोरी का गेली नाही, असेही वाटले. खरे म्हणजे, चंद्रकळेइतक्या नाहीत, तरी अजून ओव्या हव्या होत्या.

कदाचित असे असेल. पैठणी ही काही शेतकरी कुटुंबाची मालमत्ता नव्हे. संस्थानिक, सरदार, जहागिरदार, सरदेशमुखापासून सैन्यातील प्रमुख अधिकाऱ्याच्या घरी ही बासने शोभणारी. त्या घराण्यातील गायल्या जाणाऱ्या ओव्या असल्या, तर कदाचित त्यांत पैठणी मिळाली असती. पैठणीच्या पदरावरील व काठावरील नारळ, रुईफुले, कोयऱ्या, नारळाची झाडे, मोर, पोपट, इ. पक्षी निरनिराळ्या प्रकारची फुले आणि नक्षी यांची काव्यात्म वर्णने सापडली असती. पदराची नावे तरी मालनींच्या ओव्यांना भुरळ घालणारी. जे त्या नक्षीचे नाव, ते पदराचे नाव– असावली. मोर गझवेल या नावांवर ओव्या मिळाल्या असत्या! 'पैठणीचे वजन कसे सहन करते' यावर ओव्या मिळाल्या असत्या आणि ती नेसल्यावर आपण कशा दिसतो, याच्याही अजूनही त्या मिळतील, ही उणीव भरून काढतील, असे मला नक्कीच वाटते.

## गाथाबंध १३ : दागिन्यांचा डबा

मालनीला आपले बासन सोडून साड्या-चोळ्या सयीला दाखवता येतात. पण सर्व शिणगाराचा जो कळस, तो दागिन्यांचा डबा मात्र तिच्या ताब्यात नसतो. असता, तर डब्यातील प्रत्येक दागिना काढून तिने त्याच्या वर्णनासह ओव्यांतून गायिला असता. सर्व घराची जी सूत्रधार ज्येष्ठ आणि जबाबदार मालन, तिच्यापाशी सासुरवाशिणींचे व माहेरवाशिणींचे दागिन्याचे डबे व पुरचुंड्या असतात. सण-समारंभाला ते त्यांच्याकडे दिले जातात आणि दागिने उतरले, की डबा पुन्हा त्या मालनीकडे द्यायचा असतो.

सासुरवाशिणींचा याबाबत त्या वडिलधाऱ्या मालनीवर असणारा विश्वास लक्षात घेण्यासारखा आहे. त्याला कारण आहे. या मालनींच्या संस्कृतीत घरच्या लक्ष्मीचे दागिने, घरची गाय आणि घरची जमीन यांची विक्री करणे हे त्याज्य ठरविले गेले आहे. शिवाय घरातील अलंकारांची केवढी मोठी जबाबदारी आपल्यावर आहे, या

कर्तव्याची त्या मालनीला जाणीव असतेच.

वेणीफणी, साडीचोळी, काजळ, कुंकू यांनी नटून झाले, की मालन डबा मागून घेते आणि एक एक अलंकार मोठ्या हौसेने अंगावर चढवते. मालनींना दागिने घालतानाचा होणारा आनंद अगदी विलक्षण आणि अनुपम असा असतो.

खालील गाथा या अनुपम आनंदाच्या वेळच्या आहेत. परंपरेने चालत आलेले दागदागिने असले, तरी त्यांतील वेगळेपणा जाणवून द्यायला त्यांना फार आवडते. या गाथा म्हणजे मालनींच्या साज-शिणगाराच्या गाथांतील एक दागिन्याचा डबाच आहेत. दागिन्यातील घडणीचा वेगळेपणा, ऐकूण शिणगाराची रंगशोभा आणि केशभूषा, वेषभूषा आणि अलंकरण या तिहींची एकमेकाला खुलवणारी सूक्ष्म अशी जाणीवही त्यांना आहे. ती त्यांनी मोठ्या काव्यात्म रीतीने व्यक्त केली आहे. हा सर्व आनंद ओव्यांतून व्यक्त होताना त्या ओव्याही यमक, अनुप्रास, प्रतिमा यांनी ठुमकत– मुरकत चालल्या आहेत, असे वाटते.

खालील गाथेत मालनीने आपली दागिन्यांची हौस आणि ती तितक्याच तत्परतेने पुरविणारा तिचा मातबर आणि हौसदार नवरा यांचे अगदी मनभरून वर्णन केले आहे. हे सर्व आपल्या सोबतिणीला सांगत असतानाचा तिचा उत्फुल्ल चेहरा डोळ्यांपुढे उभा करणाऱ्या या ओव्या आहेत.

**गाथा (४७)**

*हौस मला मोठीऽ डाळी डोरल्यावर सरीऽऽ*
*पानपूतळ्या चोळीवरीऽऽ*

*हौस मला मोठीऽ बाळ्या बूगड्या कळसाच्याऽऽ*
*येळा घडवाव्या हिरकणीच्याऽऽ*

*हौस मला मोठीऽ मासूळ्याशी जोडव्याचीऽऽ*
*चांदी आणावी बडूद्याचीऽऽ*
*हावशी भरतारऽ हौस पूरवीत गेलाऽऽ*
*जाळीच्या मन्याखालीऽ सर घागऱ्याचा केलाऽऽ*

*हावशा भरतारऽ हौस करता, गऽ, व्हायीनाऽऽ*
*साजाचं डोरलं, गऽ गोंडा खिशात मायीनाऽऽ*

*साता सुरत्याची नथ माझीऽ वर मोराची चिल्ली पिल्लीऽऽ*
*सांगते मालनीलाऽ हौशा माझ्यानंऽ खरीदीलीऽऽ*

(१) पानपुतळ्या = पानाच्या आकाराच्या पुतळ्या. (२) येळा = वाकी. (३) साजाचं डोरलं = साज या गळ्यातील दागिन्यात मंगळसूत्राच्या वाट्या गुंफलेले डोरले. (४) सुरत्याची = सुरती मोत्यांची.

या मालनीची दागिन्यांची हौस पाहिली, की हिचा कंथ बराच श्रीमंत असावा, असे वाटते. पहिल्या तीन ओव्यांत तिची जी हौस आहे, ती बारीकसारीक दागिन्यांपासून सरी-पान पुतळ्यांपर्यंत आहे; आणि ती नवऱ्यानं पुरवली आहे– आणि आणखीसुद्धा दागिने तो घेतो आहे. तोही हौसदार आहे, असे त्याच्या खरेदीवरून वाटते.

आपले दागिने कसे वेगळे आहेत, हे ती मोठ्या आवडीने सांगते. डोरले आहे, पण ते नुसत्या काळ्या मण्यांत नाही. डाळीसारख्या सोन्याच्या टिकलीसरात गोवलेले आहे. पुतळ्यांना आकार पानांचा आहे. वाकी केवळ सोन्याच्या नाहीत. त्यांच्यावर हिरकणीचे जडावकाम आहे. सर देखील साध्या सोन्याच्या मण्यांचा नाही. मण्यांच्या घागऱ्या करून साखळीत गुंफल्या आहेत. नथीवर देखील बारीक मोत्यांची मोराची नक्षी आहे. हे सर्व सांगण्यात तिला अभिमान वाटतो आहे. हे सगळे तिने अगदी थोडक्यात सांगितले आहे. दागिन्यांची हौस कशी चोखंदळ आहे, हे समजते आणि मालनीचे कौतुक वाटते. मालन मूर्तिमंत हौसा, तर तिचा कंथ श्रीमंत हौसदार!

पुढील गाथा केवळ दागिन्यांची नाही. एकदम वेगळी आहे. ही मालन आपण कसे नटतो, त्याचे अगदी ऐटबाज आणि चित्रवाण वर्णन करते आहे. हे तिचे स्त्री सहजसुलभ सांगणे मोठे अप्रूपाचे वाटते. कसे नटावे, याचा हा जणू वस्तुपाठच आहे. मला ही गाथा फार आवडली. ओव्यांतील अनुप्रासांनी आणि यमकांनी या साजशृंगाराला एक मोहक ऐट आली आहे.

### गाथा (४८)

*हिरवी गार चोळीऽ तिचं गोमी, बाई, काठऽऽ*
*म्होरं मारीते मी गाठऽ भडक मारीते माझी पाठऽऽ*

*काळी चंद्रकळाऽ*
*नेसनंऽ घोळाचं, गऽ*

*नेसतेऽ गाठीवरऽऽ*
*पदुर भिंगाचा पाठीवरऽऽ*

*लेन्यांमंदी लेनंऽ*
*हिरकन चोळीवरऽ*

*कोलापूरी, गऽ, डोरलंऽऽ*
*लेणं लोळतंऽ पीवळंऽऽ*

*लेन्यांमंदीऽ लेनंऽ*
*चोळीचा लाल काठऽ*

*पुतळ्याचं, गऽ, गाठलंऽऽ*
*वर पीवळा गोंडा डोलंऽऽ*

*लेन्यांमंदी लेनंऽ*
*जाळीच्या मन्यांखालीऽ*

*नथ लेते मी येवल्याचीऽऽ*
*हवा पहावी डोरल्याचीऽऽ*

*लेन्यांमंदी लेनंऽ*
*कपाळीचं कुंकूऽ*

*चुडा हीरवाऽ कानी फुल्लंऽऽ*
*बाई आभाळी चंद्र डूलंऽऽ*

(१) नेसते गाठीवर = आतल्या पदराचा कमरेभोवती विळखा घेऊन गाठ मारणे. मग पदर घेऊन उरलेल्या साडीच्या निऱ्या पदरात खोचणे– खोचण्यात कौशल्य असते. ही साडी आठवारी असते. (२) भडकमारी = झळकते (३) कोलापुरी डोरलं = कोल्हापुरी साजात मंगळसूत्राच्या वाट्या (डोरली) गुंफलेला दागिना. (४) गाठलं = रेशमी गोफात गुंफलेल्या– गाठवलेल्या पुतळ्यांना गाठलं म्हणतात. हे लांबीला कमी असते. (५) येवले = गावाचे नाव. या गावात नथ चांगली गुंफली जात असावी. (६) जाळीचा मणी = रुद्राक्षाच्या कुसरीसारखी कुसर असलेला सोन्याचा मोठा मणी. हा लग्नात गळ्यात बांधतात. गळ्यासरशी बांधतात. (७) हवा = शोभा. (८) फुल्लं = कर्णफुले. शेवंतीच्या आकाराची कुडीसारखी सोन्याची फुले.

पुढे गाठ मारलेली चोळी घालणाऱ्या या मालनीला सौंदर्याची मार्मिक जाणीव आहे. या नऊ तुकड्यांच्या चोळीत काठ आणि खणाचा रंग अशा ठिकाणी येतात, की ती बेतण्याचा शोध लावणाऱ्याचे कौतुक करावे वाटते. दंडावर, पाठीवर काठ, तो उठून दिसावा, म्हणून सुरुवातीला खणाचा रंग. उभारीलाही खणाचा रंग आणि काठ आणि मानेपासून खाली पदराच्या काठापर्यंत एक सुरेख उघड्या भागाचा गोरापान त्रिकोण. या त्रिकोणात महत्त्वाचे दागिने रुळत असलेले. गळ्याच्या खळीच्या जरा वर चित्ताकाची पट्टी आणि तिचा आकडा मधोमध. त्याच्या खाली खळीत डोरल्याचे काळे आणि सोन्याचे मणी, डोरल्याच्या वाट्या खळीच्या खाली पोचलेल्या; मग, पुतळ्या– साजापासून चंद्रहारापर्यंत दागिने; पण ते पदरावर

डोलणारे. साज तेवढा पदराच्या काठापर्यंत पोचणारा. त्या त्रिकोणाची सीमा दाखवणारा. म्हणून गाठीच्या चोळीचे लेण्यांच्या दृष्टीने महत्त्व.

या मालनीचा चोळीचा खण ही रंगविरोधाने शोभिवंत दिसतो. काठांची शोभा दंडावर आणि पाठीवर. चोळीचा काठ आणि भिंगांचा पदर यांची शोभा पाठीवरच अधिक खुलते. ती नेसली आहे घोळाचे नेसणे. गोल साडीसारखे; पण त्याचे सौंदर्य साठलेले आहे पायांवर रुळणाऱ्या घोळात. पावले पुढे पडायला लागली, की ते चंद्रकळेचे काठ चुण्या पडलेले– तिच्यावरची खडी हे सर्व फुलारत जाते. ती घोळाची हालचाल बघण्यासारखी असते. म्हणून या मालनीने घोळाचे नेसण पसंत केले आहे. तिचे सर्व लेणेही तसेच वेचक आहे.

या सगळ्या वेषभूषेत आणि अलंकारांत रंगांची जी आरास आहे, ती मन दिपवणारी आहे. शेवटची ओवी तर सुरेखच आहे. दोन हात, कान आणि भालप्रदेश यांचा त्रिकोण मनोज्ञ वाटतो. तो रंगबावरा त्रिकोण, जिथे डोरले रुळते, त्या चोळीच्या त्रिकोणाला उठाव देणारा आहे. दोन हातांतील हिरवा चुडा– अर्थात रेशमी झळकणारा, दोन्ही कानांतील सुवर्णफुले आणि कपाळावरील लाल ठळक असे चंद्रबिंब– उगवत्या चंद्रम्याचे, रंगसौंदर्य, आकृतीचे सौंदर्य आणि त्याला शोभणारी शब्दकळा ज्या मालनींना सुचली, तिच्या काव्यशक्तीचे किती कौतुक करावे!

पुढील गाथा अशीच ठसकेबाज आणि त्याला योग्य अशी अनुप्रास, यमक यांची रचना यांनी शोभते आहे. या मालनीने जे जे अलंकार घातले, त्यांची नावे दिली आहेत. त्या अलंकारांना जी विशेषणे जोडली आहेत, ती सूचक आणि मालनीचे चातुर्य दाखविणारी आहेत. त्या अलंकारांविषयी जे चार-दोन शब्दांत सांगितले आहे, तेही लक्षात घ्यावे, असे आहे. ही मालन तालेवाराची लेक आहे. तिचा ठसका आणि तोरा तिच्या शब्दकळेनेही उचलला आहे.

### गाथा (४९)

*सूरया संमूख माझं घरऽ मी, गऽ, लोटीते घरदारऽऽ*
*पायी साखळ्या तंगभारऽ बोटी जोडवी झीनकारऽऽ*

*कमरी दाबाला कुलुपं चारऽ गळ्यापूतबीळ्याची माळऽऽ*
*वर चित्ताक नक्षीदारऽ डाळी डोरलं पाच फेरऽऽ*

*बत्तीस पूतळ्यांचाऽ गळ्याला झाला भारऽऽ*
*तेच्या, गऽ, खाली हालंऽ नवा, गऽ, चंद्रहारऽऽ*

*नथ नाकात डौलदारऽ काप कानांत गजबारऽऽ*
*डोयी केवडा मारी ल्ह्यारऽ चोळी अंगात हिरवी गारऽऽ*

*नेशी पिवळा पीतांबरऽ हाती सोन्याचं बीलवरऽऽ*
*मी, गऽ, निघाली न्हवयीनाऽ लेक बापाची तालीवारऽऽ*

(१) तंगभार = घट्ट बसलेल्या, नव्या. (२) कुलूप = खीळ, जोडलेला. (३) गजबार = भरून गेलेले. (४) ल्ह्यार मारी = झळकतो. केवडा हा सोन्याचा वेणीवर केसांत खोवायचा असतो. (५) न्हवयीना-न्हवणा = गणपती बसविल्यावर तिसऱ्या दिवशी गौर आणण्याचा सोहळा असतो, त्याला न्हवणा म्हणतात. घरच्या शेजारच्या मालनी नटून थटून, एकत्र जमून गौर आणायला पाणोठ्यावर जातात. हातात एक आंब्याच्या पानांनी सजविलेला रिकामा तांब्या असतो. पाणोठ्यावर जाऊन, तांब्या भरून, त्यात पाच खडे टाकून, तिरड्याच्या फुलांनी त्याची पूजा करून, तो हातात घेऊन, गाणी म्हणत तो घरी आणतात. गणपतीजवळ त्याची स्थापना करतात. ही गौर म्हणजे गणपतीची आई, अशी समजूत, त्या दिवशी गोडाचे जेवण असते- त्याला गौरीचे जेवण असे म्हणतात.

साखळ्या, जोडवी नेहमीचीच– पण साखळ्या अजून ओघळल्या नाहीत. म्हणजे नुकतेच लग्न झाले आहे. मालन सासरी आहे– रोजची कामे करते आहे. गौरीचा दिवस असला, तरी अंगणात सडा घालणे, झाडणे ही कामे करायचीच; कारण सूर्याकडे तोंड करून घराचे दार आहे. ते उगवण्यापूर्वी अंगण रांगोळीने सजायला हवे... शिवाय गौरही यायची आहे.

त्या कामानंतर ती शिणगार करते– त्याचे पुढे वर्णन आहे. पायांतील जोडवी साखळ्यांपासून केसांतील सोन्याच्या केवड्यापर्यंत वेषभूषा तिने वर्णिली आहे. साखळ्या तंगभार आहेत, तर जोडवी झणकारत आहेत. पिवळा पीतांबर नेसली आहे, तर हिरवीगार चोळी घातली आहे. पट्टा कमरेतील पण साधा नाही— त्याला चार कुलुपे आहेत. चार ठिकाणी तो नक्षीच्या वर्तुळाकार चौकोनी पदकांनी जोडलेला आहे. ही सोय पट्टा लहान–मोठा करण्यासाठी असावी. शिवाय पदकाची शोभा असतेच आणि हे त्याचे वेगळेपण उठून दिसते. गळ्यातील चित्ताकाची देखील सोन्याची साधी पट्टी नाही. तिच्यावर नक्षीकाम आहे. डोरले तर डाळीसारखा टिकल्यांचा पाचपदरी सर असून त्यात गोवले आहे. पुतळ्यांचा सर बत्तीस पुतळ्यांचा आणि त्याच्या खाली नवा घेतलेला चंद्रहार झुलतो आहे. या सर्वाला शोभेशी नथ नाकात, तर कानांतील कापाच्या

वेलांनी कान भरून गेलेले आहेत. कानातील कुडीला बारीक मोत्यांचा वेल जोडून, त्याचा आकडा कानशिलांवरील केसांत किंवा कानावरून नेऊन कानाच्या मागे केसांवर खोवतात. या मालनीने वेल मागे वर खोवले आहेत. त्यामुळे ते कानांवरून तिरपे गेल्याने कानांची शोभा वाढली आहे. हा एक वेगळेपणा– सहज कुडीचे काप हे गालांवरून चढवायचे असतात. उभा वेल दिसावा, असे, या कानभरून दिसतात. या रूपाला मालनीने गजबार हा मोजलेला शब्द मला फार आवडला. त्याचप्रमाणे केवडा खरा नसून, सोन्याचा आहे, यासाठी 'मारी ल्ह्यार' म्हटले आहे.

अशी ही मालन दागिन्यांचे वर्णन करते, तेव्हा श्रीमंत असावी, असे वाटते. पण तसे नाही. त्यासाठी पहिली ओळ आणि शेवटची ओळ अशा ओळी मोठ्या सूचकतेने वापरल्या आहेत. सासरी घरदार लोटणारी मध्यम परिस्थितीतील ही सासुरवाशीण म्हणते कशी.

'मी न्हवण्याला निघाले आहे. तालीवार बापाची लेक आहे मी!' म्हणून तर हा साजश्रृंगार. माहेरच्या दागिन्यांचा. लग्नात बापाने तिला नखशिखांत सुवर्णालंकारांनी सजवूनच उभे केले आहे.

ही गाथा मला आवडली. गौरीला आणायला निघालेली ही सजलेली गौरी, तशीच त्या गौरीसारखी सजलेली ही तिची गायलेली गाथा.

पुढील गाथा दागिन्यांविषयीच आहे. पण ही गायली आहे सासूने आपल्या लेण्यांनी नटलेल्या सुनेवरून. ही सून नुकतीच नांदायला आली आहे. म्हणून तिच्या अंगावर सर्व दागिने तसेच राहू दिले आहेत. सासूने केलेले दागिन्यांचे वर्णन काव्यात आणि प्रकाशी प्रतिमांनी सजलेले असे आहे.

### ◗ गाथा (५०)

*चांदीची जोडवीऽ घडण शिंदेशाहीऽऽ*
*हळूच पाय टाकऽ खाली मुरूमाची भूईऽऽ*

*पायी साखळ्या तोरड्याऽ दुहीरी नाद वाजंऽऽ*
*सई मैनाबाईऽ जातीवंताला सून साजंऽऽ*

*लेन्यांमंदी लेनंऽ बाई टिक्काचं कवळऽऽ*
*चोळीचा लाल काठऽ गोंडं डूलती पीवळंऽऽ*

*सोन्याच्या पाटल्याऽ मनगटी, गऽ, दाटल्याऽऽ*
*बत्तीस पूतळ्या, गऽ कलाबतूत गाठल्याऽऽ*

*झुबं डूलती कानांतऽ कशी नथनी हालतऽऽ*
*सून मालनीच्याऽ कुक्कू कपाळा झळाळतऽऽ*

*सून, गऽ, मालनीचाऽ शिनगारऽ देव्हडाऽऽ*
*माझा बाळरायाऽ घुमंऽ मंदीरी केवडाऽऽ*

(१) शिंदेशाही = एक घडण (२) कवळ = वेटाळून असलेले. (३) गाठल्या = गाठवल्या, गुंफल्या (४) नथनी = लहान नथ—हिची तार जरा लांब असते. (५) देव्हडा = कमानी दरवाजा. दोन्ही बाजूंनी दागिने कसे चौकटीसारखे–कमानीसारखे दिसणारे.

सुनेच्या दागिन्यांच्या राशीचे इथे वर्णन नाही. सुनेच्या अंगावर नेहमीसारखे दागिने आहेत. पण त्या दागिन्यांनी सुनेच्या कमनीय बांध्याभोवती जो आकृतिबंध उभारला आहे, तो या कविमनाच्या– सासूचा काव्याचा भाव बनून रहिला आहे. त्या शिणगाराच्या मांडणीतून जर आपण रेषा काढली, तर कसा आकृतिबंध तयार होतो, पाहा– उजव्या पावलापासून जर सुरुवात केली, तर पायांतील जोडव्या–साखळ्यांपासून मनगटांतील चुडा, पाटल्या, खांद्यावरील गळ्यात लोळणारी टिक्का, पुतळ्या, कानांतील झुबे, नाकातील नथ व शेवटी कपाळावरील झळाळणारे कुंकू इथपर्यंत रेषा पोचून डाव्या बाजूने पुन्हा जोडव्यापर्यंत खाली उतरते. या वळणाला तिने 'देव्हडा' असे म्हटले आहे. हा आकार मालनीला देवळाच्या कमानी दरवाज्यासारखा वाटतो. त्या रेषेने ही प्रतिमा उभी केली आहे. या अलंकाराच्या कमानी दरवाज्यात सून देवळासारखी उभी आहे. कमानी दरवाज्यामध्ये देऊळ-सून- उभी आहे. एका सुंदर मंदिरासारखी उभी आहे. सून मालन जर देवळाची प्रतिमा असेल, तर तिचे मन हे देवी होते– ही देखील एक वेगळी प्रतिमा निर्माण होते– देऊळभर किंवा देवीच्या मनमंदिरात तिचा पती हा केवडा होऊन घमघमत असतो. असे वर्णन या दोन्ही प्रतिमा उभ्या करते. देवळात घमघमेल, अशीच तिने तिच्या बाळरामाची कल्पना केली आहे. त्या मंदिरात मालनीच्या अवतीभवती फिरत तो घमघमतोच. पण त्या देवीच्या मनमंदिरातही तो घमघमतो... तिचे सर्व अवधान त्याच्यातच गुंतलेले असते. या प्रतिमांतून नव्या जोडप्याचे प्रणयरंगाचे भावही व्यक्त होतात... तेच केवड्याचे घमघमणे नव्हे काय? साध्या विषयातून विलक्षण प्रतिमा व भाव निर्माण करणारी ही गाथा!

एकूण आकृतिबंधाच्या किमयेतून सुंदर प्रतिमा निर्माण झाल्याच, प्रीतीचा सूक्ष्म दरवळही उमललाच. पण काही अलंकारांतून आणखीही काही भाव जाता–जाता मालनीने सूचित केले आहेत... सुनेची जोडवी नवी आहेत. तिला त्यांची सवय नाही, हे बघून 'जपून पाय टाक' म्हणून सांगणारा सासूचा वत्सल भाव. साखळ्या– तोरड्या घातलेल्या सुनेची धीरगंभीर चाल– त्या दागिन्यांच्या 'दुहीरी' आवाजाने सूचित होते. पावले सावकाश पडतात– त्यांत तरबत्तरपणा नाही. चंचलपणा नाही. सून मालनीची खानदानी घराला शोभणारी ही खानदानी चाल साखळ्यांत तोरड्यांचे आवाज सूचित करतात. ते सुनेचे भावही सूचित करतात.

यामुळे ही कविता अधिक भावपूर्ण वाटते. दागिन्यांचे रंगही लक्षात घेतले, तर चिंचोळ्या कोवळ्या केळीच्या पानाभोवती पांढऱ्या पिवळ्या काळ्या लाल रंगांची पखरण रेखावी, तसे वाटते.

अशी ही कविता एकदम उमलत नाही– वाचावी वाचावी, तशा मनात या सर्व पाकळ्या उमलतात आणि मालनीचे काव्य किती मोलाचे आहे, हे कळून येते.

खालील गाथा चुड्यावरचीच आहे. पण काचेच्या लाखेच्या चुड्यावरची नाही. सोन्याच्या चुड्यावरची ती आहे. माहेरून मुलीला सोन्याचे बिलवर आणि पाटली हे हातांतील दागिने देतात. काचेच्या चुड्यात हे मधून भरायचे असतात. सोन्याचे गोठासारखे दणकट चुडे, चुड्यात सर्वांत वर असतात. पाटली– बिलवर असे नाजूक दागिनेही मधून असतात; पण मनगटाशी नसतात. कामांत ते झिजतात, म्हणून ही सोय असावी. छंद, गजरे असे नाजूक लाखेचे चुडेही काचेच्या बांगड्यांनी सुरक्षित राहतात. पण या चुड्याच्या प्रकारावरही ही गाथा नाही.

या सोन्याच्या चुड्यासाठी आपल्या बापाने काय काय केले, हे मालनीने या गाथेत सांगितले आहे. पुष्कळ बायका लाख घातलेले सोन्याचे चुडे वापरतात. पण या मालनीच्या पित्याने लाडक्या लेकीसाठी चोख शंभर नंबरी सोने वापरले आहे. साधारण परिस्थिती असल्याने त्याला हे सोने थोडे असे विकत घेऊन साठवावे लागले आहे.

**गाथा (५१)**

*शेजी लेनं लेतीऽ लाख, ग, वईलं सोनंऽऽ*
*हातीचं चुडंऽ माझंऽ नऊ लाखाचं, गऽ, लेनंऽऽ*

*चूडीयाचंऽ माझ्या सोनंऽ बीन, गऽ, लाखईचंऽऽ*
*पीता दौलतीच्याऽ माझ्या, गऽ, पारखीचंऽऽ*

*माझ्या चूडीयाचंऽ सोनंऽ पिवळं, गऽ, हडूऽळऽऽ*
*पिता दौलतीनंऽ केली पारख, वादूऽळऽऽ*

*चूडीयाचं माझ्या सोनंऽ रूपै, गऽ, चांदवडीऽऽ*
*पीता दौलती नंऽ केली पारऽख घडूघडीऽऽ*

*चुडीयाचंऽ माझ्या सोनंऽ तीन ठाईऽ लऽवंऽऽ*
*पीत्याची पारईखऽ चोखऽट मलाऽ ठावंऽऽ*

*सूरया ऊगवलाऽ किरनं झाडाझूडाऽवरऽऽ*
*झगा झगाऽ, बाईऽ तेज माझ्या चूड्याऽवरऽऽ*

(१) पिवळंहडूळ = पिवळंरंजन- पिवळेजर्द. (२) वादूळ = बरेच दिवसांपूर्वी (३) चांदवडी = अस्सल चांदीचा- त्याला चांदवडी रुपया म्हणतात.

लाख घालून दागिना केला, तर सोने कमी लागते; पैसे कमी लागतात, पण मालनीच्या पित्याने चोख सोन्याचे चुडे घडवायचे; म्हणून गावोगावी घोड्यावरून जाऊन नीट कस पारखून सोने घेतले. हे सोने आता मिसळ नसल्याने लवते-वाकते. चांदवडी रुपयासारखे अस्सल आहे. किंवा हे सोने घ्यायला माझ्या पित्याने अस्सल चांदवडी रुपये दिले आहेत, असाही अर्थ घेता येतो.

इतक्या काळजीपूर्वक सोने खरेदी केले, त्याबद्दल तिला आपल्या बापाच्या प्रेमाचे अप्रूप वाटते. त्याच्यावरून लिंबलोण उतरायला हवे, असेही ती म्हणते. साध्या गोष्टीत देखील या मालनी मायबापाचे, भावाचे किती मोकळेपणाने ॠण मानतात, त्याचे ही गाथा म्हणजे एक उदाहरण आहे. चुड्याच्या शंभर नंबरी सोन्यापेक्षा माझ्या बापाचे माझ्यावरील प्रेम अधिक कसाचे आहे, असेही तिला म्हणायचे असावे.

# गाथागंठन ३

## प्रणयचंद्राच्या कला

### गाथाबंध १ : पाणवठ्यावर

मालनींच्या जीवनात पाणवठ्याला अतिशय महत्त्वाचे स्थान आहे. तो त्यांचा जीवनाधार आहे. मालनींच्या घरोघरी पाणोठा असत नाही. सर्व खेड्याला मिळून एक पाणवठा असतो. पाणी शेंदून काढण्याचा आड, विहीर, पायऱ्यांची विहीर, तळे, ओढा, नदी हे त्यांचे पाणवठे असतात. वेशीपासून लांब असतात. त्यामुळे सर्वांनाच पाणी वाहून न्यावे लागते. गुरांना पाणोठ्यावर पाण्यासाठी, धुण्यासाठी घेऊन जावे लागते. खेड्यातील तरुण पिढीवर हे कामच सोपवलेले असते. खेड्यातील स्त्री-पुरुष, पहाटेपासून ऊन जाणवते, तोपर्यंत हे काम करतात. नंतर पुन्हा हे काम उन्हे उतरल्यावर सुरू होते. रात्र करून मात्र कोणी पाणवठ्यावर जात नाही, असा हा पाणवठा दिवसभर गजबजलेला असतो. पाणोठा हे ग्रामीणांचे महत्त्वाचे स्थान आहे, असे म्हटले, ते यासाठी.

मालनींच्या भावविश्वातील या पाणोठ्याला फार मानाचे स्थान आहे. सासुरवाशिणीच्या सासुरवासातील हा महत्त्वाचा घटक आहे. दळण आणि पाणी भरणे ही अतीव कष्टाची कामे असतात. पाणोठ्यावर येणे हे खडतर असले, तरी तो एक विसावा पण आहे, बरोबरीच्या लेकीबाळी, सुना, मैत्रिणी इथे मनमुक्त असतात. इथेच त्यांना आपल्या जिवलग मैत्रिणींचा शोध लागतो. त्यांच्याशी सुखा-दुःखाचे गूज करता येते. गावात माहेर असले, तर माहेरचे कुणीतरी भेटते– मन पाण्यासारखे थंडगार होते. माहेर दूर असले, तरी या पाणोठ्यावर कुणी येणारी–जाणारी भेटते, खुशाली, निरोप देता येतो. थट्टा-मस्करी, गप्पा चालतात. पाणी वाहण्याच्या कष्टाबरोबरच हा पाणोठा त्यांना हे आनंदाचे क्षण पुरवीत असतो.

पाणोठा हे एक मालनींच्या मनोमनी श्रद्धेने जपलेले फुलासारखे सोज्ज्वळ स्वप्न असते. या स्वप्नातील पाणोठा असतो यमुनेचा. जिच्या वाळवंटातून कृष्णाने

काढलेल्या मुरलीरवाने गाई काय, पण गोकुळात कामात दंग असलेल्या गवळणीही यमुनेची वाट धरतात. जिच्या वाळवंटात श्यामसुंदराची रासक्रीडा चालते, तो पाणोठा. त्या गवळणींच्या गाण्यांचे त्यांच्या बालमनावर संस्कार असतात. गवळणी साधु-संतांनी रचलेल्या आणि शृंगारिकही त्यांना पाठ असतात. तो शृंगार भक्तिभावात बुडालेला असतो. हा गवळणींचा पाणोठा मालनींच्या मनांत इतका भिनलेला असतो की, आपल्या आडाबावडीवरही त्यांना यमुनातीर दिसतो आणि तिथे उभी राहिलेली कुणी मालन त्यांना गोपिकेच्या रूपात दिसते. मालनींच्या पाणवठ्याच्या भावविश्वाला ही चंदेरी झालर झुलत असते.

मालनींनी प्रणयाची पहिली पावले या पाणोठ्याच्या लहरीवरून टाकलेली असतात. पाणोठा हे त्यांचे संकेतस्थळ असते. ज्यांचे सासर गावातच आहे किंवा जवळपासच्या खेड्यात आहे, त्या बाळनवऱ्या माहेरी आल्या, की या संकेतस्थलाची त्यांना फार अपूर्वाई वाटते. दोघेही लहान. ही दहा– अकरा वर्षांची मुलगी सासरी येते, तेव्हा तिचे पतिराज चेंडू-दांडू खेळत विदीवर रमलेले असतात किंवा गाईम्हशींना चरायला घेऊन जातात. एकत्र कुटुंबाची शिस्त, नणंद-जावांचा पहारा. त्यामुळे घरात असूनही शब्दांची देवाण-घेवाण त्यांना करता येत नाही. अशी ती बाळनवरी माहेरी आली, की हे त्या दोघांचे स्थळ ठरते. तो काही निमित्त काढून येतो. ती पाण्याला म्हणून येते. मैत्रिणींनी केलेली थट्टा– त्यांची दोघांची लाजत– मुरकत बोलणी, यांतून त्यांचा प्रणय फुलत जातो. त्या दोन्हीही अजाणांना एकमेकांविषयी जिव्हाळा वाटू लागतो. त्यांच्या जन्माच्या साथसंगतीतील जिव्हाळ्याची पहिली पावले, पाण्याच्या लाटा आणि डुचमळणाऱ्या घागरी यांच्या साथीने घडत असतात. प्रौढ मालनींनाही आपल्या भ्रताराला भेटण्यासारखी मनमुक्त अशी दुसरी जागा नसते. माहेरवाशिणीला गावात व जवळपास सासर असले, की त्यांचे पाणोठा हेच संकेतस्थळ ठरते.

खेडेही किती लहान. या वेशीतून हाळी घातली, की त्या वेशीतून 'ओ' येते. त्यामुळे विवाहबाह्य प्रणयाराधनेला फारसा वाव नसतो. तरी पण असेही काही स्वरमधुर मधून मधून पाणोठ्यावर दिसून येते. पुरुष विवाहित असला, तरी विवाह त्याच्या प्रणयाराधनेच्या आड येत नाही. तो पुन्हा कितीही विवाह करू शकतो. एकत्र कुटुंबाचा मोठा खटला, प्रखर सासुरवास आणि निष्प्रभ भ्रतार, या गोष्टी अतिरेकाला गेल्या, की सासुरवाशिणीला पतीविषयी मुळीच जिव्हाळा राहत नाही. ती बावरी होते. कित्येकदा व्याह्या-व्याह्यांच्या काही चुकांची व गैरसमजांची शिक्षा मुलीला भोगावी लागते.

बालविवाहाची प्रथा असल्याने बालविधवांची संख्याही वाढती असते. समाजातील या व्यस्त परिस्थितीनेही हे प्रणय रंगत असतात. यांचे संकेतस्थळही पाणवठा हेच

असते. असा हा पाणवठा मालनींच्या भावविश्वात निरनिराळ्या प्रणयरंगांच्या लहरींनी झळाळतो आहे.

आता ही खालील गाथा... ज्याने आपल्या मनाला ओढ लावली, त्याच्या प्रेमाचा लाभ व्हावा, म्हणून एक मालन कसे प्रयत्न करते, ते या ओवीओवींतून प्रकटले आहे. हे वर्णन मोठे काव्यमय आणि वास्तवला धरून, पण मनाला स्पर्श करून जाणारे आहे. गाथा वाचताना ओवी-ओवीवरून आपले डोळे फिरताहेत. त्याच वेळी कुणी या प्रीतीच्या खुणा न्याहाळते आहे, हे आपल्याला जाणवते आहे. ती कुणी ही त्या बंधूची बहिना आहे. बंधूच्या अशा गोष्टींचा शोध घेण्यात या बहिना तत्पर असतात. नव्हे, तो त्यांना आपला हक्कच वाटतो. बहिनाने भावाचे गुपित इथे गायले आहे आणि त्यावर आपली प्रतिक्रिया व्यक्त केली आहे.

### गाथा (१)

*पान्याला जातीऽ नाऽरऽ हिची नदार बावयिरीऽऽ*
*बंधू राजस, गऽ, माझाऽ व्हातो पान्याच्या घागयिरीऽऽ*

*पान्याला जातीऽ नाऽरऽ हिर सोडून बारवंलाऽऽ*
*सावळा बंधूजी, गऽ तिथं चंदरऽ मव्हारलाऽऽ*

*पान्याला जातीऽ नाऽरऽ पानी भरायाऽ बाजू देतऽऽ*
*बंधू राजस करतो, गऽ अंगूऽळ बारवंऽतऽऽ*

*पान्याला जाती नाऽरऽ बंधू माझा, गऽ, अंगूळीलाऽ*
*तीचा रुमालऽ, गऽ नार मागीतीऽ चुंबळीलाऽऽ*

*पान्याला जातीऽ नाऽरऽ का, गऽ, रातराऽ करूयीनीऽऽ*
*बयाच्या बाळानं, गऽ दिली घागऽर भरूयीनीऽऽ*

*बंधू माझ्याच्याऽ मोटंवरीऽ नार सुंदर धूनंऽ धूतीऽऽ*
*भैना किती इचारीतीऽ कवळ्या पानाचा यीडा देतीऽऽ*

*चिक्कनीऽ सूपारी तीऽ अडकित्त्यातऽ दाटयीलीऽऽ*
*लाडक्या बंधूजीलाऽ रंभा वान्याचीऽ भेटयीलीऽऽ*

(१) हीर = पाणी शेंदून काढण्याची विहीर. (२) बारव = मोट आणि

पाण्यापर्यंत पायऱ्या असलेली मळ्यातील मोठी विहीर. (३) मव्हारला = समोर आला. उगवला. (४) रातरा = रात्र (५) दाटयीली = अडकित्त्यात चिकटून, दाटून बसली.

वरील गाथेत सूचकता हा गुण फार मोठा आहे. काही ओव्या जरा सूक्ष्मपणाने वाचल्या, तर त्यांतील सौंदर्य अधिक प्रत्ययाला येते. मालन बारवेला गेली आणि चंद्र उगवला. पण कुठे, ते इथे दिले नाही, म्हणजे स्पष्ट केले नाही. तो मळ्याच्या दाराशी तिला सामोरा आलेला नाही. मग कुठे आला? हा प्रश्न असा सुटतो, मालन बारवेवर पाण्याला गेली. बारवेत पाणी भरण्याची पद्धत अशी– घागर घेऊन, पायऱ्या उतरून पाण्याशी जायचे. हाताने घागर धरून तिचे बूड पाण्यात जरा असे तसे हलवायचे. मग घागरीचे तोंड पाण्याशी धरून, ती भरल्यावर डोकीवर घेऊन वर जायचे. तशी ही मालन पाण्याशी जाऊन, घागरीचा काठ हातात धरून, खाली वाकते; तो तिला त्या नितळ पाण्यावर चंद्र दिसला. वर बघते, तो त्या बहिनाचा बंधू बारवेत डोकावून पाहत होता, फार सुरेख कल्पना वाटते.

एकदा ती कातरवेळ टळल्यावर पाण्याला बारवेवर गेली. जणू तो तिची वाटच पाहत होता. तिथे त्याने मोठ्या तत्परतेने तिची घागर तिला स्वत: भरून आणून दिली. अंधारल्यावर तो तिथे असताना तिने पायऱ्या उतरून जाणे त्याला मानवले नाही. त्याची बहीण हे मोठ्या अभिमानाने सांगते आहे, 'किती झाले, तरी तो माझ्या बयाचा लेक आहे. त्याने आपणहून तिची घागर भरून दिली! असा गुणी आहे.' बंधूवर बयाचे फार चांगले संस्कार झाले आहेत, हे तिला अभिमानाचे वाटते.

आत ती धीट झाली– मोटेवर धुणं धुवायला गेली– त्याला पानाचा विडा देऊ लागला– ती पान खाणारी आहे. शिवाय वाण्याची लेक आहे. पानाबरोबर देण्यासाठी ती चिकणी सुपारी घेते आहे. बहिना मोठी चतुर आहे. तिने या चिकनी सुपारीचा इथे सुंदर उपयोग केला आहे– पण ती या वाढत्या स्नेहभावावर नाराज आहे. म्हणते, 'माझ्या लाडक्या भावाला ही वाण्याची रंभा भेटली, हो.' रंभा या शब्दाने तिने आपली नाराजी व्यक्त केली आहे. सहजसुंदर आणि सूचक अशी ही गाथा आहे.

वरील गाथेसारखीच ही गाथा प्रेमरंग भरणारी अशी आहे. या गाथेत त्याची नजर तिची गुंडावरील चरवीमागून फिरते आहे. गुंडांवर चरवी ठेवणे हे त्या मालनीचं वैशिष्ट्य आहे. चरवीमागून फिरणारी नजर तिच्या ध्यानात आली आहे. पाणोठ्यावर काय संकेत ठरला– तिने पाणोठा बदलला. आता ती गावाजवळच्या लहान ओढ्यावर पाण्याला गेली. पण ती गाथाच वाचायला हवी.

## ◗ गाथा (२)

*गोरी गेलीऽ पान्याऽ गुंडावरऽ, गऽ, चरवीऽ*
*सखा नदारऽ पुरवीऽ*

*गोरी गेलीऽ पान्याऽ गुंड ठेवीला वगराऽतऽ*
*राघू बोललाऽ मोगराऽत*

*गोरी गेली पान्याऽ गुंड ठेवीलाऽ नयीलाऽऽ*
*शेला कुनाचा चुंबळीलाऽऽ*

*सखा पिकलाऽ गुलवालऽ*
*गोरी गेली पान्याऽ पानी काहूनऽ डहूळंऽऽ*
*सीळ फेकलीऽ महूऽरऽऽ*

*गोरी गेली पान्याऽ घागरऽ तीची डोलंऽऽ*
*सखा गारूडी इद्याऽ बोलंऽऽ*

(१) गुंड = बुडाशी गोलाकार असलेली मोठी घागर. (२) चरवी = तांब्या, (३) नदार पुरवी = नजरेने पाठलाग करतो. वगार = लहान ओढा. मोगरात = मोगर-चिंचेचा मोहर, मोहरलेल्या चिंचबनात. (४) नयी = नदी. (५) काहून = का म्हणून, (६) पिकला गुलवाल = त्याने पान खाऊन गुलालासारखी तांबडीभडक गुळणी टाकली. (७) डहूळ = वाऱ्यामुळे लहरी उठतात, डोलतात. (८) महूर = मधुर. (९) गारूडी विद्या बोलं = जादुगाराने भुलवावे, तसा बोलून भुलवतो.

या वरील गाथेत दोन मोठी रम्य चित्रे आहेत. गोरी गोढ्याकाठी गेली. गुंड, चरवी ओढ्यात ठेवून बावरून इकडे तिकडे बघू लागली. तो आला नव्हता, की काय? तोच शेजारच्या चिंचबनातून त्याची हाक आली. 'राघू बोलला मोगरात' या तीन शब्दांनी ते सूचित केलेले आहे. चिंचबन कसे आहे? मोहरलेले. त्या बनातून राघूनं हाक घातली. ही कल्पना मोठी सुरेख आहे.

ती घागर भरायला निघाली, की तिला पाणी लाल दिसते– तिने थोडा वेळ अधिक थांबावे, म्हणून पान खाऊन ती पिंक तो पाण्यात टाकतो. पाणी गुलालासारखे लालभडक होते– ही कल्पना कशीतरी वाटली, तरी अत्यंत वास्तव आणि चतुराईची आहे.

पण याहून एक रम्य चित्र पुढेच आहे. महूर आणि डहूळ या दोन शब्दांमध्ये

झोका घेणारे एक रमणीय दृश्य. केवळ त्या शब्दांनीच आपल्या शक्तीने जिवंत ठसे उमटवलेले. पाणी डहुळले, ते का? त्याने शीळ फेकली. तिच्या वाऱ्याच्या झोताने पाणी डुलायला– लहरायला लागले. याचा अर्थ ती दोघे पाण्याशी अगदी जवळजवळ बसली होती. शिळेने पाणी डहुळायचे. म्हणजे पाणी व ओठ यांतील अंतर कमी हवे. त्याने शीळ फेकली. फेकली या शब्दात वेग आहे. शक्ती आहे. त्याने पाणी डुलले. शीळ का फेकली? हे सोपे आहे. तो जादुभरल्या आवाजात जे बोलत होता, ते ती पाण्यातील त्याच्या प्रतिबिंबाकडे एकटक होऊन ऐकत होती. त्याच्या मनात एक पुरुषी मत्सर जागा झाला. एवढा मी बोलतो, तर हिची नजर वर उचलत नाही. त्या प्रतिबिंबाकडे हिचे एकचित्त. तिला विचलित करण्यासाठी त्याने पाण्यात खडा, तण असे काही टाकले नाही. एक गोड शीळ फेकली. म्हणजे त्याला काही तिचा राग आला नव्हता. आपल्याकडे तिने पाहावे, एवढाच त्यात त्या महूर शिळेसारखा 'महूर' हेतू होता. हे सर्व मी रूक्ष गद्यात मांडले. ती ओढा सोडून नदीवर आली, हेही सूक्ष्म आणि सूचक. ओढा नदीला मिळतो. इथेही नदीच्या त्या शांत, प्रसन्न वातावरणात मधूर शीळ उमटली, ती त्यामुळेच!

त्या शिळेने त्याच्या मनातील धुके पार नाहीसे झाले असावे. असे शेवटची ओवी सुचवून जाते. आता ते दोघे परतत आहेत. तो जादुगारासारखी भूल पाडणारी गोष्ट बोलत आहे आणि ती भरली घागर डोक्यावर घेऊन तिला आधाराला दोन्ही हातांचे तळवे लावून, ती घागरीच्या भाराने लचकत-मुरडत चालली आहे. ती गोरीपान, सडपातळ मालन, नागिणीसारखी डुलते आहे. ही डोलणारी घागर 'फणा' अशी दिसते आहे. एका गारुड्याने नागिणीला डोलायला लावण्याची जादू केली आहे–तिला मंत्राने भारून टाकले आहे.

पुढील गाथा एका घरातील, घोळका करून पाण्याला निघालेल्या लेकी-सुनांची आणि त्यांच्या मैत्रिणींची आहे. सगळ्या एका वयाच्या आणि एका तोलाच्या आहेत. पाणवठ्याची वाट मजेत चालताहेत. दुरून पाणवठा दिसतो. बायका पाणी भरताहेत. एक मालन मात्र नुसती उभी आहे. थांबली आहे. या घोळक्यात बोलणी सुरू होतात. ती गोपी कोण? का उभी आहे? कुणासाठी उभी आहे? तिच्या मनात कोण आहे? त्या नवाळ्या मालनींना हा पाणोठा म्हणजे यमुनातीरच वाटतो– मग ती हिरव्या शालूच्या गोपीशिवाय दुसरी कोण असणार? या कल्पनेने त्या इतक्या भारल्या जातात, की घागरी भरून घेऊन निघाल्या, तरी त्या मालनी गोकुळातच असतात. वळून पाहतात, त्या गोपीच्या दंडातील बाजुबंदावर उन्हाचे किरण पडून तो झळाळत असतो. त्या गोपीच्या मनासारखाच! या कल्पनेत त्यांना आपण पाण्याच्या किती खेपा घातल्या, हेदेखील जाणवत नाही; हे मालनीने

स्वरलयीने चितारलेले एक झुलते चित्र आहे. ते कुणाचे असेल, असे कुणी विचारले, तर मी म्हणेन– दलालांचे,बेंद्र्यांचे, बी.प्रभाचे आणि हे खरेच असेल.

### गाथा (३)

| | |
|---|---|
| *पान्याला जाऊ, गड्याऽ* | *बाई, सांगाड्या सांगाड्याऽऽ* |
| *उन्नानं झळकल्याऽ* | *हातीं तारांच्या बांगड्याऽऽ* |
| *पान्याला जाऊ, गड्याऽ* | *एक, ग, तोलतीच्याऽऽ* |
| *कालवडी गवळ्याच्याऽ* | *सुना लेकीऽ मालनीच्याऽऽ* |
| *पान्याला जाऊ, गड्याऽ* | *आपूनऽ नवत्या नारीऽऽ* |
| *कोन हिरव्या शालूचीऽ* | *नटऽलीऽ गोपी गोरीऽऽ* |
| *पान्याला जाऊ, गड्याऽ* | *पानी भरती बाईकाऽऽ* |
| *कोन पाह्यते राधीकाऽ* | *तिच्या मनातऽ ओळखाऽऽ* |
| *पान्याला जाऊ, गड्याऽ* | *कोन बाईऽ आडावरीऽऽ* |
| *राहीली उभी गोरीऽ* | *बाजुबंद लहराऽ भारीऽऽ* |

(१) सांगाड्या = सगळ्या मिळून, (२) तारांच्या बांगड्या = काचेच्या बांगडीवर चकचकीत तार बसवलेल्या. (३) नवत्या = नव्या, प्रथमच पाण्याला येणाऱ्या अशा. (४) नटली = थांबली,

या पुढील गाथा मोठी गमतीची आहे. प्रणयपूर्व कोवळ्या आकर्षणाचा इथे भाबडा आविष्कार आहे. पहिल्यांदाच नांदायला जाऊन माहेरी आलेली ही बाळनवरी आहे. नदीपलीकडे हिचे सासर आहे. सासरी हिला नवऱ्याशी बोलणेही कठीण असते. पण तिच्या मनात त्याच्याविषयी मृदुभाव आहे. त्यालाही पत्नीविषयी अप्रूप आहे. ती माहेरी आली, की तो तिला नदी पार करून पाणोठ्यावर भेटतो. तेवढीच लाजरी-बुजरी थट्टामस्करी– तिच्या मैत्रिणींनी केलेली थट्टेची बोलणी यांनी त्या दोघांनाही आनंद होतो. नदीवर ती त्यांची वाट बघत असते– तो नदीतून आला, की खूण म्हणून दरडीवर चेंडू टाकतो. जरा वेळ मजेत घालवतो. पण तोही अन्हाड आहे. बुजरा आणि जरा वेंधळा आहे. निघताना कधी टोपी विसरतो, कधी धोतर विसरतो. पाऊस– पाण्याचा नदीतून येतो, पण मग जाताना उतार माहीत नसतो.

हे सगळे, बाळनवरीला सावरून घ्यावे लागते. स्पष्टपणे न विचारता ती फक्त 'टोपी मिळाली का? धोतर कुणी लपवले का?' असे मैत्रिणींना विचारते. शेवटी, 'उतार सांगा,' म्हणते. तेव्हा त्या टकामका बघू लागतात– त्यांच्या डोळ्यांत प्रश्न दिसतो. 'अग, पण कुणाच्या वस्तू? कुणाला नदीपार व्हायचे?' तिला एकदम हसूच येते- गडबडीने शेवटी ती सांगते, 'अग, दुसरा कुणी नव्हे, तो माझा अन्हाड रावा-माझा सखा.' ही एक गोड अशी बाळबोध छेकापन्हुती एकेरी पदराची.

### गाथा (४)

*पानवंताच्या बायांनूऽ पानी भरूनीऽ डगरीलाऽऽ*
*चेंडू लागंऽलऽ घागरीलाऽऽ*

*पानवंताच्या बायांनूऽ तुमा देते, गऽ, पावलीऽऽ*
*टोपी कुना, गऽ, घावलीऽऽ*

*पानवंताच्या बायांनूऽ सांगा पान्याचा ऊतारऽऽ*
*भिजलं कठ्यानी धोतरऽऽ*

*पानवंताच्या बायांनूऽ देते तुमाला साखरपूडाऽऽ*
*इसरलाऽ धोतरजोडाऽ*

*पानवंताच्या बायांनूऽ नकु थट्टा, ग, मस्करीऽऽ*
*कावडीनंऽ पानी भरीऽऽ*

*पानवंताच्या बायांनूऽ काय पाह्यता टकामकाऽऽ*
*रावा अन्हाडऽ माझा सखाऽऽ*

(१) रावा= पोपट. (२) अन्हाड= अजाण. (३) पानवंताच्या= पाणवठ्यावरच्या. (४) डगर= नदीच्या तीरावरील ढाळ. (५) उतार= नदीतून चालत जाण्याचा मार्ग. (६) कावड= बांबूला घागर ठेवण्याची दोन शिंकी बांधून पाणी वाहण्याचे अवजार. तो कुणी कावडीने पाणी भरतो, असा भावार्थ.

जी सासरला मुकली आहे, अशा एका मालनीचे पाणोठ्याला जातानाचे हे एक स्वप्न आहे. पुढील गाथा आहे– हे तिचे मनोराज्य आहे. तिला वाटते, पाणोठ्यावर पती भेटावा, कुणी सजण भेटावा. कृष्ण-सखा नाही का गोपीला भेटला– तो कसा येईल, कशी खूण करील, याचे चित्र ती मनोमनी रेखाटते आहे. या रेखाटनावर

यमुनेच्या तीराचा प्रभाव आहे. ही गाथा पाहा : हे एक स्वप्नचित्र आहे.

### ◗ गाथा (५)

*पान्याला जाऊ, गड्याऽ वाटंनं वाल्ल्या वायल्याऽऽ*
*पाह्यं बुडालाऽ दिवसऽ किस्नाच्या गाई आल्याऽऽ*

*पान्याला जाऊ, गड्याऽ गळां सोनीयाची सरीऽऽ*
*आवळ झालं भारीऽ पडती, गऽ, भुजीवरीऽऽ*

*पान्याला जाऊ, गड्याऽ पान्याला आडावरऽऽ*
*कोन मारीऽ चूनखडीऽ पिंजंच्या नथीवरऽऽ*

*पान्याला जाऊ, गड्याऽ पान्याच्या आडावरऽऽ*
*नकु उभी ऱ्हाऊ, बाईऽ भरली घागर डोईवरऽऽ*

*पान्याला जाऊ, गड्याऽ चरवी, गऽ, गुंडावरऽऽ*
*हेलकावंऽ चालू कशीऽ पानी सांडतंऽ झरझरऽऽ*

*पान्याला जाऊ, गड्याऽ गुंड पितळंचाऽ नवाऽऽ*
*झाला उशीरऽ उशीरऽऽ वाट सोडा, किस्नदेवाऽऽ*

(१) वाल्ल्या= वेगळ्या, (२) भुजीवर= दंडावर, खांद्यावर. (३) चुनखडी= बारीक खडा. (४) पिंजंची नथ= या नथीच्या तारेच्या वळ्याला बारीक घोस असतात. सोन्याचे- मोत्याचे.

या पुढील गाथेत पाणवठा, तळे किंवा ओढा आहे. या मालनीचे सासर- माहेर गावात आहे आणि आपला कंथ गुरे घेऊन पाण्यावर येणार, त्या वेळी त्याला भेटायला, मदत करायला ती येते आहे. जनावरे अवखळ आहेत. त्यात त्यांना पाणी प्यायची गडबड आहे. मालनीचे खिल्लार मोठे आहे. पण तिला मुख्यत्वे नवऱ्याला भेटायचे आहे. कुशल बोलायचे आहे. ही मालन प्रौढ आहे.

बरोबरच्या बायकांतून सुटावे, म्हणून ती सांगते– माझी गुरं येणार, आपण वेगळ्या राहू. घोळका नको. बैल बुजरे आहेत, मारके आहेत. पाणी भरून घेऊन बाजूला व्हा कशा– मग ती त्यांना विसरते– तो, जोरात पुढे घुसणारे, पाण्यात तोंड बुडवणारे बैल त्या गाई– यांची गजबज बंद करायला धन्याला मदत करते. त्याच्याशी जिव्हाळ्याने बोलते– त्या कामात दंग होऊन जाते. नवऱ्याची बोलणी

आठवीत–लाडक्या जनावरांची धुम्माल आठवीत ती राहते, इतकी, की तिला भान राहत नाही. जेव्हा भानावर येते, तेव्हा मैत्रिणीला विचारते, 'पाणी किती खडूळ, ग, हये-' मैत्रीण सांगते, 'अग बया! नंदी तर कवाच गेलं की- आन् पानी निताळ हाय, बघ.' तिला वाटत होते, अजून नंदी पाण्यात आहेत- अजून धनी बोलतो आहे- पाणी किती खडूळ आहे! गाथा पाहा.

**गाथा (६)**

*पानवंताच्या बायांनूऽ तुमच्या मासूळ्या, गऽ, वाजंऽऽ*
*ह्येची खिल्लारीऽ खोडंऽ बूजंऽऽ*

*पानवंताच्या बायांनूऽ पानी घेवा व्हा वायल्याऽऽ*
*हरिनंदाच्या गाई आल्याऽऽ*

*पानवंताच्या बायांनूऽ पान्याचा आला लोटऽऽ*
*नंदी दलात हैतीऽऽ मोठंऽऽ*

*पानवंताच्या बायांनूऽ केली पान्याची सारासारीऽऽ*
*नंदी जोरानंऽ मोहरी सारीऽऽ*

*पानवंताच्या बायांनूऽ, पानी भरून सरकाऽऽ*
*नंदी ह्येचा, गऽ, मारकाऽऽ*

*पानवंताच्या बायांनूऽ पानी कशानं खडूळऽऽ*
*नंदी गेल्याती वाडूळऽऽ*

(१) खडूळ= गढूळ. (२) मासूळ्या= पायाच्या बोटातील दागिना. याला घुंगूर लावलेले असतात. (३) बुजं= बुजतात, घाबरतात, पळू पाहतात. (४) सारासारी = व्यवस्था, बैलांना आवरण्याचे काम हा अर्थ. (५) मोहरी सारी= म्होरकी धरली, तर जुमानीत नाही. (६) वाडूळ= बराच वेळ होणे.

या गाथेत, ज्या धन्यासाठी ती आलेली आहे, त्याचा 'हरिनंदाच्या गाई' एवढाच उल्लेख आहे. नंतर नाही. वाटते, ही दोघे बोलण्यात एवढी गुंतली, म्हणून तर गुरांची एवढी झिम्मड उडाली नसेल ना. त्यामुळेच तिला पाणी आजून गढूळ दिसत असावे.

## गाथाबंध २ : मला ताकीद, बाई, मोठी

लेक जन्माला आली, की मायबाई मनात कष्टी होते. त्याला पहिले कारण म्हणजे, ती परघरी जाते आणि आपला तिच्यावर मग कोणताही अधिकार राहत नाही. दुसरे कारण म्हणजे, लेकीचा सांभाळ अधिक जोखमीचा आणि कपडालत्ता, तिच्या लग्नासाठी व पुढेही कराव्या लागणाऱ्या खर्चाचा. हे सर्व ती चालवून घेते; पण तिच्या लग्नानंतर ती सासरी गेली, की आपल्या लेकीच्या काळजीने आईच्या जिवाला घोर लागतो. तिला किती कष्टवतात, तिला किती तोडून बोलतात, उपाशी ठेवणे- मारहाण करणे हे तिला कसे सहन होणार, ही काळजी आणि तापत्रयातून जात असता नवरा तिच्याशी कसा वागत असेल, या काळजीने मालनीच्या मनात घरच केलेले असते.

लेकीची आई काळजीने जळत असते, तर जी लेक ज्या सासरच्या खाईत प्रत्यक्ष जळत – पोळत असते – नवराही पारखा झालेला असतो, ते कटुतर पोरकेपण जी अनुभवीत असेल – तिलाही सारखी आईची आठवण येते – आणि मनात सारखे वाटत असते, 'नको हा बाईचा जन्म' – असे अनुभव आलेल्या मालनींनी आपल्या क्लेशाच्या ओव्या गायल्या आहेत. माझे असे जे भोग मी भोगते आहे, त्याला कारण एकच आहे : 'अस्तुरी जलमा आले.'

त्या दारुण परिस्थितीचे आणि मन:स्थितीचे भाव या गाण्यातून मालनीने अतिशय आर्त असे गायले आहेत.

मालनीला – ज्यासाठी तिचे लग्न केले, ती परघरी येऊन राहिली, त्या वंशसातत्याचा मूलाधार जो पती, तोच तिला परके लेखू लागला, मारझोड करू लागला. पत्नी म्हणून तिचा स्वीकार करीनासा झाला – बाहेरख्याली झाला, की तिला दु:ख सोसणे असह्य होते. यात तिला घरून कोणाची मदत नसते.घरात ती एक गुलामच ठरते. माहेरीपण ती स्वीकारली जाईल, असे सांगता येत नाही. जे वाट्याला येते, ते सोसणे किंवा नदी-विहीर जवळ करणे हेच तिच्या नशिबात असते.

अशा या निर्घृण, लादलेल्या एकटेपणात कुणी किंचित सहानुभूती दाखवली– दोन शब्द बोलले, की तिला बरे वाटते. या तिच्या मन:स्थितीचा फायदा घरचे किंवा बाहेरचे परपुरुष घेतात. सलगी वाढवतात आणि हा कलंक घरची किंवा बाहेरची मंडळी पापकृत्य समजतात. कुणी पुरुषमाणूस तिच्याशी बोलतो आहे... एवढ्या प्रसंगावर जावा-नणंदा पर्वत रचतात – गावात पाणोठ्यावर अफवा उठतात. नवल असे, की पुरुषाचे कौतुक होते. मालनींच्या बोलण्यात नेहमी असते, 'पुरुष कोरा

असतो.' 'पुरुषाची जातच तशी' आणि समाजात छी: थू होते!' ती त्या बाईची... अशा चक्रव्यूहात सापडलेल्या मालनी मग पळून जातात... धारेला लागतात वा आत्महत्या करतात.

हा कलंक मुलीला लागू नये, म्हणून लहानपणापासून आईची, भावाची, पित्याचीही, तिच्यावर कडक नजर असते. मुलीने मुलांत खेळायचे नाही, हा पहिला दंडक!... तिला कळत नसते, तेव्हापासून तिला ही बंधने असतात. मुलींचे खेळ वेगळे - फेराची गाणी वेगळी, करमणुकीचे प्रकार वेगळे... आणि हे सर्व मोठ्या बायकांच्या नजरेखाली व्हायचे. काही कारणाने पारंपरिक बडबडगीते वा बाळगाणी वा बोलगाणी यांचा मी शोध घेतला. त्यांत मला निर्व्याज, हसरी अशी मुलींची गाणी मिळाली नाहीत. त्यांच्या बहुतेक गाण्यांतून देवता वा संसाराच्या जाणिवा यांचेच दर्शन होते. आठ–दहा वर्षांची झाली, की तिचे मोकळेपणी बाहेर जाणे बंद होते... कसे नेसावे, कसे चालावे, याचे धडे आई देऊ लागते.

सासरी निघाली, की बाप सांगतो, 'माझ्या लेकी, घडी योगाची सांभाळ. कितीही त्रास, झाला तरी पत्नीधर्माला जाग. तुझ्या संसाराचा मर्मबिंदू तोच आहे.'

या पुढच्या गाथांतून 'योगाची घडी' सांभाळण्यासाठी मुलीला जे घडवले जाते, त्याची उदाहरणेच आहेत.

### गाथा (७)

*उभ्या गल्लीनं, गऽ, जातेऽ पदराची बंदोबस्तीऽ*
*मला ताकीद, बाई, मोठीऽ*

*उभ्या रस्त्यानं, गऽ, जातेऽ, बाई पदर टापटीपीऽऽ*
*बिदी बसती बईठकीऽऽ*

*उभ्या गल्लीनं, गऽ, जातेऽ माझा पदूर काकनातऽऽ*
*आयना माझा दुकानातऽऽ*

*उभ्या गल्लीनं, गऽ, जातेऽ पदर कपाळ भरूनऽऽ*
*वाट वाड्या मव्हरूनऽऽ*

*उभ्या रस्त्यानं, गऽ, जातेऽ सये, उगीर माझी मातीऽऽ*
*कीती, गऽ, करावीऽ पदराची बंदोबस्तीऽऽ*

*उभ्या रस्त्यानं मी, गऽ, जातेऽ मी, गऽ, सोडीना पासवाऽऽ*
*सया, गऽ, म्हनीतीऽ बया गरतीचा कुसवाऽऽ*

(१) टापटीपी= जिथल्या तिथे, (२) आयना= भावार्थाने मला पाहणारा, भाऊ कंथ, (३) मव्हरून= समोरून, (४) उगीर= उर्मट, भावार्थाने उफाड्याची, (५) कुसवा= पोटी आलेले मूल.

नव्यानेच साडी नेसायला लागलेल्या मुलीला तो बोंगा अंगावर कसा तोलावा, समजत नाही... जाता– जाता पदर नीट घेणे– करणे, सावरणे कठीण जाते. पण ती आपल्याला कसे जड जाते, ते मैत्रिणीला सांगते आहे. मुलगी रस्त्याने कशी चालते, यावरही तिची वाखणणी होते. आईला मोठेपण मिळते.

पुढील गाथेत परक्या पुरुषाशी कसे वागावे, याची शिकवण आपल्या मुलीला आई देते आहे. परक्या पुरुषाच्या सावलीलाही उभे राहू नये. परका याचा अर्थ अनोळखी असा नव्हे. शेजारचा, नात्याचा, घरी येणे–जाणे असलेला असाही. असे वागणे, सासरी मग फार उपयोगी पडते.

## गाथा (८)

*परक्या पुरुषाशी, बोलायाचं काम कायीऽऽ*
*माझ्या सईबाईऽ, जनऽ खडा टाकून अंत पाहीऽऽ*

*किती सांगू, बाईऽ घे, गऽ, पदूर अंगभरऽऽ*
*परक्या पुरुषाचीऽ नदर पोचती दूरवरऽऽ*

*परक्या पुरुषाशीऽ नगं बोलू एकाएकीऽऽ*
*माझ्या सईबाईऽ आपून मोठ्याच्या, गऽ, लेकीऽऽ*

*परक्या पुरुषाशीऽ आपुन दुरूनऽ बोलावंऽऽ*
*कोन्या गऽ कारनंऽ तेच्या सावली नसावंऽऽ*

*परक्या पुरुषालाऽ देऊ नगंऽ, ग, कातचुनाऽऽ*
*माझ्या, गऽ, सईबाईऽ आपुन पाटलाच्या सुनाऽऽ*

खेडेगावात शेतीचा व्यवसाय असतो. घरच्या लेकीला पाणवठ्यावर पाण्यासाठी, शेतावर पाटी नेण्यासाठी, भाजीपाला आणण्यासाठी जावे लागते. शेतमळ्यातही

कामासाठी फिरावे लागते. दर खेपेला असे सुचवायला आई कशी पुरी पडणार? शेण वेचण्यासाठी, गुरांच्या-म्हशींच्या मागून जावे लागते. मुलीच्या मनावर एकदा हे वरील वळण ठसले, की तिच्या वाटेला फार कुणी जात नाही. उलट, तिला नावाजतात – 'ही मैना कशी जमिनीवर नजर लावून चालते', असे म्हणतात आणि तिला नावाजतात. कुणापासून त्रास होत नाही. भाऊ वावरत असतात, त्यांचीही नजर असते. एका मालनीने गायले आहे. 'मला कुणाचे भय नाही. कारण माझा ताईता बंधू नागासारखा माझ्या वेणीत गुंफला आहे.'

पण सासरी बारा वर्षांच्या वयाची ती नांदायला गेली, की हे वळण तिला फार उपयोगी पडते. 'अस्तुरी जलमा आले' हा कमीतकमी पस्तावा व्हावा, म्हणून ही मैनांच्या बालसुलभ वृत्तींना जखडणारी बंधने.

पुढील गाथेत आईने लेकीला 'हसू नको, बाई' म्हणून बजावले आहे. चार माणसांत, रस्त्यावरून जाताना, घरीदारी बोलताना, लेकीबाई, तू हसू नको. बायकांनी हसणे बरे नाही, असे तिला बजावले आहे.

**गाथा (९)**

| | |
|---|---|
| *हसू नगंऽ, सईऽ,* | *हासू कोणत्या परीचंऽऽ* |
| *तू, गऽ, अशीलाची तानीऽ* | *पानी जाईल थोरायाचंऽऽ* |
| *हसू नगंऽ, सईऽ* | *हासनं कोनत्या परकाराचंऽऽ* |
| *उतरतंऽ पानीऽ* | *तुझ्या चातूर भरताराचंऽऽ* |
| *हसू तू नगंऽ, बाईऽ* | *हसन्याची व्हईल थट्टाऽऽ* |
| *भरल्या सभंमंदीऽ* | *भरताराऽ लागंऽ बट्टाऽऽ* |
| *हासू तू नगंऽ, बाईऽ* | *हसनं न्हायी, गऽ, कामाचंऽऽ* |
| *भारूभार लेणीऽ* | *पानी जातंया मोत्याचंऽऽ* |
| *हासू नगंऽ, लेकीऽ* | *हसन्याचा भरमऽ मोठाऽऽ* |
| *आपूला अस्तुरीचाऽ* | *जलमऽ, बाई, खोटाऽऽ* |

(१) कोनत्या परीचं= कोणत्याही भावदर्शनाचं, (२) भरम= भूल, (३) खोटा= वाईट.

'हसरी बाई... तिचा संसार खरा नाही', अशी या मालनींची समजूतच असते; आणि ती असंख्य अनुभवांतून अंकुरलेली असते. बाई चारचौघांत हसली, तर ती मोकळ्या मनाने काही कारणाने हसते... पण हसतानाचे तिचे विभ्रम, तिच्या चेहऱ्यावरच्या बदलत्या लहरी इतरांवर निरनिराळे परिणाम करतात. हे संमिश्र समाजात कसे स्वीकारले जातात. सांगता येत नाही, विनोदावर, कौतुकाने, प्रेमाने, थट्टेने– कोणत्याच भावाने हसणे खरे नाही. त्या हसण्याला चंचलपणा, उथळपणा, निलाजरेपणा वा उठवळपणा असली गुणविशेषणे बघणारे लावतात.

आई म्हणते, 'लेकी, तू अशीलाची – कुलवंताची लेक आहेस – तुझ्या हसण्याने लोक आपल्याला नावे ठेवतील. यांच्या लेकीला मर्यादा नाही, म्हणतील. तुझा नवराही चतुर, हुशार आहे... त्याला ओशाळगत होईल, असे लोक बोलतील. चारचौघांत तुझ्या हसण्याची चेष्टा करतील आणि नवऱ्याचे पाणी जाईल.' इथे आईने एक चांगली कल्पना मांडली आहे. तू समृद्ध आहेस. तुझ्या अंगावर भारोभार दागिने आहेत. पण त्यांतल्या मोत्याच्या अलंकारांत मोत्याला जर पाणी नसेल, तर सगळे दागिने कवडी किमतीचे होतील. तशी तू गुणवती असलीस, तरी तुझ्या हसण्याने ते गुण निष्प्रभ होऊन जातील. शेवटी म्हणजे... हसावे, अशी फार भूल पडते, पण ते खरे नव्हे. बाईमाणसाला योग्य नव्हे. बाईचा जन्मच खोटा, ग.'

एका त्या योगाच्या घडीचा सांभाळ करण्यासाठी – लेकीचे सगळे बाळपण असे जखडून टाकलेले असते. इतके करूनही त्याचे श्रेय मिळेलच, असे नाही.

अशा जखडलेल्या मालनीला सगळेच सोसावे लागते. अस्तुरीचा जन्मच सोसण्यासाठी. तिचे सगळे जीवनच सोसण्यासाठी खर्ची पडते.

पुढील गाथेत मालनीने अस्तुरीच्या एकूण आयुष्याचेच सार गायिले आहे.

### गाथा (१०)

*कुंकवाची चीरीऽ* | *कोरायाचा भारी त्रासऽ*
*सोस, गऽ, माझ्या सईऽ* | *कंथासाठी सासुरवासऽऽ*

*भरताराचा रागऽ* | *जसा इस्तवऽ इंगळऽऽ*
*सई मालनी, गऽ सोसऽ* | *तेची मरजी सांभाळऽ*

*काळी चंद्रकळाऽ* | *नेस, गऽ, रंगासाठीऽऽ*
*सई, गऽ, मालनीऽ* | *सून सोसावीऽ लेकासाठीऽऽ*

*भावजऽ गुजरीऽ नीरीनं पीढं लोटीऽऽ*
*अन्योवऽ सोस साराऽ आपल्या, गंऽ, बंधूसाठीऽऽ*

*सोसून सोसूनऽ, गऽ जीव करावाऽ तडीपारऽऽ*
*लेकी, नको, गऽ, परतूनऽ जलमऽ सासरऽ माह्यारऽऽ*

(१) नीरीनं = पायघोळ नेसणात दडलेल्या पायाने, हा भावार्थ,
(२) पिढं = बसायचा लहानसा पाट.

लेकीला 'असे वाग, असे वाग' असे सांगता– सांगता मालन एकदम अंतर्मुख होते. तिच्या डोळ्यांसमोर लेकीचा आजवरचा आणि पुढचाही जीवनपट उभा राहतो. आजवरचा तिचा स्वत:चा जीवनपट त्यामागून उलगडतो. आईचा – आपल्या आईचा जीवनपट दिसू लागतो – आणि ती डोळ्यांत पाणी आणते – तिच्या सखी शेजारणींचे जीवनपटही तिला दिसू लागतात. त्या सर्वांचा काढलेला लघुतम साधारण विभाजक तिच्या मनात उसळून येतो... तोच ती आपल्या लेकीला कवटाळून सांगते आहे. 'सईबाई अस्तुरीच्या जल्माला आली आहेस - तुझे सर्व आयुष्य सोसण्यासाठी आहे. जे जे वाट्याला येईल, ते सोस - सहन कर. पण सोसशील, त्यात आर्त नको, मंगल असू दे. ते एक प्रकाशपूजन असू दे. सासुरवास सोसताना सौभाग्यचिन्ह जे कुंकू, त्याची चीर कोरते आहे, असे समज. कंथाचा संताप – त्याचे सगळे त्रास सोस, पण मी पत्नीधर्माने त्याची मर्जी सांभाळते आहे, हे एक प्रकारचे वात्सल्य मनाशी धर. मुलाच्या संसारात तुला जो त्रास होईल – जी हेटाळणी तुला भोगावी लागेल; ती चंद्रकळा, असे समज. रंगासाठी नेसलेली – पोटच्या मुलाच्या मायेसाठी नेसलेली. मायबाप गेले, की माहेर उरत नाही. पण भावजयीने पायाने तुला बसायला पाट सारला, तरी तो अपमान सोस. तो अन्याय भावाची बहीण म्हणून सोस. आणि भावासाठी माहेरी एखादी खेप घाल.'

हे सर्व सोसण्यासाठीच मालन अस्तुरीच्या जन्माला आलेली आहे. जगणे म्हणजेच सोसणे. श्रीमती दुर्गा भागवतांनी या मालनीच्या सोसण्याला 'सहनसिद्धी' असे नाव दिले आहे!

एका अस्तुरीच्या जन्मात ही सहनसिद्धी संपादन करायची.

मालनीच्या भाषेत मग तडीपार व्हायचे. पुन्हा तो जल्म, सासर-माहेर नकोच नको.

ही गाथा वाचली आणि आठवले... 'स्त्रीजन्मा, ही तुझी कहाणी'

## गाथाबंध ३ : ऋतुमतीचा सोहळा.

एका ओवीत मालन गाते :

*'मायबाप बोलंऽ लेक वंसाला नसावीऽऽ*
*पारवती माता बोलंऽ दुनिया कशानं वसावीऽऽ'*

दुनिया वसणे– विश्वाचे सातत्य सदा राखणे – हा निसर्गनियमच पार्वतीने त्या माता– पित्याला एका ओवीत समजावून दिला आहे. पार्वती हे आदिमायेचे स्वरूप आहे. शिव आणि शक्ती ही त्या विश्वनिर्मात्याची रूपे. त्या शक्तीचीच पुढे आदिमाया निर्माण झाली. पार्वती निर्माण झाली. स्त्रीजात हे आदिमायेचे एक रूप – सर्जनाची शक्ती धारण करणारे. मग, ते नको, म्हणून कसे चालेल, या शक्तीमुळेच स्त्री ही निसर्गकन्या झाली. निसर्गातील सर्व सर्जनोत्सव ती आनंदात साजरे करू लागली. वसंतऋतूतील वसंतोत्सव, वर्षाऋतूतील पर्जन्योत्सव, धरणीतून उगवणाऱ्या मोत्यांचा उत्सव, मळणीचा उत्सव यांतून ती निसर्गाच्या सर्जनोत्सवाचे सोहाळे करू लागली. या सर्जनशक्तीचे प्रतीक म्हणून तिने देवता निर्मिल्या. आसरा, धरणीमाता, लक्ष्मी, गौर, पाण्याने भरलेला घट, अशा देवतांचे पूजन करू लागली. त्याचप्रमाणे आपल्या समजुतीप्रमाणे घडविलेल्या सुभानसंतूबाई, जिवती, मरीआई, पोचम्मा, इत्यादी देवताही पूजू लागली. हा सर्जनोत्सवाचा आनंद त्यांच्या मनांतून उमळून येतो आणि त्याचा आविष्कार गाणी – फेराची गाणी – नाच, खेळ, पूजा, नैवेद्य, इत्यादी प्रकारांनी होतो. हा आनंद हा त्यांच्या सर्जनशक्तीचा आनंद आहे. निर्हेतुक आहे.

निसर्गात इतका आनंद घेणाऱ्या मालनी जेव्हा आपली लेक वा सून ऋतुमती होते, तेव्हा केवढा आनंद अनुभवीत असतील! दहाव्या – अकराव्या वर्षी मुलगी ऋतुमती होते. निसर्गात जसा फुलांचा, मोहरांचा बहार येतो, आकाशात ढग येऊन जमिनीवर पावसाचे सपकारे येतात, त्याचप्रमाणे मुलीला ऋतू येणे हे सर्जनाचे प्रथम लक्षण मानतात. या ऋतुप्राप्तीमुळेच मुलीचा संसार फुलता होतो, फळता होतो. निसर्गाचे सातत्य यामुळे अबाधित राहते. मालनीला तर आनंद होतोच, पण ऋतुमतीच्या सासरची मंडळीही मायेने, हौसेने वागतात.

जसा लग्नविधी हा जरी संपूर्णपणे वैयक्तिक असला, तरी एक प्रकारे सामाजिक असतो; तसेच, मुलीला आलेले नहाण संपूर्णपणे वैयक्तिक असले, तरी तितकेच सामाजिक सोहळ्याचे असते. कारण ज्याला आपण समाज म्हणतो, त्या

मानवसमूहाचे सातत्य टिकविण्याचे अतिशय महत्त्वाचे काम हे दोन प्रसंग साधीत असतात. इथे व्यक्तीचा आनंद, तोच इतरांचाही असतो. म्हणून हे प्रसंग सर्व नातेवाईक, शेजारी, हितसंबंधी यांच्यासह साजरे केले जातात. या कारणांनी हा नहाणाचा व पुढचा फलशोभनाचा सोहळा व्यक्तिगत न राहता विनासंकोच हास्यविनोदात साजरा होतो. 'आमच्या मैनाला पदर आला' किंवा 'मैनाला मुका मुलगा झाला' या सूचक शब्दांनी घरोघरी साखर वाटली जाते. दारावर वाजंत्री लावली जातात. नातेवाइकांची न्हाणवलीसाठी वाढणी येतात. खणा-नारळाच्या ओट्या येतात. घरातही तिचे फार कौतुक होते. नवी साडी, चोळी, चुडा होतो. तिला केळीच्या वा अभ्रक, बांगड्या, गोंडे, इत्यादी बसवलेल्या मखरात बसवले जाते... सातव्या दिवशी ओटी भरणे आणि गर्भाधानविधीही होतो. या सर्व प्रसंगी जमलेल्या मालनी गाणी गातात. उत्सव साजरा होतो. या न्हाणवलीच्या माहेरच्या माणसांचा यात फार सहभाग असतो. माहेरी हा समारंभ झाला, तर भाऊ वगैरे मखर बांधतात. देणे-घेणे करतात. पण सासरी हा समारंभ झाला, तर माहेरच्या माणसांना तिच्या घरी यावे लागते... नवा पलंग - बाज, गादी, रजई, सर्व आणावे लागते. बहुतेक हा उत्सव माहेरीच होतो.

मालनींनी या ऋतुमती लेकीसुनेचे कौतुक ओव्यांतून गायिले आहे. पहिल्या गाथेत न्हाणाला आलेल्या मुलीचे वर्णन आणि तिच्या आईची गडबड यांचे वर्णन सुंदर रीतीने केले आहे.

### गाथा (११)

*सावळ्या मालनीचीऽ कांती दीसंऽ लसलसऽऽ*
*हिचं न्हानाचं दीवसऽऽ*

*काळी चंद्रकळाऽ नगंऽ देऊसा राधालाऽऽ*
*आली न्हानाच्या पदालाऽऽ*

*सांगावा मी धाडीऽ दूर देशीच्या कासारालाऽऽ*
*उंच बांगडीऽ मखरालाऽऽ*

*लेकूरवाळी हळदऽ मी, गऽ, ठेवीते लावूनऽऽ*
*आली न्हानाला मालनऽऽ*

*आंब्याला मोहरऽ चिंचबाईला मोगरऽऽ*
*माझी, गऽ, मैनाबाईऽ न्हानाला आली गौरऽऽ*

(१) गौर = नऊ वर्षांची ऋतुप्राप्त न झालेली मुलगी. (२) लसलस = तकतकीत (३) लावून ठेवते = रुजत घालते. (४) मोगर = सुताच्या गोल लहान गाठीसारखा दिसणारा मोहर.

मुलगी दहा वर्षांची झाली, की अंगाने भरू लागते. उफाड्याची दिसू लागते. शरीरावर तारुण्याची प्राथमिक चिन्हे दिसू लागतात. चेहरा एक वेगळाच तकतकीत कांतीचा दिसू लागतो. आणि आई ओळखते– 'आता माझी लेक लवकरच मोठी होणार.' मुलगी अजाण, तिला कळत नाही. आईने लक्ष देऊन राहावे लागते. घरात सांगून ठेवते, मैनाला चंद्रकळा नेसायला देऊ नका. काळ्या साडीवर न्हाण येणे अशुभ समजतात, म्हणून ही काळजी.

न्हाणवलीसाठी मखर बांधायला तिने कासाराला निरोप पाठवून ठेवला आहे. ही मालन हौशी आहे. उंची हिरव्या तांबड्या बांगड्या सांगाड्यावर गुंफून मखराचा झगझगाट करायचा आहे. न्हाणवलीची ओटी भरतेवेळी कोंभ आलेली हळकुंडे ओटीत घालायची असतात, ती पण हळकुंडे तिने परसात रुजत घातली आहेत. शेवटची ओवी मात्र अतिसुंदर आहे. निसर्गाच्या सर्जनोत्सवाचा आणि मालनीच्या ऋतुप्राप्तीचा मेळ इथे फार गोड असा घातला आहे. चिंचेला मोगर आला आहे, आंब्याला मोहर आला आहे आणि घरातील माझी गौरही न्हाणाला आली आहे. या तिन्ही गोष्टी तिने चातुर्याने गुंफल्या आहेत. कोंभ आलेले हळकुंड हे सर्जनाचे प्रतीक आहे.

पुढच्या गाथेत न्हाणवलीचे सासर–माहेरच्या लोकांनी जे कौतुक केले, ते तिच्या आईने गायिलें आहे. न्हाणाची साखर पोचताच सासरीपण आनंदी आनंद झाला.

### गाथा (१२)

*पैल्यांदी न्हानं आलंऽ अंगनऽ लोटतानाऽऽ*
*येळाचा येळ गेलाऽ बाई साकार वाटीतानाऽऽ*

*पैल्यांदी न्हानं आलंऽ हौस मैनाच्या सासऱ्यालाऽऽ*
*अंगनी आलं माळीऽ केळी लावील्या मखरालाऽऽ*

*पैल्यांदी न्हानं आलंऽ सासू करीती कवतीकऽऽ*
*लाडक्या सुनंऽसाठीऽ मखरी, गऽ, नंदादीपऽऽ*

*पैल्यांदा, गऽ, न्हानायाचीऽ सासू करतीया हौसऽऽ*
*सावळे सईबाईऽ अशी मखरात बैस–*

*मखराच्या दारीऽ वाढपाची झाली दाटीऽऽ*
*गेला सांगावा वैराळालाऽ चुडा हिरवा मैनासाठीऽऽ*

*वाजंत्री वाजत्यातीऽ दुही दाराला गजईरऽऽ*
*लाडाच्या मैनाईलाऽ आला तानीला पदईरऽऽ*

(१) वाढप = न्हाणवलीसाठी वाढून आणलेली ताटे.

न्हाणाला आलेल्या मुलीवर आईचे बारीक लक्ष असते. तसेच मालनीचेही आहे. मुलगी अंगण झाडीत असता तिला पदर आला... लेकीचे सासर गावात किंवा शेजारच्या खेड्यात असावे. सासऱ्याने मखर बांधले. सासूने नंदादीपाची व्यवस्था केली. मखरात बसलेल्या न्हाणवलीसाठी वाढणी येऊ लागली. नातेवाइकांच्याकडून ही ताटे येतात. शेवया, पुरणपोळी अशी पक्वान्ने, किंवा लाडूसारखे फराळाचे किंवा तांदूळ, डाळ, गूळ असा कोरडा शिधा असतो. वाजंत्रीही मागल्या– पुढल्या दारी लागली. बहुतेक ही सासर– माहेरची असावीत. या सोहळ्यात ब्राह्मणी विधी असा काही नसतो. ऋतू प्राप्त झालेली वेळ भटजींना सांगून वेळ कशी आहे, तेवढे पाहतात. वेळ बरी लागली नसेल, तर सहावे दिवशी भटजींना बोलावून शांत करतात, एवढेच. बाकी सर्व सोहळा मालनीच साजरा करतात. वरील गाथेत या सोहळ्याचे थोडक्यात, पण महत्त्वाचे सर्व वर्णिले आहे.

पुढची गाथा जर वेगळी आहे. लेकीला माहेरी न्हाण आले आहे. हिरव्या साडीवर आले आहे. पण घरात उल्हास नाही. कारण अजून मुलीचे अंग भरले नाही. तारुण्याची कोणतीच चिन्हे शरीरावर उमटली नाहीत. अशा कोवळ्या वयात मुलीला नहाण आले आहे– कल्पना नसताही. या फिकिरीत आई आहे. साखर धाडल्यामुळे सासूही आली आहे. तीही वेगळ्या प्रकाराने अस्वस्थ आहे. या भाववृत्तीची ही गाथा आहे.

**गाथा (१३)**

*पयल्यांदी आलं न्हानंऽ हिरव्या साडीवरऽऽ*
*गुंफा मखर माडीवरऽऽ*

*पयल्यांदी आलं न्हानऽ खाऊ घाला गोड मेवाऽऽ*
*वल्लं अंजीर बोलवाऽऽ*

*पयल्यांदी आलं न्हानऽ बाई, कसं नेनंतीलाऽऽ*
*न्हायी फूलऽ शेवंतीलाऽऽ*

*बाळ नेनता, गऽ, माझाऽ चेंडू खेळतो लेकरांतऽऽ*
*सई सावळी मखरातऽऽ*

*पयल्यांदी आलं न्हानऽ नका करू उतावीळीऽऽ*
*दहा वरसाची पूतळीऽऽ*

*पयल्यांदी आलं न्हानऽ नका करू गाजावाजाऽऽ*
*बाळ नेनता, गऽ, माझाऽऽ*

न्हाणवलीचे मखर ओसरीवर न घालता माडीवर घालतात – हेतू हा, की सर्व गुपचूप साजरे करावे. 'न्हायी फूल शेवंतीला' या प्रतिमेने कोवळेपण परिणामकारकरीत्या सूचित केले आहे. शेवंतीला फूल येणे' हा मालनींचा वयात येण्याचे पूर्वचिन्ह असा संकेत असावा. हे सूक्ष्म संवेदन मला फार भावले. सासूदेखील समजदार आहे. नका करू उतावीळी म्हणते. कोणताही गाजावाजा न करता हा समारंभ घरच्या घरी होतो.

अशा वेळी नेनती मालन माहेरीच राहते. चांगले खाऊ पिऊन मोठीधाटी झाली, की मग तिला सासरी पाठवतात. दोन्ही विहिणींची मनोगते आणि समजदार बोलणी यांनी ही गाथा परिणामकारक झालेली आहे.

पुढील गाथा न्हाणवलीने स्वत: गायिली आहे. हा ऋतुमतीचा सोहळा माहेरची माणसे साजरा करतात. कारण बहुतेक वेळा मुलगी माहेरीच शहाणी होते. एखादवेळी कार्या-निमित्त मुलगी सासरी जाते. आणि तिथेच ती ऋतुमती होते. पण मग तिला माहेरी न धाडता घरीच सोहळा साजरा करतात. अशा अवघड परिस्थितीतील मालनीची ही गाथा आहे.

### गाथा (१४)

*पयल्यादीशी, बाईऽ चीमन्या तोंड धूतीऽऽ*
*बया माझ्या मालनीचीऽ सय मला हूतीऽऽ*

*दुसऱ्या दीशी धाडाऽ सोनाराला चिट्ठीऽऽ*
*बया मालनीनंऽ दिली चांदीची ताटवाटीऽऽ*

*तीसऱ्या दीशी धाडाऽऽ सोनाराला पत्रऽऽ*
*बया मालनीनं दिलंऽ सोन्याचं फुलपात्रऽऽ*

*चवथ्या दिशी सासूऽ घालीती ऊनपानीऽऽ*
*बया मालनीनं माझीऽ केलीया त्यालफनीऽऽ*

*पाचव्या दिशी सजंऽ आला हूता माळीऽऽ*
*मायबाई बोलंऽ मखरा लावा केळीऽऽ*

*साव्यादिशी, बाईऽ वाऱ्याला धाडी चिट्ठीऽऽ*
*बया माझी बोलंऽ नाऱ्याळ घाला वटीऽऽ*

मालनीने पहिल्या ओवीतच अत्यंत सूचकपणे आईची आठवण आल्याचे सांगितले आहे. सकाळी अंगणात चिमण्या तोंड धूत होत्या. पाण्यात आपली तोंडे बुडवून, वर काढून, फडफड करून पाणी उडवीत होत्या. अशी घटना पहिली, की घरात काही महत्त्वाची घटना घडते, असा मालनींचा संकेत. ऋतुप्राप्ती हीच ही घटना. आधीच अजाण, त्यात परक्या घरी – तिला अशा परिस्थितीत आईची किती तीव्रतेने आठवण आली असेल, याची कल्पनाच करता येणार नाही. पण आई मुलीची साखर पोचताच तिचा एकाकीपणा जाणून तशीच निघाली असावी. अगोदर लेकीजवळ जाणे, मग बाकीचे, अशी ती उतावळीने आली आहे; आणि मग दुसऱ्या दिवसापासून बरोबर कुणी आलेल्याबरोबर घरी निरोप, चिठ्ठी पाठवून हवे हवे ते मागवून घेते आहे. सोनाराकडून न्हाणवलीच्या जेवणासाठी चांदीची ताटवाटी मागवून घेतली. सोन्याचे फुलपात्र मागवून घेतले... इतकेच काय, ओटीचे सामानही घरून मागवून घेतले.

सासरच्या लोकांनी मखरदेखील घातले नव्हते. लेक म्हणते, सासूने न्हायला ऊनपाणी तेवढे घातले. अंगला तेल, हळद लावणे, न्हाल्याकेसांची वेणी घालणे हे सर्व सोपस्कार आईनेच केले. सर्व गोष्टी माहेरच्या माणसांनी करायच्या, अशा पद्धतीमुळे सासर अगदीच तटस्थ राहिले. त्यामुळे सुनेला ओशाळवाणे वाटणे साहजिकच आहे. आपल्या घरी येऊन आईला हे सर्व करावे लागते, याचे तिला अधिक दुःख झाल्यासारखे वाटते. पाचव्या दिवशी माहेरचा माळी सहज चौकशीला आला. त्याच्याकडून आईने ओटीच्या समारंभासाठी केळी आणवून मखर बांधवून घेतले आणि, आता ओटी भरा, असे आईने म्हटल्यावर मग सासूने ओटी साजरी

केली. हा एकूण सर्वांच्या आनंदाचा प्रसंग असला, तरी त्या न्हाणवलीला मनातून खंत वाटत राहिली. ती खंत तिने इथे फक्त घटना देऊन व्यक्त केली आहे. फक्त घटना... त्यांवरून तिची भाववृत्ती आपण जाणून घ्यायची... अशीही एक ऋतुमतीची खंतावलेली गाथा... नुसत्या घटना वाचल्या, की मनात भरत नाहीत. पण त्यामागचे ताण जाणून घेतले, तेही मुलीच्या मनाचे, की कविता घटनारूपात सामावलेली आहे, असे वाटते.

पुढील कविता ऋतुप्राप्तीचा सोहळा ज्या समारंभाने पूर्ण होतो, त्या समारंभाला उद्देशून आहे. म्हणजे गाथेची सुरुवात न्हाणवलीच्या पाचव्या दिवसाच्या न्हाण्यापासून सुरू होत आहे.

### गाथा (१५)

*पयल्यांदी आलं न्हानऽ करा सोवळा साजराऽऽ*
*गुंफा केळीला न्हाणोराऽऽ*

*पयल्यांदी आलं न्हानऽ घाला न्हाऊ सोडा येनीऽऽ*
*हौस पुरवा साजनीऽऽ*

*पयल्यांदी आलं न्हानऽऽ चौकात झाली दाटीऽऽ*
*भरा नारेळानंऽ वटीऽऽ*

*पयल्यांदी आलं न्हानऽ सुटं अत्तराची हवाऽऽ*
*पलंग पितळी नवाऽऽ*

*दिशी सातव्या दोड्यानीऽ भरा जरीची पीवशीऽऽ*
*उभी करा पलंगाशीऽऽ*

*बाई आठव्या, गऽ, दीशीऽ उभी खिडकीशी पाह्यऽऽ*
*डोळं वाटकडं राह्यऽऽ*

(१) सोवळा= सोहळा. (२) न्हाणोरा= केळी उभ्या करून, त्यांना माळा गुंफून न्हाणवलीच्या न्हाण्यासाठी परसात तयार केलेली न्हाणी. (३) दोडे= वेलदोडे. (५) पिवशी= पिशवी.

न्हाणवलीचे कौतुक केले आहे. तिला न्हाण्यासाठी मुद्दाम केळींचा पानांनी दाट

दिसणारा मांडव उभा केला आहे. भोवती फुलांच्या माळा गुंफल्या असणार. अशा न्हाणीत न्हाणवलीला पाचवे दिवशी न्हाऊ घालतात. त्या वेळी बायकांची गाणी, वाजंत्री हे सर्व थाट असतात.

सातवे दिवशी ओटीभरण होते. तेव्हाही खूप सुवासिनी ओट्या आणतात. चौघड्यांसह वाजंत्री असतात. माहेरून आलेला पलंगही आलेला असतो. तोही सजवून घेतला जातो. आणि सातव्या दिवशी रात्री जाणत्या मालनी, न्हाणवलीला नटवून, शिणगारून, जरी पातळ नेसवून पलंगाशी उभी करतात. वेलदोड्याची पिशवी कमरेला खोचतात... पलंगाच्या एका फळीवर सीता रामाला विडा देते आहे, असे रंगीत चित्र असतेच. ही त्यांची दोघांची मीलनरात्रीची तयारी दोन ओव्यांत संपूर्ण साकार केली आहे. शेवटची ओवी मालनीची थट्टा करण्यासाठी आहे. ज्या रात्रीचे तिला भयंकर भय वाटत असते, ती तिला खेळीमेळीची, आनंदाची गेली आहे. कंथाची ओढ लागली आहे. कधी भेट होईल, म्हणून खोलीच्या खिडकीत उभी राहून त्याच्या वाटेकडे डोळे लावून राहिली आहे. पहिल्या ओवीपासूनच त्या न्हाणोऱ्याच्या मंडपापासूनच गाथेत अत्तराची हवा सुटली आहे, असे वाटते.

इथे 'दोड्याची जरी पिशवी' यालाही एक सूचकता आहे. अशाच एका ओवीत मालनीने आपल्या लेकीला 'लवंग आगजाळ' आणि जावयाला 'जायफळ' म्हटले आहे. वेलदोडा हा शांत-शीतल, सुगंधी आणि चविष्ट आहे. त्या दोघांची नवी ओळख अशी वेलदोड्यासारखी व्हावी, असे याने सूचित केले आहे. ही सूचना मोठ्या चतुरपणाने मालनीने दिली आहे. तरच अत्तराची हवा सुटेल.

### गाथाबंध ४ : मालनीचा रंगमहाल

*वळवाचा पाऊस कुठं पडतो, कुठं न्हायीऽऽ*
*भरताराचं सूखऽ दैवापासून घ्यावं, बाईऽऽ*

अशी एक ओवी मालनीने गायली आहे. लग्न झाले, वधूवर अनुरूप असले , घरात समृद्धी असली, तरी मालनीला पतिसुख लाभेलच, असे नाही. ते सुख अशा बाह्य गोष्टींवर अवलंबून नसते. असे म्हणतात, की लग्नगाठी स्वर्गात पडतात. तरीही त्या रेशमाच्या गाठी मुलायम असतात आणि काचणाऱ्याही असतात. कुणाच्या वाटेला कोणता प्रकार

येईल, हे सांगता येत नाही. निसर्गाने जी अनेक रहस्ये दडवून ठेवलेली आहेत, त्यांपैकी हे एक आहे. मालनीच्या नशिबात हे पतिसुख असते तरी, किंवा नसते तरी – त्याला पर्याय नाही. जिला मिळते, ती भाग्याची. तिचा संसार सुखाचा. संसार सुखाचा भाजून घेण्यासाठी मग तडजोड हा एक प्रयत्न असतो. तडजोड बहुतांशी मालनीलाच करावी लागते आणि ती जन्मभर करावी लागते. हिला मर्यादा नसते. पण ही तडजोड जेव्हा अशक्य होते, तेव्हा मालनीच्या नशिबात असते फक्त सोसणे.

पण जिला हे पतिसुख मिळते, तिचा संसार अमृताच्या डोहासारखा होतो. या मालनीचे स्त्रीत्व पाकळी – पाकळीने उमलते. त्यांच्यासारखा भाग्यवान त्याच असतात. सदा हसतमुख, समाधानी व तृप्त अशा त्या असतात. अशी अमृतसिद्धी प्राप्त झालेल्या मालनींनी आपले पतिसुख जात्यावरील ओव्यांतून गायले आहे. पण अशा मधुर शृंगाराच्या ओव्या फार थोड्या आहेत. पण आहेत, त्या फार काव्यमय आहेत. शृंगाररसाने भिजलेल्या आहेत.

प्रथम मी 'पितळी पलंग' ही फक्त पलंगाच्या वर्णनाची गाथा घेतली आहे. कारण शृंगारसुखासाठी हा माहेरून आनंदाने आणि हौसेने मुलीच्या सासरी पोचवला जातो. मुलगी ऋतुमती झाली, की तो एक सोहळाच साजरा होतो. त्याचा शेवट या पलंगदानाने होतो, हा पलंग देणारे माहेर मातब्बर आहे. या पलंगाचे वर्णन एका रसिक चतुर मालनीने केले आहे. पलंगाच्या घडवणीत लवंगीखिळे मारले, ते सुद्धा किती सुंदर दिसतात. इतके तिचे निरीक्षण बारीक आहे.

### गाथा (१६)

*पितळी पलंगऽ खिळे मारले लवंगीऽऽ*
*कोण कारागीर रंगीऽऽ*

*पितळी पलंगऽ केवढी कारागिरीऽऽ*
*ठावे नक्षीदार चारीऽऽ*

*पितळी पलंगऽ नेवार रेशमाची तंगऽऽ*
*वर आरशाचं भिंगऽऽ*

*पितळी पलंगऽ नाच मोराचा चाललाऽऽ*
*कोण्या चातूराची कलाऽऽ*

*पितळी पलंगऽ कुनी रंगवीली सीताऽऽ*
*इडंऽ रामाच्या हाती देताऽऽ*

*पितळी पलंगऽ तेच्या भवताली जाळीऽऽ*
*कोन भाग्याचीऽ चाफेकळीऽऽ*

(१) लवंगी खिळे = टेकस, चुका (२) रंगी = रसिक. (३) ठावे = खूर (४) नेवार = नवार.

मालनीने इथे केवळ पलंगाचे वर्णन केले आहे. पितळी पलंग म्हणजे सगळाच्या सगळा पितळेचा घडवलेला, असा नव्हे. सांगाडा तेवढा पितळी नळ्यांचा असतो. चार खूर, दोन बाजूंच्या कमानी आणि मधली चौकट पितळेची असते. पुष्कळदा चौकट (गात) लाकडीही असते. दोन्ही बाजूंच्या कमानींमध्ये पितळेचा पत्रा किंवा लाकडी फळी बसवलेली असते. चौकटीला ताणून तंग अशी नवार विणली जाते. मग फळ्यांवर बाहेरच्या बाजूंनी रंगदार असा नाचता मोर– आतल्या बाजूला सीता रामाला विडा देते, हे चित्र, शंकर– पार्वती सारीपाट खेळतात, हे चित्र रंगवलेले असते. नाचणारा मोर आणि ही शृंगारसूचक चित्रे म्हणजे अनुनयाचा प्रणयरंगच असतात. नवारीच्या जिथे दोन पट्ट्या आडव्या– उभ्या येतात, त्यांवर अभ्रकाचे चौकोन बसवले जातात. पलंगाभवताली सुंदर जाळीदार वस्त्र (मच्छरदाणीसारखे) वरच्या चौकटीवरून घातलेले असते. जगासाठी नव्हे. खोली स्वतंत्र असली, तरी शय्या उघड्यावर असू नये, हा हेतू. जाळीने हा आडोसा सजतो. असा हा शृंगार– सूचक– रामसीतेच्या चित्रांनी श्रद्धाभाव सूचक पलंग– हे वर्णन अतिशय रेखीव चित्रवाण आहे. शेवटची ओवी तर फारच छान आहे. असा हा पलंग जिच्या शृंगाराला मिळतो, ती भाग्याची कोण चाफेकळी, असा मालनीला प्रश्न पडतो. चाफेकळी हा शब्द त्या भाग्यवतीला अत्यंत औचित्यपूर्ण असा आहे.

खालील गाथेत एका मालनीने आपल्या रंगमहालाचे आणि आपल्या प्रणय– शृंगाराचे थोडेसे सूचक पण मुक्त असे वर्णन केले आहे. मालनींना शृंगाराचे वावडे नाही वा त्याबद्दल मौन ठेवायचे, असा त्यांना संकोचही नाही. वयात आलेल्या नव्या नवरीला कधी आपण माहेरी जातो आणि आपल्या बरोबरच्या मैत्रिणींना आणि आपल्या आईला सगळे मोकळेपणाने सांगतो, असे होऊन जाते. आई तर विचारतेच. कारण या शृंगारावरच तिचे सुख आधारलेले असते. आणि ते जाणून घेण्याची

आईला घाई असते. मैत्रिणींना आपले सुख, आपला नवरा याबद्दल सांगावे, असे प्रत्येकीलाच वाटत असते. ते सांगताना त्यांना कोणता संकोच वाटत नाही. मोकळेपणा असतो; पण रासवटपणा नसतो.

**गाथा (१७)**

*माडीवर माडीऽ तिचा गिलावा लाल लालऽऽ*
*नटव्या भरताराचाऽ हौशाचा रंगमहालऽऽ*

*खुतनीच्या गादीवरऽ रजई वेलायाचीऽऽ*
*हौशा राजसाचीऽ मी, गऽ, हौशीच्या तोलायाचीऽऽ*

*लांब माझं बहालऽ पलंगाच्या जाती खालंऽऽ*
*भरताराच्या हातीऽ खेळून गुत्ता झालंऽऽ*

*माझा कापी बिलवरऽ कशानं पीचकलाऽऽ*
*कंथाच्या उशाखालीऽ चुडा माझा दडपलाऽऽ*

*भरताराचं सुखऽ सये, सांगते तुला, वालूऽऽ*
*मुखीच्या गऽ तांबूलानंऽ सर्ज नथीचं झालं लालूऽऽ*

*गोड भरताराचं सुखऽ फाटी सांगते अंगनीऽऽ*
*बाई, ते आयकूनऽ हसं नाजूक चांदनीऽऽ*

(१) बहाल= बाल, केस (२) खुतनी= गर्भरेशमी पट्ट्या–पट्ट्याचे कापड (३) वेलायाची= वेलबुट्ट्याच्या नक्षीची. (४) कापी बिलवर= काचेचे तास पाडलेले बिलवर. (५) सर्ज= नथीच्या खालच्या टोकाला लावलेला बारीक मोत्यांचा घोस. यात मणीही असतात. (६) फाटी= पहाटे.

ही मालनही मातब्बर आहे. हिने पलंगापेक्षा गादीचे रेशमी पट्ट्या पट्ट्याच्या कापडाने मढविलेल्या गादीचे – बेलबुट्टीच्या रजईचे वर्णन केले आहे. हे सर्व आपणां दोघांना साजेसे आहे. आमच्या हौशीप्रमाणे आहे, असे मालन म्हणते. ती त्याच्या तोलाचीच आहे. त्याच्याइतकी आनंदी आणि त्याच्याइतकीच हौशी. आपल्या शृंगारात तिने 'सर्ज नथीचं झालं लालू' असे म्हटले आहे. ही कल्पना एकदम नवी आहे. मी खूप ग्रामीण कवीच्या प्रेमावरील कविता वाचल्या. पण त्यात याच्या

तोडीची कल्पना मला आढळली नाही. ही कल्पना मालनीलाच सुचणार, हे तर खरेच. वालू हे लाडके नाव आहे. वालंबा देवी. तिचे वालू झाले. हे नाव जर तिने पुढील ओवीतील चांदणीला उद्देशून योजिले असेल, तर फारच गोड वाटते.

सासुरवाशीण ती. तिला कोंबड्याच्या बांगेबरोबर उठावेच लागते. अंगण झाडणे, सडा–रांगोळी, दळण ही कामे पहाटेची. उठून ती अंगणात आली. अजून रात्रीचे सुख तिच्या मनावरून गेले नाही. हे माहेर नव्हे – मग ती कुणाला सांगणार? उगवत्या नाजूक चांदणीला सांगण्यात ती दंग झाली आणि ति ऐकून चांदणीने नाजूकसे मंदस्मित केले. ही कल्पना फारच सुंदर! अशा गोष्टी मनभरून सांगाव्या, अशी इथे मैत्रीण नाही. मग समोरच्या चांदणीलाच ती 'वालू' म्हणते. हे किती गोड वाटते.

पुढील गाथाही शृंगारसूचक आहे. पती काही कामासाठी बाहेर गेला आहे आणि ही नवोढा मालन शेजघरात त्याची वाट पाहते आहे. मनात त्याचेच विचार आहेत. माहेरून आलेली कोरी बाज – नवारीची असल्याने वर गादीऐवजी सतरंजी चालते. पांघरायचा रंगीत पासोडा आहे – हेही सर्व कोरे आहे. हा विचार मग तिला आपल्या नवऱ्याच्या रूपाकडे नेतो. तोही भरदार बांध्याचा आहे– सावळा आहे. आणि मग तिला शृंगार आठवतो. पण तो ती सूक्ष्म गंध स्पर्शाच्या द्वारे सूचित करते. फुलांच्या माध्यमातून जाई, मोगरा, शेवंती या फुलांचा नाजूक तीव्र असा गंध, तसाच टणक कोमल असा स्पर्श यांतून तिने शृंगारसंवेदना सूचित केल्या आहेत. या स्पर्श गंधसंवेदनात ती गुंग असतानाच तिचा पती बाहेरून आला. तिला त्याची चाहूल लागली, ती गंधस्पर्शानेच आल्याबरोबर तो तिच्यापाशी आपल्या कामाचेच बोलायला लागला. इथे त्याने शेजघरात येताना डोक्यावरचा पटका देखील काढला नाही. ते सांगणे ती हकीगत त्याला, पत्नीला अधिक महत्त्वाचे होते, हे तिला समजले. ती चतुर आहे. ती म्हणते, दिवसभर काम इतके, जीव इतका दमला, की कधी तुझ्या मांडीवर डोके टेकीनसे झाले आणि त्याला वाटते, हिची जवळीक म्हणजे हिला आत्ता काही ऐकायला नको आहे. तिने ते ओळखले. 'तुझ्या मंदिलाची छाया माझ्या तोंडावर पडू दे' असे ती म्हणते आणि आता पतिपत्नीचे जाऊन प्रियकर – वल्लभेच्या रूपात ती मुक्तपणे सांगते. आपल्या स्त्रीत्वाचे गुणधर्म त्याला सांगते, 'अरे, तू सावकाश सांग. मी जितकी तुझ्यासाठी आतुर आहे, तितकीच तुझ्या बोलण्याचा आनंद लुटण्याइतकी संयमित आहे. हे तिने अवघ्या नऊ-दहा शब्दांत ओतले आहे. असा हा मालनीचा संयमाचा आणि मुक्तपणाचा भाव तिने या ओव्यांतून नाट्यमय रीतीने आणि सूचकतेने शब्दरूपात मांडला आहे.

## गाथा (१८)

*शेजबाजंवरी ऽ सतरंजी, गऽ, कोरीऽऽ*
*कंथ, गऽ सावळाऽ मी, गऽ, मैना गोरीऽऽ*

*शेजबाजंवरीऽ हायी पासोडा रंगायाचाऽऽ*
*हौशा भरतार माझाऽ हायी गोंडाळ्या अंगाचाऽऽ*

*काय सांगू, बाईऽ भरताराची, गऽ, नवतीऽऽ*
*माझ्या, गऽ, बाजंभवतीऽ, जाई मोगरा शेवंतीऽऽ*

*अत्तराचा वासऽ मला आला, गऽ, कोठून,*
*गूज गऽ, बोलायालाऽ, सखा बसं, गऽ, खेटूनऽऽ*

*जीव दीसाचा शीनलाऽ उसं तुझ्या का मांडीवरऽऽ*
*तांबड्या मंदीलाचीऽ छाया पडू दीऽ तोंडावरऽऽ*

*जीवा माझ्या जवाहीऱ्याऽ बोलू नगं घाई घाईऽऽ*
*रात दूसऱ्याची न्हायीऽ रात दूसऱ्याची न्हायीऽऽ*

*उताळ माझी मातीऽ सीताळ माझी नीरीऽऽ*
*हौशा भरताराऽ बसा सबळ बिनघोरीऽऽ*

(१) गोंडाळ = भरदार. (२) उताळ = उतावीळ. (३) सीताळ = शांत, शीतल.

या गाथेचा बाज लावणीचा आहे, असे वाटते. पण तो तसा नाही. लावणीचा उत्तानपणा या गाथेत नाही आणि यातील शब्दरूपही लावणीशी जुळणारे नाही. ही स्त्रीची भाषा आहे. हे मालनीचे शृंगारगीत आहे. भावरम्य असा हा त्या रसाचा आविष्कार आहे.

पुढील गाथा जरा वेगळी आहे. या गाथेत भ्रतार रुसला आहे. ती समजूत घालते आहे. असा हा नाट्यमय खटमधुर शृंगार आहे. सूचक प्रतिमांनी शृंगारलेले काव्य. एखादा नाट्य-प्रवेश पुढे चालू असावा, असे भास देणारे उत्कट काव्य.

## गाथा (१९)

| | |
|---|---|
| *शेजबाज केलीऽ* | *उसां समई ठेवीलीऽऽ* |
| *गूज बोल्यासाठीऽ* | *वाट राघूची पाहीलीऽऽ* |
| *रूसलं भरतारऽ* | *जाऊन बसलं पाह्यरीऽऽ* |
| *अडोख्याची बोलीऽ* | *लैंदी न्हायीली माह्यारीऽऽ* |
| *रूसलं भरतारऽ* | *तेंचे पलंगाखाली पायऽऽ* |
| *खरं सांगा, देवाऽ* | *अन्यावऽ केला कायऽऽ* |
| *रूसलं भरतारऽ* | *समजाऊ कशीतरीऽऽ* |
| *पुनवी चांदनंऽ* | *पसरलं घरीदारीऽऽ* |
| *राजवशी पाखरू, वोऽ* | *चोचीत दूखऽलंऽऽ* |
| *मोती पवळ्याचाऽ* | *चारा खानं ईसरलंऽऽ* |
| *पीकल्या पानाचंऽ* | *इडंऽ केलं हातावरऽऽ* |
| *रायाला समजावताऽ* | *चंद्र आला माथ्यावरऽऽ* |
| *शेजबाज केलीऽ* | *उसांऽ समई सारीलीऽऽ* |
| *टिपूरऽ चांदनंऽ* | *वघळलंऽ अंगावरीऽऽ* |

(१) उसा = उशाला. (२) अडोख्याची = हट्टाने तेच तेच बोलणे. (३) सारीली = मालवली.

शेजघरात शेजबाज करून, उशाला समई ठेवून ही मालन त्याची वाट पाहते आहे. आजच ती माहेरून आली आहे. तिला माहेरच्या गोष्टी त्याला सांगायच्या आहेत. माहेरी त्याची आपल्याला कशी आठवण येत होती, हे सांगायचे आहे. त्यालाही दिवस कसे गेले, हे विचारायचे आहे. या गुजासाठी ती त्याची वाट पाहत आहे. तिने कंथाला इथे राघू म्हटले आहे. ही मैना आहे. आजच त्याच्या सोन्याच्या पिंजऱ्यात आली आहे. खूप बोलायचे आहे. राघू – मैनासारखे किलबिलायचे आहे. हे शेजघर समईच्या प्रकाशात सोन्याच्या पिंजऱ्यासारखे तिला भासले असेलही... त्यातूनच 'राघू' सुचला असेल.

वाट पाहून ती बाहेर गेली, तर हा आपला पायरीवर बसलेला. तिने काही म्हटले, की ह्याचे एकच बोलणे 'किती दिवस माह्यारी राह्यलीस... काही सुमार'

त्याच्या राग– रुसण्याचे हे कारण तो तिला ऐकवतो. तिचे काही ऐकूनच घेत नाही. शेवटी ती त्याला शेजघरात आणते. पण याचे आपले 'पलंगाखाली पाय.' अजून राग जात नाही. हे त्या दोन शब्दांनी मूर्तरूप केले आहे. त्याचा रुसवा पाहून ती मालन त्याचे जे वर्णन करते, ते कालिदासाच्या नायिकेच्या तोंडी शोभणारे असेच आहे. 'राजवशी पाखरू चोचीत दुखलं आहे. मोती – पवळ्याचा चारा खाणं विसरलं आहे.' अशा रसिक, चतुर समजावणीने त्याचा रुसवा न गेला, तरच नवल! पण तो जायला किती वेळ लागला– पिकल्या पानाचे हातावरचे विडे हातावरच किती वेळ राहिले... चंद्र माथ्यावर आला.

आता माहेरच्या गोष्टी कुठे उडून गेल्या. मालनीने पुन्हा बिछाना नीट केला आणि उशाकडची समई मालवून टाकली... 'टिपूर चांदनं वघळलं अंगावरी' यात देखील दुहेरी संवेदन आहे. अंधारात एकदम चांदणे उजळले आणि चांदण्याला चांदणे भेटले.

अशा या मालनींच्या शृंगारगाथा त्यांच्यासारख्याच मनाने मोकळ्या. सूचित प्रतिमांनी उत्कट चित्र उभे करणाऱ्या. यांना आपण उपमा द्यायची, म्हणजे हिरव्यागार रसरशीत टपोऱ्या लवलवत्या अशा गव्हाच्या लोंब्यांची, निसर्गाशी समरस झालेल्या मालनींना हा शृंगारदेखील धरणीवर येणाऱ्या पहिल्या पावसासारखा वाटत असणार. या गाथा त्या पहिल्या पावसाचीच आठवण करून देतात.

## गाथाबंध ५ : उरता लागली भेटीची

शेती व्यवसायाच्या एकत्र कुटुंबात मालनीला पतीचा सहवास कमीच मिळतो. घरचा– बाहेरचा कामाचा कसाला असतो व तो कमी असला, तरी वडिलधाऱ्यांचा मान सांभाळण्यासाठी त्यांच्या देखत पतिपत्नींना बोलणे वर्ज्य असते. सासुरवास खडतर असेल, तर मग बघायलाच नको. रात्र देखील 'सेवावर' म्हणजे केवळ पदर पांघरून भुईवर झोपावे लागते. सासूचा हा त्या पतिपत्नींत दुरावा असावा, असा प्रयत्न असतो. मुलगा सुनेच्या आहारी जाईल आणि त्याच्यावरील आपला प्रभाव कमी होईल, हा त्यात आंतरिक हेतू असतो. आदिमायेने सृष्टी निर्माण केली. पुरुषही तिनेच निर्माण केला. सर्वांवर तिचाच प्रभाव होता. पण जिथे पुरुषावर तिचा प्रभाव कमी पडला, तिथे ती त्याच्यापासून दूर राहिली. आपल्या सर्व देवता आदिमायेचे प्रतीकच आहेत;

आणि म्हणून त्या एकट्याच आहेत. पतीशी त्या पटवून घेत नाहीत. म्हणजे नमते घेत नाहीत, आणि या प्रभावाच्या आड कोणी येईल, त्याची गय करीत नाहीत. हाच दुस्वासाचा भाव स्त्रीमध्ये अजून तरळत येत असतो. त्यासाठी सासुरवास, या कारणांनी एकत्र कुटुंबात पतिपत्नीच्या जिव्हाळ्याला जागा नसते; आणि जो जिव्हाळा असतो, तो फक्त पतिपत्नीधर्मापुरता.

अशी थोडीच कुटुंबे असतात, की त्यांच्यांत नव्या जोडप्याचा स्नेह जुळतो. जिव्हाळा वाढता राहतो. पण तो व्यक्त करायला मर्यादा ही असतेच. घरच्या माणसासमोर बोलायचे नाही, हा अलिखित नियम असतो. तरी पण नवरा समंजस व सुजन असला, की तिला त्याचा तेवढा आधार पुरतो. घराचे कष्ट आणि मोठ्यांची बोलणी पतीच्या आधारावर ती सहन करणे.

पण असा पतीच गावाला गेला, तर! तर मालनीला जीवन कंठणेच अशक्य वाटते. जीवनातील आनंदच नाहीसा झाल्यासारखा होतो. मग जी मनाची अवस्था होते, ती मालनींनी मोठ्या परिणामकारक रीतीने ओव्यांतून गायिली आहे. या विरह गाथेत एक गोष्ट मात्र प्रामुख्याने दिसते. पत्नी जशी आपली विरहावस्था प्रगट करते, तशी पती करीत नाही. तसा उल्लेख ओव्यांतून नाही. कित्येकदा तर पती कुठे गेला, केव्हा येणार, हेही मालनीला माहीत नसते. निरोप देखील येत नाही. हे बहुतेक घरातील वडील मंडळींच्या दबावामुळे असावे. त्यांना असा आगाऊपणा आवडत नाही. त्यामुळे पतीला घुसमटल्यासारखे होते आणि मालनीला गुदमरल्यासारखे होते. नव्या सासुरवाशिणींना तर अधिकच होते.

पती गावाला गेला, की घरात तिचे असे कुणीच उरत नाही. तो घरी येईपर्यंत त्याच्या आठवणींचे 'ओयासिस्' मनाशी धरून तापल्या वाळवंटात उभे राहिल्यासारखे तिला वाटते. ही मनाची काहिली मालनींनी गाथांतून उत्कटपणे व्यक्त केली आहे.

पुढील गाथेतील मालन सुदैवी आहे. तिचा पती वकील आहे. वकील याचा अर्थ कायदेपंडित असा नाही. खेड्यातील वाटणीचे, खरेदी-विक्रीचे, कर्जाचे व्यवहार तालुक्याच्या गावी कचेरीत सुटावे लागतात. त्यासाठी गावातील काही व्यक्ती मध्यस्थ म्हणून जाऊन- येऊन कामे करून गावाच्या लोकांना मदत करतात. ग्रामीणांच्या दृष्टीने तोही वकीलच असतो. या मालनीचा पती मळेवाला आहे, आणि असा वकीलही आहे. नऊ तासांनी परत येतो, असे तो पत्नीला सांगून गेला आहे. वकिलीच्या प्रभावाने बायकोशी एवढे बोलण्याचा त्याने मोकळेपणा मिळवला आहे.

सकाळी तो गावी गेला आणि मालन मळ्यात गेली. तो गेला, ही तीव्र जाणीव तिला पहिल्या ओवीतच जाणवली आहे.

## गाथा (२०)

*माळ्याच्या मळ्यामंदीऽ  काय, गुलाबा, तुझी हवाऽऽ*
*वास घेणारा गेला गावाऽऽ*

*केतकीचं पानऽ किती ठेऊ मी थंडोशालाऽऽ*
*सखा राजस गावा गेलाऽऽ*

*वाट नी कीती पाहूऽ गावा गेलेल्या सजनाचीऽऽ*
*पानं सुकली नागेलीचीऽऽ*

*गावाला गेलेल्याचीऽ वाट पाते मी अशी तशीऽऽ*
*स्वारी यायाची नवताशीऽऽ*

*वेडा माझा जीवऽ उगाच वारा पेलाऽऽ*
*माझा वकील गावा गेलाऽऽ*

*वाट नी कीती पाहूऽऽ शिणलं डोळं कोराऽऽ*
*कुठं गुंतला राजमोहराऽऽ*

(१) हवा= वासाने दरवळलेली हवा - शोभा. (२) राजमोहरा = राजबिंडा.

दोघेही मळ्यावर येत असतील. ती भाजी तोडायला आणि तो मोटेसाठी. गुलाब सकाळी हवेत घमघमत असतील. तो आनंदित होत असेल. पण आज तो वास घेणारा नाही. किती हिरमुसली असेल ती... गुलाब नाहीतर नाही, आपण केवडा घरी नेऊ, म्हणून तिने भाजीबरोबर केवडा आणला. केळीच्या पानात गुंडाळून रांजणाच्या बुडी ठेवला. पण तो वेळेवर आला नाही. कदाचित त्याला मुक्काम करावा लागला असेल. मग वाट पाहायची– दुसरे काय करणार? तयार करून ठेवलेल्या तबकातील विड्याची पानेही सुकली– तीही कोमेजली– आला नाही – वेळेवर आला नाही– आता मात्र तिचे मन हुरहुरायला लागले. का आला नाही! कुठे उशीर झाला– असे काय कारण घडले, या हुरहुरीतच ती मग पहाटेच्या दळणाला बसली असेल – पहिल्या ओव्या अर्थात गावाला गेलेल्यावर – असा काल सकाळीच तो गेला होता आणि त्याच्यासाठी मळ्यात गुलाब परमाळत होता. गाथाच अशी कोमेजलेल्या सुगंधांनी परमाळते आहे, असे वाटते.

पुढील गाथा अशीच एका चतुर विलासिनीच्या शृंगारगर्भ विरहवृत्तीचा आविष्कार

करणारी आहे. ही मालन आणि तिचा पती दोघेही प्रणयचतुर आणि आनंदी दिसतात. रात्रीच्या भेटीची तयारी ती करून ठेवते. अंगणातील जाई-जुईचा मोगऱ्या हार करून शय्यागृहात खुंटीत ठेवला आहे. त्याला रात्रीच्या भेटीत घालण्यासाठी-पलंगाला माळा लोंबत ठेवल्या आहेत. आणि हा आपला तिला न सांगताच बाहेरच्या बाहेर गावी निघून गेला. केव्हा गेला आणि केव्हा येणार, हेही तिला माहीत नसावे! या विरहगाथेत (त्या विरहभावात) सांगून, विचारून न गेल्याचा रुसवाही चमकतो आहे.

### गाथा (२१)

*गावाला गेलं, बाईऽ न्हायी पुसलं, गऽ, मलाऽऽ*
*हार खुंटीचा सूकलाऽऽ*

*गावाला गेलं, बाईऽ जाळी गुंफीली पलंगाऽऽ*
*कधी येत्याल, कुनी सांगाऽऽ*

*गावाला गेलं, बाईऽ घास तोंडातला फीरंऽऽ*
*मन मोरावानीऽ झूरंऽऽ*

*गावाला गेलं, बाईऽ डोळ्याला न्हायी डोळाऽऽ*
*जीव झाला, गऽ सव्वातोळाऽऽ*

*गावाला गेलं, बाईऽ सुटला वारा धुंदऽऽ*
*कोन्या वनात गोविंदऽ*

*गावाला गेलं, बाईऽ पाला पडला अंगनीऽऽ*
*वाळं हिरवी लिंबोनीऽऽ*

एका विशिष्ट दिवशी सोहळा आयोजित करावा आणि तो केला जाऊ नये, त्या दिवशी पतीने न सांगता निघून जावे. खुंटीचा हार सुकून जावा, पलंगाची जाळी कोमेजावी, राग येईल तर काय... ही गोष्ट मैत्रिणीला सांगावी, असे वाटण्याइतका तिला राग येतो. पण रात्री जेवायला बसते आणि त्याच्या आठवणीने तोंडात घास फिरवू लागतो. जेवण जात नाही. डोळे पाणवतात. मनाला हुरहूर लागते. मग झोप कुठली... मन मोरासारखे झुरू लागते!

त्यातच बाहेर धुंदगार असा वारा सुटतो आणि मनाची काहिली होते. गोविंदाच्या आठवणीने, माझा गोविंद कोणत्या वनात असेल. तो गावाला गेला आहे, पण

मालनीने मोठ्या चतुरपणे त्याला 'वनात' आहे, असे म्हटले आहे. तिच्या आठवणीने त्यालाही कुण्या पाहुण्याचे घरही वनाप्रमाणेच वाटत नसेल काय? ही जाणीवही विरहभावनेला तीव्रता देणारी आहे.

ही गाथा म्हणजे एक सुंदर विरहगीतच आहे. मनीचे गहिरे भाव सूचक अशा शब्दांनी उपमांनी, प्रतिमांनी व्यक्त केले आहेत. त्याचे कौतुक वाटते. शेवटची ओवी तर फारच सुंदर! अंगणात कडूलिंब आहे. पती गावाला गेला. कडूलिंबाचा हिरवा गार चांदवा पानगळीने खाली पडला. लिंबोणी वाळल्यासारखी दिसू लागली. हे लिंबोणीचे वर्णन तिच्याच भाववृत्तीचे गहिरे वर्णन आहे. दोन भावार्थ या प्रतिमेतून व्यक्त होतात. पती हा तिच्या जीवनाची शोभा आहे. त्याचा घनदाट चांदवा म्हणजे तिची सावली आहे. तो आहे, म्हणूनच ती रसरशीत अशी लिंबोणी आहे. पती गावाला जाणे आणि पानगळ होणे एकच आहे. त्यामुळे तिची सावली नाहीशी झाली आहे. ती उन्हाच्या कहारात उभी आहे. लिंबोणीसारखीच ती वाळून कोमेजून गेली आहे. एका पदाने हे सर्व भाव व्यक्त केले आहेत. चित्रवाण अशा शब्दरूपाने नटले आहेत.

पुढील गाथेतील मालन नव्यानेच नांदायला गेलेली दिसते. कोणत्या गावाला गेला, हे राहोच, पण तो केव्हा गेला, हे तिला घरात असूनही माहीत नाही. पतिसुखाला नव्यानेच नादावलेल्या मालनीची किती तगमग झाली असेल, याची सहज कल्पना करता येते.

गरीब बिचारी सासुरवाशीण...

## गाथा (२२)

*गावाला गेला कोन्याऽ सांगा सांगा कोनी, बाईऽ*
*काळच्या धरूनऽ चंद दिसलाच नाहीऽऽ*

*गावाला गेला कोन्याऽ गावाचं सांगा नावऽऽ*
*रायाच्या विसाव्यालाऽ अंगनीऽ चाफा लावंऽऽ*

*गावाला गेला कोन्याऽ माझा लिंबाचा, गऽ, पालाऽऽ*
*भरताराच्या वाटंकडंऽ जीव लागला सगळाऽऽ*

*गावाला गेला कोन्याऽ कसा येईना नीरूपऽऽ*
*भेटीसाठी जीवऽ माझा करतो धाकधूकऽऽ*

*गावाला गेला कोन्याऽ महीना, गऽ, झाला सव्वाऽऽ*
*कोन्या, गऽ, कामीनीनंऽ मोहीला माझा रावाऽऽ*

(१) चाफा= चाफा लावू या. दूरदेशी गेलेल्याची हालहवाल सांगतो, अशी समजूत आहे.

एक दिवस झाला, पती घरी दिसला नाही. कुठे गेला... कुणाला विचारायचे? धाकट्या नणंदांना, दिरांना विचारावे, तो त्यांना माहीत नसणार किंवा ते थट्टेने ही गोष्ट सासू – जावांपुढे नेणार - आणि मग या लहान तोंडी मोठा घास घेण्याबद्दल तिला टोले, टोमणे खावे लागणार. तो तरी सांगून का गेला नाही? आपलेच नाणे खोटे, या समजुतीने ती खंतावते. पहाटे जात्याच्या वळशाबरोबर आपल्या मनातील रुखरुखीला शब्दरूप देते.

पहिली ओवीच तिचे अधीरेपण आणि तिच्या मनाची कातरता दाखवते. असा हा न सांगता गावाला जाणार. कधी येणार, तेही कळत नाही. अंगणात आता चाफा लावायला हवा, असा मनाशी निश्चय करते. परगावी गेलेल्या व्यक्तीला जर जडभारी असेल, तिच्यावर काही संकट ओढवले असेल, तर चाफा आपल्या कळ्या ढाळून ती वार्ता घरात देतो. अशी समजूत – त्या संदर्भात ती चाफ्याची लागवड करण्याचे बोलते.

या गाथेतही मालनीने पतीला लिंबाचा पाला म्हटले आहे. म्हणजे हिच्यावरील सावली गेली – महिना होऊन गेला, तरी काही निरोपही नाही. आणि घरी कळला असला, तरी हिला कोण सांगणार... पती कधी येणार, ही धाकधूक मनात बाळगीत ही मालन दिवस काढते आहे. ही धाकधूक आणखी एका शंकेने तिला अधिक जाणवते. तिला एकच संशय... इतके दिवस मला सोडून राहिला, त्या अर्थी कुण्या मोहिनीने तर याला भुलवले नसेल... स्त्रीस्वभावसुलभ अशी ही शंका तिच्या मनात किती व्याकूळता निर्माण करीत असेल. पतीला ती 'रावा' म्हणते – म्हणजे तो नखरेल, चंचल, देखणा असावा. पोपटाच्या स्वभावावरून हे रावा नाव पुरुषाला दिले जाते.

पतीच्या विरहाच्या हुरहुरीबरोबर ही कटू शंकाही या गाथेत आहे. हे एक या गाथेचे वैशिष्ट्य आहे.

पुढील गाथेतील मालन कविमनाची आहे. शेतात पिकलेल्या मक्याच्या व्यापारासाठी तो परगावी गेला आहे. त्यातून पुन्हा खरेदीचा व्यवहारही असणार.

तेव्हा तो कधी येईल, हे सांगता येत नाही. पण पतीवर मालनीचे प्रेम आहे, जिव्हाळा आहे. या प्रेमाचा, त्याच्या संवेदनांचा मालनीने सुंदर आविष्कार केला आहे. हे एक उत्तम काव्यच आहे.

**गाथा (२३)**

*सावळा भरतारऽ सये सुरतीचा मोतीऽऽ*
*शेजीला किती सांगूऽ कंथ माझा चंद्रजोतीऽऽ*

*भरताराचं सुखऽ जसं पुनवंचं चांदनंऽऽ*
*हावशा कंथ माझाऽ सये, केवड्याचं पानऽऽ*

*सासूचा सासुरवासऽ बाई, सोसते रातदीनऽऽ*
*माझ्या, गऽ, राजसाऽ एका भरताराकारनंऽऽ*

*गावाला गेला, बाईऽ मव्हा जरीचा पटकाऽऽ*
*रान उठलंऽ खायालाऽ रात देतीया चटकाऽऽ*

*माळ्यानं केला मकाऽ गेला वंजाला दूरदेशाऽऽ*
*मनीच्या मव्हना, रेऽ लिंबोऱ्या आल्या रसाऽऽ*

सूचक प्रतिमांनी आणि उपमांनी या कवितेला एक आर्ततेचा गोडवा आलेला आहे. तिच्या नवऱ्याचा बांधा सुरतेच्या मोत्यासारखा घाटदार आहे. रूपानं चंद्रज्योती-सारखा आहे. तिने आपल्या नवऱ्याला केवड्याच्या पानाची उपमा दिली आहे. ती फार सुंदर आहे. देखणा– नितळ स्वभावाचा गंधमादन असा तो आहे. त्याचा सहवास तिला पुनवेचं चांदणंच वाटतं... त्याच्यासाठी ती सासुरवास सहन करते. पण आता तो गावाला गेला आहे. त्याचा विरह तिला इतका असह्य झाला आहे, की तो तिला मैत्रिणीला सांगावासा वाटतो. शेवटच्या ओवीतील 'लिंबोऱ्या आल्या रसा' ही प्रतिमा अतिशय गहिरी आहे.

खालील गाथेतील मालनीचा नवरा गावाला गेला आहे. आता यायचे दिवस झाले आहेत, म्हणून ती त्याच्या येण्याची वाट पाहते आहे. रोज वाट पाहते आहे. तिचे पतीवर इतके प्रेम आहे, की तो स्वप्नात येतो. आपल्या पतीची पटका बांधण्याची पद्धत तिला फार आवडत असावी, म्हणून तिने 'मंदिलाचा तिढा' एवढाच उल्लेख केला आहे.

◗ गाथा (२४)

*गावाला गेला, बाईऽ, गेला माझा येलदोडाऽ*
*सपनात येतोऽ तेच्या मंदीलाचा तीढाऽऽ*

*सावली परतलीऽ दारीच्या लिंबाऱ्याचीऽऽ*
*किती वाट पाहूऽ गावी गेलेल्या हंबीराचीऽऽ*

*सोप्याची सावूलीऽ जोत्याखाली गेलीऽऽ*
*माझ्या राजसाच्याऽ वाट पाह्याची सीमा झालीऽऽ*

*दीस, गऽ, बूडलाऽ सर्वी दूनीया झोपाळलीऽऽ*
*कंथ नटवा न्हायी आलाऽ रात इसाव्याला गेलीऽऽ*

*किती मी वाट पाहूऽ उभी सोप्याच्या खांबालाऽऽ*
*माझ्या राजसाचाऽ नदरं पडना संबलाऽऽ*

*दिस जातो कामाधामाऽ रात मला, गऽ, येठीचीऽऽ*
*नटव्या राजसाच्याऽ उरता लागं, गऽ, भेटीचीऽऽ*

(१) एलदोडा = विलासी, खट्याळ. (२) तिढा = मुरड (३) झोपाळली = झोपी गेली (४) संबला = पटका. (५) येठीची = कंटाळवाणी. (६) उरता = आतुरता, उत्कंठा.

मालनीचा नवरा घरी येण्याची वेळ दुपार कलल्यानंतरची असावी. मालनींचे घड्याळ म्हणजे सावली– सावलीवरून त्यांना वेळ समजे. ही मालन तशीच वाट पाहत आहे. दारातल्या लिंबाऱ्याची सावली परतली– सोप्यावरील सावली जोत्याखाली गेली. तिनीसांज टळली. सगळी दुनिया झोपी गेली. हे तिचे वेळाचे परिमाण. तरी तो आला नाही. म्हणजे येण्याची वेळ केव्हाच टळून गेली. पण 'अजून येईल' हा धागा पकडून ती त्याची वाट पाहते आहे.

'रात इसाव्याला गेली' ही कल्पना छान आहे. हिला झोप येईना – कारण हिच्या वाटेची रात्र विश्रांती घ्यायला गेली. पुढच्या दोन ओळी म्हणजे मालनीने रेखलेले एक शब्दचित्रच आहे. अंधारलेला सोपा. त्यात खांबाला टेकून ती रस्त्यावर डोळे लावून उभी... परतून गेलेल्या सावल्यांची तिच्या चेहऱ्यावरची छाया, आता येणार नाही, ही जाणीव तिच्या उभे राहण्याच्या आकृतिबंधात उदासलेली – आणि बाहेर रस्त्यावर त्यांचा संबला दिसेल, या आशेने 'उरता

लागली भेटीची' तीव्रता जाणवून देणारे तिचे आतुर डोळे! किती सुरेख चित्र. फक्त दोन ओळींत.

नवतीत असलेल्या मालनींची ही विरहगाथा.

## गाथाबंध ६ : घरी वडील माणसं

मालनीचे लग्न जरी पाळण्यात असताना लागले, तरी ती लहानपणी सासरी जाऊन राहत नाही. सणावारी किंवा प्रसंगाने आई, काकी, मावशीबरोबर जाईल, तेवढेच. पण लगेच परतून येते. त्या मुक्कामात नवरामुलगा दिसेल, तेवढाच. ओळख, बोलणे असे काही घडत नसते. अकरा वर्षांची झाली. वयात येण्याच्या वयाची झाली किंवा वयात आली, की तिची सासरी मोठ्या हौसेने आणि तितक्याच दुःखाने पाठवणी होते. हौस यासाठी, की आता आपली लेक नांदायला निघाली. आपला संसार करायला निघाली. दुःख यासाठी, की आता ती खरोखरीच परघरची झाली. आता ती परत माहेरी येणे सासरच्या अखत्यारीत गेले. तिथे तिला जी वागणूक मिळेल, ती तिनेच सोसायला हवी. त्याबद्दल माहेर काही मध्यस्थी करू शकत नाही. ती जन्माची माहेरला दुरावली. ही भावना आईला फार जाणवते.

ज्या शब्दाने निसर्गाने निर्माण केले, त्या वंशसातत्याच्या उद्देशासाठी ती सासरी जाते. तिथे त्या घराचा वंशविस्तार करायचा. संसार बहराला आणायचा. यासाठी ज्या ज्या सुविधा तिच्या मनाला व शरीराला हव्यात, त्या परमेश्वराने तिला जन्मतःच बहाल केलेल्या असतात. त्यामुळे तिलाही ती ओढ असते. या संसाराचा जो सर्वस्व, त्या पतीविषयी मनात उत्कंठा आणि हूरहूर बाळगूनच जाते. तो दिसतो कसा, बोलतो कसा, वागतो कसा, आपण त्याला आवडू, की नाही, ही सर्व प्रश्नचिन्हे तिच्या मनात भिरभिरत असतात.

वयात येणाऱ्या किंवा आलेल्या बारा वर्षांच्या मुली. भरल्या अंगाच्या, थोराड वाटतात. त्या मानाने मुलगा किरकोळ वाटतो. मालनीने एक ओवी गायली आहे.

*मैनाला आलं न्हाणं, नका करू गाजावाजाऽऽ*
*बिदी खेळतो चेंडूफळीऽ नेनंता बाळ माझाऽऽ*

तेव्हा मुलगी सासरी आली, तरी तिला पतीपासून दूरच ठेवतात. त्यांना बोलण्याचीही मनाई असते. सासुरवास असला, तर तिला सासूशेजारी जमिनीवरच

झोपावे लागते. आणि सासुरवासाचा एक मुख्य भाग असतो, तो हा, की मुलाचे मन तिच्याविषयी तिच्या कामाविषयी, तिच्या वागण्याविषयी खरे-खोटे सांगून तिच्यापासून दूर ठेवण्याचा प्रयत्न चालतो. खोड्या काढायला दीर असतात, चहाड्या करायला नणंदा असतात. ती बिचारी नवखी परकी पोर दिवस काढीत राहते, एवढेच. अशा परिस्थितीत नवऱ्याविषयी कुतूहलही तिच्या मनात निर्माण होत नाही.

पण ज्या सासरी समंजस माणसे असतात, मुलगाही समजुतदार व घराचा ताईत असा असतो, तिथे असे होत नाही. दोघांची भेट जरी घालून दिलेली नसली, तरी त्यांना फारसा धाक नसतो. तरी पण वडील माणसांचा आदर राखायचा असतोच. तो आदर सांभाळत दोघेही थोडे बोलणे, बघून हसणे, असे भीत-भीत करू शकतात. मुलगाच या बाबतीत धीट असल्याने पुढाकार घेतो. अशा वेळी प्रणय उमलायला लागतो व कलाकलांनी वर्धिष्णुमान होत राहतो. त्या प्रणयाच्या वाढत्या कलांचा इथे ओव्यांतून सुंदर आलेख काढलेला आहे. पण अशी नवरा-नवरी फारच तुरळक. म्हणून या ओव्याही अगदी कमी. या सर्वच गाथा जितक्या मोकळ्या, तितक्याच संयत, जितक्या साध्या, तितक्याच सुंदर,जितक्या सूचक, तितक्याच चित्रवाण आहेत, बालवधूवरांचे हे प्रणयदर्शन मोठे गोड वाटते. ओळख वाढण्यासाठी नवरानवरीला किती बेत आखावे लागतात. याचे सुंदर वर्णन खालील गाथेत आहे.

**गाथा (२५)**

*येता भाईरून पूसंऽ मनमोहना ना दीसंऽऽ*
*कशी बोलू एकाएकीऽ घरी वडील मानसंऽऽ*

*धुता घंगाळानी अंगऽ फिरं चकार नजरऽऽ*
*पुसं कुठं मैनानारऽ झालं पानी थंडगारऽऽ*

*भरतार हाक मारीऽ खांबाआडूनऽ खूणंनंऽऽ*
*सोन्याच्या आडकित्त्यानंऽ द्यावी सूपारी फोडूनऽऽ*

*सखा हाक मारी रोजऽ पानी पीन्याच्या मीसानंऽऽ*
*म्हनी गोडीगुलाबीनंऽ मोहना, पानी आनऽऽ*

*भरतार हाक मारीऽ कुठं गेली घरवालीऽऽ*
*कामाचा कसालाऽ माझ्या ईड्याला रात झालीऽऽ*

*भरतार हाक मारीऽ कुठं गेली चंदरजोतऽऽ*
*मी, गऽ, ऊभी वसरीतऽ खुनावतोऽ ये, गऽ, आतऽऽ*

(१) चकार = चौफेर, (२) मिसाने = मिषाने, कारणाने, (३) कसाला = कचाटा.

बाहेरून येताना तो आत घरात खोलवर डोकावतो आणि मग अंगणातील भावाला विचारतो...अशी कल्पना करायला हवी. मोठ्या माणसाला नाही विचारणार. त्याची ही आपल्याला पाहण्याची ओढ तिला समजते.. पण त्या वेळी ती जिथून असेल, तिथून बाहेर कशी येणार?

त्याला तिच्याशी बोलायला मिळते, ते स्नानाच्या वेळी. न्हाणीत दोन्ही घंगाळे भरलेली.. चंद्रसूर्याची. पण तो चकार नजर फिरवून मोठ्याने बोलतो... 'पाणी थंडगार झालं आहे... मैना कुठं गेली?' आणि जणू या हाकेला टपून बसल्यासारखी मैना तत्परतेने येते. बहुतेक ही क्लृप्ती दोघांनी लढवलेली असावी. सासरी आल्यावर नवऱ्याचे स्नानाचे पाणी काढणे वडील माणसांनी तिच्यावर सोपवले होते. त्या संधीचा हा असा लाभ... विडे देणे किंवा साहित्य तयार करून देणे हे नवऱ्याने तिच्यावर सोपवलेले काम... लवंगा, वेलदोड्याची पिशवी कनवटीला खोचणे... सुपारी कातरून ठेवणे... हे सहज जमण्यासारखे...

सगळीच वर्णने सहजसुंदर आहेत. दोघांची ही भेटीची-बोलण्याची ओढ कलेकलेने वाढते आहे आणि ती पुरी करण्याचा आनंद दोघेही लुटताहेत. मालनीने गायलेला हा प्रणयाचा एक वस्तुपाठच आहे. जितका वास्तव, तितकाच काव्यमय, प्रणयाच्या झऱ्याच्या उगमासारखीच ही गाथा मोकळी आणि निर्मळ वाटते.

पुढील गाथेत एका नव्या जोडप्याच्या नवलाईच्या दिवसांतील एक गमतीदार प्रसंग रेखला आहे. हा रेखला आहे त्या नवोढेच्या सासूने. हसत-हसत सांगितल्यासारखा हा प्रसंग तिने ओवीतून अगदी चित्रवाण असा रेखला आहे. ही तिची सून जात्याच झोपाळू आहे, आणि सासरी तर दळण, पाणी वगैरे शक्तीबाहेरची कामे केल्यामुळे दिवसभरचा तिचा शीण संध्याकाळी उतू आल्यासारखा होतो. मालनींची संध्याकाळची जेवणे लवकर होतात. जेवल्यावर हिला गर्रकन झोप घेरून येते. बाजूला कुठे तरी जाऊन आडवी होते. पण ती गाथाच वाचावी.

◗ गाथा (२६)

| | |
|---|---|
| *सासूरवाशीनीऽ* | *नगं नीजूस भुईलाऽऽ* |
| *अन्हाड, साळूबाईऽ* | *राखऽ गोंडा, गऽ, डूयीलाऽऽ* |
| *सासूरवाशीनीऽ* | *कुठं झोपली, गऽ, लाडीऽऽ* |
| *घाई घाई कंथऽ* | *हुडकितो सोपा माडीऽऽ* |
| *सासूरवाशीनीऽ* | *कणगीआड झोपी गेलीऽऽ* |
| *कंथानं हासूनऽ* | *शेला टाकून जागी केलीऽऽ* |
| *भरतार म्हनीऽ* | *दे, गऽ, सुपारी फोडूनऽऽ* |
| *हातात आडकित्ताऽ* | *लाडी घेती का लोळनऽऽ* |
| *हेकोडी तेकोडीऽऽ* | *लाडीची हायी नीजऽऽ* |
| *कोन तो सांग, साळूऽ* | *आडवी लावी भूजऽऽ* |
| *छप्परपलंगावरऽ* | *लौंगांचा झाला सडाऽऽ* |
| *झोपेच्या भरातऽ* | *लाडी कंथाला देती ईडाऽऽ* |

(१) राख= केसांत घालण्याचा एक सोन्याचा दागिना. (२) गोंडा= वेणीला लावलेला. याला सोन्याची टोपणे असतात. (३) हेकोडी तेकोडी= वेडीवाकडी - गाढ.

सासू नेहमीच तिला सांगते, 'बाई, ग, केसांत राख, गोंडा हे दागिने आहेत. भुईला झोपू नको.' पण तिला झोप आवरत नाही. कुठे कोठीच्या जागेत कणगीआड झोपते. तिच्या कंथाला तिला शोधून काढावे लागते. सुपारी फोडून घेऊन ये, म्हणून तो जातो. सासू पाहते, तो हातात आडकित्ता आणि ही पुन्हा झोपेत भुईवर. सासू रागवत नाही. कौतुकाने तिला उठवते आणि नवऱ्याची आठवण करून देण्यासाठी एक प्रश्न विचारते.

सकाळी सासू म्हणते. बहुतेक तिला तिच्या मुलाने सांगितले असावे, 'काय तुझ्या सुनेची झोप... झोपेतच तिनं विडा केला आणि दिला... लवंगा सगळ्या सांडल्या ना...' सासूला हा एक सुनेची थट्टा करायला विषय मिळाला. आणि त्या साळूला लाजता-लाजता पुरे होऊन गेले असेल! नव्या वैवाहिक जीवनात असे गमतीदार प्रसंग येतातच. त्या झऱ्यातील एखाद्या नखाएवढ्या मासोळीसारखे...त्याचे सौंदर्य वाढवणारे.

पुढील गाथेत प्रणयाचा एक मानबिंदू गायला आहे. एकमेकांची स्तुती करणे, एकमेकांना बहुमान देणे, अनुनयासाठी एक मधुर असे नमतेपण स्वीकारणे, या गोष्टींनी पतिपत्नींत स्वामी व दासी असे संबंध न राहता एक मोकळे स्नेहाचे असे नाते निर्माण होते. हे नाते जिव्हाळा वाढवते. मालनीने तो प्रसंग इथे चित्रवाण केला आहेच; पण त्याला नाट्याचीही जोड दिली आहे. एक रेखीव जिवंत असे हे शब्द-चित्रच आहे.

**गाथा (२७)**

*गळा लिंबूणी डोरलंऽ कसा दिसं पानमळाऽऽ*
*कंथ न्याहाळी तोंडवळाऽऽ*

*नाकामंदी नथऽ हिचा सोनीयाचा दांडाऽऽ*
*भरतार कसा बोलंऽ साजतो, गऽ, गोऱ्या तोंडाऽऽ*

*बारीक बांगडीऽ हायी रूपीयाची एकऽ*
*भरतार माझा बोलंऽ रानी सम्रताची लेकऽऽ*

*साता सरजाची नथऽ तिचा तोंडाला दीला झोलाऽऽ*
*तोंडाकडं बघयीताऽ कंथाचा, गऽ, शीन गेलाऽऽ*

*मोठं मोठं डोळंऽ काय अस्मानी तारा तूटंऽऽ*
*सख्या, तुझ्या का डोळ्याचीऽ मला, बाई, भीती वाटंऽऽ*

(१) लिंबूणी = लिंबोणीच्या आकाराच्या सोन्याच्या मण्यांची माळ. (२) डोरलं = काळ्या पोतीतील मंगळसूत्र. (३) सातासरजाची = नथीच्या खालच्या बाजूला बारीक मोती–मण्यांचा घोस असतो - तो सात मोत्यांचा घोस असलेली नथ. (४) अस्मानी तारा तूटं = आकाशातून तारा तुटावा- सरकावा, तशी चमकदार दिपवणारी नजर.

वरील गाथा हा एक चतुरपणे गुंफलेला संवाद आहे. वाचत जावा, तसा त्यातील चतुरपणा आणि नाट्यविभ्रम यांनी तो वास्तवातच चालला आहे, असे वाटते. नव्या ओळखीच्या एकांतातील हा संवाद आहे. स्नेहभावाने हा संवाद घडत आहे. मालनीचा गोरा रंग, रसरशीतपणा, गळ्यातील लिंबूणीमाळ बघून त्याला वाटते, ही मालन म्हणजे बहरलेला पानमळाच जसा... तिने हिरव्या हिरकणीची

चोळी घातली असणार. लुगडेही हिरवेच असावे. या हिरव्या, पिवळ्या रसरशीतपणाने आणि हिरव्या गोंदणाने त्याच्या डोळ्यांसमोर पानमळा उभा राहिला. मालनीचे मन अभिमानाने भरून आले असेल.

मग तो हळूहळू दागिने तिला कसे शोभतात, ते सांगतो. पुढची ओवी मला अतिशय आवडली. त्याने बांगड्या हाती धरताच ती एकदम म्हणते, 'रुपयाला एक हायी.' हे किती स्त्रीसुलभ. या पदात तिने माहेरची श्रीमंती नकळत सांगितली आहे. सासुवाशिणीने असे बोलणे म्हणजे सासरच्या घरात ठिणगी टाकल्यासारखेच असते. सासरच्या लोकांना तिचे माहेर म्हणजे टोलेटोमण्याने बोलायचा– क्षुल्लक लेखून तिच्या डोळ्यांत पाणी आणण्याचा विषय असतो. पण इथे तिच्या पतीच्या तसे काही मनात आले नाही. स्नेहभावाने, मोकळ्या मनाने तो तिला म्हणतो, 'रानी सम्रताची लेक.' आपल्या माहेरची स्तुती ऐकून ती किती खुलली असेल! तिने त्याची पावतीही लगेच त्याला दिली. एक सुंदरसा मुरका मारला – त्या नवऱ्याची रसिक नजर त्या झुलणाऱ्या मोत्यांच्या घोसावर खिळली. तिच्या एकूण विभ्रमाने तो गारेगार झाला. हा मालनीचा निसर्गतःच असलेला नखरा आणि चतुरपणा.

त्याने एवढी स्तुती केल्यावर तीही मोकळेपणाने बोलली. तो तिच्याकडे बघत होता. त्या डोळ्यांना उद्देशून ती म्हणाली, 'अस्मानी तारा तूटं' मला भीती वाटते.

असा हा निर्व्याज आकर्षणात जिव्हाळा निर्माण करणारा कोवळ्या जाणिवेचा संवाद. तो शब्दरूपात आणण्यात मालनीची काव्यशक्ती आणि चातुर्य दिसून येते. 'अस्मानी तारा तूटं' ही प्रतिमा मला फार आवडली. अनुभवातून निर्माण होणाऱ्या जाणिवांनी शब्दांना भारणे हे मालनींचे कौशल्य वाखाणण्यासारखे आहे.

पुढील गाथेत या स्नेहभावाला अधिक गहिरी छटा आली आहे. केवळ बाह्य सौंदर्यावर भुलण्यापेक्षा – त्याच्या स्तुतीपेक्षा आता एकमेकांच्या सुखदुःखाचे, मनाच्या भावस्थितीचे वेध घ्यावे, असे त्यांना वाटते आहे. एकमेकांचे दुखले खुपले पाहण्याची ओढ लागण्याइतकी माया जडली आहे.

**गाथा (२८)**

*भरतार बोलत्यातीऽ का, ग, राणी तू गोरी मोरीऽऽ*
*माह्याराचं सुखऽ इसर माझ्या तू जीवावरीऽऽ*

*भरतार बोलत्यातीऽ एवढं रंजीस किती व्हावंऽऽ*
*इसर माझ्या तू जीवावरऽ तुझ्या बयाची तूला सवंऽऽ*

*भरताराचं सुखऽ तळहाताची सावईलीऽऽ*
*न्हायी आठवू, गऽ, दिलीऽ दूर देशाची मावईलीऽऽ*

*भरतार नव्हं, गऽ माझा मखमालीचा डेराऽऽ*
*त्येच्या सावली, गऽ, मंदीऽ माझा फूलला पानमळाऽऽ*

*पीलाची काळजी, गऽ घारीला आकाशातऽऽ*
*तसा माझा कारभारीऽ मला ठेवी, गऽ, हुरूद्यातऽऽ*

(१) डेरा= लहान तंबू, (२) रंजीस= खिन्न, नाउमेद.

आपल्या लहान वयाच्या बायकोला करावे लागणारे काम तिच्या शक्तीबाहेरचे असते, हे त्याच्या लक्षात आले आहे. पण कामामुळे ती थकली, तरी पतिदर्शनाने तिचा सर्व थकवा निघून जातो. ती प्रफुल्लित होते. शिवाय काम केलेच पाहिजे. तिच्या आईची तिला शिकवण आहे. 'पडल्या कामाचा कधि करूनी कट्टाळा'. ती रंजीस झाली आहे, गोरीमोरी दिसते ती. दिवसभर तिला सासू-नणंदा-जावा यांची जी बोलणी ऐकून घ्यावी लागतात, त्यांनी. मनाला ती उणीदुणी काढून बोललेली बोलणी नाउमेद करतात. पण पती त्याला कसा आळा घालणार – एकत्र कुटुंबात असा लहानतोंडी मोठा घास घेतला, तर त्याचा तिलाच अधिक त्रास होईल, हे त्याला माहीत आहे. म्हणून तो तिला मायेने म्हणतो, 'इसर माझ्या जिवावरी.' आणि या एका आश्वासनाने मायेच्या बोलण्याने ती उभारी धरते. पतीचा हा आधार तिला मखमालीच्या डेऱ्याप्रमाणे वाटतो. ही उपमा छान आहे. पानमळ्याला जमिनीत पाण्याचा गारवा लागतो. कुंपणाची शेवरीची झाडे त्याला उन्हाच्या झळा लागू देत नाहीत – मांडवांनी वा वेली चढवलेल्या झाडांनीही गारवा राहतो. हा गारवा देणारा पती हिरव्या मखमलीचा तंबूच नव्हे काय? आकाशातील घारीचे कंथाशी साम्यही सुरेख आहे. तो कुठेही असला, तरी मालन त्याच्या हृदयात असते. इतकी तो आईसारखी तिच्यावर माया करतो. आई आठवू दिली नाही, असे तीच म्हणते. प्रणयाचे रूपांतर प्रेमात, प्रीतीत झाले आहे, हेच ही गाथा सांगते.

पुढची गाथा जरा वेगळी आहे. या गाथेत जिव्हाळ्याचे वर्णन नाही, तर हा जिव्हाळा किती दाट आहे, त्याचे मनोज्ञ दर्शन आहे. राणी माहेरी निघाली आहे. मने जुळल्यानंतरची तिची ही माहेरी जाण्याची पहिलीच वेळ आहे.

## गाथा (२९)

*रानी निघाली माह्याराऽ भरतार आंब्यातळीऽऽ*
*निघाली माह्यारालाऽ कधी येशील, चंद्रावळीऽऽ*

*पिरतीच्या भावानंऽ कंथ धरीतो पदरालाऽऽ*
*सांगतो, गऽ, तुलाऽ नगं जाऊस माह्यारालाऽऽ*

*पिरतीचा कंथ बोलंऽ रानी, खाली बैसऽऽ*
*जाशील माह्याराऽ मला कठीण जाती दीसऽऽ*

*काळी चंद्रकळाऽ तिला जरीचा पदईरऽऽ*
*तिथं भरताराचीऽ बाई, गुंतली नदईरऽऽ*

*रानी जाती माह्यारालाऽ आलं आभाळ जांभळूनऽऽ*
*बंधूला, गऽ, म्हनीऽ रानी, नेजो सांभाळूनऽऽ*

त्याची राणी माहेरी निघाली आहे. त्याने तिला एका बाजूला परसात आंब्याखाली बोलावले आहे. ही गाथा म्हणजे आम्रतरुतळीचे विरहगीतच आहे. तो विनवतो आहे. दिवस कठीण जातील, म्हणतो आहे. ती माहेरी निघाली आहे. आईजवळ राहायला, विसाव्याला गूज बोलायला जायची तिला उत्कंठा आहे. जाताना ती नवी कोरी जरीच्या काठपदराची चंद्रकळा नेसली आहे. ती रसिक आहे. त्याची नजर तिला जाणवते; पण तिचाही नाइलाज आहे. हे सर्व भाव किती साध्या सुंदर रीतीने मालनीने व्यक्त केले आहेत.

शेवटी बंधू निघाला– त्याला तो म्हणाला, 'राणीला संभाळून ने. आभाळ जांभळून आले आहे.' जांभळून या भावरंगाचा इथे किती सुंदर उपयोग करून घेतला आहे. ती जाते, म्हणून त्याचे मन असेच जांभळून आले आहे. आभाळही जांभळून आले आहे. म्हणून तो आपला हट्ट विसरून तिच्या भावाला सांगतो - 'तिला पाऊस पाण्याचं संभाळून न्या.' त्याच्या वाक्याने मालनही त्याला पाठमोरी झाली असेल. डोळे पुसण्यासाठी पावलेही जड पडत असतील.

नाजूक रंगांनी चित्र रंगवावे, तशी कविता. पौर्णिमेचा चंद्र मेघलहरींमधून झरझर सरकताना दिसावा, तशी. मला ही कविता म्हणजे एक मधुर असे चित्रकाव्य वाटते.

## गाथाबंध ७ : सून, गऽ, मालऽन

'सून, गऽ, मालनऽ - 'सून, गऽ, मालनीऽऽ' हे तीन शब्दांचे अद्‌भुत काय आहे? सुखस्वप्नांच्या मोहोळातील हे ठिपकणारे अमृतबिंदू आहेत... ही नामावळ म्हणजे कुण्या मालनीच्या पायांतील पैंजणांचे झंकार आहेत... की तीन शब्दांचा हा नामजप कुणी तपस्विनी आपल्या मोत्यापोवळ्याच्या जपमाळेवर आळवीत आहे? हा मोहोळातील मध असेल, तर कुणा चातकीच्या मुखी पडतो आहे? मधुर नाद असेल, तर कुणाच्या चाळणीतून हा गुंजन करतो आहे? हे मंत्रलाघव असेल, तर कुणाच्या प्रेरणेतून हे निर्माण झाले आहे?

हा मंत्रझंकार हा आदिमायेची मनोमनीची आस आहे. निसर्गाच्या मंदमधुर हास्याची विजयरेखा आहे. आदिमायेच्या वारसदारिणीची, एका अदृश्य भावनाला घातलेली वात्सल्याची हाक आहे. या हाकेच्या प्रत्युत्तरात मालनींच्या जीवनाचे सार्थक सामावलेले आहे. ती त्यांची तृप्त अशी स्वप्नपूर्ती आहे. याच शब्दांत त्या तीन शब्दांच्या नादमाधुर्याचे वर्णन करावे, असे मला वाटते.

आपला वंश वाढावा, ही निसर्गाने प्राणिमात्राला लावलेली ओढ आहे. ज्या मालनीची कूस उजवत नाही, तिचा जन्म निरर्थक वाटतो. समाजातही ती नगण्य ठरते. इतकेच नव्हे, तिचे दर्शनही अभद्र समजले जाते. कूस उजवली आणि मुलगा झाला, तर ती भाग्याची असते. पुत्रजन्मोत्सवासारखा आनंद नाही. त्याला एक कारण आहे. तो घराचा वंश फुलवतो – त्याला मालनी आपल्या ओव्यांतून घराचा नंदादीप म्हणतात. घरातील वंशाची ज्योत तेवत ठेवणारा. त्याच्यासाठी लग्नसमारंभाने या सूनमालनीला मोठ्या आनंदसोहळ्याने घरी आणावे लागते. तिला निमंत्रावे लागते. मुलाला जसे नंदादीपाचे प्रतीक समजतात, तसे मालनीचे प्रतीक समई समजतात. वर वर पाहता समई याचा अर्थ आपण समईसारखी देखणी, तेजस्वी असे समजतो, पण त्यात आणखी एक संवेदना दडली आहे. मुलगी ही समई. वंशाचा दिवा स्वीकारणारी, तेवत ठेवणारी अशी असते. गाथेतील मालनींनी गायिलेल्या उपमा – रूपके अशी सूक्ष्म जाणिवांनी नटलेली असतात. हे लक्षात घेतले नाही, तर खऱ्या काव्यानंदाला आपण मुकतो.

मालनीला मुलगा झाला, की तिचा आनंद शिगेला पोचतो. मुलाच्या पहिल्या 'ट्यॅहां' च्या लयीबरोबर 'सून मालन' हा मधुर नाद त्या लयीला साथसंगत करीत असतो. तेव्हा- पासूनच ती सुनेला हाकारत असते, आणि जिला ती हाक पोचते, ती पायांतील तोरड्यांच्या झंकारात पावले टाकत सासूमालनीचा उंबरा ओलांडून

घरोघरी येते.

खालील गाथेतील अशाच एका मालनीच्या हाकेला 'येते' म्हणून एक सूनमालन आली आहे.

**गाथा (३०)**

*सोनं माझ्या घरीऽ*
*बाळायालाऽ माझ्याऽ*

*लेका परायाऽ, गऽ*
*घराऽ तऽ वावऽरऽ*

*सारवीते घऽरऽ*
*बाळाची नवरीऽ, गऽ*

*नेनंतीऽ सूनबाईऽ*
*सून मैनाऽ वावरऽतीऽ*

*घरात वावरऽ तीऽ*
*किती मारू हाकाऽ*

*पूतबीऽराचं सुखऽ*
*पाह्यती सूनमुखऽ*

*सवाईलाऽ काय उनंऽऽ*
*नवरी आली, गऽ, चालूनऽऽ*

*सून मालऽन देखनीऽऽ*
*पायी पैंजन भाराऽ नीऽऽ*

*बाई, घराचंऽ कोपईरऽऽ*
*सून घरातऽ वावईरऽऽ*

*कवाडऽ अडऽदूडऽऽ*
*राघूऽ, तू वाट सोडऽऽ*

*सून मैनाऽ अनसयाऽऽ*
*तुला लेकाऽ, बाळरायाऽऽ*

*पाह्यतीऽ पोरीऽ सोरीऽऽ*
*दैवाची नारऽ खरीऽऽ*

(१) सवाई = सव्वापटीने मिळणे, येणे. (२) अडदूड = अडथळे आणणारी, उंबरे असलेली.

सून दहा-अकरा वर्षांची झाली, की सासरी नांदायला येते. आपल्या मुलासाठी ही गौर आपल्या घरी आली आहे, हा सासूला तिच्याविषयी आदरभाव आहे. ती घरात आल्यावर तिच्यासाठी काय करू आणि काय नको, असे सासूला झाले. सुनेची गोरीपान कमळासारखी पावले घरातून फिरणार. तेव्हा तिने प्रथम सुनेसाठी घर पूर्ण सारवले आहे. सारवायला वासराचे शेणही वापरले असेल. हे तिचे वात्सल्य हृदयस्पर्शी आहे. सुनेच्या माहेरापेक्षा आपण परिस्थितीने गरीब आहो, हे तिला माहीत आहे.पण त्याची तिला असूया नाही. श्रीमंत आपले प्रेम पैशाने व्यक्त

करतात. गरीब कष्टाने करतात. सुनेच्या ते लक्षात आल्याशिवाय राहत नाही. इथेच जिव्हाळ्याचे अनुबंध जोडले जातात. सासूचा मुलगाही अजाण, पण थोडी समज आलेला. एका अनोख्या कुतूहलाने तो तिची ओळख वाढवू पाहतो. ते सासूच्या लक्षात येते. या बालिश स्नेहभावाची तिला गंमत वाटते... ती कौतुक करते. त्याला म्हणते, 'तू तिला वाट सोड, बघू! आपली दारं अशीतशी. उंबरे-दारांना ती अडखळेल... तू इकडे ये, बघू.' गाथेच्या शेवटी ती म्हणते, मालन बारा-तेराची झाली, की तिची कूस उजवायची. त्या अजाण वयात पुत्रजन्मोत्सवाचा आनंद तिला काय भावणार? मुलाचा पिंड नाजूक, हाताचा पाळणा डोळ्यांचे दिवे करून त्याला वाढवायचा... नवसाने वाढलेला... नंतरही तिची बाळंतपणे सुरू असायची... प्रत्येक खेप म्हणजे एक पणच. पण सर्व अडचणींतून पार पडून आता सूनमुख पाहायला तिला मिळते. खरी दैवाची ती. सासूचे वत्सल, आनंदी मन या गाथेतून किती सहजपणे भावते!

या पुढील गाथेत अशाच एका नव्याने नांदायला आलेल्या सुनेचे सासूने वर्णन केले आहे. इथे सुनेच्या शिनगारसाजाचे वर्णन आहे. नव्या नवरीच्या अंगावर सर्व दागिने तसेच राहू दिले आहेत. सासू अशी प्रेमळ व निर्मळ मनाची आहे. ती सूनमालनीच्या दागिन्यांचे इतके काव्यात्म वर्णन करते :

जी सासू सुनेच्या घरात वावरण्याचे, तिच्या दागिन्यांचे कौतुक करते, त्या सासूला आपली सून ही घरातील समई आहे, याचेही भान आहे. आपल्या घरचे संस्कार, आपली रीतभात, आपले कामाचे वळण याचेही तिला शिक्षण द्यायला हवे, हे तिला माहीत आहे. कौतुकाच्या, मायेच्या लोण्यासारख्या काळ्या आईत हे संस्कार ती रुजवते. तिचे सुनेला वळण देण्याचे लाघव मनन करण्यासारखे आहे. तिने ते पुढील गाथेत गायिले आहे.

### गाथा (३१)

*केगद कचऱ्याचाऽ वास गेलाया दूर वऽ रऽऽ*
*वल्ल्या केसांची सूनबाईऽ उभी न्हायीली वटीवरऽऽ*

*नारायेन बापाऽ तू वऽ सोन्याचा ऊगऽ वऽऽ*
*लाडक्या सूनंऽ हातीऽ हायी कुक्काचंऽ बगऽवऽऽ*

*दारी पावना, गऽ आलाऽ आंब्याच्या दीवसांतऽऽ*
*नेनंतीऽ सूनबाईऽ तूप वाढीते रसाऽ तऽऽ*

*साखळ्या पैंजनाऽचाऽ* *नाद येतूयाऽ माझ्या कानीऽऽ*
*नेनंती सूनबाईऽ* *मामाजीऽला देतीऽ पानीऽऽ*

*झाल्या तीन्हीसांजाऽ* *दिवा लाव, गऽ, तूपायाचाऽऽ*
*उजेडऽ पडयीलाऽ* *सूनबाईच्या रूपायाचाऽऽ*

*सवऽसांजा झाल्याऽ* *दिवा तुळशीऽ लाव, बाईऽऽ*
*घरा, गऽ, येत्यायाताऽ* *बाळाच्या दुभत्या गाईऽऽ*

(१) कचरा= पाणथळ ठिकाणी उगवणाऱ्या हळदीसारख्या झाडाचा कंद. हा सुगंधी असतो. याची पूड शिकेकाईच्या पुडीत मिसळून अंगाला, केसांना लावतात.
(२) बगव= हळद कुंकू ठेवण्यासाठी लाकडी कचोळे - दोन-तीन खणी करंडा.

सासरी मुलीला काम सांगताना तिचे वय, समजूत, तिला येथील बुजवणारे नवे वातावरण, तिची आवड या सर्व गोष्टी सासूने लक्षात घेतलेल्या दिसतात. मनात जिव्हाळा असला, प्रसन्नता असली, की हे सर्व झऱ्यासारखे आपोआपच प्रवाहित होते. इथे सासूने तिला कामे सांगण्यापूर्वी सुनेचे एक जिव्हाळ्याचे काम स्वत: केले आहे. तिला साग्रसंगीत न्हाऊ घालण्याचे, केस विंचरून रोज तिची वेणी घालण्याचे तिच्या आईचे हे व्रतासारखे मानलेले काम. त्या कामाचा सासूने वसा घेतला. मग सुनेला सासू ही आईच, असे वाटल्याखेरीज कसे राहील? वरील गाथेतील पहिल्या ओवीत सूनबाई उगवत्या सूर्याला हळदकुंकूफूल वाहायच्या कामासाठी ओटीवर उभी आहे. ती न्हालेली आहे. गव्हला-कचऱ्याचा गंध पहाटेच्या हवेत दरवळतो आहे. त्या सूनमालनीला हा सासरच्या दारी माहेरचा सूर्य दिसला असल्यास नवल नाही.

सासू सुनेला वाढण्याचे काम लावते– म्हणजे पंक्ती मांडा, वाढा, काढा, असे कष्टाचे काम नाही, नवरी आंब्याच्या दिवसांत नांदायला आली आहे. या दिवसांत आल्या-गेल्या पाहुण्याला घरातले उत्तम ते ताटात वाढायचे... इथे आंबरस वाढला जातो. आणि त्या आंबरसात तूप वाढण्याचे काम सूनबाईचे असते. नव्याने आलेल्या लेण्यालुगड्याने नटलेल्या सूनबाई तिच्या वाढपाच्या गुणासह पाहुण्यासमोर येते. आणखी दोन गोष्टी होतात. तूप वाढणे हे मानाचे समजतात. तो मान तिला मिळाल्याने तिला अभिमान वाटतो. पाहुणचार कसा आस्थेत करावा, हा संस्कार मिळतो आणि महत्त्वाचे म्हणजे, 'कसे वाढावे' हे वळण लागते. साधे पाणी वाढण्यातही कसब लागते. आणि हे तर तूप. जपून वाढावे लागते. कोणत्या पदार्थांशी किती वाढावे, हे धोरण लागते. तुपाची धार धरावी, की पसरावी...

शिडकावा द्यावा, की लबके वाढावे. वाढताना नेटकेपण असायलाच हवे. हे सर्व कळावे लागते. म्हणूनच ते मानकरणीला वाढायला देतात, असे वाटते. दिसते नुसती तुपाची धार, पण त्या धारेत आणि किती धारा मिसळाव्या लागतात!

सुनेला काम सांगण्यात सासूची भावुकता आणि रंगबावरी रसिकता 'तुपाच्या दिव्यात उजळते' वास्तविक देवापुढे आणि तुळशीपुढे दिवा लावण्याचे काम एका ओवीत करता आले असते. पण तसे तिने केले नाही. या ओवीत तिची रसिकता आणि श्रद्धा यांचे मनोज्ञ दर्शन होते. आणि त्याबरोबरच एक चित्रवाण दर्शन होते. देवापुढे दिवा लावायचा, हा घरच्या लक्ष्मीने लावायचा... संध्याकाळची अंगणादारात सुवर्णकांती प्रवेश करीत असते. याच वेळेला ही घरची लक्ष्मी निरांजनाने देव्हाऱ्यातील दैवताची आरती करते... समोर दैवतांचे तांब्या-पितळेचे कांतिमान टाक... देवतांची झळाळणारी मूर्ती...तिच्यासमोर खाली–वर होत असणारे चमकदार तेजाळ चुड्याचे गोरेपान हात... ओणवे झालेले सूनमालनीचे श्रीमुख- डोलणारे जडावाचे झुबे... लोंबणारे सोन्यामोत्याचे सर... चमकणारा नथीतील हिरा- चोळीचे काठ- आणि याहून तेजस्वी पण भक्तीचे मार्दव भरलेले डोळे... सत्य शिव सुंदराचे हे रंगभरे दर्शन कुणाला मोह घालणार नाही? अगदी साध्या शब्दांत मालनीने गोवलेले दर्शन किती लोभस वाटते.

तुळशीपाशी दिवा लावण्यातही अशाच किती 'भावने' दाखवणाऱ्या झळाळी आहेत. बाळाच्या दुभत्या गाई, यात या गाई गोठ्यात जाते वेळी कशा वासरांच्या हंबराला उत्तर देण्यासाठी गोंधळ घालतील... त्यांना पेंड्या सोडणे... वासरे पाजायला सोडणे, दुधाची भांडी आणणे, धार काढणे, वासरे बांधणे, दुधाणी घरात आणणे, ही सर्व कामे एकामागून एक लगबगीने करावी लागतात. गुरांच्या मागून तिचा कंथ येणार– त्याला या सर्व गोंधळात तिने सहकार्य करावे, ही अपेक्षा... त्या नवीनांना एकमेकांच्या सहकार, सहवास लुटण्याचा आनंद... कामे करताना एकमेकांशी मोकळेपणाने बोलण्याचा आनंद नेणत्या सुनेला घरकारभाराची लागणारी आस्था हे सर्व त्या तुळशीपुढील दीपात झळाळत असते. उगवत्या सूर्याला कुंकूफूल वाहणारी ही सून आता घरी आलेल्या आपल्या सूर्याची किरणे अशी आनंदाने सावरीत असते. संसारात जरुरीचा असा सहकाराचा धडा या तुळशीजवळचा दिवा तिला देत असतो.

पुढील गाथेत घराला सरावलेल्या सुनेला काही तिला न समजणाऱ्या गोष्टींची समजूत दिली आहे. घरात कुणी नणंद-जावांनी तिला टोचून बोलण्याआधीच त्या अनुभवी सासूने दक्षता घेतली आहे; आणि तीही अतिशय चतुरपणे...

◗ गाथा (३२)

*गोरे बाईऽ सुनेऽ काढ चुनडीचा शेवऽऽ*
*नटाजोगाऽ वासूदेवऽऽ*

*मोठे मोठे डोळेऽ नऽ, भीऊ तू, हरणाईऽऽ*
*घरा येत्याऽलाऽ तुझ्याशाहीऽऽ*

*गोरे बाईऽ सुनेऽ हळू बोल तूऽ घराऽ तऽऽ*
*येतो कंथऽ अंगनातऽ*

*बारीक पीठाऽ चीऽ कर भाकरऽ सवाऽनऽऽ*
*पुरुषालाऽ अभीमानऽऽ*

*माहेरीऽ देशमूखीऽ घरी तुझ्या पाटीलकीऽऽ*
*नगंऽ नीघूऽ एकाएकीऽऽ*

*नवतीचीऽ जानीऽ न्हायीऽ पूरऽ त जलमालाऽऽ*
*नगंऽ हासूऽ म्हताऱ्याऽ लाऽऽ*

(१) चुनडी = लहान साडी - परवंट्याने नेसता येणारी. (२) शेव = पदर. (३) नटाजोगा = नटव्याजोगा. (४) शाही = राजबिंडा. (५) सवान = सर्व बाजूंनी सारखी थापलेली. पातळ वा जाड.

मुलगी वयात आली, की पदर घेऊन साडी नेसते. या सासूची सून उफाड्याची असणार... जावांनी, नणंदांनी टोचून बोलण्यापेक्षा सासूच तिला सुचवते. पण कसे... तुला सगळी नावे ठेवतील, असे सुचवत नाही. म्हणजे 'तुझा नवरा आता जाणता झाला. त्याला नटणं–थटणं कळण्याजोगा झाला आहे. तू आता पदर घेत जा.' तिला भाकरी करायला शिकवताना ती आपल्या सुनेला सांगते. 'जी चांगली सुरेख भाकरी करते, तिच्या नवऱ्याला तिचा फार अभिमान वाटतो. ... तू चांगली भाकरी कर.' मोठ्या मुलींनी हवे तेव्हा मैत्रिणीकडे, देवाला जाऊ नये, हे सुचवताना सासू म्हणते, 'तू देशमुखांच्या घरातली... तुझं घर पाटलाचं... एकदम बाहेर पडू नये. सांगावं. निरोप धाडावा. नेटकं नेसावं, शेला पांघरावा. आणि कुणाला बरोबर घेऊन निघावं.' हे सर्व शिक्षण 'आमच्या घरासाठी' हे मनात न ठेवता, हे सर्व तुला शोभणार- तुझ्या नवऱ्याला आवडणार' म्हणून तू वाग- असे सांगते. नव्या सासुरवाशिणीची ही एक आचारसंहिताच आहे. सर्वांना सुखात ठेवण्याजोगी आपल्या

नवऱ्याचा मान, घरातल्या वडिलधाऱ्याचा मान आणि आपल्या घराण्याचा अभिमान आपण राखला पाहिजे... सर्वांचे सुख आपणच पाहायला हवे... ही जाणीव निर्माण करणारी ही आचारसंहिता!

सुनेचे आणि सासूचे नाते हे मायलेकीचे नाते कसे आपोआप निर्माण होते, हे पुढील गाथेत नेमकी उदाहरणे घेऊन मालनीने गायिले आहे. सासू मोठी असते, अनुभवी असते. तिने सासुरवास प्रत्यक्ष भोगला आहे. किंवा पाहिलाही असतो. तिला नव्याने आलेल्या सुनेची मोठी खंत म्हणजे 'आईची उणीव' हे मर्म ओळखलेले असते... आपण तिची आई व्हावे, असे ती समजून घेते. त्याचा आचारधर्म तिने खालील गाथेत गायला आहे.

### गाथा (३३)

*आलं पटवेकरीऽ पटवाया काय देऊ*
*तुझ्या, गऽ, सूनबाईऽ बाजुबंदाला गोंडं लावूऽऽ*

*दारी आला, गऽ, वैराळऽ टाक बसाया घोंगडीऽऽ*
*गोरं गोंडाळऽ तुझं हातऽ भर लालवाऽ नागमोडीऽऽ*

*लगीनसराईतऽ कापडाची महागाईऽऽ*
*माझा पीतांबरऽ नेस नेसऽ, गऽ, सूनबाईऽऽ*

*सई माझ्या, सूनबाईऽऽ तुझं मनगटऽ कवळंऽऽ*
*नगंऽ दळू लागूऽ बस माझ्या, गऽ, जवळऽऽ*

*सून, गऽ, मालनीऽ येव येवऽ, गऽ, वसरीलेऽऽ*
*तुझ्यासारकी मईनाऽ हायी माझी, गऽ, सासरलेऽऽ*

(१) लालवा= लाल चमकदार रंगाची रेशमी काकणे.

सासूला वाटते, तिचे माहेर मातब्बर, आपण गरीब – तिच्या घरी तिचे भाऊ–चुलते–वडील बाजाराला, कामासाठी परगावाला गेले, की येताना लेकीसाठी खारीक– खोबऱ्यापासून टोपणाचे गोंडे, चुनडीपर्यंत काहीही आणणार, ती तिला सवय असणार... आपल्याला हे परवडणारे नाही. पण दारावर जे येईल, ते किडूकमिडूक आपण तिच्यासाठी घ्यावे... आणि घेतेही. आपण तिला चांगली साडी घेऊ शकत नाही. आपलाच पीतांबर तिला नेस, म्हणून सांगू... असा

जिव्हाळा दाखवते. तिला मुलगीच मानते... आत आत मनात एक जाणीव असते. माझी मुलगी आपल्या सासरी आहे, तशीच ही माझ्या घरी आहे. ती आणि पोटची मुलगी यांत काय फरक करायचा? आपण मुलीला दळणाला हात लावू देत नाही... सगळी ओसरीवर गप्पा करत असताना माझी मुलगी दाराआड कधी उभी राहील काय... मग हिला पण ओसरीवर बोलवायला हवे... वात्सल्यामुळे आपपरभाव नाहीसा झालेला हा एक संसारातील सुखाचा आविष्कार आहे. साधा-सोपा आणि काव्यात्मक नसला, तर हृदयाला जाऊन भिडणारा.

पुढील गाथेत सासूमालनीने एक वेगळाच आपला भाव दाखवला आहे. वात्सल्य आहेच; पण त्याहूनही अवघड वाटावा, असा स्नेहभाववही या नवदंपतीबद्दल तिच्या मनात आहे. त्यांचा अननुभवी अनुनय पाहून ती (प्रमुदित होते आहे) सुखावते आहे. तिचे त्यांच्या वागण्याचे निरीक्षणही सूक्ष्म आहे. ती कौतुक करून, हसून, चेष्टा करून त्यांना वेगळाच आनंद देते आहे.

### गाथा (३४)

*नवी सूनबाईऽ वसरी, गऽ, वागंऽऽ*
*माझा बाळरायाऽ डोळ्यानंऽ पानी मागंऽऽ*

*सून, गऽ, मालनऽ कुक्कु लावीती घरातऽऽ*
*गोरा, गऽ, माझा बाळऽ उभा आयना दारातऽऽ*

*सून, गऽ, मालनऽ साजशिनगारऽ करीतीऽऽ*
*चातूर माझाऽ बाळऽ आरसा देतोऽ हातीऽऽ*

*चिकनी सुपारीऽ, गऽ देतो आपल्या भारजंलाऽऽ*
*गोरा, गऽ, माझा बाळऽ मला बघूनऽ लाजईलाऽऽ*

*पिरतीचा भावऽ कंथानंऽ दीलं पानंऽऽ*
*सून मालनीचंऽ वठ लाल, गऽ, रंगूनऽऽ*

*पैंजनऽ फोलाऽरऽ वाजती रूनऽझूऽनऽऽ*
*सून माझ्या गवरीचीऽ रंगम्हाला जातीऽ खूऽनऽऽ*

*सून मालनीचीऽ येनी घालीतेऽ येतो वासऽऽ*
*बाळाच्या मंदीलाऽतऽ अगऽ, केगद बारा मासऽऽ*

(१) भारज= बायको, (२) फोलार= पायांत घालायच्या चांदीचा दागिना. हा पोकळ आणि फुलासारखा हलका असतो. वर नक्षी असते. साखळ्यांवर हा घातला, की नाद येतो.

सून कुंकू कोरते आहे. दारात कंथ उभा आहे. सुनेचे डोळे कंथाकडे लागले आहेत. लगेच ही म्हणून टाकते. 'माझा लेक आयना, की काय, ग! सूनबाय. त्यात बघून कुक्कू लावतीया.' त्याने दिलेल्या पानाने सुनेचे ओठ रंगले बघून ती सुखावली. दोघांत प्रीतीचा भाव आहे, याची तो रंग म्हणजे साक्षाच असते. पण याहूनही किती सूक्ष्म संवेदन तिला जाणवते. नेहमीच पैंजण फोलार घालून वावरणारी सून... पण रात्री ती कंथाच्या माडीचा जिना चढायला लागली, की जो रुणझुण आवाज येतो, तो सासूला एरवी चालताना येतो, त्यापेक्षा अधिक गडद, अधिक मधुर वाटतो. ती जिना चढण्याची खूण तिला अतिशय भावते. एरवी मन मोकळे असते, चाल मोकळी असते. झंकारही मोकळा असतो. पतीच्या भेटीची उत्कटता पायरीपायरीला गडद होते. पाय उतावळे, तरी भारात पडतात. त्यामुळे त्या झंकारात एक वेगळेच माधुर्य उमटते. ती खूण फक्त सासूलाच कळते... सुखावते. तिची वेणी घालताना सासू चेष्टा करते, सूनबाई लाजेने लालबुंद होऊन पळून जाव्या, अशी ती चेष्टा असते. हा स्नेहभाव, हसता-खेळता स्नेहभाव... सहयोगाचे शुभ चिंतणारा... घराचे नंदनवन करणारा- त्यातून उमटलेली ही नवदंपतीची अनुनयगाथा.

अशी सासू आणि असा नवरा सासरी असल्यावर सुनेला माहेरी जावे, असे वाटणार नाही. सासरीच मन रमणार आणि 'मला बयाची सय येती', 'मला जायाचं माह्यारा' असे घोकत राहणे– आईच्या आठवणींनी व्याकूळ होणे हा अनुभव या सुनेला नाही.

पण आईचे मन, ते आईचे... किती दिवस झाले, महिने झाले, शेवटी आईच लेकीला मूळ गेली... भावाची, भाच्याची आलेली मुले तिने परतवली असणार....निकराने मग मनात धागधूग करत आई आली. हळूच विषय काढला 'हिनीबाई... लेकीला म्हायारी न्यावं, म्हनतू. कट्टाळली असलं कामाला.'

त्यावर त्या विहिणीने दिलेले उत्तर म्हणजे पुढील गाथा :

**गाथा (३५)**

*लाडकी सूनबाईऽऽ विहिनीबाई मलाऽऽ*
*धाडू कशी पानीयालाऽऽ*

*इहिनीबाई माझीऽ लाडकी सून गेंदाऽऽ*
*सांगू कशी कामधंदाऽऽ*

*माजघरात आतल्याऽ सून लाडकी झोपीतीऽऽ*
*शाल पांघरून घेतीऽऽ*

*लागता तान रातीऽ सूनबाई लाडकीलाऽऽ*
*वर कारंजंऽ माडीलाऽऽ*

*रोज फुलाची रजईऽ कौतुकाची लेकसूनऽऽ*
*पांघूरतीऽ दोघंऽ जनंऽऽ*

*कचेरीला जातायेळाऽ नीऽ घंना ह्येचा पायऽ*
*सून वसरीऽ उभी ऱ्हायऽऽ*

*लाडकी सून माझीऽऽ भरताराचीऽ लहू*
*कशी माह्याराऽ पाठवूऽऽ*

टीप - (१) गेंदा= शेवंती, झेंडू, यांसारखे पाकळ्यांचे रंगदार फूल, मुलीचे नाव, (२) लहू= डोळ्यातील बाहुलीसारखी लाडकी.

वरील गाथेत सासूने मोठ्या कौतुकाने 'तुमच्या लेकीला माहेरी कशी धाडू' याचे उत्तर दिले आहे.

मुलीच्या मायबाईला ते ऐकून आपण जे बोललो, त्याने खट्टू वाटले असेल. पण अंतर्यामी ती आनंदून गेली असेल. आणि तो आनंद आपल्या विहिणीला सांगत ती मुलीला न घेताच परत गेली असेल.

### गाथाबंध ८ : मालनीची पहिली अस्मिता : डोहाळे.

मालनीच्या या पहिल्या गर्भारपणाच्या आणि डोहाळ्यांच्या ओव्या वाचल्या, की त्यांचे एक वैशिष्ट्य जाणवते. 'डोहाळे' हे स्त्रीजीवनाची पहिली इच्छा म्हणून प्रकट झालेली– तिच्या जीवनधारणेतून प्रकट झालेली एक उत्स्फूर्त अशी अस्मिता आहे. या चमत्काराच्या घटनेपर्यंत तिने आपले अस्तित्व जाणवून दिले नव्हते. 'मला हे हवे, ते हवे' हे त्या नेणत्या मालनीचे लाड तिच्या माहेरच्या माणसापुरतेच मर्यादित होते. खाण्याची, लेण्याची,

नेसण्याची ही तिची स्त्रीसुलभ इच्छा तिने आई-भाऊ यांच्याकडे बोलून दाखविलेली असते. ही इच्छा तिच्या बालिश स्वभावाला, हौसेला अनुरूप अशी असते. 'मला सुपली आण' इथपासून 'बया, मला जोडवी घे' इथपर्यंतची ही तिची मागणी तिने करावी आणि आईने, भावाने ती पुरवावी, इतकेच तिचे महत्त्व असते.

गर्भारपणात प्रारंभी 'हवे नको होणे' ही तिची या प्रकारची मागणी नाही. ती तिच्या स्त्रीजीवनशक्तीची मागणी आहे. मालनीच्या जीवनधारेच्या– तिच्यातील नैसर्गिक मूलभूत अशा सर्जनधर्माची ती मागणी आहे. म्हणूनच ही मागणी दुर्दम्य आहे. ही लौकिक मागणी सारखी दडपून टाकता येणारी मागणी नाही. तिचा स्त्रीजन्म सार्थकी लावणाऱ्या तिच्या शरीराच्या कणाकणाची ही मागणी आहे. म्हणूनच अगदी जहाल सासुरवास देखील हिला शरण जातो. मऊ होतो. त्यामुळेच पोटातील गर्भाला मालनी विष्णूचा अवतार समजत असाव्यात.

आणखी एक चमत्कार या डोहाळकरणीच्या 'हवे नको'त असतो. आंबट व गोड या दोन स्वादांची ती मागणी असते. मधुर अशा चवीची मागणी असते. सृष्टीने ज्यात आपली सार्थकता मानली, त्या वृक्षवेलींच्या 'फळांची' मागणी मालन करते. तीही या वेळी 'सुफला' होणारीच असते ना! म्हणूनच मी मालनीला– स्त्रीला निसर्गकन्या म्हणते. कैरी, चिंच, पेरू, अंजीर, कवठे, उंबर, नारळ या फळांतूनच तिचे 'हवे' व्यक्त होते. तयार शिजलेल्या अन्नापेक्षा ही सृष्टीची फळेच तिला भावतात. हा एक विचार करण्याचा विषय होऊ शकेल. विज्ञानाने सिद्ध केलेली कारणे असतीलही. पण मूळ कारण माझ्या मते स्त्री ही निसर्गाला जवळची आहे, हेच असावे, असे वाटते. म्हणून कजाग सासूही आपल्या मुलाला सांगते, 'तुझी बायको मला तिला काही हवे, नको सांगत नाही. तू तिच्याकडे लक्ष पुरव. तिची काळजी घे.' घरातही जेवणाखाणात ती आपल्या परीने प्रकार करू पाहते. पण त्यात कर्तव्याची भावना अधिक असते. तिला आईची सर येत नाही. म्हणूनच स्त्रीची पहिली मागणी आईला साद घालून होते. आईची आठवण येते. पण तोच तिचा नवरा एक अनोखा जिव्हाळा घेऊन येतो.

स्त्री केवळ सुखासाठी, या भावनेला या पत्नीच्या डोहाळ्याच्या तिला होणाऱ्या त्रासाकडे लक्ष गेल्याने पतीलाही पत्नीविषयी एक अनोखा जिव्हाळा दाटून येतो. गर्भिणीचे हे 'सोसणे' केवळ आपल्यामुळे आणि आपल्यासाठी, हा भावबंध नव्याने निर्माण होतो. मन हळुवार होते आणि पत्नीच्या 'हवे-नको' विषयी आपण किती तत्परता दाखवावी, तेवढी थोडीच, असे त्याला वाटू लागते. आणि पत्नीत निर्माण झालेली अस्मिता त्यालाही गोड आणि शरणागती पत्करायला लावते. त्यात पतीला धन्यता वाटते.

'डोहाळे लागणे' या मालनीच्या एक सामाजिक महत्त्वही या मालनींनी दिले

आहे. ऋतुप्राप्तीला जे महत्त्व, तेच महत्त्व मालनींच्या डोहाळ्यांना आहे. हे डोहाळे वंशाचा दिवा आता प्रज्वलित होणार, हे सर्वांना सांगतात. ही एक प्रकारची नांदीच आहे. ही नांदी मालनी मोठ्या समारंभाने साजरी करतात. पहिले तीन महिने अनिश्चिती असते. गर्भपात होण्याचा धसका असतो, म्हणून घरदार अस्वस्थ असते. तीन महिन्यांनीच गर्भाला आकार येतो. मग प्रथम चोरचोळीचा समारंभ गूळपोळीने साजरा होतो. या समारंभाने गर्भारशी आहे, की नाही; होणार, की नाही, या बोगद्यातून बाहेर पडलेल्या मालनीचे हे गुपित उघड केले जाते. जेवण, गर्भिणीला चोर-चोळी देणे, गाणी म्हणणे असा आनंदी आनंद असतो. सहाव्या महिन्यापासून डोहाळजेवणे सुरू होतात. झोपाळ्यावरचे बागेतील- चांदण्यातले अशी जेवणे, गाणी आणि गर्भिणीला चोळी, लुगडे, असा हा समारंभ होतो. एकूण हे गर्भाचे स्वागत असते, 'तो वंशाचा दिवा जी निर्माण करणार, तिचे कौतुक असते. आठव्या महिन्यापासून काळजी सुरू होते. 'नऊ महिने नऊ दिवसऽ एक दिवस देवाचा' असे त्या दिवसाला मालनीने ओवीत गायले आहे. बाळंत होणे हा एक 'पण' आहे आणि त्यातून 'सुटका' व्हायला हवी. हे दोन शब्दच त्या दिवसाचे गांभीर्य सुचवतात. डोहाळ्यांच्या गाण्यांचे मग पुत्रजन्मात रूपांतर होते. त्या या मालनीच्या डोहाळ्यांवरील ओव्यांच्या गाथा.

पुढील गाथेत त्या नेनंत्या मालनीला डोहाळे लागल्याची कल्पना नाही. आपल्याला जडभारी वाटते आहे– बरे वाटत नाही. आणि काही खावे, अशी आतून प्रबळ इच्छा होते आहे. ताजे तूप खावे, असे वाटते आहे. माहेरी कपाट उघडून तुपाचा लबका खाल्ला, तरी कोण बोलणार! इथे ते मागायचे, तर नाही. मग खाऊ तरी कशी, या कात्रीत सापडलेल्या मालनीच्या 'हवे, नको' च्या प्राथमिक चिन्हांचे अवघडलेपण आहे. अशा वेळी आईची आठवण येते. एकाच वेळी तोंडाला पाणी सुटते आणि कोरडही पडते, अशा भाववृत्तीची ही गाथा आहे.

### गाथा (३६)

*जीवाला जडभारीऽ खाऊ वाटतं कायीकायीऽऽ*
*माऊलीच्या घरीऽ तूपाला गनती न्हायीऽऽ*

*जीवाला वाटईतंऽ खावं तूपऽ ताजं ताजंऽऽ*
*बया म्हनीतानाऽ सये, परतलं मन माझंऽऽ*

*बया म्हनू बयाऽ बया कोन, गऽ, देशातऽऽ*
*खाऊ वाटं पोळीऽ बाई, आंब्याच्या रसायातऽऽ*

*खाऊशी वाट्चीलीऽ जिरं तांदूळाची खीरऽऽ*
*व्हयीना मन थीरऽ सये, बयाचं घर दूरऽऽ*

*खाऊसं वाटईलंऽ हिरव्या लिंबाचं रायीतंऽऽ*
*माऊलीवाचूनऽ कोन वाढील आईतंऽऽ*

*जेवनाचं ताटऽ वर झाकीलं दोन्ही हातऽऽ*
*मावली बया माझीऽ कशी करू तुझी मातऽऽ*

(१) परतलं = मागे फिरलं, इच्छा गेली, (२) जिरं तांदूळ = जिरेसाळीचे तांदूळ, (३) थीर = शांत, समाधानी, (४) राईतं = लोणचे, (५) मात = थोरवी वर्णन करणे.

काही खावे वाटते, तेव्हाच आईची आठवण येते. इथे आई नाही– कोण देणार, या कल्पनेनेच मन त्या इच्छेतून परतते– 'मन माझं परतलं' ही शब्दकळा मला अतिशय परिणामकारक वाटली– मन नाराज झाले. इच्छाच उडून गेली, असे मालनीला सुचवायचे आहे. मालन हे सर्व मनीचे गूज आपल्या मैत्रिणीला सांगत आहे. साधे लिंबाचे लोणचे मनापासून हवे असते; पण ते 'आईते' कसे मिळणार? आपण होऊन ओळखून आईशिवाय कोण वाढणार? 'आयते' हा शब्द इथे समर्पक असा पडला आहे. मनातील भाव जाणवून देण्यात यशस्वी झालेला आहे. तिला आठवते, आपली आई नेहमीच माझ्या आवडत्या पदार्थांनी ताट भरून, ते दोन्ही हातांनी झाकून मला हाक मारते. आता मला बरे नाही, तर तिने माझे ताट किती आपलेपणाने तयार केले असते, या कल्पनेनेच ती व्याकूळ होते. डोहाळकरणीची एक 'हवे–नकोची' व्याकुळता या गाथेत भरून राहिलेली आहे.

पुढील गाथेत तिचा डोहाळ्याचा त्रास तिच्या पतीच्या लक्षात आला आहे. किंवा त्याच्या आईने त्याला जाणवून दिला आहे. म्हणून मोठ्या जिव्हाळ्याने तो तिची देखभाल करतो, ते या गाथेत गायिलेले आहे. या ओव्या गर्भिणीच्या सासूने आपल्या लेकाचे व सुनेचे कौतुक करण्यासाठी गायल्या आहेत. नेहमीसारखे त्या दोघांच्यावर सासूचे बारीक लक्ष आहे.

## गाथा (३७)

| | |
|---|---|
| *पयिल्यांदी गरभारऽ* | *तिच्या तोंडावर लालीऽ* |
| *हळूच पुसे कंथऽ* | *कोना म्हैन्याला राधा न्हालीऽऽ* |
| *पयिल्यांदी गरभारऽ* | *तोंड कोम्यालं उन्नाळ्यानंऽऽ* |
| *खांबाच्या आडूनऽ* | *कंथ पूशीतो जिव्हाळ्यानंऽऽ* |
| *पयिल्यांदी गरभारऽ* | *कंथ पूशीतो गोठ्यामंदीऽऽ* |
| *खाऊसं वाटईलंऽ* | *घाली अंजीर वट्ट्यामंदीऽऽ* |
| *पयिल्यांदी गरभारऽ* | *कंथ पूसतो चोरूयीनऽऽ* |
| *दिला नाऱ्याळ कोरूईनऽ* | *मदि साकार भरूईनऽऽ* |
| *पयिल्यांदी गरभारऽ* | *कंथ पूशीतो पाणवठीऽऽ* |
| *पाची परकाराचं ताटऽ* | *तुला वक्कारी, गऽ, येतीऽऽ* |
| *पयिल्यांदी गरभारऽ* | *कंथ ईचारी आडभिंतीऽऽ* |
| *तुझं डव्हाळं अवघडऽ* | *माह्यारी धाडू चिठ्ठीऽऽ* |

आईने सांगितलेले असते. पण तिच्या तोंडून ऐकण्याचा आनंद निराळाच. म्हणून तो तिला एकांतात आणि घरात खांबाआडून विचारतो. काय एकांतात विचारायचे आणि काय खांबाआडून विचारायचे, हे जाणण्याइतका कंथ चतुर आहे; आणि ते न्याहाळणारी आई मिश्किलपणे गाते आहे. एकत्र कुटुंबातील मानपान अतिशय कडक असतात. तेव्हां हे फळांचे देणे-घेणे-मागणे चोरून चालते. गोठ्यात तिला गाठून तो अंजीर देतो. असाच चोरून साखर-खोबरे देतो. 'तुझ्या माहेरी चिठ्ठी धाडू' हे मात्र तो घरातील आडभिंतीमागून सांगतो... आईला ते कळावे– आणि तिला माहेरी पाठवावी, यासाठी. मालनीने आपल्या लेकाच्या या चतुरकळा मोठ्या कौतुकाने गायल्या आहेत.

पुढील गाथेतील डोहाळकरीण आपल्या नवऱ्याने आपले डोहाळे किती तत्परतेने पुरवले, हे मोठ्या अभिमानाने सांगत आहे आणि शेवटच्या ओवीत तिच्या मैत्रिणीने तितकेच गोड असे उत्तर दिले आहे.

◗ गाथा (३८)

*पयिल्यांदी गरभारऽ — बाई उमाळा धगधगंऽऽ*
*हावशा कंथाची, गऽ — केळीची गार बागऽऽ*

*गरभीनीला डवळंऽ — बाई, हिरवं येलदोडंऽऽ*
*हौशा भरताराची गाडीऽ — बाई, बंदराच्या पुढंऽऽ*

*पयिल्यांदी गरभारऽ — खाऊ वाटली चिंच, बाईऽऽ*
*हौशा, गऽ, भरतारऽ — सखा धुंडीतो बागशाहीऽऽ*

*गरभीनीला डवळंऽ — खाऊ वाटीलं उंबईरऽऽ*
*हौशा, ग, भरतारऽ — सखा धुंडी तो डोंगूईरऽऽ*

*बोरीची, गऽ, बोरंऽ — कोन तोडीतो मोठीमोठीऽऽ*
*तोडीतो हौशा कंथऽ — तेच्या गरभीन नारीसाठीऽऽ*

*गरभीन नारीऽ — गरभ तुझा, ग, लाडाचाऽऽ*
*हावशा कंथ तोडीऽ — तोडी आंबा, गऽ, पाडाचाऽऽ*

(१) उमाळा धगधगं = अंगातील उष्णतेने धगधगते आहे.

अंगातील उष्णतेने धगधगायला लागले, तर आपला हौशी कंथ लगेच आपल्या केळीच्या बागेत बसायला मला घेऊन जातो. मालनीचा कंथ हौशी आहे, प्रेमळ आहे. आणि तिच्या पोटच्या गर्भाच्या जाणिवेने तिच्या सेवेला लागला आहे. हिरवे वेलदोडे दुकानात न घेता, बंदरावर आलेल्या मालातून ते घेऊन येतो– तेवढेच ताजे आणि चांगले मिळतील, म्हणून बैलगाडी घेऊन बंदरावर जातो. तिला जे जे हवे, त्यासाठी खूप खटपट करून तो मिळवतो आणि गर्भिणीला हवी असलेली वस्तू देऊन तिला खूश करतो. त्यात त्याला आनंद वाटतो. हे सर्व ऐकून मैत्रीण म्हणते, 'तुझा गर्भ त्याचा फार लाडका आहे. पाडाचे आंबेदेखील तो तुझ्यासाठी तोडतो आहे.' हे ऐकून मालन किती सुखावली असेल... आणि पत्नीविषयी वाटू लागलेल्या अनोख्या भावबंधाने तो किती मोहरून गेला असेल! प्रत्येक ओवीतील दुसऱ्या पदातील क्रियापदे त्याचे हे मोहरणे दाखवतात.

पुढील गाथेत सासूने पहिल्या महिन्यापासून सातव्या महिन्यापर्यंतचे सुनेचे सासरी कसे कौतुक झाले, आपल्या लेकाने तिचे डोहाळे कसे पुरवले आणि आपण

गरभारशीचे सोहाळे साजरे करून तिला स्वत:च्या गाडीने माहेरी पाठवले, इथपर्यंतचे सुंदर वर्णन गायिले आहे. मालनीचे सासर मातब्बर आहे. केळीच्या बागा आहेत. फुलबागा आहेत, आणि सासू व भ्रतार दोघेही मोठे हौसदार आहेत. मग कौतुकाला काय तोटा! अहिराणी या बोलभाषेने या कौतुकाला एक वेगळाच गोडवा आल्यासारखा वाटतो.

पहिल्या तीन ओव्यांत डोहाळ्यांचे वर्णन, तर पुढे सातव्या ओवीपासून गर्भारशीच्या सोहाळ्यांचे वर्णन आहे.

**गाथा (३९)**

*पहिला महिनाऽ सीता बाईले लागनाऽऽ*
*राम हौसीदारऽ बल्ला नारय लयनाऽ*

*दूसरा मयीनाऽ हातपायनी गयनीऽऽ*
*रामना बागंमंदीऽ केयी बाईची लावनीऽऽ*

*तीसरा मयीनाऽ आनत्रासनी शीसारीऽऽ*
*राम हौसीदारऽ लये चीकनसोपारीऽऽ*

*चारवा मयीनाऽ अन्नपानीना डवयाऽऽ*
*रामना बागंमंदीऽ अंजीर पीकलाऽऽ*

*पाचवा मयीनाऽ सटीबाईना पूजनऽऽ*
*सायी कमोदना भातऽ बाय मुंजाले जेवनऽऽ*

*सववा मयीनाऽ सीता सवागी चढाईऽऽ*
*रामना बागंमंदीऽ जाईजमेली भीडाई*

*सातवा मयीनाऽ सीता सातवी चलाईऽऽ*
*घरना गाडी बैलऽ आई बापले न लायीऽऽ*

*आठवा मयीनाऽ एक दिवस रामनाऽऽ*
*भरोसा न लागंऽ सीताबाईना जीवनाऽऽ*

(१) गयनी= गळणी, हल्लक होणे, गळून जाणे, (२) बाय= बाळ, (३) सवागी= बांगड्या भरण्याचा समारंभ,(४) भिडाई= बहराने दाटल्या, (५) सातवी सात महिन्याची, विशेष अहिराणी बोलीत 'ळ' ऐवजी 'य' हे अक्षर वापरतात.

या मालनीच्या घरी पाचव्या महिन्यात सटीपूजन करायची रीत असावी. पाटावर बाहुलीची आकृती काढून पुजणे. मुंजामुलाला जेवायला बोलावणे हे विधी व गरभारशीला जेवण आणि चोळी असा समारंभ असावा. सटी ही मुलाची देखभाल करणारी देवता– म्हणून हिचे पूजन असावे. सहाव्या महिन्यात बांगड्या भरण्याचा समारंभ. हा चुडा हिरव्या रंगाचा भरतात. हा मोठ्या हौसेने जाईजुईंनी बहरलेल्या बागेत गेला. सातव्यात सुनेला घरच्या गाडीने माहेरी धाडली. इतके सगळे समारंभ आनंदात साजरे झाले. सून माहेरी गेली, तशी सासूला काळजी सुरू झाली. आठवा-नववा महिना संपेल. मग एक दिवस देवाचा येईल... तो कसा उलटेल, ही ती काळजी. बाळ-बाळंतिणीची सुखरूप सुटका झाली पाहिजे. असा तो दिवस असायला हवा... नाहीतर.. हा सासूच्या मनाला घोर लागून राहिला. या शेवटच्या ओवीने वरील आनंदाने बहरलेल्या ओव्यांवर सावट धरले आहे.

पुढील गाथेतील गरभारशी माहेरची फार लाडकी असावी. डोहाळ्याच्या दिवसांत आंबे खावे वाटताच तिने आईला निरोप पाठवला आहे– कुण्या जाणाऱ्या माणसाबरोबर. आईबापांनी अगदी तत्परतेने खूप आंबे पाठवले आहेत. रास होतील, इतके आंबे आले आहेत. बापाने कागदावर 'सातपुडी आंबा' म्हणून लिहिलेली चिठ्ठीही सोबत आहे. मालनीचा हा आंबा अतिशय आवडीचा आहे. तो आल्यावर तिला खूप आनंद झाला आहे.

त्याचे वर्णन सर्वांना सांगते आहे. कोय कशी होती, रस कसा... हे सर्वच वर्णन गाथेत फार खुलवून केले आहे. आनंदाच्या भरात तो द्विगुणित व्हावा, म्हणून शेवटची ओवी पाच पदांची करून अधिक उत्कटता साधली आहे. गाथा चित्रवाण आहे.

### ◗ गाथा (४०)

*आनसा मानसा जाऊनऽ माझ्या माऊलीशी सांगाऽऽ*
*लेक तुझी गरभारशीऽ सातपुड्या आंबा मागाऽऽ*

*माझ्या, गऽ, आईनंऽ आंबं धाडलंत लईऽऽ*
*सातपूडा आंबाऽ याची मिऱ्यावानी कोयीऽऽ*

*माझ्या, गऽ, बाबानंऽ आंबं धाडीलं पाडायाचंऽऽ*
*कागदी शाई नावऽ सातपूडा झाडायाचंऽऽ*

*माझ्या, गऽ, आईनंऽ*
*आंबं धाडीलं एक रासऽऽ*
*सातपूडा आंबाऽ*
*याचा गंधावानी रसऽऽ*

*माझ्या माह्याराचाऽ*
*आला, बाई, बागवानऽऽ*
*जेवाया दूध कालाऽ*
*देते रसाला दुरोनऽऽ*

*सातपूडा आंबाऽ*
*माझ्या, गऽ, माह्याराचाऽऽ*
*आईनं धाडीला, गऽ*
*भारी माझ्या आवडीचाऽऽ*
*न्हायी, बाई, वक्कारीचाऽऽ*

(१) आनसा–मानसा = कोणी जिव्हाळ्याच्या माणसा, (२) दुरोन = द्रोण.

# गाथागंठन ४

## लागंऽ गिराण चंद्राला

### गाथाबंध १ : लेकीचा, ग जलम

निसर्गनियमानुसार जीवनधारा क्रमू पाहणाऱ्या, संघर्षाशिवायच्या जीवनावर श्रद्धा ठेवणाऱ्या, मालनीच्या जीवनातही एक मोठी व्यथा जतन केलेली आहे. स्वार्थी बाप, क्रूर सासर, निर्दय नवरा यांच्यामुळे जे जे भोगवट्याला येते, त्या त्या आयुष्याला या मालनी जिद्दीने तोंड देतात. ते सर्व सोसण्याची सहनसिद्धी ही शक्ती त्यांना सामर्थ्य देते. त्या अनुभवावर त्या मात करतात. मन आणि देह करवती घालून त्या जीवन कंठतात. अशा या मालनी जेव्हा 'लेकीचा जलम नको घालू, देवराया' असे आळवतात, तेव्हा त्या आळवण्यात त्यांचे इतके सोसूनही दशांगुळे उरलेल्या व्यथेचे पाझर असतात.

पहिल्यांदा गरभार असलेली कोवळी मुलगी 'मला मुलगी नको' असा मनात ध्यास धरते. त्या मुलीची आई लेकीला मुलगा होणार, हे गृहीत धरते. कारण नवस बोललेले असतात. आजी देखील म्हणते 'देवा, माझ्या नातीला मुलगा होऊ दे.'

लेक का नको वाटते? मोक्षाच्या आड येणारी सर्व दुर्गुणांची खाण असे स्त्रीला समजणाऱ्या साधुसंतांच्या प्रभावामुळे? की संसारातील सर्व संकटांना, विनाशांना कारणीभूत होणारी, म्हणून, की, स्त्री ही स्त्रीची वैरी होणाऱ्या अद्भुत अशा खोल पातळीपर्यंत पोचलेल्या गुंत्यातील एका सूक्ष्म धाग्याचा आविष्कार, म्हणून? वंश-सातत्याची ही मानकरीण जन्मच का नाकारते? लेकीच्या जल्मावर ही मालन इतकी नाराज का?

मालनींनी निवांत रामप्रहरी दळताना केलेल्या चिंतनातून प्रगट झालेले जे निष्कर्ष आहेत, ते मन हलवून सोडणारे आहेत. एक उत्कट ओवी, म्हणजे एक उत्कट विचार... प्रतिमांतून व्यक्त झालेला. आजही मनाला अंतर्मुख करू पाहणारा.

खालील गाथा मालनींच्या या खोल व्यथेचे मर्मच आहेत, असे म्हणायला

हरकत नाही. लेक ही परघरी जाणारी आणि कोणी नेणाऱ्याने गळ्याला दावे लावून नेलेली. हे या गाथेचे उत्कट असे सूत्र आहे.

**गाथा (१)**

| | |
|---|---|
| *लेकीचा, ग, जलम* | *घालूनी घातली* |
| *नेनंत्या मैनाईला* | *परघराच्या जातीला* |
| *आई बाप बोलं, लेकी* | *लाड खायाचा पीयाचा* |
| *उचलीला तीनं वाटा* | *परघरा, ग, जायाचा* |
| *आईबाप बोलं, लेकी* | *काय सरायी बरायी* |
| *वाढवून, वरतून* | *धन लोकाची करायी* |
| *लेकीचा, ग, जलम* | *घालूनी, ग, कायी* |
| *नेल्या बाजाराला गाई* | *पराई दावं लावी* |
| *लेकीचा, ग, जलम* | *जसा बाभळीचा पाला* |
| *वाऱ्या वावटळानं नेला* | *धनी कोनाचा कोनऽ झालाऽऽ* |
| *लेकीचा, ग, जलम* | *जसा नदीतला मासा* |
| *आला बगाडी घाली फासा* | *बगाडी घाली फासा* |

(१) जातीला = जाणारीला (२) सरायी बरायी = सुगीच्या हंगामापर्यंत केलेली पिकाची जोपासना (३) बगाडी = मासे मारून चरितार्थ चालवणारी एक भटकी जमात.

परघरी जाणाऱ्या लेकीला जन्म दिला, याचा मालनीला पश्चात्ताप होतो. गाय बाजारात न्यायची. ज्याच्याशी सौदा जमेल, तो तिला दावे लावून घेऊन जाणार. हे दावे कायिक आणि मानसिक स्वरूपाचे. जो घरी नेईल, त्याचे घर कसे, तो कसा, हे सारे अनिश्चित. जसे तिचे नशीब, तसा तिचा पुढे जन्म जायचा. ही जी परक्या घरी जाऊन गुलाम होण्याची सक्ती आहे, ही 'नको लेकीचा जलम' चे मूळ आहे, असे मालनीला वाटते. मानव धर्माचा पहिला हक्कच या अश्राप मुलीला नाकारला आहे.

परघरचे लेकीचे जाणे कसे असते, त्यासंबंधी शेवटी ज्या दोन ओव्या आहेत, त्यांना तोड नाही. बाभळीला कोवळी पालवी फुटते. त्याचा हिरवा नाजूक पसारा

तयार होतो. सासरी जाणे म्हणजे पानगळ. हा बाभळीचा सुकुमार पाला वाऱ्यावावटळीत कुठे जाईल, त्याची काय दशा होईल, हे माहीतच असत नाही. जळलहरींवर मुक्त बागडणाऱ्या माशाला केव्हा बगाडी येईल आणि फास लावून घेऊन जाईल. . . तसा हा लेकीचा जन्म. हा अधिक दुस्सह होतो, तो माहेरच्या माणसांच्या अगतिकतेमुळे!

पुढील गाथेत मुलीच्या मायबापांचे मनोगत आहे. लेक जन्माला घालायची, सुखात वाढवायची आणि परघरी पाठवायची, यात त्यांना काय लाभ वा सुख मिळते? काहीच नाही. हे या मालनीने अगदी संयमाने पण उत्कटपणे सांगितले आहे.

**◗ गाथा (२)**

*आल्या पोरी पोरी लिंबाचा कडू पालाऽ*
*पित्याला खरच आला एका चोळी लुगड्यालाऽऽ*

*लेकीचा जलम नगं घालू, देवरायाऽ*
*लेक देऊन पडा पायाऽ केलं कष्ट गेलं वायाऽऽ*

*लेकीचा जलमऽ घालून काय नफाऽ*
*मायबाई माझेऽ जसा गाजराचा वोफाऽ*

*लेकीचा जलमऽ जसा गारवीचा सोपाऽऽ*
*सांगते, ग, बाई आईबापांनी केली जोपाऽऽ*

*आली पोटी पोरऽ बाप म्हनी परधनऽऽ*
*माय म्हनी, असो माझीऽ कलिजाची शेजारीनऽऽ*

(१) वोफा = वाफा (२) गारवी = पाडाला आलेल्या आंब्यांची आढी. (३) जोपा = सांभाळ

लेक झालेली समजली, की सर्वांची तोंडे कडुलिंबाचा पाला खाल्ल्यासारखी कडू होतात. कारण लेक झाली, की खर्च मागे लागला. तेल–फणी, बांगड्या-चोळी, लुगडे सर्व काही लेकीला व्यवस्थित हवे. ज्यांना ऐपत नाही, त्यांना हा खर्च जड वाटतो. मुलाला असे खर्च नसतात. शिवाय सर्व करून सवरून लग्नासाठी पाया पडावे लागते. लग्नात खर्च असतोच. पण मुलगी नांदायला गेली, तरी खर्च चुकत नाही.

या गाथेत मालनीने दोन प्रतिमांतून शेवटी आईबाप कसे रिकामे राहतात, हे सांगितले आहे. गाजराचा वाफा आणि गारवीचा सोपा. आंब्याची आढी घालण्यासाठी सोप्यातील जागा झाडून, सारवून स्वच्छ करायची. तिथे कुणी जाऊ नये, अशी बंदोबस्ती करायची. पिंजर पसरायचे. त्यात आंबे रचायचे. रोज परतायचे. पिकले, की नेणारा करंड्यांतून घेऊन जातो. मागे सोपा रिकामा, दुर्लक्षित राहतो. तसेच आईबाप मुलगी देऊन रिकामे. मुलगी घेऊन जाताना त्यांच्याशी कुणी दोन आनंदाचे शब्दही बोलत नाहीत. रिकाम्या मांडवात बाप हिशेबाच्या तणावात. आई मुलीच्या दुःखात! गाजराचे झाड नाजूक देखणे. त्याची निगा करायची आणि मुळापासून उपटून वाफा रिकामा.

या पुढील गाथेत एका मालनीने आपली एक वेगळी व्यथा गायली आहे. तिला वाटते, आपण लग्न होऊन परघरी जातो. आपल्याला जन्म दिलेल्या आईबापांच्या साठी आपण काही सेवा करू शकत नाही. त्यांच्या कष्टाचा, देण्याचा, प्रेमाचा आपण फायदा मात्र घेतो. पण त्यांच्या अडचणीला, जडभारीला आपण काही उपयोगी पडू शकत नाही. त्यांचा भावाचा भार हलका करू शंकत नाही. मुलीच्या आजारपणात आईबाप धावून जातात. पण आपल्या अडचणीला ते कधी आपल्याला गृहीतच धरत नाहीत. या अन्यायाने तिचे मन पिळवटून निघते. ती म्हणजे मुलगी म्हणजे नाचणीचा कोंडा. त्याचा कशालाही उपयोग होत नाही. कशाला देवाने हा जन्म दिला?

### गाथा (३)

*लेकीच्या जलमालाऽ नगं, घालू, देवरायाऽऽ*
*मायबाई हरनीचंऽ तिचं कष्ट, ग, गेलं वायाऽऽ*

*लेकीचा जलमऽ देव घालून चूकलाऽऽ*
*माता पित्याची, गऽ, सेवाऽ बंधू करतो एकलाऽऽ*

*लेकीचा जलमऽ काय घातीला, येड्या देवाऽऽ*
*ज्याच्या पोटी जलमऽ तेची घडत न्हायी सेवाऽऽ*

*लेकीचा, गऽ, जलमऽ कसा घातीला येड्यानंऽऽ*
*परायाच्या घरीऽ बैल राबतो भाड्यानंऽऽ*

*नाचनीचा कोंडाऽ येईना काजा कामाऽऽ*
*लेकीचा जलमऽ काय घातीला सख्या रामाऽऽ*

*मला ठाऊक असतेऽ लेकी जलमाला आले नसतेऽऽ*
*देवळाच्या दारीऽ झाड तुळशीचं झाले असतेऽऽ*

तुळशीचे झाड होणे चांगले, असे मालनीला वाटते. ज्या देवाने तुळशीला निर्माण केली, त्या देवाचे तिला सतत दर्शन होते. दिवसभर उन्हात उभे राहिले, तरी तिला त्रास होत नाही. पण परघरी गेले, की माहेर पारखे होते. तेथील मायबाप या दैवतांची कणभरही सेवा करता येत नाही! कृतज्ञतेने घेतलेले हे एक जीवघेणे रूप!

खालील गाथा म्हणजे एक जिवाला लागणारा विषय आहे. लग्न करून दिलेल्या मुलीची आईबापांना किती प्रकारची काळजी वाहावी लागते, हे या गाथेवरून दिसून येईल. या गाथेतील मायबापांची व्यथा खोल आणि काळीज पोखरणारी आहे.

### ◗ गाथा (४)

*लेकीचा जलमऽ जसा काचंचा बंगलाऽऽ*
*संचीताचा धनीऽ बाई, असावा चांगलाऽऽ*

*लेकीचा जलमऽ जसं परदेसी पाखयीरूऽऽ*
*परक्या मुलूखातऽ न्हायी गोदूचा शेजायीरूऽऽ*

*लेकीचा, गऽ, जलमऽ बाई, बाळपनी ब्येसऽऽ*
*तरूनपनामंदीऽ उभं ऱ्हायील्याचा दोषऽऽ*

*काळी, गऽ, वावरीऽ पीकती शिवारालाऽऽ*
*लेकीची सम समऽ हे, गऽ, बापाच्या जिव्हारालाऽऽ*

*लेकीचा, गऽ, जलमऽ रानातील, गऽ, पातऽरऽऽ*
*माय, गऽ, बापाच्याऽ जिवा लागली कातऽरऽऽ*

*लेकीचा जलम, बाईऽ बाई, वंगाळऽ वंगाळऽऽ*
*आईबाप बोलं, बाईऽ घडी योगाचीऽसंभाळऽऽ*

(१) गोदू = आई (२) वावरी = शेतजमीन (३) शिवार = गावालगत-वेशीजवळ. (४) पातर = पानगळ (५) कातर = घोर, काळजी (६) योग = कुटुंबातील, परस्परांतील संबंध – पति–पत्नी संबंध ७) घडी = जम, व्यवस्थित

ठेवण्याची गोष्ट. (८) समसम = चिंता, काळजी

माहेर दूर असले, की सासरी असलेली मुलगी परदेशी पाखरासारखी असते. अश्राप लहान वय, या वयात थोडे कळते– थोडे कळत नाही. कुणी गोडगोड बोलले, की भुरळ पडल्यासारखे होते. पुढचा– मागचा काही पोच नसतो. आई जवळ असती, तर तिचे मुलीवर बारीक लक्ष असते. कसे वागावे, कारण नसता ओसरीवर जाऊ नये. दारात उभे राहू नये, अशा तऱ्हेची शिकवण आईने दिली असती. सासरी सासुरवास नसेल, तर रागाने का होईना, सासू हे वळण लावील. घरातील वा बाहेरच्या पुरुषाशी बोलू नये, म्हणून सांगेल. त्यांच्याकडे काही मागितले, तर रागावेल. सासुरवास करणारी सासू असेल, तर तिला सुनेला छळायला छानच कारण सापडते. जावा– नणंदा तर नेहमीच गंमत पाहणाऱ्या, लावालावी करणाऱ्या. अशा परिस्थितीत 'तरूनपनामंदीऽ उभं ऱ्हायील्याचा दोष' हे तिला कोण सांगेल? तिची काय परवड होईल, हा आईबापांना इकडे घोर लागलेला असतो.

शिवारापाशी असलेल्या सुपीक जमिनीचा दाखला इथे अगदी समर्पक वाटतो. फार राखायला लागते. नाहीतर गुरामाणसांकडून पिकाची लूट होते. मुलीचा जन्म म्हणजे काचेचा बंगला– यात सर्व काही आले. यासाठी आईबाप मुलीला सांगतात, 'योगाची घडी संभाळ.' नवरा–बायकोचे संबंध फार काळजीपूर्वक जपत राहा. हा बायकांचा जन्म फार वाईट.

वरील चार गाथांत 'नको हा बाईचा जन्म' असे वाटण्याची जी चार कारणे दिली आहेत, ती त्या मालनीने फारच मार्मिकपणे आणि सूचकपणे सांगितली आहेत. ही व्यथा जितकी दारुण आहे, तितकी करुण आहे. मालनी याचे निराकरण करू शकत नाहीत. त्या कायावाचामनाने दावणीला बांधल्या आहेत. शीलशुद्धतेची तरवार त्यांच्या मस्तकावर टांगलेली आहे. ज्यांच्यावर त्यांची भिस्त, ती माहेरची माणसे आपल्या पोटच्या पोरीसाठी काही करू शकत नाहीत. त्यांना कोणी त्राता नाही. केवळ देवच त्यांचा त्राता. त्याला त्या आळवतात व 'लेकीचा जलम नगं घालू, देवरायाऽ'

मग एक मुलगी जन्माला आली, याचा त्यांच्या मनोमनी काय आनंद असणार? आनंद असला, तर एवढाच : 'माझी कूस उजवली.'

पुढील गाथा लेकीच्या जन्माला आलेल्या जिवाबद्दल आई किती नाखूश आहे, तिचा केवढा विरस झाला आहे, हे दाखवणारी आहे.

बहिणीला लेक झाली आहे, बारशाच्या दिवशी तिचे काय नाव ठेवावे, याची

बहीण–भावांत चर्चा चालली आहे, या मालनीला पहिला मुलगा आहे, त्याचे नाव तिने ठेवले आहे. आता या मुलीचे नाव ती काय ठेवीन, ते सांगते आहे.

### ◗ गाथा (५)

| | |
|---|---|
| *लेकीचं, गऽ, नावूऽ* | *नाव ठेवीन हीरी तारीऽऽ* |
| *लेकाचं ठेवील, गंऽ* | *तेच्या आजाचं गीरीधारीऽऽ* |
| *लेकीचं, गऽ,नावूऽ* | *नाव ठेवीन सकू बकूऽऽ* |
| *लेकाचं ठेवीलं गऽ* | *नासीकाचा तिरमुकूऽऽ* |
| *लेकीचं, गऽ, नावूऽ* | *नाव ठेवीन सैजा बैजाऽऽ* |
| *लेकाचं ठेवील, गऽ* | *नेवाशाचा मवनीराजाऽऽ* |
| *लेकीचं, गऽ, नावूऽ* | *नाव ठेवीन गीता सीताऽऽ* |
| *लेकाचं ठेवीलं, गऽ* | *पैठनचाऽ एकनाथाऽऽ* |
| *बंधू म्हनी, गऽ, भासीचंऽ* | *नाव नगंऽ तू सीता ठेवूऽऽ* |
| *सीता सारीकं पवाडंऽ* | *तिचं होतील जगी बहूऽऽ* |

मुलाचे नाव सांगते वेळीचा आनंद, कौतुक, त्याच्या ठेवलेल्या नावाचा मोठेपणा मालन अगदी मनभरून सांगते आहे; आणि लेकीचं नाव काय ठेवीन, हे सांगताना ती ते किती निष्काळजीपणाने, काही तरी ठेवावे, या भावनेने सांगते आहे. मालनीने हे दोन्ही भाव शब्दांतून– त्यांच्या योजनेतून, त्यांच्या लयीतून व्यक्त केले आहे. भावानेही आपला विचार दिला आहे. तोही लक्षात घेण्यासारखा आहे!

## गाथाबंध २ : चित्ताकाचा फासा

चित्ताक हा मालनींचा सौभाग्याचा अलंकार. नवरीसाठी तो तयार करताना जरा माप चुकले, की तो गळ्याला रुततो. त्याचा फासा रुततो. हा दागिना नेहमीच गळ्याबरोबर बसावा, असा करतात. फासा आवळून बसला, तरी मालनी तो सोसतात. हा एक मुलीच्या आयुष्यातील वाईट योग ठरतो. आई– बापांना या चित्ताकाच्या फासाची जाणीव तिच्या जन्मवेळीच झालेली असते. एका मालनीने म्हटले आहे : ‘लेकीचा, गऽ, जलम जसा भाड्याचा

बईल.' ज्याचा जन्म कष्ट–कष्ट आणि कष्ट एवढ्यासाठीच असतो, ज्याच्यावर कुणाची तिळमात्र माया नसते, आणि ज्याचे कुणी चारापाणीही बघत नाही – अशा बैलाचा जन्म आणि लेकीचा जन्म यांत काही फरक नाही.

लेकीच्या या ग्रहदशेबद्दल तिची आई कशी तळमळते, हे खालील गाथेत तिने गायले आहे.

**गाथा (६)**

| | |
|---|---|
| *आईबापऽ बोलंऽ<br>जाशील परघरीऽ* | *मैना हरभऱ्याची डाळऽऽ<br>तिथं व्हयील तूझी राळऽऽ* |
| *बाप म्हनी, लेकीऽ<br>जाशील परघराऽ* | *तू, गऽ, गुलालाची गोनीऽ<br>लोटतील केरावानीऽऽ* |
| *बापाजी, गऽ, म्हनीऽ<br>जाईल परघरीऽ* | *माझं मक्याचं कनीसऽ<br>व्हयील मोलाचं मानूसऽऽ* |
| *आईबाप बोलंऽ<br>जाशील परघराऽ* | *लेकी हालनऽ मालनऽऽ<br>तिथं दूहीरीऽ बोलनंऽऽ* |
| *लेकीचा जलमऽ<br>जसा भाड्याचा बईलऽ* | *घालून, देवा, कायीऽऽ<br>दावं लावीतो परायीऽऽ* |

(१) राळ होणे = दुर्दशा होणे (२) हालन मालन = लाडकी, देखणी, नाजूक.

लेकीचे लग्न पाच वर्षांपर्यंत होऊन जायचे. मग या मैनाला तिची आई फार लाडानं वागवायची. ती परघरी जाणारी.. हे आईच्या मनावर ठसलेले. तिला जे काही सुख भोगायचे, ते माहेरी असेपर्यंत भोगू द्या, हा विचारही त्या सोबतच रुजलेला. मग तिच्या दहा–बारा वर्षांपर्यंत तिला कामाला असे लावायचे नाही. सडा–सारवण, मुले सांभाळणे, वस्त्र कसे नीटनेटके नेसणे, चार लोकांत कसे वागावे, हे शिकवणे एवढेच तिला काम द्यायचे, बाकी तिने घरात खेळून राहावे, अशी मालनीच्या मनाची भावना.

वयात आली, की छान बोळवण करून या नवाळ्या मैनेला सासरी पोचवायची. गळ्यातील सगळे हार, सर वगैरे रुळणारे असायचे. डोरले देखील गळ्याच्या

खळगीपर्यंत यायचे. पण चित्ताक मात्र गळ्याच्या हाडापाशी असायचा. म्हणून मालन त्याला 'दावे' म्हणते.

मालनीने आपल्या बारा वर्षांच्या मुलीला 'हरभऱ्याची डाळ' म्हटले आहे. ही प्रतिमा फार प्रत्ययकारी वाटली. गोरीपिवळी, गोंडस, सतेज अशी डाळीसारखी... तिची सासरी गेली, की राळ होणार. ही कल्पनाच मनाला घरे पाडणारी. ही एकच का, प्रत्येक ओळीतील प्रतिमा फार हृद्य आहेत – मक्याच्या कोवळ्या पण टंच भरलेल्या कणसासारखी, गुलालाची गोणीसारखी आपली मंगलसूचक कन्या, त्या सासरी मजुरी घेऊन काम करणारी होणार. मजुरी तरी नाहीच. फक्त कष्ट आणि या कष्टांबरोबरच तिच्या राजस शरीराचे जसे उसाचे वाडे होणार, त्याप्रमाणे 'दुहेरी बोलण्यांनी' तिच्या मनाची चाळण होऊन जाणार. स्त्रीचे जीवन कसे असते, याचे या गाथेत पूर्ण चित्र उभे केले आहे. हा जो तिचा सासरचा वास, त्यालाच नाव मिळते 'सासुरवास' – या शब्दातच सर्व येते.

समर्थ रामदासस्वामींनी देखील आपल्या आधिभौतिकाच्या भाष्यात या सासुरवासाचे तीव्र शब्दांत वर्णन केले आहे. आजूबाजूच्या घरच्या सासुरवासाचे स्वामींनी बाल वयातच इतके सूक्ष्म निरीक्षण केले, की 'सावधान' या शब्दानेच ते त्या संसारापासून दूर गेले. घर सोडण्यामागे त्या विचारवंताला, ज्याने 'चिंता करतो विश्वाची', असे आईला सांगितले, त्याला घरात येणाऱ्या कोवळ्या बाळीची चिंता वाटली, तर त्यात नवल ते काय? ते म्हणतात-

*'पराधीन बाळपणीं । कुशब्द मार जाचणी ।*
*अन्न वस्त्रेंविण अळणी । या नांव आधिभौतिक ।।*

*सासुरवास गालोरे, टुणके, लासणे, चिमोरे,*
*आले न धरे । या नांव आधिभौतिक ।।*

*चुकता कान पिळती । का तो डोळां हिंग घालिती ।*
*सर्व काळ धारची धरती, या नांव आधिभौतिक ।।*

*नाना प्रकारचे मार । दुर्जन मारिती अपार ।*
*दूरी अंतरे माहेर । या नांव आधिभौतिक ।।*

जिच्या सासरी फार सासुरवास आहे, ती मैना चार दिवस विसाव्याला माहेरी आली आहे; आणि मैना, तिची आई आणि बाप यांचे हे गूज चालले आहे, असे मला या गाथा वाचून वाटले. मायबाप म्हणतात, 'मैना सासुरवास असतोच, ग.

उगीच का मुलीला भाड्याचा बैल म्हणतात.' अशी तिची समजूत घालीत असतानाच तिघांच्याही डोळ्यांतून अश्रुधारा वाहत असणार.

पुढच्या गाथेत 'जाऊ दे, ग' असे मुलीला समजावण्यासाठी बाप तिला सांगतो, ते काय, हे मालनीने सांगितले आहे.

**गाथा (७)**

*लेकीचा, गऽ, जलमऽ ऊसाच्या वाड्यावानीऽऽ*
*पाय रडून, गऽ, घेतीऽ बाप पाह्यतो येड्यावानीऽऽ*

*बाप म्हनी, लेकीऽ सासुरवास बराऽऽ*
*ऊसाचं टेरकूऽ चरक्यात झाला चूराऽऽ*

*जलम घेतलायीऽ फुका का जाळावाऽऽ*
*लावला, गऽ, ऊस, घान्यामंदी, गऽ, गाळावाऽऽ*

*हसून खेळूनऽ संसार करावा तडीपारऽऽ*
*मायबाच्या पोटीऽ येनं न्हायी वारोवारऽऽ*

*जगी हसून खेळूनऽ संसार केला गोडऽऽ*
*कोन जाणंऽ बयायीनऽ सलं अंतरीचा फोडऽऽ*

(१) वाडे = उसाचा शेंडा = ज्याचा काही उपयोग नाही, असा (२) टेरकू = उसाचे कांडे (३) वारोवार = वारंवार (४) बयायीन = बयावाचून.

मैनाच्या बापाच्या म्हणण्याचा सारांश असा : 'बाई, ग, हे भोग आहेत, ते भोगलेच पाहिजेत. त्याला इलाज नाही. मग उगीच मनात जळत राहायचं, शरीरानं दुबळं होत राहायचं, या गोष्टी कशाला करायच्या 'आलीया भोगासी असावे सादर' असं राहावं. हसून खेळून दिवस घालवावा, या त्रासाचा विचार न करता तो मागे टाकावा.' इथे मालनीने उदाहरण सुंदर दिले आहे. उसासारखी डौलदार गोड अशी मैना.. तिने शेंड्यासारखे निरुपयोगी असे आपणांला समजू नये. संसाराच्या घाण्यात ऊस घालायचा.. रसासाठी.. तेव्हा टेरकूचा चुरा होणारच, असे समजावे. रसाकडे लक्ष द्यावे. मैना फक्त ऐकून घेते. त्यांची आतील व्यथा तिला समजत नाही, असे कसे होईल? मनाशी म्हणते, 'बापाजी, मी तुमचेच ऐकते. सासुरवास कुठे सांगत

नाही. वरवर आनंदीच राहते. फक्त माझ्या मनाला जो ठणका आहे, तो आईशिवाय कुणालाच– तुम्हांलाही समजणार नाही.' ही गाथा म्हणजे सासुरवाशिणीच्या आयुष्यावरील एक अगदी कमी शब्दांचे उत्कृष्ट असे भाष्यच आहे.

पुढील माथेत मालनीने आपल्या या दुर्दैवी भोगाचे कारण आपणच शोधून काढले आहे. आणि ती देवालाच विचारते आहे, 'देवा, मला स्त्रीचा जन्म का दिलास?' कारण जे तिला सोसावे लागते, त्याचा न्यायनिवाडा घर, माहेर किंवा गावकरी करू शकत नाहीत. शेवटी ती देवालाच जाब विचारते - विनंती करते.

### गाथा (८)

*लेकीचा जलमऽ नगं घालू, रे नरहरीऽऽ*
*जलमेवरी बाईऽ लोकाची ताबेदारीऽऽ*

*लेकीचा, गऽ, जलमऽ जलम येऊन चूकलाऽ*
*रातदीन बाईऽ बैल घाण्याला जुप्पीलाऽऽ*

*लेकीचा जलमऽ देवा, कशाला घातलाऽऽ*
*कष्ट करू करूऽ बैल भाड्याचा थकलाऽऽ*

*हात मी जोडीतेऽ तुला येऊ काकूळतीऽऽ*
*अस्तूरी जलम पुन्नाऽ नगंऽ घालू, रघूपतीऽऽ*

*देवा, तूझी हाकऽ येते म्हनून चूकलेऽऽ*
*अस्तूरी जलमा आलेऽ औक्ष वायारती गेलेऽऽ*

(१) अस्तूरी = स्त्री (२) वायारती = फुकट, व्यर्थ

रोज तुळशीपाशी, देवघरातील देवापाशी, ग्रामदैवतापाशी, उगवत्या–मावळत्या सूर्यापाशी मालन हेच गाऱ्हाणे सांगत असेल. तिला पश्चात्ताप होतो. देवाने आपल्याला हाक मारली आणि आपण 'येते' असा प्रतिसाद दिला, तिथेच चुकले. स्त्रीचा जन्म फुकट गेला... आता मला पुन्हा बाईच्या जल्माला घालू नको.' असे ती कळवळून सांगते. तिने इथे 'कष्ट' हे कारण दिले आहे. पण तेवढेच कारण नाही. मालन कष्टाला मागे–पुढे पाहणारी नाही. संसारातील सगळ्याच गोष्टींनी तिला मोलकरणीची कळा आली आहे. हे तिचे संसारातील

अवमूल्यन तिला सहन होत नाही. तिचे ते खरे दुःख आहे. गुरुभक्तीने मनाचे ताप कमी होतात, देवभक्तीने कमी होतात. असल्या गोष्टीवर तिची श्रद्धा निष्फळ ठरली... आणि ती आता देवापर्यंत जाऊन पोचावी, अशी हाक घालते आहे, 'देवा, पुन्हा स्त्रीचा जन्म नको, रे, देऊ.' त्या हाकेची तीव्रता ओवी– ओवींतून व्यक्त झाली आहे. तिला आता देवाने कृपा करावी – सर्वांना चांगली बुद्धी द्यावी, असे काही मागितले नाही. तिने जन्मच– स्त्रीचा जन्मच नाकारला आहे. हे तिचे आत्मिक बळ आहे, असे मला वाटते.

सासरून माहेरी मैना आली; की तिला पाहिल्यावरच तिच्या सुखाची वा सासुरवासाची कल्पना आईच्या नजरेत भरते. सुख विचारावे लागत नाही.मुलगी ते भरून भरून सांगत असते. पण सासुरवास सांगत नाही. आईखेरीज कुणालाच सांगत नाही. तो मात्र खोदून खोदून विचारावा लागतो.

पुढील गाथेत अशी सासुरवासाची कळा आलेली मुलगी माहेरी आली आहे. तिला पाहूनच सगळे जमले आहेत – आई, बाप, भाऊ, मामा, बहीण– सर्वांनी एकच प्रश्न तिला विचारला आहे : 'तुझा सासुरवास कसा आहे?' पण मैना चतुर आहे.. वर्णन करत बसत नाही, तिला ते मानवत नाही.. ती प्रत्येकाच्या प्रश्नाला उत्तर देते, ते मोठे चतुरपणाने. सासुरवासाची तीव्रता जाणवावी, पण तपशील कळू नये, अशा चातुर्याने सांगते. तपशील सांगत बसली, तर तो कुणाला सहन होणार नाही. माहेरला असे दुखवणे बरे नाही; असे तिला वाटते.

### गाथा (९)

*आई ईचारीतीऽ मैना, सासुरवास कसाऽऽ*
*केळीच्या पानावरऽ जिरेसाळीचा भात तसाऽऽ*

*बाप ईचारीतोऽ लेकी, सासुरवास कसाऽऽ*
*जसा वळचणीचा वासाऽ लागतो ठसा ठसाऽऽ*

*मावळा ईचारीतोऽ भाची, सासुरवास कसाऽऽ*
*पिकला, गऽ, उंबरऽ तुला फोडून दावू कसाऽऽ*

*बंधू ईचारीतोऽ भैना, सासुरवास कसाऽऽ*
*काय सांगू, दादाऽ तुझ्या औताचा बैल जसाऽऽ*

*भैना ईचारीतीऽ बाई, सासुरवासऽ कसाऽऽ*
*चित्ताकाचा फासाऽ गळा रुततो, सांगू कसाऽऽ*

या गाथेच्या रचनेतील कौशल्य एकदम मनात भरते. प्रत्येक वेळी ओवीत पहिली ओळ सारख्याच अर्थाची आहे. फक्त विचारणारा मुलीला आपल्या नातेबंधाप्रमाणे संबोधतो आहे - मैना, लेकी, भाची, भैना आणि बाई या शब्दांचा उपयोग जिव्हाळ्याचे दर्शन देतो. मुलगी उत्तरे देते, ती ओवीच्या दुसऱ्या ओळीत. त्या ओळीतही एक चातुर्य आहे. पहिले पद ज्याने प्रश्न विचारला, त्यालाच संबंधित आहे; आणि दुसरे पद दुःखाची तीव्रता प्रतिमेच्या आडून व्यक्त करणारे आहे. आईचा आणि मुलीच्या जेवणाचा फार घनिष्ठ संबंध, म्हणून केळीचे पान व जिरेसाळीचा भात आला; पण ही पदे सासरची समृद्धी दाखविणारी आहेत. समृद्धी आहे, पण परिणाम क्लेशकारक आहे. रासायनिक परिणामाने गरम जिरेसाळीचा भात केळीच्या पानावर असला, तरी वासाने घास गिळत नाही. कौलाराचे चांगले वासे असलेले घर असले, तरी तो वासा बापाची उंचीही दाखवतो – म्हणून त्यालाच त्या प्रतिमेतून कळ जाणवेल. मामाच्या परसात उंबर असणार, पिकलेले उंबर सुंदर दिसते. पण फोडले, तर... आत वळवळणारे किडे. बंधूला त्याच्या औताचा बैल दुःख प्रतीत करून देतो. तर लग्न झालेली बहीण चित्ताक घालत असल्याने तिला त्याचे दुःख माहीत असते. अशी ही सर्व गुंफण इतक्या सहजतेने झालेली आहे! एवढ्यासाठी या गाथेचे कौतुक करावे, तितके थोडे वाटते! सर्वांत चित्ताकाच्या प्रतिमेने कमाल केली आहे.

तिचे हे उत्तर ऐकून जो तो मनात उमगला असेल, बाप, मामा, भाऊ, स्तब्ध झाले असतील. आई आणि बहीण डोळे पुसत असतील.

पुढील गाथेत सासुरवासात असलेल्या आपल्या लेकीला छळू नये, म्हणून आई त्यांच्या घरच्या वडिलधाऱ्या बायकांना विनवणी करते, तीही अशीच हृदयस्पर्शी आहे. ती लेकीच्या काळजीने वेढलेली आई म्हणते...

### गाथा (१०)

*सासूचा सासुरवासऽ करू नगंसा, सासूबाईऽऽ*
*अन्हाड बाळ हायीऽ अन्यावाजोगी न्हायीऽऽ*

*सासूचा सासुरवासऽ करू नगंऽसा, सासूबाईऽऽ*
*आपल्या मोगऱ्याच्या पायीऽ आली परायाची जाईऽऽ*

*एवढा सासुरवासऽ करू नगंसाऽ, मायमाताऽऽ*
*आपला राम व्हताऽ आली परायाची सीताऽऽ*

*सासूचा सासुरवासऽ नगं करू तू, सासईवऽ*
*लेकासाठी केलं नवसऽ मनामंदी आठयीवऽऽ*

*सासूचा सासुरवासऽ कडू ईखाचा, वऽ, पेलाऽऽ*
*उन्हाड नेनंतीच्याऽ नगं लावूसा व्हटालाऽऽ*

(१) अन्हाड = अजाण (२) अन्यावाजोगी = मुद्दाम अपराध करण्याजोगी.

असे विहिणीला नाना प्रकारांनी आळवणे एवढेच लेकीच्या आईच्या हाती असते. पुष्कळदा असे विहिणीने सांगितले, की सासू सुनेचा उलट अधिक छळ करते. तीही भीती असतेच. शेवटची ओवी फार उत्कट वाटते. सासुरवास म्हणजे विषाचे घोटच. सारखे तन– मन तळमळत ठेवणारे. तिळातिळाने आयुष्य कमी करणारे. या सासुरवासाला कंटाळून शेवटी सुना नदी–विहीर जवळ करतात.

यासाठीच मालन म्हणते,

"मला माहीत असतेऽ लेकी जलमाला आले नसतेऽ देवळाच्या पुढे झाड तुळशीचे झाले असतेऽऽ

तुळशीचे झाड होणे म्हणजे अखंड उन्हापावसात उभे राहणे. ते तर मोठे कडक तप. पण त्यात देवदर्शनाचे सुख असते. हा सासुरवास म्हणजे उभा जन्म उन्हात उभे राहणे.

## गाथाबंध ३ : अस्तूरी जलमा आले

लेक जन्माला आली, की मायबाई मनात कष्टी होते. त्याला पहिले कारण म्हणजे, ती परघरी जाते आणि आपला तिच्यावर मग कोणताही अधिकार राहत नाही. दुसरे कारण म्हणजे, लेकीचा सांभाळ अधिक जोखमीचा आणि कपडालत्ता, तिच्या लग्नासाठी व पुढेही कराव्या लागणाऱ्या खर्चाचा. हे सर्व ती चालवून घेते; पण तिच्या लग्नानंतर ती सासरी गेली, की आपल्या लेकीच्या काळजीने आईच्या जिवाला घोर लागतो. तिला किती

कष्टवतात, तिला किती तोडून बोलतात, उपाशी ठेवणे- मारहाण करणे हे तिला कसे सहन होणार, ही काळजी आणि या तापत्रयातून जात असता नवरा तिच्याशी कसा वागत असेल, या काळजीने मालनीच्या मनात घरच केलेले असते.

लेकीची आई काळजीने जळत असते, तर जी लेक त्या सासरच्या खाईत प्रत्यक्ष जळत पोळत असते – नवराही पारखा झालेला असतो, ते कटुतर पोरकेपण जी अनुभवीत असेल – तिलाही सारखी आईची आठवण येते. आणि मनात सारखे वाटत असते 'नको हा बाईचा जन्म!' असे अनुभव आलेल्या मालनींनी आपल्या क्लेशाच्या ओव्या गायल्या आहेत. माझे असे जे भोग मी भोगते आहे, त्याला कारण एकच आहे : 'अस्तूरी जलमा आले.'

त्या दारुण परिस्थितीचे आणि मन:स्थितीचे भाव या गाथांतून मालनीने अतिशय आर्त असे गायले आहेत.

ज्यासाठी मालनीचे लग्न केले, ती परघरी येऊन राहिली, त्या वंश– सातत्याचा मूलाधार जो पती, तोच तिला परके लेखू लागला, मारझोड करू लागला. पत्नी म्हणून तिचा स्वीकार करीनासा झाला– बाहेरख्याली झाला, की तिला ते दुःख सोसणे असह्य होते. यात तिला घरून कोणाची मदत नसते. घरात ती एक गुलामच ठरते. माहेरीपण ती स्वीकारली जाईल, असे सांगता येत नाही. जे वाट्याला येते, ते सोसणे किंवा नदी– विहीर जवळ करणे हेच तिच्या नशिबात असते.

अशा या निर्घृण, लादलेल्या एकटेपणात कुणी किंचित सहानुभूती दाखवली – दोन शब्द बोलले, की तिला बरे वाटते. या तिच्या मन:स्थितीचा फायदा घरचे किंवा बाहेरचे परपुरुष घेतात. सलगी वाढवतात आणि हा कलंक घरची किंवा बाहेरची मंडळी पापकृत्य समजतात. कुणी पुरुषमाणूस तिच्याशी बोलतो आहे. एवढ्या प्रसंगावर जावा– नणंदा पर्वत रचतात. गावात पाणोठ्यावर अफवा उठतात. नवल असे, की पुरुषाचे कौतुक होते. मालनींच्या बोलण्यात नेहमी असते, 'पुरुष कोरा असतो'. 'पुरुषाची जातच तशी' आणि समाजात छी: थू होते, ती त्या बाईची.. अशा चक्रव्यूहात सापडलेल्या मालनी मग पळून जातात – धारेला लागतात वा आत्महत्या करतात.

हा कलंक मुलीला लागू नये, म्हणून लहानपणापासूनच आईची, भावाची, पित्याचीही तिच्यावर कडक नजर असते. मुलीने मुलांत खेळायचे नाही. हा पहिला दंडक. तिला कळत नसते, तेव्हापासून तिला ही बंधने असतात. मुलींचे खेळ वेगळे. फेराची गाणी वेगळी, करमणुकीचे प्रकार वेगळे आणि हे सर्व मोठ्या बायकांच्या नजरेखाली व्हायचे. काही कारणाने मी पारंपरिक बडबडगीते वा बाळगाणी वा बोलगाणी यांचा मी शोध घेतला. त्यांत मला निर्व्याज, हसरी अशी मुलींची

गाणी मिळाली नाहीत. त्यांच्या बहुतेक गाण्यांतून देवता वा संसाराच्या जाणिवा यांचेच दर्शन होते. आठ–दहा वर्षांची झाली, की तिचे मोकळेपणी बाहेर जाणे बंद होते.. कसे नेसावे, कसे चालावे, याचे धडे आई देऊ लागते.

सासरी निघाली, की बाप सांगतो, 'माझ्या लेकी. घडी योगाची सांभाळ.' कितीही त्रास झाला, तरी पत्नीधर्माला जाग. तुझ्या संसाराचा मर्मबिंदू तोच आहे.'

या पुढच्या गाथांतून 'योगाची घडी' सांभाळण्यासाठी मुलीला जे घडवले जाते, त्याची उदाहरणेच आहेत.

**गाथा (११)**

*उभ्या गल्लीनं, गऽ, जातेऽ पदराची बंदोबस्तीऽऽ*
*मला ताकीद, बाई, मोठीऽऽ*

*उभ्या रस्त्यानं, गऽ, जातेऽ बाई पदर टापटीपीऽऽ*
*बिदी बसती बईठकीऽऽ*

*उभ्या गल्लीनं, गऽ, जातेऽ माझा पदूर काकनाऽतऽ*
*आयना माझा दुकानातऽऽ*

*उभ्या गल्लीनं, गऽ, जातेऽ पदर कपाळ भरूनऽऽ*
*वाट वाड्या मव्हरूनऽऽ*

*उभ्या रस्त्यानं, गऽ, जातेऽ सये, उगीर, माझी मातीऽऽ*
*कीती, गऽ, करावीऽ पदराची बंदोबस्तीऽऽ*

*उभ्या रस्त्यानं मी, गऽ, जातेऽ मी, गऽ, सोडीना पासवाऽऽ*
*सया, गऽ, म्हनीतीऽ बया गरतीचा कुसवाऽऽ*

(१) टापटीपी = जिथल्या तिथे (२) आयना = भावार्थाने मला पाहणारा भाऊ वा कंथ. (३) मव्हरून = समोरून (४) उगीर = उर्मट. भावार्थाने उफाड्याची (५) कुसवा = पोटी आलेले मूल.

नव्यानेच साडी नेसायला लागलेल्या मुलीला तो बोंगा अंगावर कसा तोलावा, समजत नाही. जाता—जाता पदर नीट घेणे करणे सावरणे कठीण जाते. पण ती आपल्याला कसे जड जाते, ते मैत्रिणीला सांगते आहे. मुलगी रस्त्याने कशी चालते, यावरही तिची वाखाणणी होते. आईला मोठेपण मिळते.

पुढील गाथेत परक्या पुरुषाशी कसे वागावे, याची शिकवण आपल्या मुलीला आई देते आहे. परक्या पुरुषाच्या सावलीलाही उभे राहू नये. परका याचा अर्थ अनोळखी असा नव्हे. शेजारचा, नात्याचा, घरी येणे– जाणे असलेला, असाही. असे वागणे सासरी मग फार उपयोगी पडते.

**गाथा (१२)**

*परक्या पुरूषाशीऽ बोलायचं काम कायीऽऽ*
*माझ्या सईबाईऽ, जनऽ खडा टाकून अंत पाहीऽऽ*

*किती सांगू, बाईऽ घे, गऽ, पदूर अंगभरऽऽ*
*परक्या पुरूषाचीऽ नजर पोचती दूरवरऽऽ*

*परक्या पुरूषाशीऽ नगं बोलू एकाएकीऽऽ*
*माझ्या सईबाईऽ आपून मोठ्याच्या, गऽ, लेकीऽऽ*

*परक्या पुरूषाशीऽ आपुन दूरूनऽ बोलावंऽऽ*
*कोन्या, गऽ, कारनंऽ तेच्या सावली नसावंऽऽ*

*परक्या पुरूषालाऽ देऊ नगंऽ, ग, कातचूनाऽऽ*
*माझ्या, गऽ, सईबाईऽ आपुन पाटलाच्या सूनाऽऽ*

खेडेगावात शेतीचा व्यवसाय असतो. घरच्या लेकीला, पाणवठ्यावर पाण्यासाठी, शेतावर पाटी नेण्यासाठी, भाजीपाला आणण्यासाठी जावे लागते. शेता– मळ्यातही कामासाठी फिरावे लागते. दर खेपेला असे सुचवायला आई कशी पुरी पडणार? शेण वेचण्यासाठी, गुरांच्या म्हशींच्या मागून जावे लागते. मुलीच्या मनावर एकदा हे वरील वळण ठसले, की तिच्या वाटेला फार कुणी जात नाही. ही 'मैना कशी जमिनीवर नजर लावून चालते' असे म्हणतात आणि तिला नावाजतात. कुणापासून त्रास होत नाही. भाऊ वावरत असतात, त्यांचीही नजर असते. एका मालनीने गायले आहे. 'मला कुणाचे भय नाही. कारण माझा ताईता बंधू नागासारखा माझ्या वेणीत गुंफला आहे.'

पण सासरी बारा वर्षांच्या वयाची ती नांदायला गेली, की हे वळण तिला फार उपयोगी पडते. 'अस्तूरी जलमा आले' हा कमीत कमी पस्तावा व्हावा, म्हणून ही मैनांच्या बालसुलभ वृत्तींना जखडणारी बंधने.

पुढील गाथेत आईने लेकीला 'हसू नको बाई' म्हणून बजावले आहे. चार माणसांत, रस्त्यावरून जाताना, घरीदारी बोलताना, 'लेकी बाई, तू हसू नको. बायकांनी हसणे बरे नाही,' असे तिला बजावले आहे.

**गाथा (१३)**

*हसू नगंऽ, सईऽ — हासू कोणत्या परीचंऽऽ*
*तू, गऽ अशीलाची तानीऽ — पानी जाईल थोरायाचंऽऽ*

*हसू, नगंऽ, सईऽ — हासनं कोणत्या परकाराचंऽऽ*
*उतरतंऽ पानीऽ — तुझ्या चातूर भरताराचंऽऽ*

*हासू तू नगंऽ, बाईऽ — हसन्याची व्हईल थट्टाऽऽ*
*भरल्या सभंमंदीऽ — भरताराऽ लागंऽ बट्टाऽऽ*

*हासू तू नगंऽ, बाईऽ — हसनं न्हायी, गऽ, कामाचंऽऽ*
*भारूभार लेणीऽ — पानी जातंया मोत्याचंऽऽ*

*हासू नगंऽ, लेकीऽ — हसन्याचा भरमऽ मोठाऽऽ*
*आपूला अस्तूरीचाऽ — जलमऽ, बाई, खोटाऽऽ*

(१) कोनत्या परीचं = कोणत्याही भावदर्शनाचं. (२) भरम = भूल (३) खोटा = वाईट.

'हसरी बाई.. तिचा संसार खरा नाही' अशी या मालनींची समजूतच असते. आणि ती असंख्य अनुभवांतून अंकुरलेली असते. बाई चारचौघांत हसली, तर ती मोकळ्या मनाने काही कारणाने हसते. पण हसतानाचे तिचे विभ्रम तिच्या चेहऱ्या-वरच्या बदलत्या लहरी इतरांवर निरनिराळे परिणाम करतात. हे संमिश्र समाजात कसे स्वीकारले जातात, सांगता येत नाही. विनोदावर, कौतुकाने, प्रेमाने, थट्टेने कोणत्याच भावाने हसणे खरे नाही. त्या हसण्याला चंचलपणा, उथळपणा, निलाजरेपणा वा उठवळपणा असली गुणविशेषणे बघणारे लावतात.

आई म्हणते, 'लेकी, तू अशीलाची– कुळवंताची लेक आहेस... तुझ्या हसण्याने लोक आपल्याला नावे ठेवतील. यांच्या लेकीला मर्यादा नाही, म्हणतील. तुझा नवराही चतुर हुशार आहे. त्याला ओशाळगत होईल, असे लोक बोलतील. चारचौघांत तुझ्या हसण्याची चेष्टा करतील आणि नवऱ्याचे पाणी जाईल. इथे आईने

एक चांगली कल्पना मांडली आहे. तू समृद्ध आहेस. तुझ्या अंगावर भारोभार दागिने आहेत. पण त्यांतल्या मोत्याच्या अलंकारांत मोत्याला जर पाणी नसेल, तर सगळे दागिने कवडी किमतीचे होतील. तशी तू गुणवती असलीस, तरी तुझ्या हसण्याने ते गुण निष्प्रभ होऊन जातील. शेवटी म्हणजे.. हसावे, अशी फार भूल पडते; पण ते खरे नव्हे. बाईमाणसाला योग्य नव्हे. बाईचा जन्मच खोटा, ग.'

एका त्या योगाच्या घडीचा सांभाळ करण्यासाठी लेकीचे सगळे बाळपण असे जखडून टाकलेले असते. इतके करूनही त्याचे श्रेय मिळेलच, असे नाही.

पुढच्या गाथेत अशा जखडलेल्या मालनीला सगळेच सोसावे लागते. अस्तूरीचा जन्मच सोसण्यासाइी. सगळे जीवनच तिचे सोसण्यासाठी खर्ची पडते.

पुढील गाथेत मालनीने अस्तुरीच्या एकूण आयुष्याचेच सार गायिले आहे.

### गाथा (१४)

*कुंकवाची चीरीऽ*<br>*सोस, गऽ, मझ्या सईऽ*<br>*कोरायाचा भारी त्रासऽ*<br>*कंथासाठी सासुरवासऽऽ*

*भरताराचा रागऽ*<br>*सई मालनी, गऽ, सोसऽ*<br>*जसा इस्तवऽ इंगळऽऽ*<br>*तेची मरजी सांभाळऽऽ*

*काळी चंद्रकळाऽ*<br>*सई, गऽ, मालनीऽ*<br>*नेस, गऽ, रंगासाठीऽऽ*<br>*सून सोसावीऽ लेकासाठीऽऽ*

*भावजऽ गुजरीऽ*<br>*अन्योवऽ सोस साराऽ*<br>*नीरीनं पीढं लोटीऽऽ*<br>*आपल्या, गऽ, बंधूसाठीऽऽ*

*सोसून सोसूनऽ, गऽ*<br>*लेकी नको, गऽ, परतूनऽ*<br>*जीव करावाऽ तडीपारऽऽ*<br>*जलमऽ सासरऽ माह्यारऽऽ*

(१) नीरीनं = पायघोळ नेसणात दडलेल्या पायाने, हा भावार्थ. (२) पिढ = बसायचा लहानसा पाट,

लेकीला 'असे वाग, असे वाग' असे सांगता–सांगता मालन एकदम अंतर्मुख होते. तिच्या डोळ्यांसमोर लेकीचा आजवरचा आणि पुढचाही जीवनपट उभा राहतो. तिचा स्वत:चा जीवनपट आजवरचा त्यामागून उलगडतो. आईचा–

आपल्या आईचा जीवनपट दिसू लागतो. आणि ती डोळ्यांत पाणी आणते. तिच्या सखी-शेजारणींचे जीवनपटही तिला दिसू लागतात. त्या सर्वांचा काढलेला लघुतम साधारण विभाजक तिच्या मनात उसळून येतो. तोच ती आपल्या लेकीला कवटाळून सांगते आहे. 'सईबाई, अस्तूरीच्या जल्माला आली आहेस... तुझे सर्व आयुष्य सोसण्यासाठी आहे. जे जे वाट्याला येईल, ते सोस... सहन कर. पण सोसशील, त्यात आर्त नको. मंगल असू दे. ते एक प्रकाशपूजन असू दे. सासुरवास सोसताना सौभाग्यचिन्ह जे कूंकू, त्याची चिर कोरते आहे; असे समज. कंथाचा संताप - त्याचे सगळे त्रास सोस, पण मी पत्नीधर्माने त्याची मर्जी संभाळते आहे, हे एक प्रकारचे वात्सल्य मनाशी धर. मुलाच्या संसारात तुला जो त्रास होईल, जी हेटाळणी तुला भोगावी लागेल, ती चंद्रकळा, असे समज. रंगासाठी नेसलेली... पोटच्या मुलाच्या मायेसाठी नेसलेली. मायबाप गेले, की माहेर उरत नाही. पण भावजयीने पायाने तुला बसायला पाट सारला, तरी तो अपमान सोस. तो अन्याय भावाची बहीण म्हणून सोस. आणि भावासाठी माहेरी एखादी खेप घाल.'

हे सर्व सोसण्यासाठीच मालन अस्तूरीच्या जन्माला आलेली आहे. जगणे म्हणजेच सोसणे. श्रीमती दुर्गा भागवतांनी या मालनीच्या सोसण्याला 'सहनसिद्धी' असे नाव दिले आहे!

एका अस्तूरीच्या जन्मात ही सहनसिद्धी संपादन करायची. मालनीच्या भाषेत मग तडीपार व्हायचे. पुन्हा तो जल्म, सासर माहेर नकोच नको.

ही गाथा वाचली आणि आठवले 'स्त्रीजन्मा, ही तुझी कहाणी.'

## गाथाबंध ४ : दांगडीचे येल

बहुतेक मालनींच्या लांबसडक केसांची ही शोकांतिका आहे. त्यांना रुखरूख लावणारी. डोळ्यांत पाणी आणून आईची आठवण काढायला लावणारी. ही मनाची व्यथा स्त्रीच जाणू शकेल. लहानपणापासून आई लेकीच्या केसांची नानापरीने निगा करते. तिचे केस पावला- पर्यंत लांब आणि मुठीत मावेनासे त्याचे वेणीचे पेड होतात. आईचाच काय, गावाचाच तो अभिमानाचा विषय होतो. दहाव्या-अकराव्या वर्षी लेक सासरी जायला निघते. जाताना आई तिला न्हाऊ- माखू घालते. केसांसाठी मसाल्याची शिकेकाई कुटून पुरचुंडी बांधून देते. तेलाची बाटली देते. फणीघरची आरसा असलेली पेटी देते. तिच्यात दोन फण्या - एक लवंगाची फणी, आणि दुसरी घुंगूर लावलेली चंदनाची

वा हस्तिदंती फणी, मुद्दाम केलेल्या ताज्या काजळाची डबी. पंढरपूरच्या कुंकवाचा करंडा – मधाच्या पोळ्याचे भावाने काढलेले मेण. अशी तिच्या तेलफणीची न्हाण्या–धुण्याची साग्रसंगीत पाठवणी करते.

आपल्या मुलीला हे एवढे मोठे केस विंचरता येणार नाहीत. धुता तर मुळीच येणार नाहीत. हे साहित्य पाहून विहीणबाई सुखावतील. लेकीच्या केसांची काळजी घेतील. हे सर्व आईच्या वेड्या मायेला वाटते. पण तसे घडतेच, असे नाही. परक्या घरी मुलगी घाबरलेली असते. वेणीफणीचे ती आपण होऊन सांगणार कुणाला... आणि धूर्तपणा तिच्या अंगी नसेल, तर ते कौतुकाचे आईचे देणेही नणंदा–जावांकडे जाते. मागणार कसे. आणि सासुरवास असेल, तर तान्ही दिवसभर धुण्यापाण्यात, झाडलोटीत भांडी घासण्यात गुंतून पडणार. तिला तासभर बसून केसांकडे लक्ष द्यायला वेळ कुठे आणि तिने काढला, तर तिला बसू कोण देणार? पाठभर पसरलेल्या केसांच्या पिसाऱ्यावर लाथ बसण्याचीच शक्यता अधिक!

सासुरवास असलेल्या मुलीला वयात येईपर्यंत जमिनीवरच झोपावे लागते. नेसूची गादी आणि पदराची रजई हा तिचा थाट. आणि जमिनीवर केस. दिवसभरच्या श्रमाने साधी वेणी देखील पुन्हा घालणे तिला शक्य होत नाही. घरातून हिंडणारा–फिरणारा नवरा जर टापटिपीचा– हिच्याकडे अनुनयाच्या दृष्टीने वागणारा असेल, तर ती मार खाऊनही केसांची जमेल, तशी निगा करील. पण तिथेही आनंदच असेल आणि पुढेही त्याचे तिच्याकडे फक्त 'मादी' इतकेच लक्ष असेल, तर केसांचे दांगडीचे वेल होतात. जटाबटा होतात. घाण होतात. केसांना घाणही येऊ लागते. हळू हळू केस गळतात. सुपारीएवढी बुचडी होते. आणि मग विंचरणे, न्हाणे अगदी सोपे होऊन जाते. मुलीच्या मनात हा क्षोभ, हे शल्य.. शेवटपर्यंत जागे असते.

असे केसांचे दांगडीचे वेल होणे ज्यांच्या नशिबी आले, त्यांच्या या गाथा. पुढील गाथेतील मालन जरा उजळ भाग्याची आहे. कशी, ते पाहा.

### गाथा (१५)

*कामाच्या कसाल्यातऽ — अंगाचं व्हतं, पानीऽऽ*
*लांब या केसायाचीऽ — कवा व्हतीया तेलफनीऽऽ*

*सासूरवासात, गऽ — पानी न्हायाचा काय सोसऽऽ*
*गुजर मायबाईऽ — दारी बसली तूळसऽऽ*

*केसांच्या झाल्या बटाऽ — जसं दांगडीचं यालऽऽ*
*मायबाई माझीऽ — नीट करून लावी त्यालऽऽ*

*गादली मही डोयीऽ* / *केसांचं झालं याऽलऽ*
*इच्चरील बयाऽ* / *बाप पानी, गऽ, टाकीलऽऽ*

*बयानं न्हानीलंऽ* / *बाई, नीवला माझा माथाऽऽ*
*गंगंच्या पान्याचा, गऽ* / *रांजनऽ केला रीताऽऽ*

*लांब नी लांब केसूऽ* / *तेंचं सासरी न्हायी नातंऽऽ*
*बयाचं माझ्याऽ ईथंऽ* / *सये, झीजलंऽ तळहातऽऽ*

(१) कसाल्यात = अतिश्रमात (२) दांगडीचे वेल = या वेलीच्या जाळीचा फार गुंता होतो (३) गादली = घाण झाली (४) मही = माझी

या मालनीचे माहेर गावात किंवा एक-दोन मैलांच्या फेऱ्यात असावे. लेकीच्या केसांची हालहवाल सासरी कशी होते, हे आईला माहीत झाले आहे. महिना पंधरा दिवसांनी ती लेकीला न्यायला येते. 'गुजर' आहे – तेव्हा गाडी घेऊनही येत असेल. तिचे हे येणे मालनीने 'दारी बसली तूळस' या सुंदर प्रतिमेने व्यक्त केले आहे. या ओवीत आणखीही एक पैलू दिसतो, तो म्हणजे लेकीला मूळ पाठवून आई अंगणात सगळी न्हाण्याची तयारी करून तिची वाट बघत बसली आहे. अशा आईला 'तुळस' ही उपमा किती उचित वाटते! एका मालनीलाच ती सुचू जाणे! ओवीचे तीन शब्दांचे पदही असे मनहारी अर्थभाराने लवलेले असते. जरा लक्ष चुकले, की केवढा मोठा खजिना हातचा जातो! ज्या माउलीचे दंड, भुजा, हात लेकीच्या केसांच्या निगराणीसाठी झिजले, त्या आईच्या प्रेमाला हे तिचे सासरच्या अंगणात तुळशीसारखे येणे किंवा आपल्या अंगणात न्हाऊ घालण्यासाठी बोलावलेल्या लेकीची वाट पाहणे – तुळस होऊन वाट पाहणे हे तिच्या उत्कट मायेला शोभण्यासारखेच आहे.

आई बोलवायला येईपर्यंत मालनीच्या केसांचे काय मातेरे झाले आहे! रेशमासारख्या तिच्या केसांना दांगडीच्या वेलाची कळा आली आहे. त्यांच्या जटाबटा बनल्या आहेत. डोके इतके घाण झाले आहे. घाणही मारते आहे!

माहेरी येताना म्हणते, 'बापाजींनी गंगेच्या पाण्याचा रांजण भरून ठेवला असेल, आता आई केसांना तेल लावील. हळू हळू न दुखवता बोटांनी गुंता सोडवील - सगळा रांजण रिता होईतो बाप भडा भडा पाणी घालील आणि माझा माथा असा शांत होईल!'

हे सगळे खरे. पण मनातील आग शांत होत नाही. तळतळून तो शेवटच्या ओवीत म्हणते, 'माझ्या या केसांचे सासरशी मुळीच नाते नाही. त्यांच्यासाठी आईचे

हात इथेच माहेरी झिजतात.' ही ओवीच मनाला छिन्नभिन्न करणारी आहे! आणि आईच्या जिव्हाळ्याने मालनीच्या डोळ्यांत कसे पाणी आले असेल, हे दाखवणारी आहे.

आईने मोठ्या सायासांनी जतन केलेला हा केशसंभार मालन सासरीही तसाच निगुतीने जतन करण्याचा प्रयत्न करते. घरचे कुणी मदतीला येत नाही, हे लक्षात येताच तेवढ्यासाठी ती एखादी मायबहीण जवळ करते. ती तिला न्हाऊ घालते. तिची वेणीफणी करते पण त्या निगेला आईने केलेल्या निगेची सर कशी येणार? पुढील गाथेत मालनीची ती व्यथा आहे.

### गाथा (१६)

*लांब नी लांब केसूऽ माझ्या बयानं वाढवलंऽऽ*
*बयाच्या बाळायानंऽ पानी गंगाचंऽ आडवलंऽऽ*

*शेजी घाली पानीऽ न्हायी भीजत माझी येनीऽ*
*बया घाली पानीऽ न्हानी वाजती वड्यावानीऽऽ*

*शेजी न्हावू घालीऽ न्हायी माझी पाठ वल्लीऽऽ*
*बया घाली न्हावूऽ न्हानी खंगाळून गेलीऽऽ*

*लांबनी लांब केसूऽ तू, गऽ, केलं मायबाईऽ*
*परायाच्या घरीऽ तेची नीगा ऱ्हात न्हायीऽऽ*

*लांब नी लांब केसूऽ माझ्या डूयीला ऱ्हायीनाऽ*
*बयासारखीऽ तेची सेवाऽ माझ्या हातून व्हयीनाऽऽ*

(१) आडवलं = पुढे वाहू दिले नाही. भरून आणले. (२) परायाच्या = परक्याच्या- सासरच्या (३) खंगाळून = खळबळून

पहिल्याच ओवीतील कल्पना सुरेख आहे. या मालनीच्या माहेरी तिच्या नहाण्यासाठी तिचा भाऊ पाण्याच्या कावडी आणतो. मालन म्हणते, बयाचा बाळ गंगेचे पाणी आडवतो. ते पुढे प्रवाहाने जाऊ न देता घरी घेऊन येतो.

आता या शेजीची मैत्रीण नहाणार, म्हणून असे रांजणभर पाणी कोण भरणार? त्याला आईबापाचा जिव्हाळाच पाहिजे. पण मालन म्हणते, वेणी भिजेल, एवढे तरी पाणी नको? पाठ तरी भिजावी ना.. आई नहायला घालायची, तेव्हा न्हाणी खळबळून निघायची. शेजीने नहायला घातल्याच्या पार्श्वभमीवर तिला आईने घातलेले न्हाणे आठवते

आणि ती मनाने कष्टी होते. शेवटी ती निराशेने म्हणते 'आईने जशी केसांची निगा केली, तशी मला कुठली जमायला? आईने किती जतन केलेले हे माझे केस आता भराभर गळायला लागले आहेत. मी करू तरी काय? तू इतके सायास कशाला घेतलेस? परक्या घरी त्यांची देखभाल कशी जमणार? तुला हे कसे कळले नाही?' इतकी ती निराश होते. खंतावते. आपल्या केसांचा हा ऱ्हास तिला सहन होत नाही.

पुढील गाथेत एका आजारी मालनीने आपली केसांबद्दलची व्यथा मांडली आहे. ती बरीच आजारी आहे. उशाला दोन समया तेवत आहेत. तिचे केस अस्ताव्यस्त असे जमिनीवर पडले आहेत. तिला वाईट वाटते. आईने आपले केस कशाला निगराणीने वाढवले? कशाला तिने शिकेकाईची सवय त्यांना लावली – जे मला विंचरायला, धुवायला जमत नाहीत, असे केस तू कशाला जतन केलेस? तिला वाटते, घरात एवढी माणसे आहेत, उशाला समय जळताहेत. या माणसांना माझ्या केसांची अवस्था दिसत नसेल? पण कुणी जवळ येणार नाही. हलक्या हाताने केस व्यवस्थित करणार नाही. शेवटी ती तडफडून म्हणते, केस इतके चांगले जतन केलेस आणि मला विनाकारण परक्या घरी का दिलीस? आईलाच हा तिचा सवाल असतो.

**गाथा (१७)**

*लंबे लंबे बालऽ अशी कवळ केसायांचीऽ*
*माऊली, बया, माझ्याऽ धन तुझ्या त्या सायासाचीऽऽ*

*लंबे लंबे बालऽ याही लंबाला करू कायीऽऽ*
*डोंगरी शिकंकायीऽ सवं लावली बयाबाईऽऽ*

*लंबे लंबे बालऽ माझ्या मुठीत माईनातऽ*
*बयाच्या सायासाचंऽ मला जतन व्हयीनातऽऽ*

*जीवाला जडभारीऽ उशाऽ समया जळतीऽ*
*बयाच्या सायासाचंऽ केसू धरनीला लोळतीऽऽ*

*लंबं लंबं बालऽ बयाबाई, गऽ, जोपा केलंऽ*
*उगंऽ या कारनंऽ परायाच्या घरी दीलंऽऽ*

(१) उगं या कारनं = उगीच, विनाकारण (२) धन = धन्य (३) कवळ = मोठी जुडी, मुठीत न मावणारे.

मला वाटते, सुवासिनीला जेवायला बोलवताना तिला नहाण्यापासूनचे आमंत्रण पूर्वी ग्रामीण मालनी देखील देत.. त्याच्यामागे मालनींची व्यथा थोडी कमी करणे हा तर हेतू नसेल, सासुरवाशिणीला हे आमंत्रण जेवणापेक्षा आज मला न्हायला घालणार, हेच सुख अधिक भावत असेल.

रामायणातील सीता वल्कले नेसून वनवासाला निघाली. सर्वांना रामाचे दुःख. कौसल्येने, सुमित्रेने वा सीतेच्या प्रत्यक्ष आईने सीतेच्या वेणीफणीचा–न्हाण्याधुण्याचा विचार केलेला कुठे दिसत नाही... म्हणजे मी तर वाचला नाही. त्याबद्दल हळहळ वा योजना दोनच ठिकाणी मला आढळते. ग्रामीण मालनींच्या सीतेवर अधिक ओव्या आहेत. एका ओवीत मालन म्हणते.

*सीताला सासुरवासऽ न्हायी तेल न्हायी फनीऽऽ*
*तिनं, ऽग, बारा वरसंऽ वरज, ग, केली येनीऽऽ*

*सीताला सासुरवासऽ डुयीच्या तेलाचाऽऽ*
*कैगईनं केलाऽ न्हायी उजूर बोलाचाऽऽ*

पण एक साधी आईच्या अंतःकरणाची निघाली. चित्रकूट पर्वतावरून निरोप घेताना लोपामुद्रेने सीतेला उटी दिली आणि एक फणीही दिलीच असावी. उल्लेख नाही. पण जी विजनवासात उपयोगी पडावी, म्हणून उटी देते, ती लोपामुद्रा फणी द्यायला कशी विसरेल?

– आणि पंढरीचा पांडुरंग – ज्याने अनाथ मालनींचे हे परस्वाधीनपण ओळखले– दिवसभर कष्ट करणाऱ्या मालनीची केसांबद्दलची अनास्था ज्याच्या मनाला कासावीस करून गेली, तो पांडुरंग – जनाबाईला न्हाण्यासाठी कावडीने पाणी आणणारा – तिच्या विसाणासाठी – पाषाणातून झरे फोडणारा, आई होऊन आईच्या जिव्हाळ्याने आईच्या हाताने जनाबाईला न्हाऊ घालणारा – तेल लावून तिची वेणीफणी करणारा. त्यानेच केवळ मालनीच्या दांगडीच्या वेलाकडे करुणेने, आईच्या डोळ्यांनी पाहिले.

## गाथाबंध ५ : देतो परवंटा घट्ट गाठी

कुणी सासुरवास या शब्दाचा असा अर्थ केला आहे– सहा सुऱ्यांच्या सहवासात जो वास, तो सासुरवास. सासू, सासरा, दीर, जावा, नणंदा आणि नवरा या त्या सहा सुऱ्या आणि या रोखलेल्या असतात नव्याने नांदायला आलेल्या सासुरवाशिणीवर. एका बारा वर्षांच्या कोवळ्या मुलीवर!

आल्या आल्या तिच्यावर तिला न झेपतील, अशी कामे सोपवायची. तिच्याकडून काही चुकले, तर सर्वांनी तिच्यावर मनसोक्त तोंड सोडायचे, तिच्या माहेरच्या माणसांना नावे ठेवायची. तिने काही बोलण्याचा प्रयत्न केला, तर तिला मारायचे. हे सर्व पत्करले. पण याहूनही अमानुष असा सासुरवास असतो, तो म्हणजे तिची भूक मारणे. वाढते वय आणि कष्ट यांमुळे तिला भूक लागते. पण तिच्या या भुकेकडे सर्वांनी पूर्ण दुर्लक्ष केलेले असते. ताकाचा डेरा भरलेला असतो, शेंगांची पोती आणि गुळाच्या ढेपींची थप्पी लागलेली असते. स्वयंपाकघरात भाकरीच्या चवड दिसत असतात. पण या मुलीला यांना स्पर्श करण्याचाही अधिकार नसतो. तिच्या बरोबरची घरातील मुलीमुले चापून खात असतात. पण हिला काही द्यावे, असे त्यांना वाटतही नाही. घराचे वळणच तसे असते. दोन वेळचे जेवणही वेळेवर व पोटभर नसते. जावांच्या मनात येईल, तेव्हा एका ताटात शिळी भाकरी आणि उरलेले थोडे असे जेवण तिला द्यायचे असते. ते खाऊनही ती उपाशीच राहते, इतके ते थोडे असते.

असे सुनेला उपाशी ठेवण्याला सासूला एक चांगले निमित्त असते. ते म्हणजे केलेल्या चुकीबद्दल, बोललेल्या शब्दाबद्दल तिला 'ताटबंद' ही शिक्षा द्यायची. उपाशी पोटाने काम करणे म्हणजे पुन्हा चुका होतात - पुन्हा ही शिक्षा मिळते, असे हे 'ताटबंदी' चे सत्र चालूच राहते.

अशा प्रकारच्या सासुरवासामागे हेतू काय असावा? ही नवी मालन माहेरून प्रथमच सासरी येते. माहेरचे सगळे लाड, सगळ्या अस्मिता तिच्या अंगात भिनलेल्या असतात. एकत्र कुटुंबात ती जर निमूटपणे नांदायला हवी असेल, तर त्यासाठी सासरच्या माणसांनी काही तोडगे ठरवलेले असतात. मुलीचे अन्न तोडणे, तिला कष्टाला जुंपणे, मारझोड करणे - तिच्या मनाला झोंबतील, असे माहेरबद्दल बोलत राहणे. ती मुलगी म्हणजे एक यंत्र, तिला आपल्याला शरीर आणि मन नाहीच, असे वाटायला हवे. या सर्व छळांनी ती अगदी आळून आटून जायला हवी. अशी ती छळांनी पिळली गेली, की चोथ्यासारखी निर्जीव होते. मग ती

कुटुंबात राहण्याच्या लायकीची होते. गुलामगिरी आता नष्ट झाली आहे; पण गुलाम कसे तयार होत, याची माहिती घेतली, तर ती याहून फारशी वेगळी असणार नाही.

निसर्गधर्माप्रमाणे सहजीवनाची जी मूळ तत्त्वे, ती या मुलीच्या जीवनात गृहीत धरलेलीच नाहीत. फक्त 'सातत्य' हे महत्त्वाचे. वंशसातत्यासाठी तिला घरी आणलेले असते, एवढेच मानले गेले. पण ज्या निसर्गाने मालनीवर सातत्याची जबाबदारी टाकली, त्याच निसर्गाने तिच्या ठिकाणी एक जिद्दही ठेवली. म्हणूनच या सर्वांतून तावून सुलाखून ती बाहेर पडते, ती या जिद्दीमुळे. पण सोसणे हे काय कमी असते?

ही भूक ज्या मालनींनी सोसली आहे, त्यांनी आपल्या अनुभवाचे करुण आविष्कार खालील गाथांतून केले आहेत. भुकेने पोटाला भकाळी पडली, की निरी खोचून वा चुनडी कमरेला घट्ट बांधून ही भूक जाणवून घ्यायची नाही, हे ती बाळसासुरवाशीण आपोआपच शिकली.

### गाथा (१८)

*भूक्याली तान्ह्यालीऽ मला कोन, गऽ, म्हनंलंऽ*
*एक माय माझीऽ त्वांड कोमेजं जांबळंऽऽ*

*भूक लागली पोटालाऽ सैलावली माझी नीरीऽ*
*बया माझी ती मालनऽ कनवाळू माय खरीऽऽ*

*भूक लागली पोटालाऽ भुकंबाई, दम धरऽ*
*पान्याच्या पानघाटीऽ बयाचं हायी घरऽ*

*भूक लागली पोटालाऽ डावी नीरी म्या खोचीयीतीऽ*
*माय मालनीला माझ्याऽ खून माझी तो पोचयीतीऽऽ*

*भूक लागली पोटालाऽ सोडीती मी डावी नीरीऽ*
*कुनाच्या भावजयाऽ बया न्हवती माझी घरीऽऽ*

*सासूचा सासुरवासऽ लागली भूक पोटीऽ*
*बयाची सय येतीऽ देती परवंटा घट्ट गाठीऽऽ*

(१) पानघाटी = पाणवठ्याच्या घाटाजवळ, (२) परवंटा = लहान मुलींनी साडी नेसण्याची पद्धत, अंगावरचा पदर गोळा करून कमरेला निऱ्याजवळ गुंडाळून

खोवतात. कासोटा घालतात. वर नुसती चोळी असते. लहान मुलींना हे नेसणे सोयीचे असते.

या मालनीचे माहेर पाण्याच्या वाटेवर आहे. भूक लागली, म्हणून पाण्याच्या निमित्ताने ती घरी आली आहे. भुकेची खूण म्हणून येताना तिने डाव्या बाजूची निरी वर खोचली आहे. भावजयांना हे कळले, तर सासरपर्यंत जाईल, या भीतीने आई घरी नाही समजतात तिने पटकन् निरी खाली सोडली आहे आणि तशीच घरी परतली आहे. आई घरी असती, तर तिने लेकीची खोचलेली निरी पाहून 'आता जाणार, तर थोडे खाऊन जा,' म्हणून ताट दिले असते. या आठवणीने तिचे भुकेकडील लक्ष कमी होते. भूक लागली, सहन होईनाशी झाली, की आईकडे मांडलेले ताट आठवायचे, ही तिची युक्ती मनाला पीळ पाडल्याशिवाय राहत नाही. शेवटची ओवी तर चटकाच लावते.

पुढील गाथेत एक आठवण आहे. अशीच भूक लागल्यावर ती डावी निरी वर खोचून आईच्या घरी गेली. आई घरात होती. भावजया घरी होत्या. वाटेवरून पाण्याला जाणाऱ्या बायकाही डोकावून पाहत असणार. मुलगी आपल्याकडे जेवायला आली आहे, असे कुणाला वाटले, तर ती गोष्ट सासरी पोचेल आणि लेकीला त्रास होईल, ही दोघींनाही कल्पना आहे. पण आईला ती वर खोचलेली निरी मनाला टोचत राहते. काही निमित्ताने ती 'आता आलीस, तशी थोडं खाऊन जा,' म्हणते. आणि लेकीचे ताट तयार करते. हा प्रसंग पुढील गाथेत आहे.

**गाथा (१९)**

*भूक लागली पोटालाऽ निरी देते आधारालाऽऽ*
*काय, गऽ, उपेगीलाऽ जावा नंदाऽ शेजारालाऽऽ*

*भूक लागता पोटालाऽ हिंडीन सारा गावऽऽ*
*कोन काशीच्या वेगळंऽ मला म्हननारऽ जेवऽऽ*

*कशी जेवान जेवलीऽ गूळ मांडा सोजी पोळीऽऽ*
*वाट्या मांडील्या दुहीरीऽ ताटा, गऽ, भवतालीऽऽ*

*गोड जेवान जेवलीऽ माझ्या मावलीच्या ताटीऽऽ*
*भरल्या काठोकाठऽ दह्या दुधाच्या, गऽ, वाटीऽऽ*

*जेवान जेवतानाऽ टाकी भातावर तूपऽऽ*
*माझ्या जेवनाची टूकऽ सारी काशीला ठाऊकऽऽ*

*जेवली मी पोटभरऽ दहीभात कालवलाऽऽ*
*आतमा काशीनं, गऽ पुरा माहा निववलाऽऽ*

*आतमा निवाला, गऽ, तेचीऽ घडू घडी याद करूऽऽ*
*बयाच्या जेवनाचीऽ भुकं येळला याद करूऽऽ*

(१) काशी = आई (२) सोजी = सांजा (३) आतमा = आत्मा (४) माहा = माझा.

पण असे जेवण वारंवार कसे घेता येईल? सासरी समजले, तर कठीण प्रसंग ओढवेल आणि आईशिवाय मुलीची भूक दुसरे कोणी ओळखत नाही. शेजारी नणंदा–जावा असल्या आणि माहेरी भावजया असल्या, तरी त्यांच्या हे लक्षात येत नाही. मग मागे कधी आईने ताट वाढले, ते आठवायचे आणि आठवणीने तृप्त व्हायचे, हाच भूक विसरायचा उपाय. तोच ही सासुरवाशीण वरील गाथेत वर्णन करून सांगते आहे.

पुढील गाथेत एक अतिशय करुण प्रसंग वर्णिला आहे. मालन भुकेली आहे. काय खावे, तिला कळत नाही. भूक भागवायला इथे आई नाही, म्हणून ती कोण्या निमित्ताने काहीतरी खायला मिळेल, म्हणून डोंगर शोधते. तिथे तिला जे मिळते, त्याला ती अमृतभोजन म्हणते.

### गाथा (२०)

*भूक लागली पोटालाऽ धीर धर, भूकबाईऽ*
*न्याहारीची सवंऽ कशा लावली, मायबाईऽऽ*

*लागली भूक म्हनूऽ येडी झालीस, भूकबाईऽ*
*परावं ह्ये घरऽ हितं आपली बया न्हायीऽऽ*

*भूक लागली पोटालाऽ तोंड घालू कोन्या जाळीऽ*
*बयाची माझ्या मायाऽ करवंदंऽ झाली काळीऽऽ*

*भूक लागली पोटालाऽ धुंडू कोणता डोंगईर*
*बया माझी येशवदाऽ झाली पीकला उंबयीरऽऽ*

*भूक लागली पोटालाऽ किती भूकंलाऽ हाकारूऽऽ*
*माझी ती मायबाईऽ पाडा आली, गऽ, गोखईरूऽऽ*

*न्हायी कुनाची आशा केलीऽ भूक कशाला मागीनऽऽ*
*असं अम्रूत भोजनऽ माझ्या बयाला मागीनऽऽ*

(१) हाकारू = हाकलून घालू (२) गोखरू = सराट्याच्या वेलीचे फळ

डोंगरावर काही खायला सापडते का पाहत असता तिला काळी करवंदे मिळतात. पिकलेले उंबर मिळतात. ती फळे मायबाईनं माझ्यासाठी पिकवली, अशी तिची दृढ श्रद्धा असते. हीच काय, सराट्याची फळे देखील पिकलेली होती. ती तर अगदीच क्षुल्लक, पण मायबाईने ती पण तोंडात टाकायला आईनेच पिकवून ठेवली, असे ती म्हणते. शेवटची ओवी हृदयस्पर्शी आहे... जे काही देत नाहीत, त्यांच्याकडे भूक लागली, म्हणून जाणे आता मी करणार नाही, असे तिने ठरवले. कारण मायबाईला जे तिने मागितले, ते अमृतभोजन तिने दिले आहे.

पुढील गाथेत अशा उपासमारीत राहिलेली मालन माहेरी गेली. आईने तिला पाहिले आणि ती कळवळली. भुकेचा सासुरवास जिला आहे, तिच्या आईच्या मनाची घालमेल या गाथेत उत्कटतेने गायली आहे.

## गाथा (२१)

*लाडक्या लेकीलाऽ रोज भातक्याचं लावाऽऽ*
*घरी हलवाई ठेवाऽऽ*

*लाडकी माझी मैनाऽ ऊपाशी लागं नीजूऽ*
*बत्तासं टाका भीजूऽऽ*

*लाडकी माझी मैनाऽ निजं उपाशी घरातऽऽ*
*भिजं साखर तुपातऽ*

*लाडकी माझी मैनाऽ धकत न्हायी भातऽऽ*
*आना मिठाई ताटातऽऽ*

*लाडाची लाडकीऽ गेली सासरी चांगूनाऽऽ*
*चिमून झाली चूनाऽऽ*

(१) भातके = फराळाचे (२) धकत = घशाखाली उतरत (३) चिमून चुना होणे = हडकून अगदी दुर्दशा होणे.

ही चिमून चुना होऊन आलेली मैना माहेरी सारखी झोपून राहते. कामाचा शीण असा उतरतो. झोपेपुढे खाणे सुचत नाही. खाण्याची सवयही मोडलेली असते. गुडघे पोटाशी धरून झोपणेच बरे वाटू लागते. भात देखील घशाखाली उतरत नाही. हे सर्व पाहून तिच्या आईचा जो तडफडाट झाला, तो ओळींच्या लयीतून व्यक्त झाला आहे. जरा खाऊन पिऊन सुधारते, तोवर सासरी जाण्याची वेळ येते. आईच्या पुढे मोठे संकट उभे राहते. अगदी थोड्या शब्दांत मुलीची अवस्था व आपली काळजी या मालनीने उत्कटपणे व्यक्त केली आहे.

पुढील गाथेत मुलीच्या सासुरवासाने गांजलेली तिची आई विहिणीला आळवते आहे. 'बाई ग, माझ्या मुलीला भुकेली ठेवू नको. जेवायला घालून तिला काम सांग.'

### गाथा (२२)

*हात जोडून ईनंतीऽ इहिनीबाई, गऽ, गडनीऽ*
*बाळ नेनंती, गऽ, माझीऽ देलं काळीज तोडूनीऽऽ*

*हात जोडून ईनंतीऽ हे, गऽ, इहिनीबाई तूझीऽ*
*अशी अन्हाड म्हणूयीनीऽ बाळ सांभाळावी माझीऽऽ*

*हात जोडून ईनंतीऽ याह्यापरास ईहीनीचीऽ*
*सखे, बाई, तीची भूकऽ भूक जानावी तान्हीचीऽऽ*

*हात जोडून ईनंतीऽ इहिनीबाईऽ, तू, गऽ, गंगाऽ*
*बाळ नेनंतीला माझ्याऽ जेवू घालून काम सांगाऽऽ*

*हात जोडून ईनंतीऽ इहिनीबाईऽ तू, गऽ, साळूऽ*
*अन्हाड, गऽ, बाळ माझीऽ नवीनाचं काम हळूऽऽ*

*सासूरएवढा वासऽ नगं करू, गऽ, सासईवऽ*
*माझ्या त्या मैनाईच्याऽ डोळा भरूनी आसईवऽऽ*

(१) इहीन = विहीण (२) अन्हाड = अजाण, लहान (३) डोळा भरूनी = डोळ्यांत पाणी भरू देऊ नकोस. (४) याह्यापरास - व्याह्यापेक्षा.

लेकीची आई विहिणीला किती परींनी विनवते. दोघीही माताच. पण मुलीची आई मुलीसाठी सासूच्या पाया पडणारी. माझी मुलगी लहान आहे, तिची भूक संभाळ. जेवायला घालून काम सांग. भुकेचा सासुरवास करून त्या लहानीच्या डोळ्यांत पाणी येऊ देऊ नको. हे सगळेच मन पिळवटणारे आहे.

या सर्व गाथाच भुकेशी निगडित असल्याने एका तऱ्हेचा सासुरवास प्रखरपणे व्यक्त करतात. मुलीच्या आणि माहेरच्या माणसांच्या वेदना– व्यथा प्रकट करणाऱ्या – समर्थपणे उलगडून दाखवणाऱ्या गाथा आहेत.

## गाथाबंध ६ : कडू ईखाचं, गऽ, बोल.

सासरी गेल्यावर आपल्याला झाला, तसाच सासुरवास लेकीला होणार, हे मालनींनी गृहीत धरलेलं असतं. लाडांत वाढलेली मुलगी दुसऱ्याच्या घरी आपले घर म्हणून राहायला जाते. ते घर कधी न पाहिलेले, परगावचे; घरातील माणसे अनोळखी. कामाचे वळणही अनोळखी. यामुळे त्या मुलीला भरल्या जत्रेत आईचा हात सुटावा आणि आपण हरवलो आहो, असे वाटावे, यात नवल नाही. अशा बावरलेल्या मन:स्थितीत कुणी धीर देते, स्नेहभावाने बोलले असते, तर तिला आधार वाटला असता. पण तसे होत नाही. तिचा सहज स्वीकार करण्याकडे घराचा कल नसतो. खरे म्हणजे, भाषा ही माणसामाणसांतील सहयोगासाठी– सहकारासाठी निर्माण झालेली. पण इथे ती उमटत नाही. सारे घर तिच्याकडे परकेपणाने डोळे, कान टवकारून असे बघत असते. ती गोंधळते. बोलणे– उत्तर देणे साधत नाही. कुणाशी कसे वागावे, कळत नाही. धोरण बघून वागणे अजाणपणामुळे जमत नाही आणि मग एकेकजण तिला बोलू लागतात.

पहिल्याने सासुरवाशीण घरी आली की, तिला बोलणी ऐकावी लागतात, ती तिच्या माहेराबद्दल. त्या माणसांची उणीदुणी काढायची. त्यांच्याविषयी हेटाळणीने बोलायचे, चेष्टा करायची – आणि त्या मुलीने कणगीआड, तुळशीपाशी, गोठ्यात उभे राहून डोळे गाळायचे. ही आता माझी माणसे माझ्या घरच्या लोकांबद्दल किती वाईट बोलतात, या विचाराने आईची आठवण येऊन तिला रडू यायचे. संतापही यायचा.

सासरी जाणाऱ्या आपल्या लेकीला तिला समजू लागल्यापासून तिची आई एकच विचार देत राहिली. तिच्या मनावर ठसवीत राहिली. ते या संदर्भात...

## गाथा (२३)

*सासूचा सासुरवासऽ सोसावा नखीबोटीऽ*
*नेनत्या बाई, माझ्याऽ सासुराच्या नावासाठीऽऽ*

*सासूचा सासुरवासऽ सोसावाऽ, गऽ, हरनीऽ*
*नेनंत्या, माझ्या सयेऽ एका भरताराकारनीऽऽ*

*सासूचा सासुरवासऽ सोसावाऽ एकीसाठीऽ*
*नेनत्या, मैनाबाईऽ मायबापाच्या नावासाठीऽऽ*

*सासूचा सासुरवासऽ सीतासारख्या माईलाऽ*
*वाटून देला तीनंऽ घर घरऽच्या सईलाऽऽ*

*सासूचा सासुरवासऽ सोसावा, सयेऽ बाईऽ*
*फिरून जाबऽ देनंऽ आपल्या कुळी न्हायीऽऽ*

(१) नखीबोटी = अंगी अंगी, सर्व प्रकारचा, (२) आपल्याला झालेला सासुरवास सीतेने सर्व सासुरवाशिणींना वाटून दिला आहे, अशी समजूत.

या गाथेत मालनीने आपल्या लेकीला हा सासुरवास प्रभू रामचंद्राच्या सीताबाईने दिला आहे. तो पूज्य आहे. तो सोसावाच, ही श्रद्धा दिली, कुणासाठी तो सोसायचा? प्रथम सासरच्या कुणासाठी – नंतर नवऱ्यासाठी – आणि मग माहेरच्या नावासाठी, असे तिच्या मनात ठसवले. आणि मुख्य मंत्र दिला, तो म्हणजे. कुणीही बोलले, तरी त्याला आपण उलट प्रत्युत्तर द्यायचे नाही. उलटून बोलायचे नाही. शब्दाने शब्द वाढवायचा नाही.

पण ती बोलली नाही, म्हणून सासऱ्या- दिराची, सासूजावांची–नणंदाची बोलणी कमी होत नाहीत. ती सुरूच असतात – माहेराबरोबर – तिला काम येत नाही, हे बोलणे असते. पुढील गाथेत तिला कशी बोलणी बसतात, ते तिने अगदी थोडक्यात, पण परिणामकारक रीतीने गायिले आहे.

## गाथा (२४)

*सासूचं, गऽ, बोलऽ जसं मीरीयाचं घसऽऽ*
*मायबाई माझ्याऽऽ कसं बोलशी, गऽ, सोसऽऽ*

*बोल बोलती मामाजीऽ सासऱ्या सोनसळ्याऽऽ*
*ठाव, गऽ, घेती, बाईऽ जशा बंदुकीच्या गोळ्याऽऽ*

*बोलनंऽ जावांचं, गऽ जसं सराट्याचं येलऽऽ*
*मायबाईसाठीऽ मी, गऽ, तुडवीतऽ चालंऽऽ*

*दोन दीसाची पावनीऽ त्या, गऽ, नंदंऽची लावनीऽऽ*
*सोसते मी झडाझडीऽ शिकी तूझीऽ आठवूनीऽऽ*

*सासरचंऽ बोलऽ कडू ईखाचं, गऽ, पेऽलंऽऽ*
*मायबाईऽ माझ्याऽ तुझ्यासाठीऽ गोड केलंऽऽ*

(१) शिकी = शिकवण (२) झडाझडी = बोलण्याचा भडिमार

वरील गाथेत कोण कसे बोलते, हे मालनीने अत्यंत समर्पक प्रतिमांतून सांगितले. सासरच्या माणसांचे बोलणे सरळ नसते. मनाला डसणारे असते. सासूचे बोल मिरीच्या घोसासारखे, वर वर सरळ दिसणारे, पण जो खाई, त्याची जीभ जळे , असे दाहक. सासऱ्याचे बोल बंदुकीच्या सोनसळ्या गोळ्या - ठाव घेणाऱ्या. जावा तर नेहमीच लागट बोलणाऱ्या. त्यांचे बोलणे सराट्याच्या हिरव्यागार वेलात लपलेल्या काट्यासारखे. ही बोलणी पत्करली, ती फारसे मनावर घेत नाही. आईची शीक म्हणून उलट उत्तर देत नाही. पण बोलण्याचा असा एक विषय असतो. ती त्यावर नागिणीसारखी खवळून उठते. तिच्या माहेरच्या कुळाबद्दल आडवेतिडवे बोलणे ती सहन करत नाही – दिराला देखील जाब विचारण्याइतकी धीट होते. प्रत्यक्ष ती गाथाच पाहा.

**गाथा (२५)**

*माझी जातकूळऽ कोन पुसतो मंजूळऽऽ*
*चला दावीऽ तेऽ आजूळऽऽ*

*माझी जातकूळऽ कोन पूसतंऽ अंगनीऽऽ*
*हरनऽ मायबाईऽ खाशा बागाची निंबूनीऽऽ*

*माझी जातकूळऽ कोन पुसतोऽ हाळवटऽऽ*
*ताडा दावीतेऽ जूवाटऽऽ*

*माझी जातकूळऽ कोन पुसतो आगऽळाऽऽ*
*आमी अस्सलाच्या लेकीऽ खऱ्या सोन्याच्या मव्हराऽऽ*

*माझ्या बापाजीचं कूळऽ काय पूसता, वंऽ, दाजीऽऽ*
*उच्च कुळीची माझी आजीऽऽ*

*माझ्या बापाजीचं कूळऽ काय पूसतोस भल्याऽऽ*
*सांगीतेऽ सात पीढ्याऽ बस वसरीच्या खाल्याऽऽ*

(१) मंजूळ = मूर्ख (२) खाशाबाग = उत्कृष्ट बाग - त्यातील निंबूनीचं झाड - कुळाने, रूपाने व गुणाने उत्तम अशी (३) हाळवट = क्षुद्र, भिकारडा (४) ताडा = तुलना करून दाखविते, (५) जुवाट = दोन जोडलेले संबंध - जोडलेल्या दोन घराण्यांची तुलना करून दाखविते.

कामाचे कष्ट एक असोत; पण त्या लहान मुलीला अशी बोलणी काय म्हणून बसतात? या बोलण्याने काय होते? हे प्रश्न मनापुढे येतात. कुळाची किंमत स्त्रीच्या मोजमापानेच का व्हावी?

हे जे एकत्र कुटुंब असते, ते घरचा व्यवसाय शेतीचा, म्हणून असते. एकाच धंद्यावर सर्व माणसांचे अवलंबून राहणे असल्याने सहकारासाठी हे राहणे जवळ जवळ सक्तीचे होते. घरच्या माणसांत आंतरिक जिव्हाळा नसतो. या मोठ्या एकत्र कुटुंबाला मालनीने रथ हे नाव दिले आहे. प्रमुख पुरुष हा हाकणारा आणि बाकी स्त्री– पुरुष त्याला जुंपलेले. त्या जुंपल्या जाणारांचे जिव्हाळे तात्पुरते असतात. सासूला नव्या सुनेचा जिव्हाळा ती आपल्या मुलाचे वंशसातत्य सांभाळणार, म्हणून. जावांना जिव्हाळा, ती आपल्या कामांत वाटेकरी होणार, म्हणून. सासऱ्याला दिरांना जिव्हाळा - माहेरून अंबारी भरून येते, म्हणून. पण तिला वरचढ होऊ द्यायची नाही. म्हणून हेवा– दावा, बोलणी, तिचा अपमान करणे, तिच्या मनाला क्लेश होतील, म्हणून हे सारखं कुलाबद्दल बोलांचे छरे मारीत राहणे, पतिपत्नीचे नातेही असे तेवढ्यापुरतेच. पतिपत्नी संबंध आणि वंशसातत्य एवढ्यापुरते. प्रत्येकजण प्रथम रथाला आणि नंतर एकमेकाच्या जिव्हाळ्याला बांधील असतो.

एकूण गाथांच्या वाचनात मनाला सारखे वाटत राहिले. या मालनींच्या आयुष्यात असा एकच रसभाव आहे, की जो तिने आपल्या माउलीच्या पहिल्या पान्ह्यातून आत्मसात केला, तो तिच्या अंतापर्यंत तिच्या आयुष्यात असंख्य धारांनी पाझरत राहिला! बाकीच्या तिच्या भावभावना अशाच कुढत, बुडत राहिल्या.

अशासारखे कडू ईखाचे पेले घोटणाऱ्या बाळसासुरवाशिणीला माहेर किती हवे

असते! माहेरचे कुणी यावे – चार दिवस माहेरी राहावे – त्यासाठी भावाने मुराळी म्हणून न्यायला यावे, आपल्याला घेऊन जावे – असे क्षणोक्षणी तिला वाटत असते. पण जी इतक्या सासुरवासात आहे, तिला माहेरी पाठवण्याची पद्धत कमीच. कुणी लाचारासारखे मान खाली घालून म्हणावे, 'भैनाला न्यायला आलो आहे. दोन दिवस तरी पाठवा' आणि सासऱ्यांनी ते आमंत्रण लाथाडून टाकावे, असेच नेहमी होत असते. एका गांजलेल्या सासुरवाशिणीने गायलेली ही गाथा पाहा :

**गाथा (२६)**

*भैनाला बलवू येत्याऽ*
*आपल्या भैनीसाठीऽ*

*बंधू वाटऽला तुझी शोभाऽऽ*
*बंधू लोकाच्या दारी ऊभाऽऽ*

*न्हायी घंगाळातऽ पानीऽ*
*भैनाचा सासुरवासऽ*

*बंधू ऊनाच्या कहारालाऽऽ*
*सोप्यानी ऐकूऽ आलाऽऽ*

*भैनाचा सासुरवासऽ*
*आसू टाकीतोऽ मोरावानीऽ*

*बंधू बघीतो चोराऽ वानीऽऽ*
*भैना बघीती आतूनीऽऽ*

*भैनाचा सासुरवासऽ*
*आलं हुरूदऽ भरूनऽ*

*बंधू ऐकीतो गल्लीतूनऽऽ*
*जावं भैना, गऽ, मरूनऽऽ*

*भैनाचा सासुरवासऽ*
*जीव घोड्यावर केलाऽऽ*

*न्हायी तेला ऐकवलाऽऽ*

*घराच्या वळचनीलाऽऽ*
*म्हनीऽ, दादा, जा भेटूनऽऽ*

*उभी न्हायीली, ग, भैनऽऽ*

या गाथेतील सासुरवाशिणीचा भाऊ तालेवार आहे. रस्त्यावरील लोकांचे मान– सन्मान घेत आलेला तो बहिणीच्या दारात गरीब असा उभा आहे. तिथे बाहेर सोप्याशी उभ्या असलेल्या या घोड्यावरून आलेल्या सोयऱ्याची वास्तपुस्त कुणी करत नाही. अंगणातील रिकामे घंगाळ हे त्याचे सूचक आहे. त्याचे मुराळीपणही असे रिकामे परतणारे होणार आहे, हे भविष्य सांगणारे आहे. आणि ते घंगाळ हेही दाखवते, की येणाऱ्या सोयऱ्याला हे घर किती कमी लेखते आहे.

दारात उभा राहतो, तो त्याला घरातून तीन–चार मोठ्या आवाजातील दाहक बोलणी ऐकू येतात. कदाचित त्याच्या येण्याबद्दलही ती असतील. त्याच्या डोळ्यांतून टिपे येतात. त्याला मोराची उपमा आहे. तीही सुचवते, हा सोयरा आपल्या

व्याह्याकडे जायचे, म्हणून नीटनेटका जामानिमा करून, घोडी घेऊन आला आहे. मोरासारखा, आणि त्याला आता बहिणीसाठी आसवे ढाळावी लागत आहेत! अशा बहुरूपी उपमा प्रतिमा हे मालनींच्या आविष्काराचे वैशिष्ट्य आहे.

बहिणीला बसणारी बोलणी ऐकून तो कळवळतो – म्हणतो, 'भैना, मला ऐकवत नाही, ग... अग, तू मरून का नाही जात?' ऐकवेना, म्हणून तो रस्त्यावर आला, तर तिथेही ते वाक्ताडन त्याला ऐकू येते. लोकही सांगतात, तो मुकाट्याने घोडीवर जीन चढवतो. रिकिबीत पाय टाकणार, तो त्याला हाक येते - 'दादा, भेटून जा' ही बहिणीची दारातून आलेली हाक! भाऊ निघाला, हे बघून त्या आगीच्या लोळातून धावत आली. प्रसंगाने त्या मालनीला दिलेला हा धीटपणा लक्षात घ्यायला हवा!

या लहान वयात हे शहाणपण तिला कसे आले? जी माणसे तिच्यावर तोंडसुख घेत आहेत, त्यांना 'भेटून जा. त्यांच्याशी बोलून, पंक्तीला जेवून जा', असे मोठ्या भावाला सांगण्याचा अधिकार तिला कुणी दिला? उत्तर सोपे आहे. तिच्या आईची तिला शिकवण आहे. आल्या पाहुण्याला जेवण घालून पाठवणी करायची. हा तर या घराचा सोयरा! आणि हे माझं घर आहे. या साऱ्या विचारांनी – त्यांच्या संस्कारांनी तिला तो अधिकार दिला. त्या शेवटच्या ओवीने – त्यातील चार शब्दांनी वरच्या करुण प्रसंगाला गडद अशी डूब चढली आहे.

पुढील गाथेत मालनीचे व्यक्तिमत्त्व भारून टाकणारे असे झाले आहे. मला ही गाथा अतिशय आवडली – तिच्यात अतिशय गूढ अशा स्त्री मनाचा कोमल आविष्कार आहे.

## ◗ गाथा (२७)

*सासरचंऽ बोलंऽ — जशा रेशमाच्या गाठीऽ*
*माझ्या बंधूरायाऽ — सैल कराऽ माझ्यासाठीऽऽ*

*सासूरवासऽ माझाऽ — माझ्या जल्माचा सोबतीऽ*
*सांगते बंधूरायाऽ — जेवा सोयऱ्या संगतीऽऽ*

*बंधू हासूनऽ खेळूनऽ — गोड करीते मनालाऽ*
*कीलवानीऽ तोंडऽ — दिसू येईना जनालाऽऽ*

*माझ्या, हो, जीवालाऽ — मी तंऽ आटीते पीटीतेऽ*
*पित्याच्या नावासाठीऽ — नाव पान्यात लोटीतेऽऽ*

*सासुरवास माझाऽ बयालाऽ सांगू नकाऽ*
*माय पित्याचंऽ गोडपनऽ तिथं इदोळ घालू नकाऽऽ*

(१) कीलवानी = केविलवाणे = उतरलेले (२) आटीते - पीटीते = आटापिटा करते, प्रयत्नांची शिकस्त करते. (३) इदोळ घालणे = व्यत्यय आणणे, मिठाचा खडा टाकणे.

इथे ती सासुरवाशीण भावाला आईच्या मायेने सांगते, 'ते सगळे बोलणे माझ्यासाठी होते. तू वाईट वाटून घेऊ नको. सासुरवास तर माझ्या जल्माचा सोबती आहे. त्या बोलण्याने तुझ्या मनाला करकचून गाठी बसल्या असतील, त्या सैल कर. थांब – सासऱ्याबरोबर जेवण कर आणि जा.'

पुन्हा त्याला म्हणून सांगते - इतका त्रास होतो; पण मी आनंदात राहते. माझं दुःख कुणाला दाखवत नाही, सांगत नाही, तू काळजी करू नको. बाबांच्या नावासाठी - पाण्यात नाव लोटते आहे, दादा - आटापिटा करते आहे. भावाला हे गूज सांगताना तिच्या डोळ्यांत अश्रू आले असतील, की तिचा आवाज कणखर झाला असेल... मला तरी कळत नाही. एक लक्षात घेण्यासारखे आहे. भावाकडे बापाला काही निरोप नाही, पण आईसाठी भावाला एक विनवणी आहे... 'दादा, आज जे तू ऐकलंस, ते आईला सांगू नको. आईवडिलांच्या प्रेमात त्याने मिठाचा खडा टाकल्यासारखे होईल.' म्हणजे मुलीच्या बापाने मुलीसाठी कसले हे भयंकर स्थळ पाहिले, या विचाराने त्यांच्याबद्दल आईच्या मनात अढी बसेल.

हे त्या सासुरवाशिणीचे बोलणे मला व्यवहारी बहिणीचे – आईचे वाटत नाही. तर आदिमायेच्या वत्सल रसाचाच हा पाझर आहे, असे मला वाटते. असे मनाचे मोठेपण ही या मालनींची शक्ती आहे.

आतापर्यंत या मालनीने सासरच्या पाच प्रमुखांनी तिला कसे बोलून घायाळ केले, याचे अनुभव शब्दरूपात दिले. पण सहावा जो प्रमुख तिचा कंथ, त्याचे काय? या सासुरवासात त्याची भूमिका काय? मालनीने हा अनुभव अत्यंत मार्मिकपणे टिपला आहे.

**गाथा (२८)**

*सासूरवाशीणीलाऽ बोलती सारीऽ सारीऽऽ*
*कंथ हौशा सालऽ करीऽऽ*

*सासूरवाशीणीलाऽ ईसावा कुनायाचाऽऽ*
*कंथाच्या, गऽ, गूनायाचाऽऽ*

*सासूचा सासुरवासऽ जसा लोखंडाचा घानाऽऽ*
*त्यो, गऽ, सोसल्यानंऽ तेला येतूया देवऽपनाऽऽ*

*सासूचा सासुरवास करू न्हायी तेनंऽ केलाऽऽ*
*चुडीयाचा रंग गेलाऽ काय सांगू रंगऽ गेलाऽऽ*

*सांगते सासुरवासऽ नका करूसाऽ, सासूबाईऽऽ*
*हार गुंफूनऽ करू कायीऽ वास घेनारऽ राजी न्हायीऽऽ*

(१) सारी = सर्व, सगळीजणं, (२) साल करी = कैवार घेतो - कौतुक करतो. (३) तेला = कंथाला - सासू जितका अधिक सासुरवास करील, तितके कंथाला अधिक देवपण चढते, असा भावार्थ.

ही वरील गाथा म्हणजे एक उत्कृष्ट कविता आहे. याहून अधिक लिहिण्याची गरज नाही. पहिल्या दोन ओव्यांत अशा गांजलेल्या सासुरवाशिणीचा नवरा कसा असावा, ते तिने अवघ्या दोन शब्दांत उभे केले आहे. 'साल करी' आणि 'गुनायाचा' नवरा जर तिला धीर देणारा... मनावर घेऊ नको, त्रास करून घेऊ नको, असा सांगणारा असेल, नवरा हा आपला विसावा केव्हा होतो. त्यांच्यामधे गुण असले, तर. गुण म्हणजे प्रेमळपणा – पत्नीविषयी आदर असे गुण अंगी असलेला. असा नवरा असेल, तर लोखंडाच्या घाण्यासारखा सासुरवासही हलका होतो. या सासुरवासामुळेच पतीला देवपण लाभते. सासुरवासाची फुलं होतात. त्याच्या गळ्यात त्या फुलांचा हार घालण्यात देवाच्या पूजेचा आनंद होतो. त्याच्या सान्निध्यात चित्त प्रसन्न होते, हा भावार्थ.

शेवटच्या दोन ओव्या अगदी विरोधी भावार्थाच्या. त्या मालनीच्या नशिबी हे सुख नाही. हे तिने जे सांगितले, ते किती काव्यात्म आहे. करू नये, त्यानेच सासुरवास केला आणि लग्नात भरलेल्या चुड्याचा रंगच गेला... कंथही त्या पाच प्रमुखांत सामील झाला. संसाराची रयाच गेली! आता ती नुस्ती कामाला जुंपलेली - कुणीही काहीही बोलावे, अशी झाली. शेवटच्या दोन ओळी तर मनाला पीळ पाडणाऱ्या आहेत. एक सुंदर कविताच आहे ही.

## गाथाबंध ७ : डोंगरी आला महू

मुलीचे लग्न लागले, की जशा तिला नव्या साड्या मिळतात, नवे दागिने मिळतात, खणनारळाची ओटी भरतात, त्याचबरोबर सासुरवासाच्या कडू वृंदावनाच्या फळांनीही तिची ओटी भरली जाते. इतर मिळालेले जिन्नस काढून ठेवता येतात, पण हा सासुरवासाचा कडू रस अंगात भिनतो. अंगाची लाही लाही करतो. खरे म्हणजे, सासुरवास म्हणजे ज्याची आपण स्वप्ने पाहिली, त्या घरात राहणे. पण हा अर्थ आता कोषातच राहिला आहे. आणि त्या शब्दाला सुळावरच्या पोळीचे रूप आले आहे, की ज्याची कल्पना करताच मनाचा थरकाप होतो. मग तो भोगणाऱ्या त्या अजाण कोवळ्या मुलीची काय अवस्था होत असेल, की जी त्या सासर नावाच्या भट्टीत चोवीस तास पोळत राहते!

खालील गाथा म्हणजे अशा सासुरवासातील लहान वयाच्या मालनींनी माहेरी आल्यावर मायबापांना सांगितलेल्या या कथा. सासुरवासाच्या देखील पायऱ्या ठरलेल्या आहेत. पहिली पायरी म्हणजे, त्या नव्या बावरलेल्या मुलीला माहेरवरून घालून पाडून बोलणे - नावे ठेवणे हे कामतर, वऱ्हाड गाडीत बसून निघाले, की सुरू होते. घरी वावरताना देखील तिच्या माहेरच्या माणसाविषयी अतिशय विखारी, घृणास्पद, लज्जास्पद असे बोलणे. या बोलण्यात तिचा नवराही रस घेतो. तिच्या आईला नावे ठेवतो - वाटेल ते बोलतो आणि ही गरीब गाय आसवे ढाळत सगळे जहरी घोट गिळत असते. सर्व घरदार तिला तुच्छ लेखून वागत असते. अशी बोलणी सोसणाऱ्या एका सासुरवाशिणीने खालील गाथेत हा सासुरवास आपल्या आईबापांना सांगितला आहे.

### गाथा (२९)

*ऐक सासऱ्याचं बोलऽ　　कडुलिंबाची मातऽरऽऽ*
*पित्या जाईल तूला, रंऽ　　रात वैऱ्याची जहरऽऽ*

*सासू देती शीव्याऽ　　माझ्या, गऽ, बापालेऽऽ*
*लागले पनायेऽ　　राजमंजीरीऽ चाफ्यालेऽऽ*

*भरतार गवाऽरऽ　　माझ्या मायलाऽ बोलतोऽऽ*
*रिंगनीचा काटाऽ　　माझ्या हीरदी सलतोऽऽ*

*काळ्या वावरातऽ शेंदडी करी मातऽऽ*
*नंद, गऽ, छळवादीऽ येता जाता मारी लाथऽऽ*

*सासूचा सासुरवासऽ सये सरपाची लहरऽऽ*
*नंदंचा, गऽ, जाचऽ इचवा मांडलाऽ कहरऽऽ*

*सासराएवढा वासऽ जसा डोंगरी आला महूऽऽ*
*माझ्या मायबापाऽ तेथं नांदून मला दावूऽऽ*

(१) महू = मधमाश्यांचे मोहळ, (२) मातर = मात्रा, (३) पनाये = निखारे (४) राजमंजिरी = सुंदर तुरे असलेला (५) गवार = मूर्ख-वेडा, (६) शेंदडी = कडू वाळकाचा वेल. (७) सर्पाची लहर = सर्पदंशानंतर येणारे वेग, (८) इचवा = विंचू

घरातील सर्वजणं आपल्याला कसे बोलत असतात, त्याचे वर्णन या कोवळ्या माहेरवाशिणीने आपल्या आईबापापाशी केले आहे. त्यातला संयम वाखणण्यासारखा आहे. ओवीच्या पहिल्या ओळीत कोण कसे बोलते, याचे सात–दहा शब्दांत परिणामकारक असे वर्णन आहे. त्यात एकही शब्द जास्तीचा नाही. आणि ओवीच्या दुसऱ्या ओळीत ते बोलणे कसे आणि कुठे धाव घालते, याचे प्रतिमांतून वर्णन आहे. या प्रतिमा इतक्या हृदयस्पर्शी आणि चित्रवाण आहेत, की त्या ओव्या वाचतानाच मन गलबलून येते. आपला सासरा बापाला कसा आणि काय बोलतो, हे ती सांगत नाही. ती म्हणते, ते कडूलिंबाच्या मात्रेसारखे बोलणे ते ऐकलेस, तर तुला रात्र वैऱ्याची वाटेल. झोप येणार नाही. पितृप्रेमामुळे तिला तर ते बोलणे चाफ्याच्या सुंदर तुऱ्यावर निखारे ठेवावे, तसे वाटते. सर्व गाथाच अशी प्रतिमांनी नटलेली आहे. नवरा जे आईला बोलतो, ते तर तिला रिंगणीच्या काट्यासारखे वाटते. रिंगणीचा काटा बारीक असतो. काढता येत नाही. लसत राहतो आणि घरही करतो. सासूचे बोलणे साप चावल्यावर वेग येत राहतात, तसे असते. ते बोलणे पुन्हा आठवले, तरी मनाला तितक्याच वेदना होतात. ही प्रतिमा तरी किती अघोरी आहे.

ती असे सांगत असताना आईबाप काही समजूत घालत असतील- 'लक्ष देऊ नको' म्हणत असतील. त्यावर तिने जे म्हटले आहे, त्या प्रतिमेला तोड नाही. 'सासुरवास म्हणजे डोंगरात उठलेले मोहळ – तिथं कसं नांदू, ते तरी दाखव' असे ती म्हणते. डोंगराच्या सुळक्याला जे मोहळ धरते, ते आग्या मोहळ असते - त्यातील मधमाश्या चावल्या, तर आग आग होऊन मृत्यूही ओढवतो. बिचारे

आईबाप पुढे काय बोलणार?

पुढील गाथेमधे एका सासुरवाशिणीने भांडणे तर सांगितली आहेतच; पण त्याबरोबर कष्टाच्या कामांचे – त्यामुळे होणाऱ्या श्रमांचे वर्णन केले आहे. या सासुरवाशिणीला सासरी नांदणे म्हणजे तरवारीच्या धारेवरून चालण्याइतके जीवघेणे वाटते. आपल्याला कसा आणि किती प्रकारचा सासुरवास होतो, हे त्या मालनीने सांगितले आहे.

**गाथा (३०)**

| | |
|---|---|
| *सासूचा सासूरवासऽ* | *नंदांचा जैजैकारऽ* |
| *तठी मी नांदतीऽ* | *ही गऽ तरवारीची धारऽऽ* |
| *जाते सेवावर रातऽ* | *काय सांगू सासुरवासऽ* |
| *कसा भरल्या सभंतऽ* | *पित्या जान हरलासऽऽ* |
| *गोरं माझं अंगऽ* | *बामनी माझी नीळाऽ* |
| *पित्या, तूझ्या नावासाठीऽ* | *आली भिल्लीणीची कळाऽऽ* |
| *गादली मही डोयीऽ* | *डोयीचा झाला नाडाऽऽ* |
| *माहे मायबाईऽ* | *फेड माझा सासुरवाडाऽऽ* |
| *सासूर वासायाचीऽ* | *भरली गच्चऽ पेवंऽ* |
| *गवळन माझी बयाऽ* | *पित्या दौलता माप घेवऽऽ* |
| *माझ्या, गऽ, संसाराचाऽ* | *बापाजीला लागं घोरऽ* |
| *झुरनी लागलाऽ* | *बाई डोंगरी सोग्या मोरऽऽ* |

(१) जै जै कार = मोठ्यामोठ्याने भांडणे, (२) जबान = वचन (३) निळा = शोभा, रूप (४) नाडा = दोरखंड (५) सोग्या = मागे पिसाऱ्याच्या दाट कुंचा असलेला मोर वा राजहंसासारखा एक पक्षी.

इथे ती मालन जरा तिखटपणे म्हणते – बापाजी चारलोकांत बोलणी करून मला सुखानं नांदायला म्हणून दिलीत. ते तुमचे बोलणे खोटे ठरले. तिने एकदम पित्याच्या मनावरच घाव घातला. 'जाते सेवावर रात' मला जमिनीवर पदराचे पांघरूण घेऊन झोपावे लागते - ही एक सासुरवाशिणीला काळ्यापाण्याची शिक्षा.

तिला संसारसुख लाभू नये, म्हणून ही भयंकर शिक्षा. 'सासू सांगतेच - अमुक तोळे सोने आण आणि मग नवऱ्याकडे जा.' हे मी प्रत्यक्ष ऐकलेले आहे. तोपर्यंत खोटे नाटे सांगून नवऱ्याचे मन कलुषित करायचे... शेवटी तोही दुरावतो - आणि ही अश्राप मुलगी भाड्याच्या बैलासारखी घरात राबत राहते.

आपल्याला काय काम करावे लागते, हे न सांगताच तिने ते मांडले आहे. आपले गोरेपान अंग, स्वच्छ – सोज्ज्वळ राहणी जाऊन भिल्लिणीची कळा आली. ती माहेरी गेली असती, तर बापाच्या नावाला कमीपणा आला असता. तो टाळण्यासाठी उन्हातान्हात कष्ट उपसत राहिली. कामाच्या कसाल्यात केसांना तेल – फणी नाही. त्याने मातीने आणि घामाने डोके गादले आहे – वेणीला दोरखंडाचे रूप आले आहे. सासुरवासाची ही कमाई आता आईने फेडायची - एवढेच सांगून ती थांबते - किती सांगू - सासुरवासाची पेवे भरली आहेत. किती माप घालू असे म्हणते - पण तिची आई– वडिलांवर माया आहे. माझ्या संसाराचा बापाला घोर लागला आहे. त्या काळजीने तो उमदा मातबर पिता सोग्यामोरासारखा झुरणीला लागला आहे - या कल्पनेने तिला वाईटही वाटते.

पुढील गाथेतही एका मालनीने आपल्या सासुरवासाची कहाणी आईबापांना सांगितली आहे. प्रत्येक सासुरवाशिणीचे छळ वेगळे असतात – हिचाही वेगळाच आहे.

**◗ गाथा (३१)**

*कामाच्या कसाल्यातऽ उचलीना मी पापनीऽऽ*
*देर गुजराचीऽ मला वाघाची जाचनीऽऽ*

*सासरा, गऽ, बोलंऽ माह्यराचं ऊनं दूऽनंऽऽ*
*कडू ईखाचं बाई घोटऽ मी, गऽ, टाकीती गीळूनऽऽ*

*सासूचा सासुरवासऽ रडवीती धायी धायीऽऽ*
*लेक मी थोराचीऽ कायी बोलायाची न्हायीऽऽ*

*जावंऽचा, गऽ, धाकऽ मला काय सांगू, बाईऽऽ*
*शिळा भाकर तुकडाऽ तो बी दीयाची, गऽ, न्हायीऽऽ*

*धाकली माझी नंदऽ करी माझा हेवादायीऽऽ*
*सासूचं तडाखंऽ तिच्या बोलन्या, गऽ, पायीऽऽ*

*धाकला माझा देरऽ तरी हायी हुस्तीखोरऽऽ*
*काय, बाईऽ, करूऽ मला छळीतो दीसभरऽऽ*

*सासूचा सासुरवासऽ नंदा बोलती झडा झडऽऽ*
*मायबाईऽ, काय सांगूऽ कंथ बघीतो तोंडाकडंऽऽ*

(१) कसाल्यात = कामाने बेजार होण्यात (२) हेवादायी = मत्सर, द्वेष (३) हुस्ती खोर = द्वाड, मुद्दाम खोड्या काढणारा

या मालनीने सासुरवासाची तक्रार केली आहेच. सदानकदा कामाच्या कसाल्यात राहणे. दीर संतापी – पिंजऱ्यातल्या वाघासारखी त्याच्या नजरेची भीती, सासऱ्याचे माहेरचे उणेदुणे काढून टोचून बोलणे, नणंदेचा मत्सरी स्वभाव, दिराचा हुस्तीखोरपणा हे सर्व ती सहन करताना, नको हे सासर, अशा मन:स्थितीत असते. पुन्हा आईचा उपदेश : 'सासरची किती बोलली, तरी आपण बोलायचे नाही – उलट उत्तर द्यायचे नाही,' हे घेतलेले व्रत. तिला सहन होत नाहीत, त्या तीन गोष्टी – सासऱ्याचे जहरी बोलणे, जावेचे कोवळ्या मुलीची भूक न जाणून शिळा तुकडाही न देणे आणि हे सर्व नाट्य डोळ्यांसमोर चालले असता नवऱ्याने नगण्य असल्यासारखे हिचे तोंड बघत राहणे... ही नवऱ्याची दुबळी मन:स्थिती तिला भयंकर संताप आणते. मला इथे हरलेले पांडव आणि त्यांना बोलणारी द्रौपदी यांची आठवण झाली. त्या मालनीला तसे बोलावे, असे वाटत असेलही. पण तेवढ्यामुळे आईबापांचे नाव जाते, या कारणाने शेवटी ती आईलाच म्हणते, 'मायबाई, काय सांगूऽ? कंथ बघीतो तोंडाकडंऽऽ'

असे हे सासुरवास आणि तो माहेरच्या नावासाठी सोसणाऱ्या मालनी.

खालील गाथा जरा वेगळी आहे. ही मालन सासुरवास सोसतेच आहे. पण क्षणोक्षणी तिला माहेरची आठवण येते. मी माहेरी कशी होते आणि आता इथे काय भोगते आहे, याचा विचार तिला तळमळायला लावतो. ही आई–बापांची लाडकी माहेरी - सासरी तिला सासू काम सांगते. काम तरी किती कठीण - पाण्याच्या खेपा उन्हातून आणायच्या - एवढ्या घराची भांडी घासायची – उन्हानं ती लाल लाल होते, पण कोण लक्ष देणार... मोठी मोठी भांडी घासायची जिने, तिची मनगटे किती कोवळी– हा विचार सासर थोडाच करणार !

## ◗ गाथा (३२)

*आईबापांची लाडकीऽ सासू सांगी कामऽ*
*कोवळ्या मैनाच्या, गऽ आला निढळाला घामऽऽ*

*आई-बापाची लाडकीऽ सासू म्हनी, पान्या चालऽ*
*कोवळी मैनाबाईऽ उन्हानं झाली लालऽऽ*

*आई-बापाची लाडकीऽ सासू म्हनी, भांडी ऊटऽ*
*कोवळ्या मैनाईचंऽ किती कोवळं मनगटऽऽ*

*माय म्हनी, लाडाचीऽ सासू, टोल्या डिचक्याचीऽ*
*माय म्हनी, पलंगावरचीऽ सासू म्हनी, जिमिनीवरचीऽऽ*

*धान दळू कांडूऽ हाताला आले फोडंऽ*
*माह्याराचं सूखऽऽ मैना आठवून रडंऽऽ*

(१) ऊट = घासणे (२) टोल्या = ठोसे मार (३) डिचका = भाताचा डिखळा = अंगभर मार आणि भाताचा डिखळा येवढ्याचाच.

इतर कामांबरोबरच तिला दळायला – कांडायला लागते. दळून हाताला फोड येतात. दंड, कंबर दुखायला लागते – आणि अशा दुखण्यातच पाणी आणण्याचे, भांडी घासण्याचे काम करायचे. माहेरचे सुख, प्रेम, कौतुक याच्या आठवणीने क्षणोक्षणी तिच्या डोळ्याला धारा लागतात. असा हा सासुरवास... प्रत्येक मुलीला सासरी थोडा–फार जाणवणारा... याचे मूळ संशोधन कुणीतरी करायला हवे. काळाबरोबर पद्धत बदलते, एवढेच. खरोखरच मानसशास्त्रीय आणि समाजशास्त्रीय संशोधनाचा हा विषय आहे.

गाथाबंध ८ : बापाजीऽ, सम्रताऽ, वंऽ

## ◗ गाथा (३३)

*पीता वीचारीऽतोऽ बाळा, सासुरवास कसाऽ*
*गळ्याची चिंचपट्टीऽ सैल हुई ना, वंऽ, फासाऽऽ*

*पिता माझा दवलतऽ धीराच्याऽ सांगंऽ गोष्टीऽ*
*वेडा माझा जीवऽ लागंऽ वाऱ्याच्या, गऽ, पाठीऽऽ*

*सकाळाच्या पाऽरीऽ मांडी पीठातऽ बूडयीलीऽ*
*सम्रताऽ, बापाजी, तूऽ मला राबाऽच्या घरीऽ दीलीऽऽ*

*बापाजीऽ, सम्रताऽ, वंऽ सोफ्या बांधीलंऽ बारा हत्तीऽ*
*राबाच्या घरातऽ, वंऽ लेक दीलीतऽ परहातीऽऽ*

*गोंडाळऽ माझा हातऽ किती लावूऽ धूळपाटीऽऽ*
*सम्रतऽ पीत्या माझ्याऽ तुझ्या काऽ त्या नावासाठीऽऽ*

*एवढा माझा रागऽ माझ्या रागाचा धनी कोनऽ*
*माझ्या, गऽ, संबूरऽ पिता बसऽला दुरयोधऽनऽऽ*

(१) वाऱ्याच्या पाठी लागणे = जे मिळणार नाही, त्याच्या मागे लागणे (२) मांडी पिठात बुडली = जात्यावर दळत असलेल्या पिठाची शीग मांडीपर्यंत पोचली. (३) राब = कष्ट (४) धूळपाटी = पूर्वी फळीवर धूळ पसरून ती पाटी करून वर बोटाने लिहीत.. तो संदर्भ. इथे माझे रसरशीत हात कामाच्या निमित्ताने किती धूळीत भरू.

'सम्रताऽ, बापाजीऽ, वंऽ' ही एका लेकी मालनीने आपल्या पित्याला घातलेली हाक आहे. ही हाक लाडक्या लेकीच्या लडिवाळपणाची नव्हे. हट्ट धरून, रुसून घातलेली नव्हे. रागानेही घातलेली नव्हे. मग हिच्यामागचा भाव कोणता?

ही हाक एकाच लेकीने घातलेली नाही. ही हाक आहे, असंख्य अशा निर्व्याज कोवळ्या सासुरवासिनींची. एका एका मालनीच्या मुखातून ही समूहमनाची हाक फुटली आहे. ही हाक जितकी त्या मालनीच्या काळातील आहे, तितकीच ती टोळी संस्कृतीच्या काळातील जिंकून आणलेल्या, जित म्हणून जेत्याच्या घरी आलेल्या मालनींचीही आहे. एका टोळीने दुसऱ्या टोळीवर हल्ला करायचा – युद्ध करायचे – युद्ध जिंकले, की त्या काळची जी संपत्ती, गुरे-ढोरे, धान्याची कोठारे, घरातील चीज वस्तू हे सर्व लुटायचे आणि त्याबरोबर टोळीतील बायका– मुलीही पळवून न्यायच्या. जेत्याच्या घरी या मालनी दासी – बटीक वा पत्नी म्हणून राहायच्या. पण त्यांना सर्वसाधारणपणे जित म्हणूनच वागवले जायचे. गुलामाची वागणूक त्यांना मिळायची.

या जीवनाचे अवशेष अद्याप लग्नविधीतील आचारात दिसून येतात... प्रतीके

म्हणून. लग्नाच्या मांडवात येताना नवरा मुलगा हातात कट्यार घेऊन येतो. मांडवाच्या मेढीला गाय बांधलेली असते. करणी, देणेघेणे, आहेर या रूपात पैसा चीजवस्तू दिली जाते आणि दान म्हणून मुलगीही सासरी जाते – माहेरचे तिचे सर्व हक्क नष्ट होतात. आणि सासरी ती जित अशीच वागवली जाते. या सर्वामागे त्या टोळीसंस्कृतीचे संदर्भ नाहीत काय? या सर्व घटना म्हणजे वधूपक्षाची एक प्रकारे मानहानीची मालिकाच असते. अजूनही वधूपक्षाची मान खाली असते. वर पक्ष ताठ्यात असतो.

ही मानहानी टाळावी, म्हणून की काय, मुलगी नेहमी आपल्याहून गरीब घरात द्यावी, ही पद्धत रूढ झाली असावी. मुलीच्या सासरी आपला वरचश्मा राहतो. देण्याने, देत राहिल्याने सासरघर मिन्धे राहते... परिणामी मुलीला चांगले वागवले जाते, हा विचार त्यामागे असावा. शिवाय करणी वगैरे खर्च कमी होतो. पैसा वाचतो. हीच मुलगी तालेवाराच्या घरी द्यायची, म्हणजे दामदुप्पट करणी वगैरे द्यावी लागली असती. स्वार्थी बाप यासाठीही गरीबाघरी लेक देतात – मुलांच्या त्रासाकडे ते दुर्लक्ष करतात. तिचे दुःख त्यांच्या मनात उतरतच नाही.

या गाथांतून अशा बळी पडलेल्या कोवळ्या सासुरवासिनींचे आणि त्यांच्या पित्याचे संभाषण गोवले आहे. हे बाप आणि लेक यांचे संभाषण आहे. लेक लहान, थोडी बाळबुद्धीची; पण चतुर आहे. त्यांचे बोलणेही अगदी मर्मभेदी, उत्कट आणि आपापल्या मनाच्या शक्तींचा पूर्ण आविष्कार करणारे असे आहे. हा एक– दोघांत चाललेला बुद्धिबळाचा खेळ आहे - आणि तो मनाला व्याकूळ करणारा आहे. या खेळात बाप जिंकला आहे. बाळसासुरवाशिणीचा पराभव झाला आहे. पण या पराभवातूनही एक शक्ती, फिनिक्स पक्ष्याप्रमाणे तिला लाभली आहे. ती फार मोठी आहे. साध्या शब्दांतूनही केवढी अगतिकता, निराशा, राग, क्रूरता, अमानुषता व्यक्त करणाऱ्या या गाथा मालनींच्या संस्कृतीची एक झळाळी दाखवतात.

प्रारंभी दिलेली गाथा या सर्वांची सूचक अशीच आहे. एक – दोन खेपा सासरी जाऊन तिथल्या छळाने घाबरलेली ही लहान मुलगी आहे. सासरचे वाईट काही सांगायचे नाही, या आईने दिलेल्या शिकवणीमुळे – ती घरात बोलत नाही. पण सासरहून निघताना तिने बापाला जाब विचारायचा मनोमनी निश्चय केला आहे. म्हणूनच ती आईपुढे काही न बोलता - बापाशी या बाबतीत बोलण्याची संधी बघत असते. मला वाटते, बेसावधपणे पण बाप मुलीची कोमेजलेली काया बघून मनात जरा हलला आणि तिला सहज म्हणून गेला, 'काय, बाई, तुझा सासुरवास कसा काय?'

– आणि प्रश्नावर ती लाव्हा उसळल्यासारखी उसळते. तिला आवेग आवरत नाही.

'बापाजी सम्रता वंऽ मला रावाच्या घरी दिली' का?

'मला दीलीत परऽ हाती?' का?

हे तिने विचारायचे ठरवलेले प्रश्न. याची उत्तरे तिला हवी होती. ती फार बोलत नाही. सासुरवास कसा, याला ती फक्त 'क्षणभर देखील सैल न होणारा चिंचपट्टीचा फासा' - एवढेच सांगते. तपशील सांगत नाही. पण बापाच्या सम्रतपणाचा मात्र तिने मार्मिक तपशील दिला आहे. हा तिचा एक चतुरपणाच. त्याला 'सम्रता' हे विशेषण आणि ज्याच्या सोप्याला - बैल नव्हे, घोडी नव्हे, तर 'बारा हत्ती' बांधलेला असा मातबर तू, मला दरिद्री घरात का लोटलीस... तुझ्या तोलामोलाच्या घरात का नाही दिलीस? मला या कष्टाच्या खाईत लोटून तू काय मिळवलंस? ती विचारते.

तिचा दुसरा प्रश्नही असाच मर्मभेदी आहे. सासर हे परघर असते, हे तिला माहीत आहे. पतिगृही म्हणजे दुसऱ्या घरी जायचे. पण जे दुसरे घर येणाऱ्या आपल्या सुनेला आपली अशी मानत नाही. ज्यांच्या लेखी मी एक बटीक आहे, अशा मला परकी, अनाथ समजणाऱ्या घरात तू का लोटलंस? तुझ्या सोयऱ्या– धायऱ्यांत – जे तालेवार आहेत, त्या तुझ्या लागेबांधे असलेल्या घरातील एक सुजन असे घर माझ्यासाठी का निवडले नाहीस? तुला काय कमी होते, म्हणून तू मला या दरिद्री आणि दुर्जन घरात ढकललीस?

हा तिचा अकरा– बारा वर्षांच्या तुळजाभवानीचा आवेश पाहून, बापाला काय सांगावे, समजले नसेल. शेवटी ती एक प्रखर असा शिक्का त्याच्या मौनावर मारते... तो म्हणजे, या अन्यायाचा मला अतिशय संताप आला आहे. आणि हा राग... तुझ्यावर आहे, हे समजून घे. त्याला तिने अगदी समर्पक नाव दिले : 'दुर्योधन'!

असल्याच अनुभवाने पोळलेल्या एका बाळसासुरवाशिणीला तिच्या बापाने कसे उत्तर दिले, ते या खालील गाथेत गोवले आहे. सासरहून माहेरी येतानाच तिने सासरचा धसका घेतला आहे. त्या सर्व प्रकारच्या छळांना ती भयंकर घाबरली आहे. घरी आल्यापासून आईकडे तिने एकच धोशा लावला असणार, 'बया, मला परत सासरी नको पाठवू. मी जीव गेला, तरी जाणार नाही.' तिची आईही पाठवण्याची टाळाटाळ करू पाहते. पण लेक नांदायला गेलीच पाहिजे, हा बापाचा हट्ट. खालील गाथेत बाप तिला, सासरी जाणे कसे योग्य आहे, हे जरा कडक शब्दांत जरा प्रेमाने असे पटवून देतो.

## गाथा (३४)

*लगीन झाल्यावरऽ तुला कशाला माह्यारऽ*
*ज्या घराला दीली पोरऽ त्याला, गऽ, मानऽ बरंऽऽ*

*लगीन झाल्यावरऽ माह्याराची नगंऽ ओढऽ*
*सासुराची सूरीऽ गोडऽ माह्याराची सरीऽ तोडऽऽ*

*बापाजी म्हनीयोतोऽ लेकी, दिल्या घरीऽ ऱ्हावंऽ*
*लाडके सईबाईऽ भांडं ऱ्हवं तेऽ, बदलावंऽऽ*

*आज सासूरवाशीनऽ घरी जात्याचंऽ झाडनंऽ*
*पोटीच्या बाळकानंऽ पुढंऽ फीटंलऽ पारऽनंऽऽ*

*दौलतऽ पीता बोलंऽ लेकी, नांदूनऽ करऽ नावूऽ*
*तुझ्या घरीऽ येऊ जाऊऽ तुझ्या रंजनीऽ पानी पीऊऽऽ*

(१) मान बरं = चांगले मानून घे. (२) जात्याची झाडणी = जात्याभोवतीचे पीठ व जात्याची तळी झाडण्यासाठी स्वतंत्र वीतभर झाडणी असते – जात्यामागे ठेवलेली – इथे क्षुल्लक समजलेली दुर्लक्षित असलेली. (३) पारनं = व्रताचा उपवास संपल्यावरचे भोजन. त्रासानंतर मिळालेले समाधान. तुला मूल झाले, की सर्व त्रास थांबेल.

या पित्याला मुलीला धीराच्या गोष्टी सांगणे मंजूर नाही. तो पहिल्याच फटक्यात एक घाव, दोन तुकडे, अशा प्रकारचे बोलतो. 'तुला कशाला म्हायार?' 'म्हायाराची सरी तोड' असे तिला धाक घालतो. कशाला माहेर, हा काय प्रश्न झाला? ज्या घरी तिचा जन्म झाला, जिथे ती फुलासारखी कौतुकात वाढली, जिथे तिची मायमाउली आहे... ते माहेर 'कशाला' म्हणायचे... 'माहेर तोडणे' हे देखील तिच्या काळजाला भिडणारे बोलणे. पण बाप असे बोलू शकतो. आणि पण पुढच्या ओव्यांतून तिला सई वगैरे म्हणत तिच्यापुढे गोड स्वप्न उभे करतो... ज्याला भुलून तिने सासरी जावे. तरी पण त्या मातबर बापाला व्याह्याची गरिबी जाणवतेच. 'तुझ्या घरी सासऱ्या पंक्तीला जेवू' असे तो म्हणत नाही. 'तुझ्या रांजनी पानी पीऊ' असे म्हणतो. ज्याच्या पंक्तीला जेवायला बसावे, त्या लायकीची त्याची परिस्थिती नाही, असे त्याला म्हणायचे असावे. 'नांदून कर नावू' या आशीर्वादापुढे तिला दुसरे काही जाणवले नसेल.

मातबर माहेर असलेली अशीच एक बाळसासुरवाशीण माहेरून नांदायला जायला तयार होत नाही. किंवा संधी मिळाली, की माहेरी निघून येते... पुन्हा परतण्याची खळखळ करते. अशा लेकीला बापाने केलेला उपदेश पुढील गाथेत आहे. तो प्रथम समजुतदारपणे बोलत असतो - पण शेवटी त्याचा तोल सुटतो.

**गाथा (३५)**

*बाप म्हनी, लेकीऽ तू नांद जोऽ भाराऽ नंऽऽ*
*निंदकऽ सोयराऽ नित करीतोऽ गाराऽनंऽऽ*

*बाप म्हनी, लेकीऽ नांदून करऽ नावूऽऽ*
*सग्या सोयऱ्याचंऽ हायी आसपासऽ गावूऽऽ*

*दिल्या, गऽ, घरी लेकीऽ नांदून कडऽ लावूऽ*
*बाप माझा म्हनीऽ, खालं बघाया नगंऽ लावूऽऽ*

*बाप म्हनी, लेकीऽ, तू नांदून दाव, बयाऽऽ*
*भरल्या सभंमंदीऽ नगंऽ लावू, गऽ, खाली पाह्याऽऽ*

*मायबाप बोलं, लेकीऽ उपजताऽ मरायावंऽऽ*
*सोयऱ्या धायऱ्यांतऽ नित गारानंऽ नसायावंऽऽ*

*मायबापऽ बोलं, लेकीऽ उपजताऽ मरायावंऽऽ*
*आईबापाच्या नावासाठीऽ नांदूनऽ दाखवावंऽऽ*

(१) भाराने = जबाबदारीने (२) कड लावणे = शेवट लावणे.

इथे त्या पित्याची मुलीकडे तक्रार आहे... तू नांदायला तयार नाहीस... तुझी तक्रार नेहमी व्याही करीत असतो... शेजारच्या खेड्यातून आपले नातेवाईक आहेत. त्यांच्यापर्यंत तुझे हे वागणे जाते - शिवाय चार लोकांत तुझ्या या वागणुकीने मला खाली पाहावे लागते. तिचा बाप गावातील एखाद्या मंडळाचा वा पंचायतीचा सभासद असावा... सभेत मला खाली पाहावे लागते... तेव्हा तू माझे नाव घालवू नको. जबाबदारीनं नांदून दिवस काढ. आईलाही हे पटते. दोघेही म्हणतात, असे आमचे नाव घालवण्यापेक्षा उपजताच मेली असतीस, तर बरे होते! आई–बापांच्या नावासाठी तरी नांदायला पाहिजे... असे ती ठरवते शेवटी...

सासरी राहणे नको झालेल्या अशाच एका लेकीने पुढील गाथेत आपली

काळीज–खाऊ व्यथा मांडली आहे. पित्यालाच सांगितली आहे. लग्न लावून दिल्यानंतर कित्येक महिन्यांनी तो तिला भेटायला आला आहे. बहुतेक लेकीच्या आईने वारंवार मिनत्या करून त्याला धाडला आहे. हा पिताही चांगला मातबर आहे. त्याचे भिंतीतील बांधून काढलेले अंबर सोन्याने भरले आहे. मग इतर धनधान्याची काय कथा...

### गाथा (३६)

*बाबाजीनंऽ दीलंऽ सातपूड्या डोंगरातऽऽ*
*कशाची भेटऽ गाठऽ सारं आऊखऽ खिंडारातऽऽ*

*बाबाजीनं दीलंऽ सातपूड्या जंगलाऽतऽऽ*
*कशाचं माह्यारऽ झाली वंजाराची जातऽऽ*

*बाबाजीनं दीली लेकऽ न्हायी पाह्यलं जोड्यालाऽऽ*
*खिल्लारी, गऽ, जोडीऽ बाईऽ जूपीलीऽ गाड्यालाऽऽ*

*गोरीला गुमाऽनऽ ताकाच्या पान्यायानंऽऽ*
*बाबाजीच्या घरीऽ भरलं अंबर सोन्यायानंऽऽ*

*काय सांगू, पीत्याऽ माझ्या करमाचीऽ कथाऽऽऽ*
*नदी माईलाऽ आला पूरऽ लोटी तरी देताऽऽ*

*बाबाजीऽ काय म्हनीऽ लेकी, मठ्या जागी देऊऽऽ*
*तुझ्या दैवातऽ झोपडीऽ हवेलीऽ कोठंऽ पाहूऽऽ*

*बाबाजी म्हनी, लेकीऽ दैवाचीऽ खटखटऽऽ*
*शेवाळली वीटऽ पाय ठेव बळकटऽऽ*

(१) खिंडार = डोंगरातील खिंड वा भगदाड, मोडके पडके घर (२) वंजार = सातपुड्यातील एक जात. हे बैलांवर माल वाहून भटकत व्यापार करीत असतात – भटके. (३) खिल्लारी... गाड्याला - खिल्लारी बैल हे उत्तम बैल असतात. तो बैल - जोडा गाड्याला जुंपणे हे विजोड आहे. त्यांना चांगली सवारीची गाडी हवी... इथे जोडा मुळीच अनुरूप नाही, हा भावार्थ. (४) गुमान = समाधान–ताकाचा घोट मिळणे हे समाधान (५) अंबर = भिंतीतील बांधून काढलेले कोठार–धान्य वा चांदी सोने-पैसे ठेवण्याचे कोठार. (६) मठ्या = मोठ्या - इथे श्रीमंत.

भेटीला आलेल्या पित्याला ती आपली एकूण दुरवस्था सांगत आहे. पण हे सांगणे म्हणजे आपल्याशीच बोलण्यासारखे आहे. त्यामुळे हे स्वगत अधिक स्पष्ट, परखडपणे मांडले गेले आहे. आपल्या अक्राळविक्राळ संसाराचे सार तिने अवघ्या चार ओव्यांत ब्रह्मांडासारखे बापाच्या पुढे उभे केले. तो खवळून उठला. त्याने तिला बापाच्या नावासाठी 'नांद' म्हटले नाही. 'मेली का नाहीस' विचारले नाही. तो म्हणाला 'तुझ्या नशिबात होते, ते तुला मिळाले. त्यात माझा काय दोष! तुझे नशीबच तसे. आता नशिबाने तुझ्या पायांखाली शेवाळलेली वीट ठेवली आहे. तिच्यावर बळकट पाय रोवून राहा.' आणि ती जिद्दीने राहिलीही.

सासुरवासातील छळामुळे आणि कष्टामुळे, अशीच एक मालन नांदायला जात नाही, असा हट्ट धरून बसते. तिला त्या हट्टापासून परावृत्त करण्यासाठी तिचा पिता तिच्यापुढे एक निर्वाणीचा विचार मांडतो. जो मान्य केल्याशिवाय पर्याय नाही, असा तो विचार. तो म्हणतो, कुळवंत घराण्यात, अश्शील आईबापांच्या पोटी आलेली मुलगी कधीही सासर सोडत नाही. सासरी नांदणे हा तिचा धर्म असतो. तिच्या कुळवंतपणाची ती एक साक्ष असते. वडिलांनी लेकीसाठी आखलेली लक्ष्मणरेषाच ही. हिची व्याप्ती समुद्रासारखी पैस आहे आणि ही ओलांडणे त्या मालनीला सर्वथैव अशक्य आहे.

पण लेक चतुर आहे. ती म्हणते, बापाजी, तुझे मनही समद्रासारखे पैस आहे... माझ्या या दुःखा– त्रासाच्या बांधून ठेवलेल्या पुड्या थोड्या तुझ्यापुढे सोडते, त्या ऐक. तिचे ते असह्य दुःख त्याला ऐकवेना, की काय, कुणाला ठाऊक! पण ही गाथाच मुळातून वाचायला हवी.

**गाथा (३७)**

| | |
|---|---|
| *सासूचा सासुरवासऽ* | *सोसाचाऽ एकीऽनंऽ* |
| *बाप म्हनी, लेकीऽ* | *अश्शीलाच्या, ग, लेकीनंऽऽ* |
| *समिंदरासारीऽ* | *माझ्या वडिलांची आनऽ* |
| *कशी जाऊ, सांगऽ* | *मरेदाऽ वलांडूनऽऽ* |
| *माझ्या, रे, बापाजीऽ* | *गोठ सांगीते मी, बसऽ* |
| *समींद्राऽ सारीकंऽ* | *तुझ्या पोटालाऽ पईऽ सऽऽ* |
| *दुक्काऽ तरासाच्याऽ* | *बांधील्या पुड्या पाड्याऽ* |
| *बापाजीपाशीऽ मीनंऽ* | *उकलील्या थोड्या थोड्याऽ* |

*बाप म्हनीऽ, लेकीऽ मरऽ तूऽ, पापीऽनीऽ*
*तुझ्या संसाराचीऽ मला जलमाचीऽ घोकनीऽऽ*

*माझ्या बापाजीचीऽ छाती, गऽ, पाषानाचीऽ*
*पोटीच्या गोळ्याचीऽ माती केलीऽ रतनाऽचीऽऽ*

(१) आव = आज्ञा, शपथ (२) मरेदा = मर्यादा (३) पईस = ऐसपैस जागाऽऽ (४) घोकनी = काळजी

तो तिचे ऐकून घेऊन म्हणतो... 'जन्मभर ही करवत माझ्यामागे लावण्यापेक्षा तू मरत का नाहीस?' असे म्हणत तो उठून निघाला असावा. हे त्याचे बोलणे तिच्या सहनशक्तीबाहेरचे. पाठमोऱ्या असलेल्या त्याच्याकडे पाहत ती तळतळून म्हणाली, तुझे काळीज आहे, की काय आहे... पोटच्या रत्नासारख्या पोरीची तू माती केलीस! तिची सहनशक्ती संपली - पित्याचे मनोदर्शन झाले आणि ती कशी वेगळीच मालन होऊन गेली. तिच्या माहेरबद्दलच्या भावना, आशा, प्रेम सगळे करपून गेले... ती एका विलक्षण जिद्दीने सासरी निघून गेली. तिने सहनसिद्धीचा वसा प्राणपणाने घेतला.

माहेरच्या आधाराला अशा दुरावलेल्या मालनीपुढे दोन विचार असतात. एक आलेल्या लाटेशी संघर्ष न करता प्राणपणाने ती झेलत राहणे किंवा सासर-माहेर दोन्ही दूर करून तळी– विहिरी जवळ करणे. पण मृत्यू गाठणाऱ्या थोड्या. सहनसिद्धीचे व्रत घेतलेल्याच फार. त्या सासरी कष्टाचे, बैलासारखे जीवन जगतात. त्यात त्यांना अभिमान वाटतो. अशी माहेरच्या आधाराचा फोलपणा लक्षात आल्यावर ही बाळ मालन अकाली प्रौढ होते... तिचे विचारच नव्या दिशेने उजळतात.

### गाथा (३८)

*बापाजीऽ सम्रताऽ वंऽ काय म्हनू तुला आताऽऽ*
*तुझ्या पोटीची मी लेकऽ झाली परक्याची सत्ताऽऽऽ*

*दीली परघरीऽ हात दावू काऽ जोश्यालाऽऽ*
*बापावर माझ्याऽ आता रूसूऽ मीऽ कशालाऽऽ*

*वाटंच्या वाटसराऽ माझ्या बापाजीलाऽ सांगाऽऽ*
*तुमच्यावर आताऽ न्हायी रूसायाला जागाऽऽ*

*बापानं, गऽ, मलाऽ मला परदेसऽ दावयीलाऽऽ*
*बापाशी माझ्या न्हायीऽ आता संबंध राहयीलाऽऽ*

*बापानं, गऽ, बाईऽ माझंऽ लगीनऽ लावीलंऽऽ*
*सटीचंऽ अकशारऽ न्हायी वाचूनऽ दावीऽलंऽऽ*

(१) झाली परक्याची सत्ता = परके लोक सत्ता गाजवू लागले (२) सटीचं अक्षर = मूल जन्मल्याच्या सहाव्या दिवशी सटीपूजन करतात. त्या रात्री सटी मुलाच्या कपाळावर अक्षरे लिहिते, त्याचे भविष्य लिहिते. मूळ ब्रह्मदेव लिहितो आणि सटी ते वाचते, अशी समजूत आहे.

तिचे विचार पालटतात... बापा, तुझ्यावर माझा राग आहे, असा भाव असलेली ती आता म्हणते... 'तुझ्यावर तरी कशाला रुसू? आता तुझा तरी काय संबंध राहिला आहे!' कुणा वाटसराबरोबर ती तसा निरोपही बापाला पाठवते. 'माझ्या नशिबाची मी. जे नशिबात आहे, त्याला मीच तोंड द्यायला पाहिजे,' अशी तिची धारणा होते. सासरच्या माणसांवरचाही तिचा राग संपतो – मालनींच्या मूलभूत संस्कृतीतील सहयोग आणि सहिष्णुता या संस्कारांचा हा परिपाक तर नव्हे ना? यालाच सहनसिद्धी म्हणता येईल. खडतर जीवनाचा वसा तिने ज्या शांतपणाने स्वीकारला, त्याला तोड नाही. धरणीची आणि तिची संस्कृती एक आहे, हे इथे भावते. संघर्षाविना जीवन ही तिची आचारसंहिता होते आणि वात्सल्याचे आणि प्रसन्नतेचे झरे झिरपून तिचे जीवन आनंदमय होऊन जाते.

पण हे सर्व होऊनही आपल्या कानांवर पडत असते, ती तिची हाक – आर्त हाक. 'बापाजी, सम्राताऽवंऽ' आणि मन थक्क होते ते त्या हाकेच्या अगतिकतेतून निर्माण झालेली, मालनीची शक्ती पाहून.

## गाथाबंध ९ : गौर चालली माह्यारा सुखी अहुळी मरण

कोणत्याही किंवा प्रत्येक मालनीची एकच अंतिम इच्छा असते. ती इच्छा मालन नेहमी बोलून दाखवते. दळणाच्या फेऱ्याबरोबर अंत:करणातील भावांचे झरे शब्दरूपात बाहेर पडतात. त्यात मालनीने ही इच्छा मोठ्या कौतुकाने व्यक्त केली आहे. 'भरल्या कपाळाने, भरल्या चुड्याने मला मरण यावे. पतिनिधनापूर्वी मी कैलासी पोचावे.'

पतीचे आपल्यावर प्रेम असो नसो, सासरी ती एक नवऱ्याने दुर्लक्षित अशी कामाच्या गाड्याला जुंपलेली गाय असो किंवा माहेरी नेऊन पोचवलेली परित्यक्ता असो, तिला पतीच्या पूर्वी आपल्याला मरण यावे, ही इच्छा असते. पदरी असलेली चार-सहा मुले किंवा पतीची आपल्यावर असलेली प्रीती या इच्छेआड येत नाहीत, याचे आश्चर्य वाटते. एरवी निसर्गानुसार वागणारी ही मालन अहेव मरणाची इच्छा कशी करते? निसर्गाला मृत्यूची इच्छा मंजूर नाही. मृत्यू किंवा नष्ट होणे हे निसर्ग- नियमाने... जीवनलहरींना अधिकपणा मिळणे हे आहे. निसर्गातील घात-अपघाताने किंवा समतोल राखण्यासाठी प्राण्यांच्या उदरभरणाची योजना ही दोनच नष्ट होण्याची निसर्गाची अधिक अशी नियमपद्धती आहे. एरवी निसर्गात मरण हे स्वाभाविकच असते. पाने पिकली, की गळून पडतात; झाडे जून झाली, की सुकत जातात. प्राणीही असेच आपल्या वाटेला लागतात.

एरवी वंशसंगोपनाची जबाबदारी घेतलेली मालन पतीच्या आधी मरण मागते आणि समाजही त्याला मानतो, हे स्वाभाविक वाटत नाही. त्याला कारण खालील असावे, असे मला वाटते. जेव्हापासून विवाहसंस्था सुरू झाली, पतिपत्नींनी आमरण एकत्र नांदायची, संसार करायची, मुलेबाळे वाढवायची जबाबदारी स्वीकारली, त्याचा आचारसंहितेचा बोजा स्त्रीवर अधिक पडला... हा तिला सुसह्य व्हावा, तिने सांभाळावा - त्यातून पाऊल बाहेर काढू नये, म्हणून सर्वांत मोठा आचारधर्म तिला स्वीकारावा लागला, तो पतिनिष्ठेचा. त्याला पातिव्रत्य असे म्हणू लागले. नवरा कसाही वागला, तरी तिने त्याला देव मानावे. तो जितका वाईट, तितके हिने जिद्दीने सहन करावे - पण त्याची सेवा करावी. हाच मग पातिव्रत्याचा श्रेष्ठपणा ठरला आणि जिचा नवरा आधी मरण पावेल, ती घरात बाहेर वाळीत टाकल्यासारखी झाली. फक्त कष्टाची आणि प्रवादाची धनी होऊन बसली. धर्मकार्यात, सणसमारंभांत तिला भाग घेता येत नसे. व्रतवैकल्यांत तर ती फक्त उपासाची आणि शारीरिक कष्टाच्या कर्मकांडाची वाटेकरीण झाली.

या दोन समजुती समाजात जशा वाढत गेल्या, तशा स्त्रीवरही 'नको हा जन्म' या विचाराचा अधिकाधिक तीव्रपणे पगडा बसू लागला. स्त्रीच्या दृष्टीने वैवाहिक जीवन नेहमीच खडतर राहिले. मग ती सधवा असो वा विधवा असो. तिने स्वतःच्या सुखाचा दुःखाचा कधी विचारच करायचा नाही. तिचे जीवन हे फक्त दुसऱ्यासाठी कष्ट करण्याचे – जे जे पदरी येईल, ते ते सोसण्याचे आणि यातच कुठे आनंदाचे क्षण आले, की तेवढ्याने तृप्त व्हायचे. अशी तिला सवय झाली... पण आत्मा तळमळत राहिला. 'लेकीचा जलम नको घालू, सख्या रामा,' म्हणणारी मालन 'अहेव मरण हे अधिक चांगले - आणि तेच मला दे, देवा... पुढे जगणं नको,' असे म्हणत राहिली, तर नवल ते काय? आणि हा भाव तिच्या हुरुदाचे गूज

ऐकणाऱ्या जात्याला तिने सांगितला, तर त्यात तिला किती मोकळे वाटत असेल...

या मरणसोहळ्याच्या गाथांचे एक वैशिष्ट्य असे, की त्या नुसत्या अहेव मरण चिंतीत नाहीत, तर त्या मरणसोहळ्याचे प्रत्ययकारी असे वर्णन करतात. हे वर्णन करताना त्या भविष्यकाळाला विसरून जातात. वर्तमानात सर्व सांगतात - त्यांच्या सर्व सोहळ्याचे त्याच वर्णन करतात... आणि तेवढ्यासाठी भूतकाळ वापरतात. जिवंतपणी दळताना गायलेले हे अंत्यसंस्कार याचा – दहन वा माती, भोवतालची नाती-गोती, त्यांचे वागणे, नवऱ्याचे वागणे, मुलांचे वागणे या सर्वांचे त्या चित्रवाण असे वर्णन करतात. हे पाहून वेगळेच वाटते. आपल्या जीवनात पुत्रजन्माचे स्वप्नही त्यांनी असे रंगवले नाही. फक्त अहेव मरणाचे पुढे केव्हा प्रत्यक्षात येणारे अनुभव त्यांना आताच स्वप्नासारखे दिसतात.

खालील गाथेत अहेव मरणाचा मालनीने मोठेपणा सांगितला आहे. तिला अहेव मरण हवे आहे. ते मिळाले, तर आपली यात्रा कशी निघेल, हे ती मोठ्या हौसेने सांगते आहे.

**गाथा (३९)**

*अहूळी नार मेलीऽ लाल कपाळी, ग, टीळाऽऽ*
*सुखी अहूळी मरनऽ गड, नारीने जित्तीलाऽऽ*

*सुखी अहूळी मरनऽ कसं भरताराच्या आदीऽऽ*
*शेल्याच्या पदरातऽ गुल्लाल पानामंदीऽऽ*

*अहूळी नार मेलीऽ खुलं नाकामंदी नथऽ*
*भरताराच्या खांद्यावरीऽ चालली हलके देतऽऽ*

*अहूळी मरनऽ कसं भरताराच्या आदीऽऽ*
*हळद कुक्कू फुल्लंऽ उधळत्याती रासबीदीऽऽ*

*खरं अहूळी मरनऽ रातीचं शोभा देतंऽऽ*
*माल्ह्याच्या मशालीतऽ पीतांबर झळकतऽऽ*

*अहूळी मरनाचंऽ करीती जनऽ वजंऽऽ*
*फुलांची माळ गळाऽ खाली चंदनाची शेजऽऽ*

(१) अहेव = आयाव, अहूळी = सौभाग्यवती (२) हलके देत = झुलत (३)

रास बीदी = मोठा रस्ता, राजमार्ग (४) माल्हा = न्हावी (५) वज = शोभा - व्यवस्था - मान मशाल धरणे हा त्याचा हक्क असतो.

अहुळीमरण हे नशिबात असावे लागते. सर्वांना मिळत नाही. म्हणून ते मालनींना अपूर्वाईचे वाटते... ते जिला मिळाले, तिने 'गड जित्तीला', 'डाव जिंकला' अशा शब्दांत त्यांनी त्याला गायले आहे. शिवाय अहेवपणी मरण येणे हे गोतावळ्यात व समाजात फार मानाचे समजतात. त्या भाग्यवतीची यात्रा अतिशय थाटामाटांत काढतात. तो थाट कसा असतो, याचे मालनीने फार सुंदर वर्णन केले आहे.

अशा मरणानंतर सौभाग्यालंकारांसह तिची मिरवणूक निघते. कपाळावर कुंकू, गळ्यात डोरले, नाकात नथ, नेसलेला पीतांबर, पांघरलेला शेला - अशा थाटात ती आपल्या पालखीवरून झुलत निघते. खांदा द्यायला प्रत्यक्ष नवराच असतो. ते सुख काय वर्णावे? यात्रेपुढे मोठ्या रस्त्यावरून हळद-कुंकू-गुलाल उधळतात... या वेळीही मालनीची एक हौस असते... रात्रीचे मरण यावे. त्यामुळे माल्ह्याच्या मशाली दोन्ही बाजूंनी आपल्या अंगावर प्रकाशाचे झोत फेकतील. त्यांत पीतांबर झळकत राहील... फार सुंदर दृश्य दिसेल. एकूण अहेव मरण मिळालेल्या मालनीला मानसन्मानात पोचवतात. गळ्यात हार आणि चंदनाच्या लाकडाचे सरण तिच्या भाग्यात असते. तिच्या गोतावळ्यातील जन मोठ्या अभिमानाने आणि आनंदाने हा तिचा सन्मान करतात. म्हणून मालनीला असे अहेवपणी मरण हवे असते. मालनीची ही अंतिम इच्छाच या गाथेत व्यक्त झालेली आहे. दळताना-कांडताना... शेतातील कामे करताना त्या ओव्या गातात, त्यांत माहेरची, मुलांची माया काळजी-अभिमान हे विषय गायलेले असतात. पण या गाथांत ती आपल्याशिवाय इतरांचा विचारच करीत नाही. मी आणि माझे अहेव मरण - एवढेच या ओव्यांतून गायले आहे.

पुढील गाथेत मालनीने आपल्या बहिणीचे अहेव मरण चितारले आहे. त्या बरोबर ती सांगते, की आमच्या माहेरी अहेव मरणाची चालच आहे. ही बहीण माझ्यापुढे गेली आहे. आता मीही त्याच मार्गाने जाणार आहे.

**गाथा (४०)**

*आयाव मरणाचाऽ नगारा, गऽ, ठोकीलाऽऽ*
*माझ्या, गऽ, भैनाईनंऽ डाव सईनं जित्तीलाऽऽ*

| | |
|---|---|
| *आयाव मरनं, गऽ* | *तिचं सोम्यार शतीचंऽऽ* |
| *भैनाला सजू आलंऽ* | *पानी कंथाच्या हातीचंऽऽ* |
| *आयाव मरनं, गऽ* | *अस्सल्या पूरवीतऽऽ* |
| *भाऊ भाचं माझंऽ* | *खांदंकरी गिरदावीतऽऽ* |
| *आयाव मव्हनाचाऽ* | *सरगी गेला धूरऽऽ* |
| *माझ्या, गऽ, भैनाबाईऽ* | *तिथं मला जागा धरऽऽ* |
| *आयाव मरनाचीऽ* | *मला, गऽ, हायी गोडीऽऽ* |
| *भैनाबाई माझीऽ* | *देवसभंला फुल्लं तोडीऽऽ* |
| *आयाव मरनाचीऽ* | *माझ्या माह्यारी हायी चालऽऽ* |
| *माझ्या गऽ भैनाईनंऽ* | *देवसभंला दीलंऽ पालऽऽ* |

(१) सजू येणे = तयारी करणे, शृंगारणे, (२) असल्ल्या–ल्या = जवळचे नातेवाईक. (३) गिरदावीत = गर्दी करतात. (४) देवसभा = स्वर्ग

अहेव मरणाच्या विजयाने नगारा वाजवला. ही बातमी जिकडे तिकडे आनंद देत पसरली. असे मालनीला वाटते. तिची बहीण आणखीही भाग्यवान अशी. की तिला सोमवारी मरण आल्याने अंत्यसंस्कारावेळचे स्नान तिला तिच्या पतीने घातले आहे. जिला अहेव मरण येते, तिला खांदा द्यायला नातेवाईक गर्दी करतात... बायकाही तिच्या दर्शनाला आणि तिला पोचवायला येतात. तिच्या करंड्यातील कुंकू कपाळाला लावतात. त्यामुळे आपल्यालाही अहेव मरण येईल, अशी श्रद्धा असते. या कारणाने खांदेकऱ्यांची, तशीच नातेवाइकांची आणि आयाबायांची या अंत्ययात्रेला फार गर्दी होते. तशी ती या मालनीच्या बहिणीच्या अंत्ययात्रेला झाली आहे.

सरण जळताना धूर उंच गेलेला दिसतो. त्यावरून मालनीने एक सुंदर कल्पना केली आहे. बहिणीचे अहेवपणी मरण असल्याने ती स्वर्गात जाणार, या श्रद्धेने ती या धुराला सांगते आहे... 'तू स्वर्गात जाऊन माझ्या बहिणीला निरोप सांग' बहिणीने स्वर्गात आपले पाल ठोकले आहे... ती तिथे फुले तोडीत आनंदात रममाण झाली आहे. तिला म्हणावे... माहेरच्या चालीप्रमाणे मीही तुझ्या मागोमाग येणार आहे. तेव्हा मला जागा धरून ठेव. तुझ्या पालाशेजारी जागा धर...' ही कल्पना मला सुंदर वाटली. 'निरोप सांग' असे इथे तिने स्पष्ट म्हटले नाही. पण भावार्थ तोच आहे. बहिणीचा जीव केव्हाच स्वर्गात पोचला आहे. आता हा सरणाचा धूर वर चालला आहे. तो कुडीचा धूर तिला शेवटचे भेटायलाच जणू निघाला आहे, अशी भावना

होऊन मालन तिला निरोप सांगते आहे. कालिदासाच्या यक्षाने मेघाबरोबर प्रियतमेला निरोप दिला आहे. तो या मालनींना माहीत असणे कठीणच. पण इथे दिलेला निरोप बहिणीला भेटावे, यासंबंधी नसून आपल्या अहेव मरणानंतरची व्यवस्था सांगून ठेवण्यासाठी आहे. पण काव्यकल्पना या दृष्टीने मेघ आणि धूर हे दोन्ही मला सारखेच प्रतिभेचे जुळे आहे, असे वाटते.

ही गाथा मालनीला अहेवपणी मरण्याचा कसा मोह असतो, हे सांगते. बहीण गेली, या दुःखापेक्षा ती अहेवपणी गेली, हा आनंद या गाथेत व्यक्त झाला आहे.

पुढील गाथेत मालन 'मला अहेवपणी मरण दे' असे देवाला विनवून सांगते आहे. असे मरण अवघड असते, नशिबात असावे लागते... म्हणून ती देवाला प्रार्थना करते. आणि पुढील ओव्यांत तर तिने आपली महायात्रा कशी निघेल, याचे काल्पनिक चित्रच उभे केले आहे.

**गाथा (४१)**

*अहेव मरणऽ मला दे जोऽ गोविंदाऽऽ*
*पुढं पाठच्या बहीनाऽ मागं रडती ननंदाऽऽ*

*अहेव मरणऽ बाई चांगल्या दीसातऽऽ*
*साडी, गऽ, चोळीचीऽ घडी भावाच्या हाताडऽऽ*

*बाई, अहूळी मरणऽ काय कोणाला घडतेऽऽ*
*कसे मायबाप येडेऽ कपाळ ऊर घेतेऽऽ*

*सुखी अहूळी मरणऽ कोणाच्या त्या नशिबातऽऽ*
*बाई, पीवळं पातळऽ देर आणते हातातऽऽ*

*सये, अहूळी मरणऽ मागते मी रोज रोजऽऽ*
*चूडीयाचे हातऽ मातीची व्हईल वजऽऽ*

*अहूळी मरणालाऽ करी जन हळहळाऽऽ*
*लोक बोलती, चाललीऽ गौर आपल्या माह्याराऽऽ*

(१) कपाळ ऊर घेते = कपाळ व छाती शोकावेगाने बडवून घेतात. (२) वज = व्यवस्था (३) हळहळा करणे = हळहळणे (४) जन = नातेवाईक.

देवाजवळ अहेव मरण मागणारी ही मालन, ते मिळाले, तर माझे कसे कौतुक होईल... कोण काय करील, याचे वर्णन करते आहे. हे कौतुक तिला हवे आहे. जणू आपण मृत आहोत आणि आपले कौतुक चालले आहे, अशा कल्पनेने तिने मरण- सोहळा गायिला आहे. अहेव मरणात काय किंवा नंतरच्या मरणात काय... गोतावळा फारसा दुःखी दिसत नाही. एखादा उत्सव साजरा करावा, तसे हे संस्कार साजरे केले जातात. दीर बोळवणीची पिवळी साडी आणतो - भाऊही, माहेरची, म्हणून बोळवणीची साडी आणतो... बहिणी व नणंदा यात्रेच्या वेळी रडतात, तेही उत्सवाचा एक भाग म्हणून... फक्त आई-बाप तेवढे पोटच्या गोळयाच्या मृत्यूमुळे शोक करतात. शोकात बुडून जातात. पण मालनीला ते आवडत नाही... मातीची व्यवस्था नवऱ्याकडे आहे. हे ती सांगते, पण नवऱ्याच्या दुःखाचे वर्णन नाही. मृत्यू जी दुःखाची जाणीव करून देतो, ती फक्त आईबापांच्या दुःखाची आणि आपल्या परघरी नांदणाऱ्या लेकीच्या दुःखाची, असे मला वाटते... भावाला थोडे-फार दुःख होते. पण इतर सर्व ना खंत, ना खेद, असे असतात, असे मालनीच्या ओव्यांवरून वाटते.

पुढील गाथा एका श्रद्धेवर आधारलेली आहे. मालनींना सोमवारी मरण यावे, असे वाटते. मृत्यूच्या संदर्भात सोमवारचा दिवस त्यांना पुण्याईचा, आनंदाचा वाटतो. ब्रह्मा ही निर्मितीची देवता, विष्णु ही पालनपोषण करणारी देवता आणि शंकर ही लयाची, संहाराची देवता, असे पुराणे सांगतात. शंकराचा वार सोमवार, म्हणून मालनीला तो अहेव मरणाचा मंगल मुहूर्त वाटत असावा. मरण म्हणजे 'जिव मिळाला शिवू' असेही त्या ओवीतून गातात. मूळशक्तीला शिव असे म्हणतात. जीव हा या शक्तीचाच एक अंश असतो. हा अंश पुन्हा मूळ रूपात मिळतो, म्हणजे मृत्यू... या विचाराप्रमाणेही सोमवार हा जिवाशिवाच्या भेटीला योग्य मुहूर्त, असेच म्हणावे लागेल.

या गाथेत सोमवारी आपल्याला मरण यावे... आले, तर किती कौतुक केले जाईल, याची कल्पना मालन आताच अनुभवते आहे, अशा या ओव्या गायल्या आहेत. शेजारणीच्या नवऱ्यापासून आपल्या पतीपर्यंत कोणी काय केले, याचे वर्णन आहे. या मालनीला माहेरची माणसे कुणी नसावीत... किंवा असली, तरी येणे शक्य नाही, अशा टप्प्यात असावीत.

सोमवारी सकाळी, भर दुपारी, तिन्हीसांजा टळल्यावर आणि अपराची मरण आले, तर कोणी काय केले, याचे रेखीव वर्णन आहे.

## ◗ गाथा (४२)

*अहेव मरणऽ मला सोमवारी यावंऽऽ*
*शेजीच्या भरताराऽ मला वाजंतरी लावऽऽ*

*अहेव मरनऽ सोम्मारी सक्काळीचंऽऽ*
*काय, बाई, शोभाऽ कुंकू झळकतं कपाळीचंऽऽ*

*अहेव मरनऽ सोम्मारी सव्वापारीऽऽ*
*शेजीच्या संभाजीनंऽ चांदनी देली दारीऽऽ*

*अहेव मरनऽ सोमवार रात थोडीऽऽ*
*शेजीचा भरतारऽ दिवं लावून फुल्लं तोडीऽऽ*

*जीव का माझा जावाऽ सोम्मारी अपरातीऽऽ*
*कंथाची, गऽ, पिवळी छातीऽ दिवटी लावून देली माती*

*सोम्मारी, गऽ, यावं मरन हीरव्या लुगड्यातऽऽ*
*वटीचं सामायानऽ असू कंथाच्या शेल्यायातऽऽ*

(१) चांदणी = लहानसा मांडव.

या मालनीने आपल्या अंतकाळी माहेरप्रमाणे सासरचीही कुणी आलेली – जवळ असलेली वर्णिली नाहीत. तीही दूर असावीत.

हिच्या मरणावेळी नातेवाईक कुणी नसल्याने, हिने शेजीला व तिच्या नवऱ्याला आधीच आपल्या दोन हौशी सांगून ठेवल्या होत्या. सोमवारी मरण आले, तर यात्रेसाठी वाजंत्री बोलवा आणि मला अंत्यसंस्कारांत हिरवे लुगडे नेसवा. पतीच्या शेल्याच्या पदरात ओटीचे सामान बांधा.

अशा प्रसंगीही मालनीची सौंदर्यदृष्टी दिसून येते. ती म्हणते, सोमवारी सकाळी मरण आले, तर सुंदर होईल, कारण कपाळीचे कुंकू कोवळ्या लालसर पिवळ्या किरणांत अधिक झळाळत राहील. चेहऱ्याला शोभा येईल. तिचे शेजारीही चांगले– या कुटुंबावर जीव लावून आहेत. सोमवारी दुपारी मरण आले, तर शेजीच्या नवऱ्याने लगेच अंगणात मांडव घातला. अहेव मालनीला उन्ह लागू नये... माणसांनाही ऊन लागू नये, म्हणून. सोमवारी रात्री मरण आले, तर तिच्यावर उधळायची फुले शेजाऱ्याने तोडली... दिव्याच्या उजेडात तोडली. कंथाचे प्रेमही तसेच. अपरात्री मरण आले, तर दिवस उगवेपर्यंत थांबू म्हणाला नाही.

अपराची दिवटीच्या उजेडात त्याने तिच्या मातीची व्यवस्था केली. इथेही ती नवऱ्याच्या गोरेपणाचे लोभस वर्णन करते. दिवटीच्या प्रकाशात छाती झळकत राहिली.

हे मालनीने सर्व भूतकाळात लिहिले आहे... पण असे सर्व व्हावे, अशी तिची इच्छाच तिला असे सगळे झाले, हे भासवते आहे. ते भासच या ओव्यांतून उतरले आहेत, इतकी ती मालन 'अहेवमरण' या संकल्पनेशी एकरूप झाली आहे, आणि हा मरणसोहळ्याचा ध्यास ओव्यांतून तिने गायिला आहे.

या गाथा म्हणजे मालनींचे जणू इच्छापत्रच आहे. घरी या मालनीला सुख होते, की नाही, मुले होती, की नाही, याचा विचार देखील या इच्छापत्रात नाही. आयुष्य गेले, ते गेले. त्याबद्दल खेदखंत काही नाही. नंतरची कुणाची काळजी नाही. कुणाचा विचार नाही. 'मी अहेवपणी जाते आहे', या भावबंधाने तिचे भूत व भविष्यकाळ पुसून टाकले आहे. भरल्या कपाळाने हा जीव शिवाला मिळून गेला आहे. त्याचा आनंद साजरा व्हावा. अंत्ययात्रेचा मंगल असा शेवटचा सोहळा हौसेन पार पडावा, ही एकच त्यांची इच्छा त्या मालनींनी ओव्यांतून गायली आहे. साक्षीला जात्याचे वळसे आहेत. त्याचे फेरेही जणू मालनीच्या अंत्यात्रेला गात निघाले आहेत. 'गौर चालली माह्यारा...'

## गाथाबंध १० : भरा वटी, मायबाई

मालन सासरी किती सुखात असो, समृद्धीत असो, तिला माहेराविषयी एक आगळीच ओढ असते. सासरी असली, तरी सुखदुःखाच्या प्रसंगी तिला प्रथम माहेरची आठवण येते. रोज जात्यावर दळताना जात्याच्या पहिल्या फेरापासून माहेरच्या ओव्या गाते. या ओव्यांतून आपले 'हुरुदीचे गूज' ती माहेरी पोचवते. अशा मालनीला आपला शेवट माहेरी आई, बाप, भाऊ यांच्याजवळ व्हावा, असे वाटणे स्वाभाविक आहे. आजारपणीही तिला माहेरचा आधार असतो. तिची सेवा, औषधपाणी हे सर्व आई-बाप-भाऊ पाहतात, असे तिने आजारपणावर लिहिलेल्या 'जिवाला जडभारी' या ओव्यांवरून वाटते. साहजिकच आजार जास्ती झाला, की ती माहेरी आणली जाते. त्याचे तिला समाधान वाटते. या गाथांतून नवऱ्याची वा मुलांची आठवण येत नाही. उल्लेख येतो, तो फक्त कारणापुरता.

ज्यांच्या पोटी आपण जन्माला आलो, त्यांच्याच घरी त्यांच्याच समोर मरण यावे. असाही यात एक खोल हेतू वा मनाची प्रेरणा असावी. त्यामुळे पती आणि मुले, पातिव्रत्य, वात्सल्य यापेक्षाही जन्मदाते व सहोदर यांचीच ओढ तिला

निसर्गत: असावी, मृत्यू ही जशी जिवाची व शिवाची भेट, तशीच कुडी व तिला जन्म देणारे माता-पिता यांची भेट म्हणजे माहेरी मृत्यू... अशीही एक आदिम इच्छा असू शकेल. केवळ वंशवृद्धीसाठी सासर असेल, तर अंत्यसमयी ते कारणच न उरल्याने वा संपल्याने सासरविषयी - पती - अपत्य यांविषयी तिची ओढ विरून गेली असेल काय?

पुढील गाथांतून मालनींनी आपल्याला मरण यायचे, ते माहेरी यावे, अशी इच्छा व्यक्त केली आहे. आणि जर माहेरी नाही आले, तर अंतकाळी माहेरच्या माणसांनी सासरी यावे, अशी तिची इच्छा आहे. एकूण जीव जावा, तो आई, बाप, भाऊ जवळ असताना जावा, अशी त्यांची ओढ आहे. जीव गुंतून राहतो, तो मातापित्यांत – सासरच्या माणसांत नाही. तिला जगात प्रवेश देणारी पहिली पायरी मातापिता ही जर असेल, तर पुन्हा स्वर्गात जाण्यासाठी चढून जायची पहिली पायरी मातापिताच असावी, अशी ही त्यांची श्रद्धा असावी.

### गाथा (४३)

*अहूळी मरणऽ माहेरी देनंऽ, देवाऽऽ*
*भाऊ देती खांदंऽ भावजाऽ करीती सेवाऽऽ*

*माहा जीव गेलाऽ बापाजीच्या मांडीवरीऽ*
*भाग्याची मायबाईऽ शेला टाके शेवावरीऽऽ*

*माहा जीव गेलाऽ नका लावू बाजा गाजाऽ*
*वाड्याच्या बाहीरीऽ हुंबरतो पीता माझाऽ*

*माहा जीव गेलाऽ तोंडावरतीऽ बनातऽऽ*
*बोलले बापाजीऽ लेक चालली वनातऽ*

*माझ्या मरणावेरीऽ जाई बाई येला गेलीऽ*
*भाऊ तोडी फुल्लंऽ राधिकानं वटी केलीऽऽ*

(१) शेवावरी = प्रेतावर - शवावर (२) हुंबरतो = हंबरडा फोडून रडतो. (३) वेरी = पर्यंत (४) येला गेली = विस्तारली - बहराला आली. बनात - ऊन लागू नये, म्हणून असेल. किंवा पुत्र नाही, म्हणून ती रीत असेल.

या गाथेत मालनीने 'आपल्याला माहेरी मरण दे' अशी देवाची प्रार्थना केली आहे. त्यामुळे भावजया सेवा करतील, भाऊ खांदा देतील, बापाच्या मांडीवर मृत्यू येईल, आई ओटी भरील, असे ती देवाला सांगते. असे माहेरी मरण यावे, अशी तिची इच्छा आहे– पुढची इच्छा आहे. पण गाथेत वर्णन केले आहे, ते भूतकाळात आहे. जसे काही असे सर्व घडले आहे - घडते आहे. कदाचित ही इच्छा पुढे सत्यात उतरली नाही, तरी आता जिवंतपणी ती भोगून घ्यावी. ओव्यांतून रंगवावी, असे मालनीला वाटत असेल.

माझा जीव बापाच्या मांडीवर गेला आहे. आई अंगावर शेला टाकते आहे. भावांनी खांदे दिले आहेत आणि यात्रा निघाली आहे. या वेळी मालन म्हणते... माझ्या यात्रेला बाजाबिजा नको. माझा बाप केवढ्या मोठ्याने हंबरतो आहे! योगायोग असा, की तिने माहेरी आल्यावर केव्हा लावलेली जाईची वेल आता विस्तारली आहे. तिला फुलांचा बहरही आला आहे. ही आपल्या बहिणीची लाडकी वेल आहे, हे भावाला माहीत आहे. तो शेवटच्या ओटीसाठी जाईची फुले काढतो आहे... त्याची पत्नी ओटीची तयारी करते आहे. हे मालनीला ताटीवर असतानाच समजले आहे. तृप्त झाली आहे.

सरणावर चढतेवेळी ती अगदी सहज बोलल्यासारखे आईला सांगते, 'मायबाई, आता ओटीभरून ती फुलं सरणात टाका. आता माझं पुन्हा इथे येणं नाही.' या ओव्या हृदयस्पर्शी आहेत. माहेरी आपले अंत्यसंस्कार कसे व्हावेत, याचे हे वर्णन आहे. इथे जे तिला बापापासून जाईच्या वेलीपर्यंतचे प्रेम मिळाले आहे, ते सासरी मृत्यू आला असता, तर मिळाले नसते... प्रेमाशिवायचे आचार पार पाडले गेले असते.

खालील गाथेत आपल्याला माहेरी मरण यावे आणि तेही भावाच्या मांडीवर यावे. शेवटची बोळवण भावाने करावी, अशी आपली आस गायली आहे. आईबापा-खालोखाल मालनीची माया भावावर असते. तो जिव्हाळ्याचा मित्र असतो आणि तिच्या संसारात तिचा तारणहार असतो. भावाच्या जिवावर ती आपल्या संसारात निश्चिंत असते. आजवर नेहमी सणावरी, दिवाळीला सासरी निघतेवेळी नेहमीच तो तिला साडी-चोळी देत आला. आता ही शेवटची बोळवणही त्याच्या हातून व्हावी. त्याने केशरी साडी आपल्याला द्यावी, अशी तिची इच्छा असते.

**गाथा (४४)**

*परान माझा जावाऽ सये, बंधूच्या मांडीवरीऽ*
*बघीन तेच्या हातीऽ जरी पातळ केसरीऽऽ*

*अहेव मरण, गऽ बंधूजीच्या दारापूढंऽ*
*शेवटची बोळवनऽ बंधूराया, तुझ्याकडंऽऽ*

*जलमा येऊनीयाऽ गंगासागर नेसायावाऽ*
*मरनाच्या येळंऽ बंधू जवळऽ असायावाऽऽ*

*बंधूच्या नावाचाऽ मी, गऽ, घडीते ताईतऽ*
*मरनाच्या येळंऽ उजेड पडंलऽ देहीतऽऽ*

*माझ्या मरनाच्या येळंऽ बंधू, ग, माझा नव्हताऽऽ*
*चोळी लुगड्याची घडीऽ फिरं अगनी भवताऽऽ*

(१) केसरी = केशरी रंगाचे (२) गंगासागर = लुगड्याचा प्रकार. काळेभोर किंवा तांबडे लाल रंगाचे, नक्षीदार, रंगीत काठ, पदराचे उंची लुगडे. (३) नव्हता = मरण पावला होता, हा भावार्थ.

पण जसे तिला गंगासागर लुगडे नेसायला मिळाले नाही, तसे दुर्दैवाने तिचा भाऊ कालवश झाल्याने तिच्या खऱ्या मृत्युप्रसंगी तिचा भाऊही तिच्याजवळ नव्हता. नव्हता, म्हणजे आला नाही, असे नाही. तिला भावाविषयी मरण हा शब्द वापरणे असह्य झाले असावे. पण पुढील दोन ओव्यांत ते सूचित केले आहे. त्याच्या नावाचा ताईत तिने गळ्यात घातला आहे. त्याच्या नावे मंतरलेला. हेतू हा, की जेव्हा अंतवेळ येईल, तेव्हा माझ्या कुडीतून जाणाऱ्या आत्म्याला त्याचा आत्मा भेटेल; ताइतामुळे हा चमत्कार होईल. या भेटीचा आनंद माझ्या कुडीत प्रकाशमान होईल. 'देही पडंल उजेड' या पदाने ही कल्पना तिने सूचित केली आहे. ह्या दोन आत्म्यांच्या भेटीने तिला बंधू जवळ असल्याचे समाधान होईल... हा आत्मा तिला पोचवायला सरणापर्यंत जाईल.... सरणावर असलेल्या तिला आपल्याभोवती केशरी साडी फिरत आहे. नुसती साडी तरंगते आहे, असे दिसते. ती त्या बंधूच्या आत्म्याच्या हातीच आहे. हे बहीण-भावंडांचे प्रेम अलौकिक म्हणावे. भावाने तिची इच्छा अशी पूर्ण केली आहे.

ताइताने कुडीवर पडणारा प्रकाश आणि सरणाभवती तरंगत फिरणारी साडी हे दोन चमत्कार आहेत. मालनींना त्यांच्या प्रबळ इच्छाशक्तीने, बंधूवरील गाढ प्रेमाने आणि निष्ठेने हे चमत्कार वाटत नाहीत. तो त्यांना सत्याचाच अनुभव वाटतो.

सासरी मरण आले, तरी मालनींना अंत्यसमयी माहेरची माणसे – आई-बाप-भाऊ हे जवळ हवे असतात. त्यांचा आधार वाटतो. मरण– काळ जवळ आला, असे वाटले, की त्या सासरच्या माणसांना सांगतात... 'माझ्या आईला बोलवा-बापाभावाला बोलवा.' पण मालनीची माया मोठी विलक्षण असते... बोलवताना देखील, घाईघाईत काही सांगू नका, असे ती बजावते.

निरोपासरशी माणसे धावून येतात. अशा या भेटीनंतरचे वर्णन खालील गाथेत मालनीने गायले आहे. पहिल्या दोन ओव्यांत मालन आसन्नमरण अवस्थेत निरोप सांगते आहे आणि पुढील ओव्यात आई-बापांची भेट झाल्यावरचे वर्णन आहे.

**गाथा (४५)**

*असा माझा जीव गेलाऽ सांगू नकाऽ ईथं तीथंऽऽ*
*बंधू माझा कचेरीतऽ आसां गाळी रुमालातऽऽ*

*असा माझा जीव गेलाऽ सांगू नका घाईघाईऽऽ*
*हरन माझी गवळनऽ रात म्हनायाची न्हायीऽऽ*

*असा माझा जीव गेलाऽ बापाजीच्या मांडीवरऽऽ*
*हौसंनं घातला, गऽ हिरवा शालू तोंडावरऽऽ*

*असा माझा जीव गेलाऽ चारी ठावे दीर भावेऽ*
*पाचवा भरतारऽ फुलाची, गऽ, झालर लावेऽऽ*

*अहूळी मरणाच्याऽ टाका सरणात जाईऽऽ*
*भरा वटी, मायबाईऽ परतून येनं न्हायीऽऽ*

(१) आसां = आसवे (२) ठावे = बाजूला–ठिकाणी (३) भावे = भाऊ.

निरोपाप्रमाणे मालनीचे आई- बाप- भाऊ सगळे येतात. पित्याची मांडी तिला मिळते... तिला आनंद होतो... आई-बाप-भाऊ जवळ असताना तिचा जीव जातो. नंतर तिने यात्रेच्या तयारीचे वर्णन केले आहे. दीर-भाऊ ताटी तयार करतात. पती ताटीला फुलाची झालर लावतो. शेवटी ती आईला सांगते, 'माझी ओटी भर आणि फुले सरणात टाक. आता माझे इथे येणे होणार नाही.'

ही सर्व गाथाच हृदयस्पर्शी आहे.

लेक गेल्यावर आईला जितके दुःख होते, तितके आणखी कुणाला होत नाही.

जिला जन्म दिला, जी लाडाकोडांत वाढवली... जिची जोपासना करताना हात झिजले. आणि जिला परघरी देऊन दूर लोटली, त्या लेकीचा मृत्यू आईच्या काळजाला डागण्या देतो. लेकीलाही माहेरी आईइतके जिव्हाळ्याचे कोणी नाही. तिचे दुःख मालनीला जाणवते. आपल्या मृत्यूच्या वेळी आईची दुःखाने कशी दशा झाली, हे खालील गाथेत मालनीने गायले आहे.

**गाथा (४६)**

***मरनाची गोष्टऽ जशी कळाली हरणीलाऽऽ***
***जलम देती माताऽ अंग टाकीती धरनीलाऽऽ***

***मरनाच्या येळीऽ रात पडली काळंकाऽ***
***समजावा, बायांनूऽ माय रडतीऽ साळुंकाऽऽ***

***माझा जीव गेलाऽ काशी गहीरे सारी रातऽ***
***जरीचा पदरऽ भिजला, गऽ, सव्वाहातऽऽ***

***माह्या मरनालेऽ जागा पाह्यती दीव्यालेऽ***
***येवड्या गोतातूनऽ दुक्क झाले मावलीलेऽऽ***

***माझ्या मरनालेऽ माती लोटताऽ लोटंऽनाऽऽ***
***काशी मावलीचाऽ आसू डोळ्याचा तूटंनाऽऽ***

***गेला माहा जीवऽ कुडी घातली पेयावीऽ***
***अंगातली चोळीऽ माझ्या काशीला देयावीऽऽ***

(१) काळंका = काळकाई - पार्वतीची रौद्ररूपी देवी. (२) गहीरे = गहिवर काढते. (३) पेयावी = खळगा, पेवात.

या गाथेत रात्रीची प्रतिमा काळंकादेवीच्या रूपात साकार केली आहे. कालिकादेवी सारखी काळीकभिन्न भयाणरात्र... आणि आईला साळुंका म्हटले आहे. हे आईचे नाव नव्हे. साळुंकी पक्षीण... आई रात्री गहिवर काढते - रडते. ते तिचे रडे कभिन्न काळोख्या रात्री एखादी पक्षीण आर्त टाहो फोडते, तसे हृदय भेदून जाणारे वाटते. ही कल्पनाच कमालीची प्रत्ययकारी आहे. मालनीला तो आर्त स्वर ऐकवत नाही. ती म्हणते, 'बायांनू, माझ्या आईला जरा समजावून शांत करा.' आईच्या रडण्यामुळे ते दुःख पाहून कुणाला माती लोटायचाही धीर होत नाही.

शेवटच्या ओळीत मालनीने आपली आईसाठी असलेली एक शेवटची इच्छा बोलून दाखविली आहे. माझ्यावर माती लोटण्यापूर्वी माझ्या अंगची चोळी माझ्या आईला द्या. आठवण म्हणून देणार असेल. पण या देण्यात एक भाव आहे, तो काळजाला हात घालणारा आहे. आजवर आई हीच मालनीला प्राणाधार होती. माहेरची ती मालनीवर सतत कृपादृष्टी ठेवणारी आणि संकटाच्या वेळी तिच्या मागे उभी राहणारी ती देवताच होती. मायलेकीच्या मायेचा जिव्हाळा हा वेगळाच असतो. देव आणि भक्त यांच्यांतील जिव्हाळ्यासारखा. माया, श्रद्धा आणि विश्वास यांचे एक रसायन असलेला हा जिव्हाळा. दोघांचाही एक हक्काचा जिव्हाळा. पांडुरंगाला तुळसीदल अर्पण करतात. ही मालन तुळसीदलासारखी आपली चोळी आईच्या पदरात घालून निघाली आहे. मायलेकींचे हे एक करुणगीत आहे. एक शोकगाथा आहे.

माहेरी लाभणाऱ्या या अशा मायेमुळेच मालनीला माहेरी मरण यावे, असे वाटते. शेवटच्या वेळचा हा माहेरवास केवढा आधार वाटतो. धीर वाटतो. ही माया आणि हा धीर तिला सासरी मिळत नाही. सासरी ही शेवटची वेळ तिला निराधार वाटते. भोवतालचे सगळे परके वाटतात. माहेरची यात्रा सुखाची वाटते. सासरची मोठ्या थाटामाटात निघाली, तरी तिरडीवरची मालन कष्टी, एकाकी आणि खंतावलेली राहते.

## गाथाबंध ११ : मरणाची स्वप्नशाळा

एक मोठे आश्चर्य वाटते, ते असे. मरण– त्यांतल्यात्यांत अर्ध्या संसारानंतरचे मरण हे मालनींच्या दुःखभावनेला आमंत्रित करत नाही. पुत्रजन्माचा आनंद, आई- बापांची माया, भावाचा आधार, सुख देणारा पती या सर्व सांसारिक नातेबंधावर त्यांनी एक प्रकारच्या आनंदभावनेने, प्रसन्नतेने ओव्या गायल्या आहेत. त्यात प्रसन्नतेने मन भरून आनंदाने आपल्या मरणसोहळ्याच्याही ओव्या गायल्या आहेत! मृत्यू आल्यानंतरही त्यांच्या जाणिवा भवतालचे सर्व काही टिपतात. त्या मृत मालनी इतरांशी बोलतात. काळजी व्यक्त करतात, शेवटच्या यात्रेच्या वेळी ती कशी हवी, हे सांगतात. हे सर्व करताना त्या सुखी असतात... माझ्याशिवाय मागे काय होईल, हा वेध नसतो - लहान मुलांचे कसे होईल, ही काळजी नसते. निरोप घेताना जणू त्या मागचे सर्व मागे टाकतात. आनंदात पुढे पावले टाकत जातात. मला अहेवपणी मरण यावे, ही मालनीची नेहमीची इच्छा असते. या इच्छेच्या आनंदी फलकावर त्या आपल्या मृत्यूपासून सरण किंवा दफन पूर्ण होईपर्यंतचे स्वप्न चितारतात. या चित्रित अनुभवांशी त्या

इतक्या एकरूप होतात, की तो त्यांना त्यांचाच अनुभव वाटतो. तो अनुभव – त्यातील काव्यात्म अंश शब्दकळेतून त्या जात्याच्या फेराबरोबर ओवीरूपात गात असतात. मृत्यू आला, हा फक्त भूतकाळ व त्यावर बहरून आलेला वर्तमानकाळ यांचे मालनी एक सुंदर रसायन बनवतात. हे या मरणसोहळ्यावरील गाथांचे वैशिष्ट्य आहे. या गाथा त्यांच्या स्वप्न शाळेत निर्माण झाल्या आहेत, असेच वाटत राहते.

या शाळेची प्रत्येक मालनीला ओढ असते, 'आपुलें मरण पाहिलें म्यां डोळां' ही अंतकाळची इच्छा त्यांना या ओव्या लिहिण्यास प्रवृत्त करते. मालनीच्या जीवन-प्रवासातील सोहळ्यांचा हा अंतिम टप्पा. या काळातील त्यांची इच्छा, त्यांची मन:स्थिती, त्यांची हौस, प्रिय-अप्रिय व्यक्तीवरील त्यांची अंतिम भावसंवेदने यांना त्यांनी इतर अनुभवांप्रमाणेच जात्याच्या फेरांवर शब्दरूप दिले. फरक इतकाच, मृत्यू येणार, ही शेवटची जाणीव आणि नंतरची अनुभवस्वप्ने या दोहोंचा मिळून हा काव्याविष्कार असतो. पुढील अनुभव त्यांचे स्वत:चे नसतात, पण ते त्यांना आपलेच वाटण्या- इतक्या त्या त्यांत एकरूप होतात.

*'लेकीच्या जलमालाऽ नको घालू, सख्या रामा'* येथपासूनची ही अनुभवाची ओवी,

*'अहूळी मरनाच्या टाका सरनात जाईऽऽ*
*भरा वटी, मायबाईऽ परतून येनं न्हायीऽऽ'*

या ओवीशी विराम पावते. या मरणसोहळ्याच्या ओव्या हे मालनींचे हंसगान आहे. यांचे काव्य म्हणून मला फार महत्त्व वाटते. या हंसगानातून मालनींची त्यांच्या साध्या सोप्या शब्दांत व्यक्त झालेली त्यांची जीवनाकडे पाहण्याची दृष्टी दिसून येते. लेकीचा जन्म नसावा, म्हणत असतानाच मालनीने जन्म घेतला. जिथे जन्मली, तिथे ती राहणार नव्हतीच. परघरी, त्या घराचा वंशाचा दिवा सांभाळण्यासाठी ती या घरी फक्त जन्माला आली होती. ते घरही तिच्या आवडीनिवडीवर अवलंबून नव्हते. आईबापांनी जिथे दिली, तिथे गरीब गाईसारखी दावे लावून तिला नेले गेले. त्या घरात सासरच्या माणसांत - जसे तिला आयुष्य काढता आले, तसे तिने काढले. सासुरवास, काबाडकष्ट, पतीची वागणूक, हे सर्व जसे मिळाले, तसे तिने स्वीकारले. साडी-चोळी-चुडा यांसाठी माहेरकडे डोळे लावून राहिली. अशी संसाराच्या सागराच्या ज्या आणि जशा लाटा येतील, तशा अंगावर घेऊन - सर्व काही सोसत राहिली. सासरचा वंश बहराला आणला - आणि तिला आता आपल्या मूळ माहेराची आठवण होऊ लागली. ज्यासाठी तिचा जन्म झाला, ते तिचे काम संपले होते. तिचे हृद्‌गत आता जात्याच्या फेरांतून ऐकू येऊ लागले 'अहेव मरणऽ ते, गऽ, भाग्याच्या सईला' भरल्या संसारातून उठून जाण्याची ही हौस कशासाठी?

आपली कर्तव्यपूर्ती झाली, म्हणून... केळीचे झाड एवढ्यासाठीच तर मालनींना प्रिय आणि पूज्य वाटत असेल! केळीसारखाच आपला जन्म असावा, असे त्यांना त्यामुळेच वाटत असेल काय? एका दिराने भावजयीच्या सरणाभोवती केळीचे खुंट लावले, ते असे याच विचाराचे प्रतीक असेल काय? हे अहेवमरणाचे सूक्ष्म भावन त्यांच्या असतन, असंज्ञ अशा ऊर्मीतून तर व्यक्त होत नसेल! फुलाला फळ धरले, की ते सुकते... फळ पिकले, की ते गळून पडते. तसाच हा स्त्री जन्माचा खरा निसर्गमान्य शेवट, हे तर त्यांना नकळत उमजत नसेल? विचार करायला हवा. त्याशिवाय ही अजून नवती संपलेली नाही, अशी प्रौढा नेहमीच्या जात्याच्या फेरांवर पंढरीला आळवणारी - माहेराचे कौतुक करणारी, सुखाच्या संसाराचे आनंद नाना प्रकारे सांगणारी मालन सुखासुखाने अहेव मरणाची स्वप्ने का पाहते?

खालील गाथांतून मालनींची स्वप्नशाळेत घडवलेली कांही स्वप्ने चित्तारलेली आहेत. या गाथेत तिने फक्त तिला पाहायला न मिळणारी अहेव मरणानंतरची अंत्ययात्रा गायिली आहे. आपल्याला हवी असणारी.

### गाथा (४७)

*अहेव मरनाचीऽ मला, गऽ, लयी हौसऽऽ*
*मागनं येतं गोतऽ पुढं कुंकाचा पाऊसऽऽ*

*अहेवमरनऽ गोत मुंगीचं रवऽनंऽऽ*
*भोतीनं नंदा जावाऽ पुढं भरतार दीवानऽऽ*

*अहेव मरनऽ ते, गऽ, भाग्याच्या सईलाऽ*
*कंथ चालला नयीलाऽ कोरा मंदील डुयीलाऽऽ*

*माझ्या मरनाचे येळेऽ भडकं अगीनऽ, बाई, लालऽऽ*
*जीवाभावाच्या सख्यानंऽ वर झोकीला गुल्लालऽऽ*

*अहेव मरनाचाऽ उजेड पडलाऽ सव्वा कोसऽऽ*
*म्हनी माझा नेनंता, गऽ नगऽर पडलं वऽसऽऽ*

(१) रवन = मुंग्यांची दाट रांग–वारुळाभवती असते, तशी (२) दीवान = कारभारी - आदरार्थी संबोधन. (३) वस = ओस

मालन म्हणते... 'माझी यात्रा अशी निघाली आहे आणि सरण असे पेटते आहे, की या मरणसोहळ्याचा प्रकाश सव्वा कोसावर पसरला आहे.' तिच्या नेणत्या मुलाच्या तोंडात तिने हे वाक्य घातले आहे. तिची ही यात्रा संध्याकाळी निघाली असावी. उधळलेले कुंकू लाल संध्यारंगांत अधिकच लाल आणि पाऊस पडल्यासारखे बरसताना दिला दिसते. साधेच वर्णन पण उचित अशा प्रतिमांच्या वापरामुळे चित्रवाण होते, ते असे. यात्रेचा मशालींचा प्रकाश, कुंकवाचा पाऊस आणि बहुतेक तिच्या कंथाने याप्रसंगी लाल नवा मंदिलच बांधला असावा. दहनातही तो गुल्लाल फेकून दहन तांबडेलाल करतो. संध्याकाळची ही मुंगीच्या रवनासारखी गोताची गर्दी मागे असलेली मशालींच्या प्रकाशातील यात्रा, रात्री सरण पेटते - गुलाल त्यात फेकला जातो - तो तांबडा भडक लवलवत्या ज्वाळांचा प्रकाश - सव्वा कोस पडतो - ही रंगप्रकाशाची शोभा बघायला अवघे गाव लोटते. हे सर्व तिने आपले कौतुक पाहिल्यासारखे समाधानात गायले आहे. मालनींना नेहमीच उत्सवाची, सोहळ्याची हौस असते... हाही सोहळा तितकाच हौस पुरविणारा हवा, असे तिला वाटते. सर्वांतच आनंद मानणारी ही मालन... या प्रसंगी... गौर माहेराला निघाली, अशा आनंदात आहे. हे विशेष वाटते.

पुढील गाथेत आपल्या अंत्यसंस्कारासाठी जे जे धावून आले, खपले, त्यांचे मालनीने कौतुक केले आहे. ही गाथा म्हणजे कौतुकाची एक ओवाळलेली आरतीच वाटते.

### गाथा (४८)

*माझे मरनाचे येळेंऽ कुठं माही माय पाहूऽऽ*
*सेव सवारंल माहीऽ बहीण पीरतीची जाऊऽऽ*

*माझ्या मरनाचे येळेऽ माझे भासरेऽ ऊपाशीऽऽ*
*केळी लावल्या कवळ्याऽ जळत्या, गऽ, सरनापाशीऽऽ*

*अहूळी मरणाचंऽ रचू देऊळ चांगलंऽऽ*
*बंधू माझं कारागीरऽ दुरून धावू आलंऽऽ*

*अहेव मरऽणऽ सरण जळतं वाकऽडंऽऽ*
*मह्या कंथानी आनीलीऽ चंदन बेलाची लाकडंऽऽ*

*सरनाभवतीऽ का, रंऽ, हिंडसी पाडसाऽऽ*
*मियाली मले जागाऽ घरी जाय, राजहंसाऽऽ*

(१) सवारंल = शृंगारील - नीट रचना करील (२) सेव = शव - प्रेत (२) भासरे = मोठे दीर (३) वाकडं = कमानदार

या मालनीने आपल्यासाठी कुणी काय केले, याचे अतिशय प्रेमाने वर्णन केले आहे. हिला आई नसावी किंवा आली नसावी - तिचे हिला स्नान घालणे, नवी वस्त्रे नेसवणे, इत्यादी सर्व जावेने केले आहे. मरणापूर्वीच तिला ही जाऊ असलेली बहीण आपल्याला शिणगार करील, याची खात्री असावी. तिच्या मोठ्या दिरांनी लावण्यासाठी केळी आणल्या. त्यासाठी ते उपाशी राहिले. हा केळी लावण्याचा हेतू दोन प्रकारांत भावतो.

अहेव मरण हे चांगले, याचे प्रतीक म्हणून सरणात त्याबरोबरच जळावे, म्हणून लावणे -ही कुठे कुठे अंत्यसंस्कारांतील एक प्रथा असावी. जाईची फुले ओटीसाठी सरणात टाकतात, त्याप्रमाणे. किंवा आपल्याच शेतात - जागेत दहन केल्याने तिथे आठवण म्हणून या केळी लावल्या असाव्यात. केळीच लावल्या, कारण त्या आदर्श स्त्रीत्वाचे प्रतीक म्हणूनच. यासाठी दिरांनी कष्ट केले - जेवले देखील नाहीत.

तिची चिता रचायला दुरून भाऊ आले आहेत. चिता नेहमी सारखी साधी नाही. रचलेल्या नेहमीच्या सरणावर देवासाठी लहान देवळी असते, तशी कमानदार रचना करायची आहे. मधे अलगद बहिणीला ठेवायचे... या चितेच्या प्रकाराला मालनीने देऊळ म्हटले आहे. तिच्या नवऱ्याने या सरणासाठी बेलाची, चंदनाची लाकडे मिळवली आहेत.

– आणि तिचा लहान मुलगा... तो काही करीत नाही. पण कसा आईच्या सरणाभोवती भोवती आहे. त्याच्या मनात काय काय उभे असेल, कुणी सांगावे. पण मालन त्याला समजेल, अशा शब्दांत सांगते. 'मला चांगली जागा मिळाली आहे. बाळा, घरी जा आता.' जणू ती प्रवासाला जायच्या गाडीत बसली आहे आणि बाळ पोचवायला आला आहे. ही ओवी मनाला भिडते. अशी सर्वांविषयी कृतज्ञ राहून ती निरोप घेते आहे.

अगदी साधी अशी ही गाथा आहे. पण त्या साध्या शब्दांतून तिचे जे व्यक्तिमत्त्व प्रतीत झालेले आहे, ते मनहारी आहे.

पुढील गाथेत मृत्यूनंतरही तिला ज्यांच्याविषयी आपलेपणा आहे, त्यांच्याविषयी ती सासरच्या माणसांना सांगते आहे. सुचवते आहे. तिचे माहेरावरील प्रेम, आपली बोळवण करायला भावांनी यावे, ही इच्छा आणि मुलाविषयी, पतीविषयीची काळजी या गाथांतून व्यक्त झाली आहे.

### गाथा (४९)

*गेला माह्या जीवऽ — भले भित्तीशी खुटऽवाऽऽ*
*सोन्याचं पिंपळपानऽ — माझ्या माह्यारी पाठवाऽऽ*

*गेला माह्या जीवऽ — ठाऊक पडलं येशीपाशीऽऽ*
*माय, तुहा लावऽ — गंध कपाळाचा पूशीऽऽ*

*गेला माहा जीवऽ — गेला तसाही जाऊ द्याऽऽ*
*मावलीचे लालऽ — बोळवणवाल्याले येऊ द्याऽऽ*

*गेला माह्या जीवऽ — नका करू संध्याकाळऽऽ*
*पोटच्या पोराचीऽ, वंऽ — थंड पान्याची अंगूळऽऽ*

*गेला माह्या जीवऽ — माह्या किल्डीले साकळ्याऽऽ*
*देर जेठेऽ ओझा खांदेऽ — राम चालू द्या मोकळाऽऽ*

(१) खुटवा = व्यवस्थित आवरून ठेवा (२) पिंपळपान = मुलीच्या कमरेतील साखळी व मधे पिंपळपान असा सोन्याचा दागिना (३) लाल = लाडका (४) किल्डी = तिरडी (५) देर जेठे = लहान-मोठे नवऱ्याचे भाऊ.

मालनीला मृत्युसमयी माहेर जवळ हवे असते. म्हणून मृत्यूच्या दारात असल्यापासूनच तिची घोकणी सुरू असते - आईला कळवा, भावांना बोलवा. या मालनेने पहिल्या तीन ओव्यांतच ही सूचना सांगितली आहे. इथे 'लेक गेली' हे कळविण्यासाठी ती सोन्याचे पिंपळपान पाठवा, असे सांगते. सोन्याचे पिंपळपान हा तिचा बालपणीचा दागिना लग्नानंतर तिच्या दागिन्याबरोबर तिला देण्याची रीत असावी. हे पिंपळपान कुणी परत माहेरी घेऊन येतो, तो 'लेक गेली' हे सांगण्यासाठी. म्हणून मृत्युशय्येवरील ही मालन 'माहेरी सोन्याचे पाठवा' म्हणून सांगते आहे. तोपर्यंत मला न्यायची तयारी करू नका. भिंतीशी ठेवा, असे सांगते आहे. तिला आपली बोळवण आई-बापांकडून- भावांकडून करून घ्यायची आहे. शेवटची ही बोळवण ती माहेरूनच व्हायला हवी. मनात कल्पना करते आहे - वेशीतच भावाला पिंपळपान दाखवले असेल... आणि त्याने तिथेच शोकाकुल होऊन कपाळावर हात मारून घेतले असतील त्यांनी गंध पुसले गेले असेल किंवा असेही वाटते, की ही दु:खद बातमी कळल्यावर मंगलसूचक असे जे स्नान केल्यानंतर लावलेले गंध ते त्याने पुसून टाकले असेल.

पिंपळपान याचा असाही भावार्थ होतो, की कार्ड घालून ही बातमी टपालाने माहेरी कळवा. पण असे असणार नाही. त्या वेळचे कार्ड मोठ्याशा पिंपळपानाएवढे लहान होते आणि पिवळट होते, हे खरे; पण त्या वेळी टपालव्यवस्था तातडीची नव्हती. तेव्हा कुणाबरोबर लहानशी चिठ्ठी पाठवा, असे तिने सांगणे शक्य आहे. पण मला या दोन्हींपेक्षा पिंपळपान अलंकार हीच कल्पना सुंदर वाटते. चिठ्ठी कुणा गोम्या सोम्या जासुदाबरोबर पाठवता येते. सोन्याचे पिंपळपान तशाच कुणा जबाबदार घरच्या माणसानेच घेऊन जायला हवे. त्यांच्या लेकीला शोभेल, असाच मुराळी तिच्या माहेरी धाडायला हवा. हाही अर्थ या पिंपळपानात सामावला असणे शक्य आहे. ही कल्पना मला फारच भावली.

इथे पतीविषयी तिने जी आस्था दाखविली आहे, तिने मन भरून आल्याशिवाय राहत नाही. तिरडी तयार करण्यासाठी दिरांनी कौतुकाने बारीक साखळ्या वापरल्या आहेत. काथ्याचा खरखरीत दोर वापरला नाही – हे मालनीच्या मनाला स्पर्शून गेले आहे. ते जाणवून देऊन ती दिरांना म्हणते... मुला सुख व्हावे, म्हणून तिरडीला साखळ्या बांधल्यात... पण मला सुख व्हावे, म्हणून आणखी एक गोष्ट माझ्यासाठी करा. तुम्ही लहान-मोठे दीर माझी तिरडी सांभाळा. माझ्या कंथाला खांदा द्यायला लावू नका... ते ओझे तुम्ही वाहा. अशा अतिशय दु:खाच्या वेळी माझा राम मोकळा राहू द्या.'

ही एकूण गाथाच मालनीचे प्रेम, श्रद्धा आणि पतीविषयीची तिची काळजी या गोष्टी उत्कटतेने सांगणारी आहे. मला त्यामुळे ही गाथा फार आवडली.

पुढील गाथा बरीच वेगळी आहे. महत्त्वाचे म्हणजे, ती स्वत: मालनीने गायली नसून, तिच्या सखी-शेजीने कुणीतरी गायली आहे. आणि दुसरी गोष्ट म्हणजे, या मालनीला ती आजारी असेलही, पण मृत्यू आपली चाहूल न देता आला आहे. ती गेल्यानंतरची घरातील एकूण व्यवस्था चितारून तिच्यामधून मालनीचा संसार कसा होता; याचे दर्शन घडवले आहे. तिच्या ऐन बहराच्या संसाराचे वर्णन केलं आहे... वस्तू वस्तूंनी या संवेदना दोन प्रकाशझोतांनी व्यक्त केल्या आहेत.

### गाथा (५०)

*अहूळी गेली नारऽ आत्ता हूती, आत्ता गेलीऽऽ*
*भरतार म्हनीतोऽ रानी अंतरीची गेलीऽऽ*

*अहूळी नार गेलीऽ घरी शिक्क्यावर दहीऽऽ*
*भरतार म्हनीतोऽ कशी टाकून गेली सईऽऽ*

*अहूळी नार गेलीऽ घरी आढीला, गऽ, आंबाऽऽ*
*कसं भरताराचं राजऽ टाकून गेली रंभाऽऽ*

*अहूळी नार गेलीऽ चोळी लुगडं, गऽ, वलनालाऽऽ*
*पाळन्यात तानंऽ न्हायी लावीलंऽ थानालाऽऽ*

*सरगाला जातानाऽ नारीला लागंऽ तानंऽऽ*
*भरतार म्हनीतोऽ तुझा पानोळ्या किती ल्हानंऽऽ*

(१) तान = तहान (२) पानोळ्या = पाणी देणारा

ही गाथा दोन-तीनदा वाचली, की असे वाटते, की मालन बाळंतपणात वारली असावी. त्याही पहिल्या बाळंतपणात. घरात जी सर्व व्यवस्था आहे... शिंक्यावर विरजण लावलेले दह्याचे गाडगे आहे, आढीला घातलेले आंबे आहेत. सासर-माहेर दूर असावे आणि इतक्यात बाळंत होईल, ही कल्पना नसावी. नेहमीसारखे दोघे आनंदात असावे. दोघांतील नाते पती-पत्नीपेक्षा मैत्रीचे अधिक आहे - खेळीमेळीने वागणारी आहेत. तो 'सई' म्हणतो 'अंतरीची रानी' म्हणतो, यावरून हे भावते.

घरातल्या दही, आढीतला आंबा, या वस्तू, ती अचानक गेली, हे दाखवतातच, पण कसला संसार सोडून गेली हे दाखवतात, ते मोठे हृदयस्पर्शी आहे. संसार दोघांचा छान चालला आहे - आता त्यात बाळाच्या येण्याचे मुरवणही घातले आहे - शिंक्यावरचे दही जसे रुचकर असे विरजले आहे, तसाच हिचा संसार होऊ घातला आहे, हे सूचित होते - आढीला घातलेला आंबाही असेच सुचवतो. आंब्याचे दिवस असल्याने परसातील आंब्यांची त्या सुगरणीने आढी घातली आहे. तिचा संसारही या आंब्यांसारखाच आहे. पिकू घातला आहे. पिकणार होता. थोड्याच दिवसांत तिला बाळ होणार होते - आंब्यासारखे रसरशीत, गोरेपान, गोंडस... झालेही. पण ती गेली... किती अचानक गेली, ते दांडीवर वाळत असलेल्या लुगड्या–चोळीवरून समजते. बाळंपणात कुणी सुईणीने सुटका केली. बाळ पाळण्यात झोपले आणि ही आपल्या 'त्या' माहेराच्या मार्गाला लागली... मालनींचे असे बाळंतपणात होणाऱ्या मृत्यूंचे फार मोठे प्रमाण होते. यांतीलच ही एक मालन ठरली. झालेल्या बाळाला अंगावर घेण्याचाही अवकाश तिला मिळाला नाही. तिच्या सखीने केलेले हे वर्णन किती काव्यात्म प्रतिमांनी जिवंत असे झाले आहे.

शेवटची ओवी तर फारच मनाला लागणारी - मृत्यूच्या घडीला ती पाणी पाणी करते... आईबापांना मरणवेळी पाणी देण्यात पुत्रजन्माचे सार्थक असते. पण इथे हे

नुकतेच जन्मलेले बाळ... त्या संदर्भात तिचा पती म्हणतो...' तुला पाणी हवे आहे; पण तुझा पानोळ्या किती लहान आहे, ग'... या ओवीने त्या संसारातील सुख-दु:खाचा कळस गाठला आहे. ही गाथा मला फार आवडते.

अशी ही मालनींनी आपल्या स्वप्नशाळेत घडविलेली काही स्वप्ने त्यांच्या काव्यशक्तीची उंची आणि श्रीमंती दाखविणारी - त्यांच्या स्त्रीधर्माच्या तत्त्वाचे त्यांनी केलेले आविष्कार दाखवणारी.

## गाथाबंध १२ : अंतकाळीची संवेदने

मालनींनी आपला मरणसोहळा मोठ्या हौसेने गायिला आहे. मृत्यूला सामोरे जाण्यापूर्वीची ती ओढ आहे. त्यामुळे त्यांना मरण या कल्पनेचे दु:ख न वाटता ती एक मंगलघटिका आहे, असे त्यांना वाटते. त्यांच्या कल्पनेप्रमाणे मृत्यू त्यांना ऐन उमेदीत हवा आहे. संसाराच्या ऐन बहरात त्यातून निघून जाणे त्यांना आनंदाचे वाटते.

पण असे आनंदी मरण सर्वांच्या वाट्याला कुठे येते? अंतकाळी त्यांच्या जिव्हाळ्याच्या माणसांना किती दु:ख होईल, हे त्यांना जाणवल्याखेरीज कसे राहील? अशाही काही भावना असतात, की त्या अंतकाळी मनात तरंगल्याखेरीज राहत नाहीत. ही संवेदने नेहमीच सुखाची नसतात. अहेव मरणाच्या आनंदाची सावली दिसावी, तशी ती भावतात. परिस्थिती प्रमाणे ही मनाला भावणारी संवेदने जिव्हाळ्यातून निर्माण होतात किंवा नातेबंधाच्या कटुतेतून निर्माण होतात. आपला पती, आपली मुले, आपली माणसे. माहेर या विषयीची ही संवेदने मालनींनी मोठ्या उत्कटतेने गायली आहेत. अहूळी मरण भाग्याचे, पण... या 'पण'ने मनात जी भावलहरी उसळली, ती मालनींनी खालील गाथांतून शब्दरूपात उभी केली आहे.

खालील गाथा आपल्यानंतर पतीने कसे आयुष्य कंठावे, या विचाराबद्दल आहे. मालनीचे व पतीचे जिव्हाळ्याचे नाते आहे. ऐन उमेदीत मालन निघाली आहे... मागे हा ऐन तारुण्यातील राजबिंडा नवरा... त्याचे काय होईल, ही मनाला रुखरूख आहे.

## ◗ गाथा (५१)

| | |
|---|---|
| *माहा जीव गेलाऽ* | *शामी, डोळ्यांत का पानीऽ* |
| *दूसरी करा रानीऽ* | *नवती तुमची जानीऽऽ* |
| *गेला माहा जीवऽ* | *कंथ रडतो वसरीऽ* |
| *सोडावी माझी आशाऽ* | *रानी करावी दूसरीऽऽ* |
| *गेला माहा जीवऽ* | *कंथ रडतो चोरूनऽ* |
| *लग्नाचा जोडाऽ* | *न्हायी येणार फीरूनऽऽ* |
| *गेला माहा जीवऽ* | *माझ्या किलडीले चांदवाऽ* |
| *सांगते भरतारालेऽ* | *दुसरी करून नांदवाऽऽ* |
| *अहेव मरनऽ* | *कंथ दिलगीर मनातऽ* |
| *मोती, गऽ, पवळ्याचंऽ* | *झाज बुडालं पान्यातऽऽ* |
| *सरनाभवतीऽ* | *हिंडतो, गऽ, येड्यावानीऽ* |
| *पिरतीचा जोडाऽ* | *आसू ढाळतो मोरावानीऽऽ* |

(१) शामी = स्वामी (२) जोडा = जोडीदार (३) किलडी = तिरडी (४) दिलगीर = खिन्न (५) झाज = जहाज, संसार हा भावार्थ.

आपण गेल्यावर आपला हा नवरा एकटा राहणार, या विचाराने वा कल्पनेने मालन अंतकाळी खंतावली आहे. नवऱ्याला दुसरे लग्न करून घेण्यासाठी आग्रह करते आहे. त्याचे आपल्यावरील प्रेम तिला आठवते आणि त्याने आपण गेल्यावरही आनंदात राहावे, असे तिला वाटते. या वेळी तिने दुसऱ्या संसारात आपल्या मुलांचे काय होईल, याचा विचार मनात आणला नाही. आपला पती स्त्रीसुखाला वंचित होऊ नये, हीच एक प्रबळ इच्छा तिच्या मनात आहे.

आपल्या पत्नीने अंतकाळी माझ्या विचारांनी त्रास करून घेऊ नये, असे त्याला वाटते. म्हणून तो ओसरीवर जाऊन शोक करतो. चोरून रडतो... पण तिला ते समजते. मालनीला ऊन लागू नये, म्हणून त्याने तिच्या तिरडीवर चांदवा बांधला आहे. तिच्या कुडीला हे त्याचे प्रेम जाणवते. तीच त्याला सांगते, 'आता मला विसरा... दुसरी राणी आणून संसार करा.' या ओवीत 'चांदवा' व 'नांदवा' हे यमकासाठी आले नाहीत. तो चांदवा पाहून मालनीचा देह उचंबळून आला... हा नेहमी सुखात असावा, या इच्छेने तिने दुसरीला नांदवा, असे म्हटले आहे.

मालनीने पुढच्या ओवीत आपल्या संसाराला 'मोती-पवळ्याचे झाज' म्हटले आहे. ही उपमा अतिशय देखणी आणि प्रत्ययकारी आहे. तिच्या कंथाचा हा संसार इतका सुंदर आणि समृद्ध असा पाण्यात बुडला आहे, असे ती म्हणते.

शेवटची ओवीही चित्रवाण आणि चटका लावणारी आहे. तिचा नवरा सरणाभोवती शोकमग्नसा फिरतो आहे. त्याला तिने मोराची उपमा दिली आहे. पंखांचा सोगा मिटून डोळे गाळत चालणारा मोर... मोर या शब्दाने पतीचे तारुण्य आणि देखणेपण प्रत्ययाला आल्याशिवाय राहत नाही. एकमेकांवर जिवापेक्षा प्रेम करणारी ही जोडी अशी विस्कळीत झाली, दुरावली, ही खंत मालनीच्या सुखी अहूळी मरणाच्या आनंदाच्या मागे गडद सावली होऊन उभी आहे. या संवेदनेने ही गाथा गप्रतिम वाटते.

मालनीच्या या सुखी अहेव मरणामागे तिच्या लेकरांची काळजी अंतवेळीही लांबच लांब पडलेली असणारच. नवऱ्याची इतकी काळजी, मग मुलांची किती? पण मालनीने मुलांची खंत ओव्यांतून गायलेली मला आढळली नाही. पतीवर व माहेरावर तिचा याबाबत गाढ विश्वास असावा, असे वाटते. मालनींनी या ओव्या– हा भाव व्यक्त करणाऱ्या ओव्या भावाच्या मुखातून व्यक्त केल्या आहेत. खालील गाथेत भाऊ म्हणतो.

### गाथा (५२)

*अहूळी नार मेलीऽ गेला सरगात धुवाऽऽ*
*घात झाला लेकरांचाऽ काय केलं तुवा, देवाऽऽ*

*अहेव मेली नारऽ कशी सजी सजी गेलीऽऽ*
*फाटंची बाळभूकऽ न्हायी तान्याला, गऽ, देलीऽऽ*

*अहेव मेली नारऽ भाऊ रडत धायी धायीऽऽ*
*पाळना धरूनऽ म्हनी, बाळा, करू कायीऽऽ*

*अहेव मेली नारऽ कंथ झाडीतो धोंगडीऽऽ*
*बोलतो भाऊरायाऽ बाळं पडली उघडीऽऽ*

*अहूळी नार मेलीऽ न्हायी माय लेकरालाऽऽ*
*राजानं केली रानीऽ आपल्या सुखायालाऽऽ*

(१) सजी सजी = सहज, एकाएकी, (२) घोंगडी झाडणे = मुक्काम

हलवणे, निघणे, जोखीम टाळणे.

पहिल्या ओवीतच भावाने सवाल केला आहे 'स्वर्गातील देवा, हा धूर तुझ्यापर्यंत पोचला आहे. तू हे काय केलेस, तुला माहीत नाही का? एका आईला स्वर्गात नेऊन तिची मुले पोरकी केलीस– यात तुला काय मिळाले? तिचा लहान तर अजून तान्हाच आहे. बाई नेहमी बाहेर जाताना मुलांची व्यवस्था करून जाते. पण ही मालन मुलाला दूध न पाजता अशी सहज स्वर्गाला कशी गेली, असा त्याला प्रश्न पडतो.

तो एका दृश्याने व्याकूळ झाला आहे. मृत्यूसमयी हे अंथरुणावरून काढून एका घोंगडीवर ठेवतात. तिरडी तयार झाली, की मग घोंगडीवरून उचलतात. अशी प्रथा आहे. त्याप्रमाणे मालनीचा देह बाहेर गेल्यावर वा पोचवून परत आल्यावर तिचा पती ती घोंगडी झाडतो व उचलतो. हे काम त्याने सहज केले असेल. पण त्यातून दोन अर्थ निघतात. तिचा पती आता निघण्याची तयारी करतो आहे. इतका अलिप्त आहे, की दोन दिवस राहून पुढचा विचार करायलाही तयार नाही. मुलांचा विचार कोणी करायचा? दुसरा भावार्थ असा निघतो की, घोंगडी झाडणे म्हणजे करावयाचे ते काम टाळणे. दोन्हीही अर्थ एकच. घोंगडी झाडली आणि बाळे उघडी पडली. बहिणीच्या मनात घोंगावणारे हे सारे भावाच्या मुखातून वदवले गेले आहे, असे वाटते.

आईच्या मृत्यूने अतिशय दुःख होते, ते लेकीला; आणि लेकीचे दुःख पाहून आईचा आत्मा तळमळतो. सासुरवास असलेल्या लेकीचा तर विसाव्याचा, विश्वासाचा मदतीचा आधारच नाहीसा होतो. अंतकाळी मन अडकते, ते अशा मुलीच्या दुःखात. खालील गाथेत हे मायलेकींचे दुःख उभे झाले आहे.

**गाथा (५३)**

*माझं अहेव मरानऽ — मैना घेतीया लोळूनऽऽ*
*मी, गऽ, बोलती सयांनाऽ — नेवा बाळीला समजावूनऽऽ*

*माझं अहेव मरानऽ — बाळ माझी मैनाबाईऽऽ*
*माझी बोलली, गऽ, सईऽ — आता दुनियात कायी न्हायीऽऽ*

*गेला माझा जीवऽ — शेव सवारी माझी जेठीऽऽ*
*माझी मैनाबाईऽ — सोडी हुरूद्याच्या गाठीऽऽ*

*माझा जीव गेलाऽ*
*तोंडावरतीऽ छतरीऽ*
*माझी, गऽ, बाळाबाईऽ*
*वारा पदरानं घालीऽऽ*

*माझा जीव गेलाऽ*
*धड येशीत हातराऽऽ*
*माझी ती मैनाबाईऽ*
*धरती लोळती मथूराऽऽ*

*माझ्या सरनापासूनऽ*
*फीरलंऽ जनलोकऽऽ*
*मैना जागची हालंनाऽ*
*पाती माह्याराची राखऽऽ*

(१) सवारी = सजवणे, (२) जेठी = थोरली जाऊ, (३) हुरुद्याच्या गाठी = आईकडे सांगण्यासाठी मनात गाठी मारून ठेवलेले आपले सुखदुःख, (४) पाती = बघते.

जशी लेकीच्या मरणाचे वृत्त ऐकताच आई धरणीवर कोसळते, तशी लेकही आईचे मरण पाहून धरणीवर लोळण घेते. दुःख अनावर होते. इथे हे दृश्य पहिल्या ओवीतच आहे. लेक म्हणते, 'आता दुनियेत काही नाही.' हे आईला समजते. तीही व्याकूळ होते. थोरली जाऊ मालनीची अंत्यसंस्काराची सजावट करते, तर ही लेक आपल्या आईला शेवटची गुजे रडून सांगत असते. पुन्हा या गुजाला आई मिळणार नाही. आईची यात्रा निघते, तेव्हा लेक मायेने आईला पदराने वारा घालत चालते. आईचा देह गदगदून येत असेल.

वेशीत यात्रा आली, की लेक कासावीस होते. आता मरणवाट जवळ आली, या कल्पनेने हादरून त्या खडकाळ रस्त्यावर लोळण घेते. तिरडीवरील मातेला राहवत नाही. ती खांदेकऱ्यांना म्हणते, 'माझं धड खाली जमिनीवर हातरा. मैना मातीत लोळती, हो.' असे हे प्रेम. शेवटची ओवी तर मनाला भिडणारी आहे. मैना सरणा- पासून हालत नाही. शून्य मनाने आईकडे पाहत राहते. आई म्हणते, 'माझी मैना माहेराची राख बघती आहे. मी नाही, तेव्हा तिचे माहेरही उरले नाही. दोघींचे हे दुःख अतिशय उत्कट वाटते. अद्‌भुतातून उत्कटता साधण्याची ही काव्यशक्ती या गाथांतून प्रभावीपणे दिसून येते. ही गाथा वाचली, की काही न भाष्य करता स्तब्ध राहावे, असे वाटते.

पुढील गाथेतील मालनीची खंत वेगळीच आहे, एक दुर्दैवी मालन आहे. सासरी राबून दिवस काढत असलेली- जिला नवरा विचारत नाही. मुलगा विचारत नाही, अशी दुःखी कष्टी आहे. अशा या मालनीने आपल्या अंतकाळाचे वर्णन केले आहे. मुलगा मांडी देण्याची टाळाटाळ करतो आणि दिली, तरी वाकडी तिकडी

देतो. आई म्हणते, 'मांडी सरळ दे, बाळा. घडीभरच आईची सेवा कर.' जाऊ 'आतून' बोलते. म्हणजे तिच्या जवळ बाईमाणूस कोणी नाही. दिराला वाटते... हिची लवकर व्यवस्था करून टाकावी. पण मर्तिकाचा खर्च कोण करणार? जाऊ धोरणी आहे. ती म्हणते, 'तिचे भाऊ येऊ द्यात. तिचा मालक येऊ दे.'' शेवटचे वाक्य जावेने टोचून बोलावे- तसे आहे. मालन जीव जाता–जाता खवळते.

**◗ गाथा (५४)**

*उशीयाला मांडीऽ नगं देऊ लोकायाचीऽऽ*
*माझ्या बाळरायाऽ तुमा दोघांत एकायाचीऽऽ*

*उशीयाची मांडीऽ नगं देऊ, रंऽ, वाकडीऽऽ*
*माझ्या बाळरायाऽ कर घडीची चाकरीऽऽ*

*माझ्या मरणाचे येळेऽ म्हनी दीर, चला नेऊऽऽ*
*जाऊ बोलती आतूनऽ येऊ द्या नंऽ तीचे भाऊऽऽ*

*माझ्या मरनाचे येळेऽ घाई करतील लोकऽऽ*
*बोलली माझी जाऊऽ बघा येल का मालकऽऽ*

*भरतार येऊ व्हाऊऽ भाऊ येतील, गऽ, माझंऽऽ*
*नका करू माझे येल्हेऽ टाका वखरीत बाजऽऽ*

*भाऊ, गऽ, वाटंवरऽ माझ्या माह्याराचे झेलेऽऽ*
*नेतील तळहातीऽ लाडी बहीण शेवंतीलेऽऽ*

(१) येल्हे = हाल, विटंबना, (२) वखरीत = बळदात.

तिच्या मनात झोंबणारेच बोलणे. 'माझे भाऊ येतील... नवरा येऊ दे, व्हाऊ दे, माझी बाज बळदात टाका, भाऊ माझे सारे काही करतील... तुम्ही माझे हाल करू नका.' स्पष्टपणे ती बजावते. मरण अहेवपणी आहे. पण त्याचे तिला सुख नाही. नवरा विचारीत नाही, म्हणजे कुणीच विचारीत नाही, असे तिचे झाले आहे. तिच्या देहाच्या तोंडून हे सर्व बोलणे म्हणजे मालनींची ही एक किमयाच आहे. ही फक्त या मरणसोहळ्याच्या गाथांतच दृष्टीला पडते. भावांना ती माहेरचे झेले म्हणते, त्यामुळे तिचे शेवंती हे नाव उचितच झाले. आणि ते तिला तळहाती घेऊन जातील. भावांविषयी हा विश्वास... तिला वाटते, इथे तिरडी सुद्धा नको. इतका

तिला सासरचा वीट आलेला आहे.

अशी ही मालनींची अंतकाळीची संवेदने... त्यांचा सोशिकपणा किती खोल आहे, हे दाखवणारी... मरणसोहळा हा किती सुखकारक असला, तरी तो सरणाच्या ज्वालांतून निर्माण झालेला... आणि त्याची मुळे मालनींच्या जीवनातील विविध समस्यांतून रुजून आलेली.

या गाथा– एकूण मरणसोहळ्यावरील गाथा वाचल्या, म्हणजे मृत्यूची टांगती तरवार मालनींच्यावर सतत लटकत असते, म्हणण्यापेक्षा- जीवन जगणे हेच त्यांचे असिधाराव्रत असते, असे म्हणावेसे वाटते. या असिधाराव्रतातून सुटण्यासाठीच जिवंतपणी त्या मरणाची स्वप्ने बघत असाव्यात.

*इंदिरा संत यांच्या स्वरचित लोकसाहित्यातील*
*ओव्यांचा अनमोल ठेवा*

# मालनगाथा

**इंदिरा संत**

ओव्यांमागून ओव्या गात असता दळण कधी संपते,
तिला कळत नाही.
त्या ओव्याही ओळीला ओळ जोडून,
घोळून घोळून, उंच स्वरात गायच्या.
ओवीच्या शेवटच्या ओळीच्या अखेरीस
एक लांब असा हेल देऊन
त्याच्या टोकानेच दुसरी ओवी उचलायची.
या ओवीत काय नसायचे?
अवघ्या स्त्रीजीवनाला त्यांनी स्पर्श केलेला असायचा.
सुपली-कुरकुळीच्या खेळापासून
घाण्याच्या बैलासारख्या ओढलेल्या कष्टांपर्यंत.
न्हाणवलीच्या सुखद
सोहळ्यापासून मरणवेळेच्या काळापर्यंत.
शृंगाररसापासून ईश्वराशी जडलेल्या सौहार्दरसापर्यंत.
पुत्रजन्मापासून वैधव्याच्या आकांतापर्यंत,
जे जे म्हणून स्त्रीला भावले,
ते सर्व या ओवीत आहे.
ते एक अमृतानुभवाचे अथांग असे मानससरोवर आहे...